கசகறணம்

கசகறணம்
விமல் குழந்தைவேல் (1960)

இலங்கையின் அம்பாறை மாவட்டத்து அக்கரைப்பற்றுப் பிரதேசத்தின் கோளாவில் கிராமத்தில் பிறந்து வளர்ந்த விமல் குழந்தைவேல் 1988இல் புலம்பெயர்ந்தவர்.

1990களில் எழுதத் தொடங்கிய இவர் இதுவரை 4 சிறுகதைத் தொகுதிகளும் 2 நாவல்களும் எழுதியுள்ளபோதிலும் இவரை வெளிச்சம் காட்டியது 'வெள்ளாவி' நாவலே. 'கசகறணம்' நாவலே தனது ஆத்மார்த்தமான படைப்பென்கிறார் விமல்.

தொலைபேசி : **0044 7453982233**
மின்னஞ்சல் : veerathask@gmail.com

விமல் குழந்தைவேல்

கசகறணம்

காலச்சுவடு பதிப்பகம்

கசகறணம் ◆ நாவல் ◆ ஆசிரியர்: விமல் குழந்தைவேல் ◆ © வீரதாஸ் குழந்தைவேல் ◆ முதல் பதிப்பு: ஜூலை 2011, இரண்டாம் பதிப்பு டிசம்பர் 2016 ◆ வெளியீடு: காலச்சுவடு பப்ளிகேஷன்ஸ் (பி) லிட்., 669 கே.பி. சாலை, நாகர்கோவில் 629001

kacakaRaNam ◆ Novel ◆ Author: Vimal Kuzhanthaivel ◆ © Veerathas Kuzhanthaivel ◆ Language : Tamil ◆ First Edition : July 2011, Second Edition December 2016 ◆ Size : Demy 1 x 8 ◆ Paper: 18.6 kg maplitho ◆ Pages: 256

Published by Kalachuvadu Publications Pvt. Ltd., 669 K.P. Road, Nagercoil 629001, India ◆ Phone: 91 - 4652 - 278525 ◆ e-mail: publications@kalachuvadu.com ◆ Wrapper Printed at Print Specialities, Chennai 600 014 ◆ Printed at Mani Offset, Chennai 600077

ISBN: 978-93-80240-52-7

12/2016/S.No. 398, kcp 1709, 18.6 (2) KLL

இந்நூல் . . .
கிழித்தெறியப்பட்ட
புகைப்படத்துண்டுகளை
அண்ணாந்து பார்க்கும் அங்கலாய்ப்பாய்
என் மனக்கண்ணில் தெரியும்
அம்மாந்தர்கட்கும் . . .
மண்ணில் புதைந்து, மறைந்து,
மீண்டு, மிதந்த கண்ணாடித் தகட்டின்
இரச எச்சப்பகுதி காட்டும் அருஉருவங்களாய்
என் நினைவில் வந்து வந்து போய்
ஜாலம் செய்யும்
அந்நாள் நிகழ்வுக் காட்சிகளுக்குமாய் . . .

நன்றி

ஹசீன்
பௌசர்
உமையாழ் பெரிந்தேவி
சபேசன்
எஸ். வேலு
சாந்தன்
காலச்சுவடு
சோலைக்கிளி
என் குழந்தைகள் சிந்துஜா, சாலமன்

மற்றும் என்றும் என்னுடனான
றஷ்மி

என்னுரை

என் மனக்கண்ணாடியில் நான் சட்டம்போட்டு வைத்து அழகுபார்த்திருந்த என் கிராமம் சுக்குநூறாக உடைந்து சிதிலமாகிப்போன இரண்டரை தசாப்தத்தின் முந்திய பொழுதிலேதான் அந்நிய நாட்டுக்குப் புலம்பெயர வேண்டியவனாயிருந்தேன். மீண்டும் ஒன்றரைத் தசாப்தத்தின் பின்பு ஒரு முறை ஊர் போனபோது உடைந்துபோன அக்கண்ணாடிச் சில்லுகள் என் மனதைக் கீறி, கிளறி ரணப்படுத்திற்று.

இரண்டாயிரத்து நான்காம் ஆண்டின் சுனாமி அனர்த்தத்தின் பின்பாய் ஊர் போயிருந்தபோதில் தற்செயலாகத்தான் காணுகின்றேன் வெள்ளும்மாவை. காலக் கறையான் தின்றரித்து முடித்தெறிந்த எச்சமாக நின்ற அவளையும், அவள் நின்ற இடத்தையும் என் கண்கள் சுற்றிப்பார்த்த அக்கணத்தில் எனக்குள்ளாய் எழுந்ததே இந்நாவல்.

போராட்டம் என்ற பெயரால் நாம் இழந்தவைகள் எத்தனையோ! அந்த இழப்புகளால் ஏற்பட்ட வெற்றிடங்களை இனிவரும் அரசியல் தீர்வுகள் நிரப்பிவிடும் என்பது குதிரைக் கொம்பே.

அரசியலுக்குள் வாழ்ந்த மாந்தர் பற்றிய கதையல்ல இது. வாழ்க்கைக்குள் புகுந்து அரசியல் நடத்திவிட்டுப் போனவர்களால் மண்ணிழந்த மாந்தர் பற்றியதும், மாந்தர்களை இழந்த மண் பற்றியதுமே இந்நாவல்.

'தேவதூதர்கள்போல் வந்தார்கள்.'

'ராஜகுமாரர்கள்போல் உபசரிக்கப்பட்டார்கள்.'

'மாய மந்திரம் செய்ததுபோல் மறைந்தே போனார்கள்.'

தேவதூதர்களல்ல . . . குறட்டைக்காக்காவின் ஆருடத்தில் வந்த சத்துராதிகளே அவர்களென்பதை இன்னும்கூட அறிந்து கொள்ள முடியாத அப்பாவிகளே சனங்கள் என்ற நினைப்பில் தான் இன்றும் வலைப்பின்னல் ஊடாகவும், மின்னஞ்சல் ஊடாக வும் அறிக்கை அரசியல் நடத்திக்கொண்டிருக்கிறார்கள்.

இது ஒன்றும் பலநூறு வருடங்களுக்கு முன்பு நடந்த வரலாற்றுக் கதையல்ல. இவர்கள் வருவதற்கு முதல் நாளில் என் கிராமமும் அம்மக்களும் அவர்கள் வாழ்ந்த வாழ்வின் தடயமும்தான் இது. என் கிராமத்துக் கதவுகளை அரித்த கறையான்கள் நடத்திய அரசியல் சரித்திரத்தின் ஒரு சிறு பொறி மட்டுமே இந்நாவல்.

இக்கதை நிகழ்ந்த காலத்தில் நான் பிறக்காமல்விட்டது எனது துரதிஸ்டம் என்றான் சகோதரன் ஹஸீன். இக்கதா மாந்தர்களை ஒரு முறை காண வேண்டும்போல் உள்ளதென்றார் தோழர் எஸ். வேலு. எழுதி முடித்ததில் சந்தோசித்தேன். ஆனால் எழுதும்போது எனக்குள் ஏற்பட்ட உணர்வுகள் . . ! முக்காட்டுக் குள் முகம் மறைத்துச் சந்தை முடுக்கொன்றில் குந்தியிருந் தொருத்தி அன்றே பெண்ணியம் பற்றிப் பேசியிருக்கிறாளே யென்றும், ஓரெழுத்துக்கூட அறிந்திராக் குலத்தழகி ஓரினச் சேர்க்கை பற்றிச் சொன்னாளே என்பதையெல்லாம் எழுதும் போதே அறிந்து ஆச்சரியப்பட்டுப்போனேன்.

இந்நாவலில் நீ எங்கே என்பது மூலப்பிரதி பார்த்தவர் களின் கேள்வி. இது எனது கதையல்ல. ஒரு சந்தையினதும், அதைச் சூழ்ந்த கிராமத்தினுடையதும். ஆனாலும், காலமாகிப் போன காதல் மனைவியின் கல்யாணச் சேலையைத் தடவிப் பார்க்கையில் ஏற்படும் ஸ்பரிசம்போலாயும் கம்பளிப் போர்வைக் குள் மறைந்து தீனா மூட்டிக் குளிர்காயும் கிழவனின் உடல் கதகதப்புப்போலாயும் எழுதும்போதில் எனக்குள் ஓர் உணர்வு ஏற்பட்டதென்றாயின் நான் இதில் எங்கும் வியாபித்திருக்கின்றேன் என்பதே உண்மை.

இந்நாவல் எழுதி முடித்து இன்றுவரையில், முதல் பிரதி பார்த்ததில் எனக்கும் சகோதரன் ஹஸீனுக்குமிடையில் நடந்த ஆரோக்கியமான கருத்து முரண்பாட்டு மோதலில் கழிந்தது ஆறு மாதங்கள். நூலுருவில் கொணர்கிறேன் என்று சொல்லி விட்டு மூன்று புத்தகக் கண்காட்சியிலும் கண்ணாமூச்சி விளையாடி ஏமாற்றிய அந்தப் பதிப்பகப் புண்ணியவானின் தயவில் கழிந்தன மூன்று வருடங்கள். பின்பு நானறிந்த ஒருவர்,

நானறியா ஒருவரின் முன்னுரைக்காகக் காத்திருந்து கழிந்தன ஆறு மாதங்கள். இப்படியாய் எத்தனையோ ஏமாற்றங்கள், உதாசீனங்கள், அவமதிப்புகள், மனக்கசப்புகளையெல்லாம் சந்தித்து ஐந்து வருடக்காலத்தின் பின்பு, தற்போது இந்நாவல் நூலுருப்பெற எனக்குத் துணை நின்றவர்கள் நண்பன் றஷ்மியும் பௌஸருமே. அவர்களுக்கு எனது நன்றிகள். தொடர்ந்தும் என் எழுத்துக்களை நேசிக்கும் வாசகர்களுக்கும்கூட . . .

22.01.2011 **விமல் குழந்தைவேல்**

முன் குறிப்பு

இருண்ட காலத்தின் துயர் . . .

நண்பர் விமல் குழந்தைவேலின் ‘வெள்ளாவி’ நாவல் வெளியான 2004 காலப்பகுதியில்தான் அவரைக் கதை சொல்லியாக நான் அறிந்து கொண்டேன். அதற்கு முன்பு அவருடைய எந்தப் படைப்பையும் வாசித்ததோ அவருக்கும் எனக்குமான தனிப்பட்ட பரிச்சயமோ இருந்த தில்லை. ‘வெள்ளாவி’ நாவலின் ஊடாக எனக்குள் கிளர்ந்த உணர்வுகள், நிலம் சார்ந்த மனித வாழ்க்கையை அதன் அனைத்து மேன்மை கீழ்மையுடனும் ஒளிவு மறைவின்றி படைத்த அவரது திறன் என்னை அவர் அருகே நெருங்கச் செய்திருக்கிறது. அவரது இரண்டாவது நாவலை என் னிடம் வாசிக்கத் தந்தபோது இந்த நாவல் ஒரு கால கட்டத்தின் மனித வாழ்வைத் தனது உள்ளடக்கமாக கொண்டிருக்கும் என்று நான் எதிர்பார்த்திருக்கவில்லை. அவர் படைத்திருக்கின்ற நிலமும் மனிதர்களும் அதன் அழகும் கசப்பும் எனக்கு அந்நியமானதல்ல. என்னுள் ளும் வாழ்ந்து கொண்டிருப்பவைகள்தான். விமலும் நானும் ஒரே தாயகத்தைச் சேர்ந்தவர்கள்.

நாவலின் முதல் அத்தியாயம், அக்கரைப்பற்று பெரும் பிரதேசத்தில் தமிழ் – முஸ்லிம் மக்கள் இணைந் தும் பிணைந்தும் வாழ்ந்த வாழ்வை நமக்குச் சொல் கிறது. இரண்டாவது அத்தியாயம், தேசிய இனப்பிரச் சினை உக்கிரம்பெற்று அந்தத் தீ கொளுந்துவிட்டு எரித்துப்போன மனிதர்களையும் மண்ணையும் அகமும் புறமுமாக நமக்குக் காட்டுகிறது. விமல் படைத்திருக்கின்ற இந்த நாவலின் முதலாவது அத்தியாயத்தில் வரும் வாழ்வை அனுபவித்து சுகித்தவர்களில் பெரும் பகுதி யினர் மண்ணறையின் ஆழத்திலும் சிறு பகுதியினர் முதுமையின் வாசலிலும் நிற்கின்றனர். நான் நம்பவில்லை,

இந்த வாழ்வின் அற்புதத் தருணங்களை அவர்களால் மறக்க முடியுமென்று. நடுத்தர வயதுள்ளோர் இந்த வாழ்வின் உன்னதத் திற்கும் சிதைவிற்குமிடையே அலைக்கழிந்துகொண்டிருப்பர் எங்களைப்போல . . . ஏனெனில் இந்த நாவலின் முதல் அத்தியாயத்திற்கும் இரண்டாவது அத்தியாயத்திற்குமிடையே யான மாறும் காலகட்டத்தைக் கண்ணாரக் கண்டவர்கள் இவர்கள். புதிய இளம் தலைமுறையோ முதல் அத்தியாயக் காலகட்ட வாழ்வை வெறும் கதைகளாகவும் புனைவுகளாக வுமே எண்ணியிருக்கக்கூடும். ஏனெனில் பின்வந்த காலம் இப்படி யானதொரு வாழ்வு இருந்ததா என்பதற்கான எந்தத் தடயத் தையும் தராமலேயே உருமாறிவிட்டிருந்தது. அதிகாரத்தின் பேய்க்கரங்களுக்குள் அழுந்தித் தீயின் சுவாலைக்குள் சாம்பலாகிப்போன மனித வாழ்வை எழுத்தால் உயிர்ப்பிக்க முடியும் என்பதை நாம் காண்கையில் கண்களில் கண்ணீர் வருகிறது.

○

இலங்கையின் நீண்ட வரலாற்றைக் கொண்ட தேசிய இனங்களுக்கிடையேயான முரண்பாடும் மூன்று தசாப்தமாக நீடித்தக் கொடும் போரும் இழைத்தத் தீவினையை கையறு நிலையில் நின்று நமது மக்கள் அனுபவித்துக்கொண்டிருக்கும் காலகட்டமிது! இந்த இருண்ட காலத்தின் தொடர்ச்சியான விளைவுகளையும் இன்றைய மறுபரிசீலனைகளையும் எழுத ஆயிரமாயிரம் கதை சொல்லிகள் நமக்குள்ளிருந்து வரவேண்டி யிருக்கிறது. ‘கசகறண’த்தின் உள்ளடக்கம் இனச்சிக்கல், ஆயுதப் போராட்டம், அதன் விளைவுகள் ‘ஏழ்மை’ பெண்களின் துயர், நிலம்சார் உழைப்பாளிகள் எனப் பல்நோக்கு நிலையில் வாசிப்புச் செய்யப்பட வேண்டிய அவசியத்தைக் கோருகின்றது. இதுவரை யாருமே விரிவாகப் படைப்புக்குள் கொண்டுவராத தமிழ் – முஸ்லிம் மக்களின் நெருக்கமும் நேசமுமிக்க வாழ்க்கை யையும் 1980க்குப் பின் ஆயுத இயக்கங்களின் வருகையுடன் இந்த வாழ்வு சிதைந்தழிந்த கதையையும் நேர்மையான மனித னின் உணர்வுடன் சொல்கிறது.

மறுபரிசீலனை காலகட்ட முக்கியத்துவம் கருதி இந்நாவல் உலகமெல்லாம் பரந்து வாழும் தமிழ் மொழிப் படிப்பாளிகளால் வாசிக்கப்படுவதற்கான அதிக சாத்தியமுள்ளதால் இக்கதை நிகழும் பிரதேசத்தின் புவியியல் அமைப்பையும் அதன் சமூக, பொருளாதார அம்சங்களையும் விரிவாகப் புரிந்துகொள்வது முக்கியமாகிறது. இலங்கையின் தென்கிழக்கில் அமைந்துள்ள அக்கரைப்பற்று பெரும் பிரதேசம், வயலும் கடலும் சார்ந்த இயற்கையின் வளம்மிக்க பூமியாகும். தமிழ் முஸ்லிம் மக்களின்

சமூகப் பொருளாதாரக் கலாசார உறவின் கலப்பிலும் பிணைப்
பிலும் அழகுபெற்று நின்ற இம் மண்ணின் சித்திரம் பல்வர்ணம்
கொண்டது. சமூகப் பொருளாதாரப் பண்பாட்டு மானிட உறவு
களின் அடித்தளத்தில் ஆண்டாண்டு காலம் நிலைத்திருந்த
தமிழ் – முஸ்லிம் உறவு, தேசிய இனப்பிரச்சினையின் மற்று
மொரு விளைவாய் எழுந்த அதிகார மேலாதிக்கம் காரணமாய்
ஆட்டம் கண்டதுடன் இலங்கையின் தேசிய இனச்சிக்கலும்
முற்தரப்பு பிரச்சினையாக மாற்றம் கண்டது. இதன் உச்ச
கட்டமாக 1985,1990 காலப்பகுதி விளங்கியது. நம் கண் முன்னே
இந்த வாழ்வு இன, மத ரீதியாக பிரிந்து ஒருவரையொருவர்
எதிர் நிலையில் நிறுத்தியதையும் படுகொலைகள், தாக்குதல்கள்,
சூறையாடல்கள், இடப் பெயர்வுகள், கட்டாய வெளியேற்றங்
கள், காணாமல் போதல் என இலங்கையின் வடக்கு, கிழக்கு
முழுதும் பேய்க்காற்றாய்ப் பெரும் இழப்பை விளைவித்தது.
இக்காலகட்டமானது தமிழ் – முஸ்லிம் மக்களின் வாழ்வில்
மிக மோசமான இருண்ட காலமாக இருந்தது. இன்று பின்
நோக்கிப் பார்க்கையில் இழந்த இழப்புகளுக்கும் சிந்திய குருதிக்
கும் ஏதாவது அர்த்தம் உண்டா எனக் கேட்கத் தோன்றுவது
தவிர்க்க முடியாததாகிவிட்டது. எவ்வளவு பெரிய தவறுகள்,
சறுக்கல்கள், திசைமாறுதல்கள். தேசியச் சிறுபான்மை இனங்
களின் அரசியல் விடுதலையின் தோல்வி தொடங்கிய முக்கிய
புள்ளிகளில் இதுவும் ஒன்று.

〇

விமல் குழந்தைவேலின் மனஉலகில் வார்க்கப்பட்டு
காட்சிப் படிமங்களாக ஓடிக்கொண்டிருக்கும் அக்கரைப்பற்று
சந்தையின் நினைவுகள் அதன் இருப்பும் எரிப்பும் இந்த
நாவலில் மட்டுமல்ல அக்கரைப்பற்று வாழ் அனைத்து மக்க
ளின் உணர்விலும் பொது மையம்தான். பொருட்களை
வெறுமனே வாங்கும் விற்கும் இடமாக மட்டுமல்ல, அதன்
பௌதீகத் தன்மையையும் தாண்டி அது ஆயிரமாயிரம்
அக்கரைப்பற்றுப் பெரும் பிரதேச மக்களின் அபிலாசைகளை
யும் உணர்வுகளையும் உறவையும் பகிர்ந்துகொள்வதற்கான
தளமாகவுமிருந்தது. அச்சந்தை வாழ்ந்துகொண்டிருந்த காலம்
முழுதும் தமிழ் – முஸ்லிம் மக்கள் அக்கரைப்பற்று பெருநிலத்
தில் மகிழ்ச்சியாகவும் இணக்கமாகவும் வாழ்ந்தனர். அது
எரிக்கப்பட்ட தினத்திலிருந்து அந்த மக்களின் உறவும் உயிரும்
அச்சந்தை எரிந்த தீயுடன் கருகித்தான் போயிற்று. அன்று
பொலிவிழந்த அக்கரைப்பற்று பெரும் பிரதேசம் இன்னும்
மீள உயிர்க்கவில்லை. சந்தை இருந்த இடம் கால்நூற்றாண்டு
கள் கடந்த பின்னும் மீள முடியாத அழிவின் புதைகுழிபோல்

காட்சி தருகிறது. நாவலின் மையப் பாத்திரங்களான வெள்ளும்மா, மைலிப்பெத்தா, குறட்டைக்காக்கா, குலத்தழகி, கேசவன், முஹம்மட் மற்றும் உப பாத்திரங்களாக வரும் அனைவரும் எங்களில் ஒருவர்தான். நண்பன் ஸ்டோர், சண்முகநாதன் ஸ்டோர், ஹனிபா ஸ்டோர், சாரதா, வெலிங்டன் சினிமா திரைப்பட அரங்குகள், எங்களது காலடிபட்ட கோளா வில், மொட்டையாபுரம், அளிக்கம்பை, நாற்பதாம் கட்டை என்கிற ஊர்கள் . . . காலச்சக்கரத்தைப் பின்னகர்த்தி கடந்தும் இழந்துபோன எம் வாழ்வை மீள ஒரு தரம் வாழ முடியாதா என்கிற உள்ளத்து உணர்வு மேலெழுந்து வருகிறது.

நமது மக்கள் பல தசாப்தங்களாக அனுபவித்து நிற்கின்ற பெரும் கடலாக பரந்துள்ள இழப்பினதும் துயரத்தினதும் வெம்மையின் சிறு துளியைத்தான் விமல் குழந்தைவேல் தனது பிறந்த மண் மக்களினது வாழ்வை ஆதாரமாகக்கொண்டு முடிவற்றத் துயரங்களுடன் பதிவாக்கியுள்ளார். காலச்சுழிக்குள் சுமார் கால்நூற்றாண்டுகள் கடந்த வாழ்வைத் தனது மன அடுக்குகளில் அழியாத நினைவுகளாய்ப் பதித்திருந்து பல்லாயிரம் மைல் தாண்டி புலம் பெயரியாய் நாடற்று வாழும் ஒரு சூழலில் எழுதுவதென்பது படைப்பு மனோநிலையைத் தாண்டிய, அதற்கு மேலான இழந்துபோன வாழ்க்கையைத் தேடும் அவரது ஆன்மாவின் தேடலை மெய்ப்படுத்துகிறது.

நமது விமர்சன உலகில் உள்ள படைப்பு சார்ந்த கோட்பாடு களை மீறி, இதன் யதார்த்தத் தன்மைக்காகவும் மக்களின் வாழ்வை எழுதிய உன்னதத்திற்காகவும் என்னை இப்படைப்பு பாதித்திருக்கிறது, சுய விமர்சனம் செய்ய என்னைத் தூண்டி யிருக்கிறது. உங்களையும் இந்நாவல் ஏதோ ஒரு வகையில் கடந்த காலத்தை மீறிளத் திரும்பிப்பார்க்க, வழிமுறைகளை யும் கருத்துக்களையும் சுய விமர்சனம் செய்யத் தூண்டுமாக இருந்தால் விமல் குழந்தைவேல் தனது நோக்கில் வெற்றி பெற்றவராவார்.

24, ஜூன் 2011 **எம். பௌஸர்**

அத்தியாயம் ஒன்று

1

வெள்ளும்மா, மைலிப்பெத்தா, குறட்டைக்காக்கா, குலத்தழகி இவங்கதான் அந்த நாலுபேரும். காந்தம் மண்கலவைதாதுத்தவிடுகளக் கவர்ந்து இழுத்து ஒட்டிக் கொள்ளுறாப் போலவும், சாம்பல் சூடுபட்ட உடன சுரட்டைநாயுர வகுறு, முலை ஒட்டுண்ணிகள் உதிர்ந்து விழுகுறாப்போலவும், இந்தச் சந்தைக்குத் தினம்தினம் வாறதும் போறதுமாய் இருக்குற உயிர்ப்பொம்மை மாந்தர்கள் பலநூறுபேர்களில இந்த நாலுபேரப்பற்றி மட்டும் தனிச்சிச் சொல்ல என்னதான் வேண்டியிருக்கு...

அடைமழையில குளிச்சிக் கழுவப்பட்ட சகதிப்பன்றி களுற நகஇடுக்கு அட்டுகளப்போல இவங்கட மனஇடுக்குல எப்பயுமே சந்தை பற்றிய நினைப்புகள்தான். தெருவோரப் பிச்சைக்காரண்ட உடல் அரிப்புப்போலச் சந்தை நினைப்பு வந்து இவங்கட நித்திரையக் குழப்புனாலும்கூட இவங்கட நித்திரை நேரத்து மூச்சுக்காத்தச் சுத்தப்படுத்திவிடுகிற தும் அதே நினைப்புகள்தான்.

உண்ணவும், பேலவும், உறங்கவும், உடுக்கவும் மட்டுமே தங்களது வீடுவாசல். இதன் பின்நேர முன்நேரமெல்லாம் சந்தைதான் ஜீவனமெண்டிருந்தவங்கட சீவியத்தில ஏதோ உண்டென்றதாலதான் அந்த நான்கு பேர்களென்று சொல்லித்தொடங்க வேண்டியதாயிற்று.

சந்தையில சாமான்வாங்க வந்தவன் ஒருவனாயும், சுற்றிநின்று வேடிக்கை பார்ப்பவர்கள் ஒன்பதுபேராயும் நடக்கும் இவர்களின் வியாபார வேடிக்கை, இலவசமாகப் பார்க்கும் ஹாஸ்ய நாடகம் போன்றதுதான்.

தங்களுக்குள்ளேயே ஒருத்தரோட ஒருத்தர் கோபப்படுறதயும், ஒருத்தருக்கொருத்தர் குடுக்கல்வாங்கல் செய்யுறதயும், ஒண்டொண்டோன ஓடிவந்து உதவுறதயும் இந்த நாலு பேரையும் தெரிந்தவர்கள் அறிந்தே இருக்கிறாங்க.

ஒற்றையடிப்பாதை நீள, அகல அளவுக்கடை, அதிலும் ஒற்றைப்பலகையொன்றே திறந்து ஒருவர் மட்டுமே உள்ளே போகமுடிந்த பரப்பளவு, ரெண்டு ஸ்பீக்கர்குழல், மற்றவையெல்லாம் பத்திரிகை, புத்தகங்கள். இதுகளோட பீடாவுக்கும் பேர் வாங்கியதுதான் நண்பன் ஸ்ரோர்.

பஸ்தரிப்பு நிலையத்திலிருந்து தெற்கால இறங்கிப்போகிற நெருக்கொழுங்கை பொதுச்சந்தைய தொடுமுன்பான மூலையில உள்ள நண்பன் ஸ்ரோரின் முன்முகப்பு வாசல்திடல்தான் இந்த நால்வரின் இருப்பிடம்.

வெள்ளையும்மா எண்டுதான்பேரு, எல்லாரும் கனதரம் கூப்பிட்டதாலோ என்னமோ இப்ப எல்லாராலயும் “வெள்ளும்மா . . . வெள்ளும்மா” என்று கூப்பிடப்படுறவட வசிப்பிடம் நரிப்பிட்டிப்பாலம் தாண்டியிருக்கிற புதுக்குடியிருப்புக் கிராமம்.

பெயருக்கேற்றாற்போலச் சிவப்பான வெள்ளும்மா எப்பவுமே உடுத்துறதும் வெள்ளைச்சீலைதான். அதுவும் ஆசுபத்திரிக் கட்டிலுக்கு விரிக்குற தடிச்ச துணிபோலவே. பின்னொருகாலத்தில் முன்னயகாலத்து நாகரிகமென்று காட்சிப்பொருள்களோடு நூதனசாலையில் வைக்கத்தகுந்ததானது அவவின் மேற்சட்டை. அரைக்கையுமில்லாம, முழுக்கையுமில்லாம, முழங்கைக்குக்கீழ இறக்கித் தைக்கப்பட்டிருக்கும் அந்தச் சட்டை, கழுத்தோ, முதுகோ தெரியாதளவுக்கு வாலாமணி கழுத்தாகத்தானிருக்கும். கழுத்துக்குப்பொருத்தப் பொத்தானோ பூட்டூசியோ இருக்காது. கழுத்துல பாவாடைநாடா போன்றதான நாடாவக்கொழுவி இழுசுருக்குப்போட்டே கட்டியிருப்பா. இந்தச் சட்டைக்கு எத்தனையோ ரகசியப் பைகள், எந்தெந்தப் பைக்குள்ள என்னென்ன உண்டென்பதெல்லாம் வெள்ளும்மாவுக்கு மனப்பாடம்.

செப்புக்காப்பொண்டு எப்பயுமே வெள்ளும்மாட மணிக்கட்ட இறுக்கிப் புடிச்சிக்கொண்டுகிடக்கும். கழுத்துல ஆரம் போல, கலர்கலரா தொடுத்த குண்டுமணி மாலை, காதுச்சோணையில வம்மிப்பூதோடு, தோட்டுக்குமேல, காதுமடலுல கீழே இருந்து மேலே போகப்போகப் பெருசுல இருந்து சிறுத்துக் கொண்டுபோற பலவடிவ தோட்டுக்குத்திகளெண்டு வெள்ளும்மா எப்பயும் பார்க்கிறதுக்கு வித்தியாசமாகத்தான் தெரிவா.

மேல்சட்டைக்குள்ள எத்தின ரகசியப்பைகள் இருந்தாலும் எப்பயும் சில்லறைக்காசுகளோடு ஒருவெல்லுகம் இடுப்புலயே தொங்கும். வெத்தில உமலொண்டையும் மடியிலகட்ட மறக்கவே மாட்டா.

வெள்ளும்மாட யாவாரம் பாய்யாவாரம்தான் எண்டாலும், பன்னுல செய்யுற அத்தின சாமானுகளயும் வெள்ளும்மாக்கிட்ட வாங்கலாம். பாய், பன்வேக்கு, வெத்திலஉமல், காசுக்குட்டான், கொச்சிக்காய்பொட்டியெண்டு அத்தினயும் அவசுமந்து வாற அழகே தனிஅழகுதான்.

இத்தின சாமானுகளில ஒண்டக்கூடக் கையிலதூக்கி எடுத்து வரமாட்டா வெள்ளும்மா. பாய்க்கட்டுல மற்றதெல்லாத்தையும் கொழுவுவா. தலைக்கு மேல சும்மாடு வைப்பா, பாய்க்கட்ட நிலத்திலகுத்தித் தலையக்குனிஞ்சி பாயக்குடுத்தாவெண்டா, பாய்க்கட்டு அங்கிட்டுஇங்கிட்டு பதிஞ்சுஏறாம பலன்ஸா தலை யில ஏறி நிக்கும். மனிசி ரெண்டு கையயும் விசுக்கிவிசுக்கி நடக்குறநேரம் பாய்க்கட்டு காந்தத்துல ஒட்டுன இரும்புத்துண்டு மாதிரி சும்மாட்டுல ஒட்டி ஆடாமஅசையாம தலையோட போகும்.

வெள்ளும்மா சந்தைக்குபோகாத நாளுகளில ஊருக்குள்ள போய்ப் பாய் விக்குறதுதான் வழக்கம். ஊருக்குள்ள போற தெண்டா விடிஞ்ச உடனேயே வெளிக்கிடுவா. ஊருக்குள்ளால போகும்போது “பா . . . ய் . . . இ . . . ரி . . . க் . . . கு . . . து . . . கோ . . . பா . . . ய்ய்ய் . . .” எண்டொருராகம் இழுப்பா. அந்த இழுவைய அவவால மட்டும்தான் இழுக்கமுடியும். பாவன்னா வுல தொடங்குற இழுவைய ஈயன்னாவுல முடிக்க எப்பிடியும் ஒண்டு, ஒண்டரை நிமிசமாகுதல் எடுப்பா. “பாய் இருக்குதுகோ பாய்” என்ற பத்தெழுத்துச் சொல்லொண்ட இந்தளவு நேர மெடுத்து எந்த வித்துவானும் ராகமிழுக்க மாட்டான். பின் நேரத்து விளையாட்டுல சின்னப்புள்ளைகளெல்லாம் “பாய் இருக்குதுகோ பாய்” எண்டு ராகமிழுத்துப் பாடி விளையாடுது களெண்டா, அந்தராகம் எவ்வளவு பேமஸா இருந்திருக்கும்.

கண்ணனுல காதல்கொண்டு காலம்பூராவும் தம்பூராவும் கையுமாகக் காத்திருந்த மீரா, ஒரு இஸ்லாமியப் பொம்பிளையா மெண்டும் சொல்லுவாங்கல்லோ? தம்பூராவுல தலைசாய்ச்ச மாதிரி, முக்காடுபோட்ட மீராட படத்த பிரேம்போட்டுக் கடைகளில விற்பாங்க. ஆனா மீராவ நேருல கண்டவங்க ஆரெண்டு இண்டுவரைக்கும் ஆருக்கும் தெரியாது. அப்பிடி நேரில கண்டவங்கள் வெள்ளும்மாவயும் கண்டிருப்பாங்க ளெண்டா, கட்டாயம் “வெள்ளும்மா மாதிரித்தான் மீராவும்

இருப்பா" எண்டுதான் சொல்லியிருப்பாங்க. அதிலயும் ஒருகால முடக்கி, மறுகால நீட்டியிருந்து, பாய நிமிர்த்தி, நிப்பாட்டி, வெள்ளும்மா ஆருக்கும் விலை சொல்லுற நேரம் அச்சுஅசலாகத் திருக்கோயில் தீர்த்தக்கரைக் கடைத்தெருவுல விக்குற மீராட படம்தான் கண்ணுக்குள்ள தெரியும்.

வெள்ளும்மா ஆரோடயும் அனாவசியமாகச் சிரிச்சுக் கதைக்கமாட்டா, பேச்சிலயும் எந்தக்கனிவோ தயவோ இருக்காது. வெட்டொண்டு துண்டுரெண்டெண்டுற மாதிரி கட்டன் ரைட்டாகத்தான் கதைப்பா. கேள்வி கேட்ட ஆளுர முகத்த, நேருக்குநேராப் பார்த்துப் பதில் சொல்லமாட்டா. காகம் பார்க்குற மாதிரி வேறபக்கம் பார்த்துக் காத்தோட கதைக்குற மாதிரித்தான் பதில் சொல்லுவா. மனிசி சிரிக்கவேமாட்டா. ஆனா அவ பேசினா ஆருமே சிரிக்காம இருக்கேலா. மனிசிர மனமும், குணமும், செயலும், எவ்வளவு இரக்கமானதெண்டுறத அவவோட நெருங்கிப் பழகுனாத்தான் தெரியும்.

ஊருக்குள்ள பாய்விக்கப்போனா கேக்குற ஆக்களுக்கெல் லாம் நிண்டு விற்றுற்றுப் போகமாட்டா வெள்ளும்மா. "இன்னார்ர ஊட்ட போறன்வாங்க" எண்டிற்றுத் தனக்கு விருப்பமான வீட்டுக்குப்போய் வாசல் பூமரநிழலுல சாமானுகள இறக்கிப் போட்டா, அந்த வீட்டுவாசல்தான் அவவின் அண்டைய சந்தை. விரும்புன ஆக்கள் அங்க வந்துதான் வாங்க வேணும். பெரும்பாலும் அந்த வீட்டுப்பெண் அவவின் நீண்டகாலச் சினேகிதியாகவே இருப்பாள். வந்து போகும்வரை வெத்திலயும் தேத்தண்ணியும்தான்; வெள்ளும்மாட சாப்பாடு. எப்படிக் கெஞ்சிக் கேட்டா லும் ஒருபிடிச் சோறுகூடத் தின்னமாட்டா.

வெள்ளும்மாவப்பற்றிச் சொல்ல வேண்டிய முக்கியமான செய்தியொண்டு என்னெண்டா, அவவுக்கு எழுதப்படிக்கவே தெரியாது. அப்படியிருந்தும் எப்பிடித்தான் அவவால முடியுதோ தெரியாது அவ நல்லாவே கவி பாடுவா. பார்வதிர கையால பால் வாங்கிக்குடிச்சதால ஞானசம்பந்தர் தேவாரம் பாடின மாதிரி, இவ ஆருக்கிட்ட என்ன பால் வாங்கிக் குடிச்சாவோ தெரியாது. எடுத்ததுக்கெல்லாம் கவியாப் பாடுவா. மற்றாக்க ளோட கதைக்கிற நேரம் கேக்குற கேள்வியும், சொல்லுற பதிலும், பாதிக்குப் பாதி கவியாத்தானிருக்கும். அவட கவியக் கேக்குறதுக்கெண்டே அவவ சீண்டிப்பாக்குறாக்கள் கனபேர். அதிலயும் அவவப்போலக் கவிபாடத் தெரிஞ்சாக்களோட கதைக்கத் தொடங்குனாவெண்டா, பார்க்குறதுக்கும் கேக்கிறதுக் கும் நல்ல புதினமாத்தானிருக்கும். இவவோடு கூடப்புறந்தது களும், சொந்தபந்தங்களும், புட்டம்பைக்குக் குடியேறிப்போக இவமட்டும் குடியிருப்பவிட்டு நகரமாட்டனெண்டு அடம்

பிடிச்சிக் கொண்டேயிருந்திற்றா, சொந்தபந்தங்களப் பார்க்கப் புட்டம்பைக்குப் போய்வந்த வேளைகளிலதான் மைலிப்பெத்தா வும் சினேகிதியானா.

மைலிப்பெத்தா, அக்கரப்பத்துக்கு அய்ந்து கட்டைக்கங்கால உள்ள மொட்டையாபுரத்துல இருந்துவாறவ, தன்ரசேனையில விளையுற என்னெத்தையெண்டாலும்; கொண்டுவந்து சந்தையில விற்றுக் காசாக்கிப்போறதுதான் அவட தொழில். வெள்ளும்மாவும் மைலிப்பெத்தாவும் கனகாலச் சினேகிதிகள். மொட்டையா புரத்துக்குப் பாய்விற்கப்போற சமயங்களில மைலிப்பெத்தாட வாசல்தான் வெள்ளும்மாவுக்குக் கடைவிரிப்பு.

வெள்ளும்மா, மைலிப்பெத்தா இரண்டுபேர் வாயாலயும் தினம்தினம் ஏச்சி வாங்கிற்று, கொஞ்ச நேரத்துலயே எல்லார் மனசுலயும் அனுதாப இடம்பிடிக்கிறவள்தான் குலத்தழகி. குலத்தழகி கறுப்புத்தான் எண்டாலும் அழகி. கட்டான உடம்பு, சின்னவயசு, நீளமுடிக்கொண்டை, வசீகரச் சிரிப்பு, கூரிய மூக்கில எடுப்பான மூக்குத்தி, ஆனாலும் பேச்சுப் பொட்டை, கணக்கு வழக்குத்தெரியாத வெகுளி. தாமரைக்கொட்டை, தாமரைக்கிழங்கு, கொட்டிக்கிழங்கு, முள்ளிக்கிழங்கு, நுரைப் பழம், நீரடிக்கிழங்கு, அதோட காட்டுமரப் பழங்களும்தான் அவளுற யாவார முதலீடுகள்.

குலத்தழகி யாருக்கும் யாவாரம் செய்யுறாளெண்டா அவளுற கணக்கு வழக்கப்பார்த்து உதவி செய்யுறதிலயே பெத்தாடயும் வெள்ளும்மாடயும் அரைப்பொழுது கழிஞ்சிரும். இல்லெண்டா, ரெண்டுரூபா மிச்சக் காசக் குடுக்கிறாக்களுக்கு அய்ஞ்சு ரூபா குடுத்திருவாள்.

குலத்தழகிக்கு ஒரேயொரு பைத்தியம், அது சினிமாப் பைத்தியம். தியேட்டருல புதுப்படம்போட்டா அண்டைக்கு முழுக்கச் சுடுதண்ணி நக்குன நாய் மாதிரி பரபரத்துக்கொண்டே யிருப்பாள். அந்தநேரம் பார்த்து அவளுக்கிட்ட ஆரும் வாயக் குடுத்தா குடுத்தவர் தப்புனபாடேயில்ல. ஆரும் அம்புடயில் லெண்டா இவளாகப்போய் முட்டிமோதுற ஆள்தான் குறட்டைக் காக்கா.

உடம்புக்கு சேர்ட்போடுவது என்பது இவருக்கு ஒத்துக் கொள்ளாத விசயம். சின்னதாய் கலர்துவாய்த்துண்டொண்டு தான் இவரின் மேலாடை. முழங்கால்வரை கட்டுன சாறனை இறுக்கிப்பிடிக்கும் இவரின் இடுப்புல உள்ள மெரினாபெல்டுக்கு எத்தின பைகளென்று எண்ணிப்பார்த்தால்தான் தெரியும். ஒவ்வொரு பைக்குள்ளும் இன்னும் அறைகள். பைகளின் மூடி களுக்குள்ள ஐலட் பொத்தான் திறந்து மூடும் பொழுதெல்லாம்

"டங் . . . டங்"கென்று சத்தமெழும்பும். குறட்டைக்காக்கா தூங்கும் போதாவது இந்த இடுப்பு வாரைக்கழட்டுவாரா என்பது குலத்தழகியின் நீண்டநாள் சந்தேகம். எந்தநேரமும் கோழியும் கையுமாத் திரியுற குறட்டைக்காக்காட கையில மட்டும் ஒரு துப்பாக்கி இருக்குமெண்டா, அவரின் இடுப்புபெல்ட் ஸ்ரைலுக்கு அவர் அசல் வேட்டைக்காரன் போலவே இருப்பார்.

குறட்டைக்காக்கா சந்தைக்கு வருவார். அகலமான பிரம்புக் கூடைக்குள்ள கோழிகள் கிடந்து கீரடிமாரடியெண்டு கத்த, இவர் தன்பாட்டுக்கு வெள்ளும்மாவோடயும் மைலிப்பெத்தா வோடயும் விண்ணாணம் பேசிக்கொண்டிருப்பார். இவரின் கோழிக்கொள்வனவெல்லாம் ஊருக்குள்ள போய்த்தான் நடக்கும். யாரும் இவரைக் கோழி விசயத்தில ஏமாற்றிவிட ஏலாது. ஒரு கோழியைப் பார்த்ததுமே அதுக்கு உள்ள நோய், அதுக்கான வைத்தியம், அது உயிர் வாழும் காலம், அத்தினயயும் துல்லியமா சொல்லுறதுல அவர் கெட்டிக்காரன்.

பழகுறாக்கள் தமிழ்ப்பகுதியாக்களெண்டா வயதுக்கு மூத்த வங்கள "அண்ணே, அக்கேய்" என்பார். வயசு குறைஞ்சாக்கள "பொட்டேய், டேய்" என்று உரிமையோடதான் கூப்பிடுவா ரென்றா, தமிழ்ப்பகுதிக்குள்ள அவரின் செல்வாக்கு எப்படிப் பட்டதாய் இருக்கும். பயங்கரமான தமிழ்சோனகக் குழப்பத்துக் குள்ளயும் தனிச்சி வந்து தமிழ்ப்பகுதிக்குள்ள கோழி வாங்கிற்றுப் போற அளவுக்கு மதிப்பும் மனத் தைரியமும் உள்ளவர். வெட்ட வந்தவன்கூட "டேய் இது நம்மட குறட்டைக்காக்காடா" என்று சொல்லி விலத்திப்போன சம்பவம்கூட நடந்ததாமென்று பெருமை யாகச் சொல்லுவார்.

இவர் கோழிவாங்க வருவாரெண்டா, சின்னப் பொடியனு களுக்கெல்லாம் கொண்டாட்டம்தான். ஐஸ்பழக்காரனையோ, தும்புமுட்டாசிக்காரனயோ நிப்பாட்டிக் கண்ணுல காணும் சின்னப் புள்ளையளுக்கெல்லாம் இவர் வாங்கிக்குடுக்கிறதும் காரணத்தோடதான். ஏனெண்டா, புள்ளைகள்தானே கோழிகளத் துரத்தி, கலைச்சி, புடிச்சிகுடுக்கிறது. இல்லாதுபோனா, ஒரு கால் ஏலாத குறட்டைக்காக்காவால கோழிபுடிக்கேலுமோ? இதனாலதான் எப்பயுமே இவருக்கு முன்னால புள்ளைகள். புள்ளைகளுக்கு முன்னால கோழிகள்.

சின்ன வயதுல இளம்புள்ளவாதம் வந்ததுல குறட்டைக் காக்காட ஒருகால் வளங்காமப்போயிற்று. அதனால ஒருகால இழுத்துத்தான் நடப்பார். ஒத்த ஏர்பூட்டி உழுதாப்போல, அவர் நடந்துவாற பாதையெல்லாத்திலயும் நிலத்துல ஒரு கோடு இழுபட்டுக்கொண்டேவரும். அதிலயும் புழுதிமணலுல

இவர் நடந்து வருவாரெண்டா பூமாதேவி பூமியப் பொளந்துவாற மாதிரி புழுதிக்குள்ளதான் குறட்டைக்காக்கா தென்படுவார்.

"அந்தா நிக்குறதுதான் கோழி, காசத் தந்திற்று புடிச்சிற்றுப் போ காக்கா." என்று சொன்னாலே போதும். அதுக்குப்பிறகு புள்ளைகளும் குறட்டைக்காக்காவும் காட்டுற புதினத்த கண் கொண்டு பார்க்கேலாது. வாசல்வளவெல்லாம் புழுதிகிளம்பிக் கூத்துக்களரிப் போலாயிரும். ஒரு கோழியப் புடிக்க ஒன்பதுவளவு வேலி தாண்டியெல்லாம் ஓட்டப்போட்டி நடக்கும். தட்டுவேலி செத்தையெல்லாம் அந்தை அந்தையாய் பிய்ஞ்சி தொங்கும். கிணத்தடியில கழுவக்கிடக்குற சட்டிபானையெல்லாம் கலைஞ்சி உருண்டோடும். இவர் கோழியை அமுக்குறதுக்கு விழுற விழுவை யில, கோடிப்பானையும் கூட நசிஞ்சி அப்பளமாகும். கோழி வாங்குற காசோட கோடிப்பானைக்கு நஸ்ட ஈடு கொடுத்த சம்பவங்களும் நடந்திருக்கு.

நடுவுல கோழிநிற்க புள்ளைகளும் இவரும் கிளித்தட்டு விளையாடுறாப்போலக் கைகள விரிச்சபடி இடமும்புறமுமா உடம்ப அசைச்சிக்கொண்டு நிற்குற நேரம் பார்த்து கவுட்டுக் குள்ளால கோழிபுகுந்து ஓட "ங்கும்மாக்கோத்த கோழி என்ன புதினத்தைக் காட்டுதுகள்" எண்டிற்று, மெரினா பெல்டுக்குள்ள யிருந்து சில்லறைக் காசுகள எடுத்து புள்ளயகளிடம் கொடுத்தா, கொடுத்த காசுக்குப் புள்ளைகள் ஐஸ் பழக் குச்சிகளோடவரும் நேரம் வரைக்கும் இவரும் வெத்திலய சப்பிக்கொண்டிருப்பார். இதுதான் குறட்டைக்காக்காவின் கோழிபிடிப்படலத்தின் இடை வேளை நேரம்.

இடைவேளைமுடியத் திரும்பவும் தொடங்கும் ஓட்டத்தில் இவரோ புள்ளைகளோ கோழிய ஓடிப்பிடிச்சதாகச் சரித்திரமே இல்ல. ஓடிஓடிக் களச்சிப்போன கோழி, ஒரு மூலையைப்பார்த்து ஒதுங்கிச் சோர்வாகும் நேரம் இவர் போய்க் கபக்கெண்டு ஒரு அமுக்கு அமுக்கிப் புடிச்சிக்கொள்ளுவார். ஒரு கோழிக்கே இவ்வளவு நேரமெண்டா, வீட்டுக்குப்போகும் பொழுதுல எட்டுப் பத்துக் கோழிகளோட போறவருக்கு எத்தின புள்ளைகளும் எவ்வளவு நேரமும் தேவைப்பட்டிருக்கும்.

எப்படிப்பட்ட குழப்பத்துக்குள்ளயும், நட்டநடுச் சாமத்துக் குள்ளயும், எந்தக்கள்ளன் காவாலிக்கோ பேய்பிசாசுக்கோ பயப்படாத குறட்டைக்காக்காவ, பயந்து நடுங்கப்பண்ணுற ஒரேயொரு ஜீவனென்றா அது நாய்தான். இவருக்கும் நாய் களுக்கும் ஏழாம்பொருத்தம், நாய்களும் அப்பிடித்தான் நினைச்சிருக்கும்போல. நலிஞ்சவன வலிஞ்சவன் வதைக்குமாப் போல, அவரைக்கண்டதுமே ஓடிவந்து வளைச்சி நின்று ஈ...

ஈ . . . என்று வலிச்சிப்பாயுற நேரம்தான் தனக்கு ஒருகால் வழங்காது என்ற உண்மை குறட்டைக்காக்காக்குப் புலப்படும். "நரியே நரியே சுத்திவா கொள்ளையடிச்சவன் இங்கிருக்கான்" என்பதுபோல நாய்கள் குறட்டைக்காக்காவ சுத்திவர, அதுகள சமாளிக்க இவர் நடத்துற புதுனம் ஒரு ஓரங்க நாடகத்துக்கு நிகர்.

முதலில நாய்களப்பார்த்துச் சத்தம் போடுவார். பின்பு அமைதியாகி "போங்க வாப்பா . . . எண்ட கிளியானுகளெல்லுவா? நான்சென்னா செய்வியள்தானே போறியளா?" என்று செல்லம் பொழிவார். நாய்கள் அடங்காத பட்சத்தில தனக்கு மட்டும் கேக்குற குரலுல "ஹறவாப்போன செயித்தானுகள் . . . மொகறைர சீலத்தப்பாரன் . . . சொத்தைர ஒசிலும் ஆக்களும் . . . சென்னிப் பேய்கள் மாதிரி ஈ . . . ஈ . . .யெண்டு கொண்டு என்ன பாட்டப் படுத்துதுகள்கா" என்று நாய்களுக்கே பழிப்புக்காட்டி நிற்குறநேரம், யாரும் குறுக்கறுப்பவர் வந்து நாய்கள கலைச்சிவிடும் வரைக்கும் காக்காடபாடு திண்டாட்டம்தான்.

பெரும்பாலும் பாவப்பட்ட கோழிகள்தான் காக்காவுக்கு விலைபோகும். வாங்குன கோழியின் கால்ரெண்டயும் இறுக்கிக் கட்டிற்று, இன்னொரு கோழியோட புணைச்சல் போடுவார். இப்படிப் புணைச்சல் போட்ட கோழிக்கோர்வைகள தோளிலும், கையிலுமாகப் போட்டுக்கொண்டு உந்து நடையில காக்கா போறபோது கோழிகள் ஒவ்வொண்டும் நிலத்துல குந்தியெழும்பும். கோழிகள் சித்திரவதைத் தண்டனைக்கு உட்பட்டதுபோல அவதிப்பட்டுக்கொண்டே இழுத்துச்செல்லப்படும்;.

கைரேகைபார்த்துச் சாத்திரம்சொல்லுறதும், முகத்தைப் பார்த்தே அவங்களப்பற்றிய குறிப்புச்சொல்லுறதும், கண்ணூத் துக்கு ஓதுவதென்பதும் குறட்டைக்காக்காவுக்கு வாலாயம் எண்ட ரகசியம் குறட்டைக்காக்காவோடு நெருங்கிப் பழகியவர் களுக்கு மட்டும்தான் தெரியும்.

தான்நினைக்குற நேரத்துலமட்டும், விரும்புன ஆக்களெண் டாலோ அல்லது தான்கரிசனைப்படும் குடும்பம் எண்டாலோ மட்டும்தான் இதுகளில எதையும் செய்வார். மத்தபடி தொழிலா கவோ, வருமானத்துக்காகவோ, இதெல்லாம் செய்யமாட்டார் மனிசன். அந்தளவுக்கு நேர்மையானவர்.

சந்தையில வெள்ளும்மா, மைலிப்பெத்தா, குறட்டைக்காக்கா இந்த மூணுபேரையும் தவிர, அப்பப்ப இடைக்கிடை வந்து கீரை, மாங்காய், திராய், பாக்கெண்டு விற்றுவிட்டுப்போற சின்னப்பொடியன் பொட்டைகள்தான் குலத்தழகிர கூட்டாளி மார்.

புதுப்படம் போட்ட முதல்நாள் முதல்காட்சிக்குப்போய் முதலாளாய் நிண்டு படம் பார்க்கிறது குலத்தழகியாகத்தானிருக் கும். பார்த்து வந்த படக்கதைய இந்தச் சின்னப்புள்ளைகளக் கூட்டிவைச்சிக்கொண்டு சொல்லயில்லயெண்டா, குலத்தழகிக் குப் படம்பார்த்த சுவாரஸ்யமே இல்லாமல் போயிரும்.

வம்மிமரத்துக்கு மேலயோ, தேங்குழல் கடைமேலயோ, சண்முகநாதன் ஸ்ரோருக்குமேலயோ, உள்ள படத்தட்டிகள, எட்டியும் அண்ணாந்தும் பார்த்துக்கொண்டேயிருப்பாள் குலத் தழகி. பசைவாளியும் படத்தாளுமாகத் தியேட்டர்காரன் வந்து போயிற்றானெண்டா, இவள் புண்ணுல புழுப் பட்டாப்போல நெளியத்தொடங்கிருவாள். விற்கக்கொண்டு வந்த சாமானுகள புணத்த மூடினாப்போலச் சாக்கால மூடிவைச்சிற்று, மெல்ல மெல்ல நழுவிக் காணாமப்போயிற்றாளெண்டா அதுக்குப்புறகு அவள வெலிங்டன் தியேட்டருக்குள்ளயோ, அல்லது சாரதா தியேட்டருக்குள்ளயோதான் பார்க்கேலும். இவள் இப்பிடிக் களவுல படம் பார்க்கப்போறது புருசன் கறுவலுக்கு இண்டு வரைக்கும் தெரியாது. இதப்பற்றி அவளும்கூடக் கவலைப்பட்ட தாகவேயில்ல. ஆனா இவளப்பத்தின கவலையெல்லாம் மைலிப் பெத்தாவுக்கும் வெள்ளும்மாவுக்கும்தான்.

“இவள் இப்படிப் படம்படமெண்டு ஓடுறாளே, எட்டுல தப்புல இருந்தவாகுல அவன் கறுவல் வந்தானெண்டா, இவளூற நிலமை என்னாகுங்கா புள்ள?” என்று பெத்தா கேட்டா. “நாம செல்லி அவள் கேக்காளாகா? அவளூற மூப்புக்குத்தானே நடக்காள். அவளூற நல்ல காலத்துக்கு அவன் கறுவலும் மயண்டையாகித்தானே வந்து இவளக்கூட்டிற்றுப் போறான். அம்புட்டுவரைக்கும் தப்பிச்சாளெண்டு நினைச்சிக்க வேண்டியது தான். நாமென்ன செய்யேலும்கா” என்று சொல்லுவா வெள்ளும்மா.

குலத்தழகி படக்கதை சொல்லத் தொடங்கிற்றாளெண்டா அத நாள்முழுதும் கேட்டுக்கொண்டிருந்தாலும் சலிக்காது. அவள் கதை சொல்லத் தொடங்குற நேரம் குறட்டைக்காக்கா தூரத்திலிருந்து கேட்டுக்கொண்டிருக்க, கோழிகளெல்லாம் அவர அப்பாவிகளாகப் பார்த்துக்கொண்டு கிடக்கும். சினிமாக் கொத்துக்கள் திரைக்கதைப் புத்தகங்கள் மறைவுல நிற்குற கடைக்கார நண்பனும்கூட இவளூற கதைக்கு காதுகுடுக்கத் தொடங்கிருவான். இவளும் வேணுமெண்டே கதையில சுதி ஏத்திக்கொண்டேயிருப்பாள். கதை ருசி தட்டத்தட்டக் குறட்டைக் காக்கா அக்கம்பக்கம் பார்த்தபடி மெல்லமெல்ல அரச்சரச்சி கிட்ட வரத்தொடங்கிருவார். கதை முடியுற தறுவாயில பார்த்தா, கோழிகள் எங்கேயோ கிடக்க, குறட்டைக்காக்கா குலத்தழகிக்

கிட்ட ஒட்டுனமாதிரி இருந்து கதையக் கேட்டுக்கொண்டிருப்பார். எங்கடா எண்டு காரணம் பார்த்துக்கெண்டிருந்த குலத்தழகிக்கு இது போதாதோ. "ஏய் இஞ்சபாரன் வெக்கமில்லாம கதைகேக்க வந்திட்டார்" எண்டாளெண்டா. காதுல எதுவும் கேக்காதவர் போல "செயித்தான் புடிச்ச கோழிகள் எங்கயோ போய்க் கிடக்குது பாருகா?" எண்டு தனக்குத்தானே கதைச்சிக்கொண்டு மெதுவா நழுவி விடுவார் குறட்டைக்காக்கா.

படம் எடுத்தவன்கூட அதேகதைய அவள் மாதிரி சொல்லுவானெண்டா அதுசந்தேகம்தான். அவள் கதைசொல்லுற முறையில பெத்தாவும் வெள்ளும்மாவும்கூடக் கண் கலங்கி யிருக்காங்க. குலத்தழகி கதைசொல்லுற நேரத்துல அடிநுனி தெரியாம இடைநடுவுல ஆரும் காதுகுடுத்தாங்களெண்டா, அது அவங்களுக்குப் படக்கதை மாதிரியே தெரியாது. ஏதோ தன்ர சொந்தக் கதையயோ இல்லாட்டி பக்கத்து வீட்டுக் கதையயோ சொல்லுற மாதிரித்தான் இருக்கும்.

முகத்தத் தொங்கப்போட்டுக்கொண்டிருப்பாள் குலத்தழகி.

"என்னடி ஒருமாதிரியா இரிக்காய். கறுவலோட ஏதும் பிரச்சினையோடி" எண்டு பெத்தா கேட்டா.

"இல்லகா பெத்தா ராவு முழுக்க நித்திரையில்லகா" என்பாள்.

"ஏண்டி என்னடி நடந்திச்சு" எண்டு பெத்தா கேட்டா,

"எங்ககா பெத்தா நித்திரை கொள்ளுற, கண்ணமூடுனா அவள் பிரமிளாதான் கண்ணுக்க வந்து நிக்காள் கருமம்புடிச்சவள். பொண்ணாப்புறந்த குற்றத்துக்காக என்னென்ன கக்கிசமெல்லாம் பட்டிற்றாள். அப்பன், கோயில் குருக்கள். ஆராவது அரிச்சனைத் தட்டத்தில காசு போட்டாத்தான் அடுப்புல நெருப்பெரியும். அம்மைக்காரிக்குப் பண்டி குட்டிபோடுறபோல ஒண்டுக்குப் பின்னால ஒண்டெண்டு புள்ளய பெத்துக்கொள்ளுறதுதான் வேலை. அதுலயும் அய்ஞ்சிபொட்டை. புருசன்காரன் ஓடிற்றா னெண்டு மாமிக்காரியும் மகளோட வந்திற்றாள். எல்லாப் பொறுப்பையும் நான் பொறுக்கிறனெண்டிற்று தன்ரதலையில குடும்பத்தச் சுமக்கிறாள் பிரமிளா. தம்பிர படிப்புவிசயமா டவுணுக்குப்போய்க் கல்விக்கந்தோருல ஒருவனச் சந்திக்க, அவன் படுக்கக் கூப்பிடுவான். அப்பப் படுக்கத்தொடங்குனவள் தான் குடும்பத்துக்காகத் தண்ட உடம்பையே விற்று, தன்னயே அழிச்சவள, கடைசியில எல்லாரும் ஒதுக்கியுட கடற்கரையில பைத்தியமா ஓடித்திரியுறாள்."

இப்படித்தான் அரங்கேற்றம் படக்கதையைச் சொல்லி முடிப்பாள் குலத்தழகி. இப்பதான் தெரிஞ்சது அவள் முகத்த தொங்கப்போட்டுக்கொண்டிருந்தது எதுக்கெண்டு.

மகன் தனக்கு மூப்பான ஒருத்தியைக் காதலிப்பான். அவண்ட தகப்பன் அவளூற மகளக் கல்யாணம் கட்ட நிற்பான். இதுக்கிடையில மகன் காதலிக்கிறவளூற முந்தின புருசன் புத்து நோயும் மருந்துப் போத்தலுமா வந்து நிற்பானெண்டா, எப்படி இருக்குமெண்ட ஆச்சரியத்தோட முடிக்கிற "பாலச்சந்தர்ர அபூர்வ ராகங்கள்" கதையத் திரும்பத்திரும்பச் சொல்லச் சொல்லிப் பெத்தாகூடப் பலதடவை கேட்டிருக்கா.

இந்தச் சந்தையில எத்தின புதினம் நடந்தாலும் எவர் வந்து போனாலும் இந்த நாலு பேருக்குள்ளயும் நகர்ந்து போகுற மணித் தியாலங்கள் எவராலயும் மறக்க முடியாததெண்டா அது பொய்யில்ல.

குலத்தழகிக்கும் குறட்டைக்காக்காவுக்கும் இடைப்பட்ட தனகுவாரமும், மனசுல ஆயிரம் கவலையிருந்தாலும் அத முகத்துல காட்டிக்கொள்ளத் தெரியாம "என்னமனே" எண்டு கேக்குற மைலிப்பெத்தாட பரிவும். கேலியும் கிண்டலும் அதட்டலும் வெருட்டலுமாக அக்கரப்பத்துச் சந்தையே தனது கைக்குள் என்ற நினைப்பிலிருக்குற வெள்ளூம்மாட நடவடிக்கைகளும் அந்தச் சந்தைக்கே ஒரு மெருகூட்டல்தான்.

2

கொழும்புல இருந்து கே.எஸ். ராஜாவோட அப்புக்குட்டி, ராஜகோபால், மரைக்கார் ராமதாஸ், உபாலிசெல்வசேகர மெண்டு பெரும் கூட்டமொண்டோட கெலன்குமாரியயும் கோளாவில் இந்து இளைஞர்மன்றப் பொடியனுகள் கூட்டிவந்து, அக்கரப்பத்து வெலிங்டன் தியேட்டருக்குள்ள "ரூப்புத்தேரா மஸ்தானா நாடகம்" போட ஊரே கெடு நாள் கெட்டமாதிரி கொண்டாடித் திரிஞ்சதுல, ஒருகிழமை ஓடினதே தெரியல்ல.

கோளாவில் சீனித்தம்பிமாஸ்ரர்ர வாகையடி ஊட்டுலதான் கொழும்புல இருந்து வந்தாக்கள தங்க வைச்சிருந்தாங்க. கே.எஸ். ராஜாவயும், கெலன்குமாரியயும் பார்க்க, கூடுனசனத்த வரிசைகட்டி ஒழுங்குபுடிக்க வேண்டியதாயிற்று.

பெத்தாவும் போய்ப் பார்த்துக் கெலன்ர நாடியத் தடவிற்றுத் தான் வந்தா. கிட்டநிண்டு பார்த்தா மூக்குத்தான் ஒள்ளம் மலர்ந்து விரிஞ்சிவோக்குமாதிரி இருக்கே தவிர மத்தபடி என்ன அழகுகா அவளெண்டு, வாயால எச்சி ஒழுக நிண்டு பார்த்திற்று வந்த குலத்தழகி, தான் கெலன்குமாரியத் தொட்டுப் பார்த்தத சொல்லாத ஆக்களே இல்ல.

கே.எஸ். ராஜா முட்டியோட தூக்கித் தென்னங்கள்ளூக் குடிச்சதுதான் எல்லாருக்கும் புதினம். தேவகுமாரனொருவன்

பூலோகத்துக்கு வந்து, கள்ளுக்குடிச்சமாதிரித்தான் ராஜாவ எல்லாரும் பார்த்தாங்க. காத்துல மிதந்து வந்த காந்தக் குரலுக் குரியவன கண்ணால கண்ட சனத்துக்கிட்ட, கோளாவில் இந்து இளைஞர்மன்றப் புள்ளைகளுக்கு நல்ல மதிப்பும் மரியாதை யும்தான்.

அந்தக் காந்தக்குரலுக்குரிய உருவம் இதுதானோவெண்டும் இந்தச் சின்ன மனிசனுக்குள்ளயிருந்துதான் அந்தக் காந்தக் குரல் வருகுதோவெண்டும் ராஜாவ பார்த்தாக்கள் எல்லாரும் வாயாவெண்டு கொண்டிருக்காங்கள். கே.எஸ். ராஜா பிரபல்ய மானதற்கு அவர்ர குரல் மட்டும் காரணமில்ல. வெளியாகிற புதுப் படங்கடங்களுக்கு அவர் கையாள்ற விளம்பர உத்தியும் தான் காரணம். அதிலயும் சமய சந்தர்ப்பம் பார்த்துத் திரைப்பட விளம்பரத்துக்குள்ளத் தன்ர பேரையும் பொருத்தி அவர் செய்யிற விளம்பரத்தாலதான் அவர் நல்ல பேமசானார்.

அவர்ர வசதிக்கேற்றாற்போல வாற திரைப்படங்கள்ற கதாநாயகன்ட பேரும் ராஜாவாக இருந்திச்செண்டா கே.எஸ். ராஜாட விளம்பரமும் தூள் பறக்கும். படமும் கன நாளைக்கு ஓடும். பட்டாக்கத்தி வைரவன், நீதி, ராஜா, உத்தமன் போன்ற படங்களில சிவாஜிர பேரும் ராஜாவாக இருந்தது கே.எஸ். ராஜாட வளர்ச்சிக்கு நல்ல வாசியாப் போச்சி.

சிவாஜி நடிச்ச “ராஜா” படத்தில சுசிலா பாடுன பாட் டொன்று “ஓ . . . ராஜா எண்டு ஆரம்பமாகும். திரைவிருந்து ஆரம்பமாகுமுன்னர் “ஓ . . . ராஜா” எண்டு சுசிலா குரல் குடுக்கப் பட்டென்று இடையில இதோ வந்துவிட்டேன் என்று கொண்டு கே.எஸ். ராஜா வர, திரைவிருந்து . . . என்று ஆரம்ப மாகும் நிகழ்ச்சி . . . அதுபோல உத்தமன் படம் வெளிவந்த நேரம், படத்தில சிவாஜிர பேரும் ராஜாதான். சிவாஜியப் பாத்து மஞ்சுளா சொல்லுற ஒரு வசனத்தையும் கே.எஸ். ராஜா நல்லாப் பயன்படுத்துனதால அந்தப்படமும் நல்லா ஓடிச்சி. பொம்பளயக் கண்டா இடிக்குறது, கேட்டா தெரியாத மாதிரி நடிக்குறது என்று மஞ்சளா சொல்ல, என்னம்மா சொல்லுறயள் மஞ்சுளா என்று கே.எஸ். ராஜா கேட்பார். அதற்கு மஞ்சுளா “ஓ ராஜா ஐயம் வெறிசொறி” என்பார். இப்பிடித் தந்திரமான விளம்பரங்களக் கேட்டுப் பழகுன சனங்கள் ராஜாவ நேரில பார்த்தநேரம் ரேடியோவில திரைவிருந்து நிகழ்ச்சிபோக ராஜா இங்க இருக்கக்கோள திரைவிருந்து நிகழ்ச்சி என்னெண்டு போகுமெண்டு கோளாவில் சனம் கொஞ்சம் சந்தேகம்கொள்ள சனத்துக்கு முன்னால நேரடியாகவே திரைவிருந்து நிகழ்ச்சிய நடத்திக்காட்ட வேண்டிதாகப் போச்சி ராஜாவுக்கு. சனமெல்லாம் மெய்சிலிர்த்து நிண்டிச்சிகள்.

ஏற்கெனவே "குந்திகேட்டவரம்" நாடகம் போட்டதுல இருந்த மதிப்போட இந்தச் செல்வாக்கும் சேர, மன்றத்துத்துப் பொடியனுகளெல்லாம் முகம் பூரிச்சுப்போய்த் திரியுறானுகள். இந்த நேரமாப்பாத்துக் குத்துவார் குத்தியுட இந்துமாமன்றமென்று இன்னொரு கோஸ்டி ஒருமன்றத்த உருவாக்கிற்று. இந்து இளைஞர் மன்றத்த எப்பிடி இல்லாம பண்ணுறதெண்டுற போட்டியில ஊருக்குள்ள ரெண்டு மன்றத்துக்குள்ளயும் மோதல் உண்டாகி, அடிபுடிச் சண்டையும் நடந்து முடிஞ்சிச்சு. பொடியனுகள் பொல்லும்தடியுமா ஆளையாள் துரத்திக்கொண்டு ஒழுங்கை தெருவெல்லாம் திரிஞ்சதும், பொண்டுகள் கொண்டையில கொண்டைய புடிச்சிக்கொண்டு கட்டிப்புடிச்சி உருண்டதும் ஊருக்குள்ள எல்லாருக்கும் புதுனக்காட்சி.

ஊருக்குள்ள சண்டை நடந்தா, ஊர் நடுவிலுள்ள தார் றோட்டால ஊரக் கடந்து போய் வரவேண்டியிருக்கிற அயலூர்க் காரரின் பாடுதான் பெரும்பாடாகிப்போகும். றோட்டுக்கு ரெண்டு பக்கமும் நிண்டு வாய்ச்சண்டை பிடிக்குற பொண்டுகள் எல்லமீறிக் கல்லயும் மண்ணையும் அள்ளியெறியுற நேரம், றோட்டால போறாக்கள் எவரும் அவளுகளூற கண்ணுலபட மாட்டாங்கள். சிலவேளை அவளுகளூற கல்லெறிபட்டுத்தெண டாலும், கல்லெறிபட்டவர்கள் ரட்சிக்கப்பட்ட பாவிகளப்போல மௌனமாகத்தான் போகவேணும். இல்லயெண்டா சந்தர்ப்பம் பார்த்து நிக்கிற விடலைகளும் தங்கட விளையாட்டக் காட்டத் தொடங்கிருங்கள். இப்பிடி ஊருக்குள்ள சண்டை நடக்குதாம் எண்டு கேள்விப்பட்டாலே வயலுக்குப் போக வேண்டிய முஸ்லீம்கள் ரெண்டொருநாள் வயலுக்குப் போகாமலும் இருக்கிற துண்டு. எப்பிடியும் கட்டாயம் போகத்தான் வேணுமெண்ட நிலையில உள்ளவங்க தங்கட தலையக் காப்பாத்த தடிச்ச தொப்பியோ, தலப்பாகையோ கட்டிக்கொண்டுதான் போவாங்க. தங்கட தனிப்பட்ட பாதுகாப்புக்காக உள்ளூர் விசுவாச நண்பர் களிடத்திலே பந்தோபஸ்துகேட்டு வயலுக்குப்போற முஸ்லீம் விவசாயிகளும் உண்டு.

ஊருக்குள்ள நடக்கும் சண்டையும் ஒருநாள் ரெண்டுநாள் சண்டையாக இருக்காது. ஏழுநாள் தொடரும் அரைப்பாரதப் போராகத்தான் இருக்கும். இரவுச் சோத்துக்கும் படுக்கைக்கும் வீடுகளுக்குப் போயிற்றுக் காலையில திரும்பவும் தொடங்கும் சண்டையில ஆம்பிளையளூற வன்முறை ஆயுதம் பொல்லும் தடியுமெண்டா, பொம்புளையளூற வன்முறை ஆயுதம் கல்லும் மண்ணும் சேர்ந்த புனா ... சூனா ... வார்த்தைகள்தான். எப்பிடி யும் பொலிசிர காதுக்குச் செய்தி போய் அவங்கவந்து ரெண்டு பக்கத்தாரயும் கூப்பிட்டு விலத்தியுட்டாலொழியச் சண்டை

நிக்கவே நிக்காது. இப்பிடிப்பட்ட கெடுபுடிகளால சொந்தபந்தங் களுற புள்ளையளுக்கு ஏதும் நடந்திச்சோ எண்டு, ஓடி அலைஞ்சி திரிஞ்சதால பெத்தாவும் ஒருநாள் சந்தைக்குவர முடியாம இண்டைக்குத்தான் வந்திருக்கா.

நேத்தொருநாள்தான் பெத்தா சந்தைக்கு வரயில்ல. இந்த ஒரு நாளுக்குள்ள இந்தளவுக்குச் சந்தை மாறிப்போயிருக்குமெண்டு பெத்தா கனவுகூடக் கண்டிருக்கமாட்டா. ஹனிபாபோடியார்ர கடைக்குமேலால குடைவிரிச்சாப்போல நீண்டு வளர்ந்து நிண்ட வம்மிமரக் கப்புகளெல்லாம் வெட்டப்பட்டிருந்திச்சி. எப்பயுமே வம்மிமரக்கப்புக் கவருக்குள்ளால ஒழிஞ்சி தெரியுற சினிமாப் படத்தட்டி இப்ப நல்லாத் தெரியுது. கக்கூசுக்குப்போனவன் சறுக்கி உழுந்தாப்போல நிலத்துல வாளக்குத்திக் கொண்டிருக்கிற எஞ்சியார் முழுசாகத் தெரியிறார். பஸ்டிப்போவச் சுத்தியிருந்த தேங்குழல், சர்வத்துக்கடையெல்லாம் தற்காலிகமாக நகர்த்த ச்சொல்லி இருந்த இடம் இல்லாமப் பண்ணியாச்சி. தான் பேண்ட பீய்க்குமேல தானே படுத்துக்கொண்டு வால், கால், குண்டியெண்டு உடம்பு முழுக்கச் சாணி அப்பிக்கொண்டு படுத்துக்கிடக்குற பசு மாடுகளயும் காணயில்ல.

முக்கியமான சாமானொண்ட மறைச்சி வைச்சிற்று, வைச்ச இடத்த மறந்து தேடி அலைஞ்சு திரியுறமாதிரி சந்தைக்குள்ள நாக்கத் தொங்கப் போட்டுக்கொண்டு இங்கிட்டும் அங்கிட்டுமா ஓடித்திரியுற பைத்தியக்கார நாய்களயும் காணயில்ல. பொத்தல் புடவைக்கு அண்டைபோட்டுத் தைச்சாப்போலக் குண்டும் குழியுமாகக் கிடந்த ரோட்டுக்கு தாரும்கல்லும் போட்டு அடைப்புப் போட்டிருந்திச்சி.

தலையில இருந்த பயறுச்சாக்க இறக்கிவைச்ச பெத்தா, மலைச்சிப் போயிற்றா "என்னடா மனே புதுனம்" எண்டு நண்பனுக்கிட்ட கேட்டா. பெத்தா கேக்குறது நண்பண்ட காதுக்குக் கேட்டாத்தானே? "பாத்திமா வாழ்ந்த முறை உனக்குத் தெரியுமா அந்தப் பாதையிலே வந்த பெண்ணே நீ சொல்லம்மா" என்று நாகூர்ஹனிபா பீக்கர் குழலுக்குள்ளால கேள்வி கேட்க, அந்தக் குழலுக்க முகத்தப் புகுத்திச் சீலைத் துண்டால குழலத் துடைச்சிக்கொண்டிருந்த நண்பனுக்குப் பெத்தா கேக்குறது என்னெண்டு கேட்கும்.

வஸ்ஸால இறங்கி வந்ததுமே தலையில இருக்கிற பொட்டிய இறக்கி வைச்சிற்று, இண்டைக்கு என்னபடம் புதுசா ஒட்டி யிருக்கானுகளெண்டு படத்தட்டிக்கு முன்னால ஓடிப்போய் நிண்டுவாறதுதான் எப்பவுமே குலத்தழகிற வழக்கம். இண்டைக்கு அவளும்கூட அப்படியில்லாம வந்ததும் வராததுமா "என்னகா

பெத்தா இதெல்லாம்” எண்டுகேட்டிற்றுப் பேயறைஞ்சாப்போல நிண்டநேரம்தான் குறட்டைக்காக்காவும் வந்து சேர்ந்தார். அயலூர்ல இருந்து வந்த வஸ்சுகளில இருந்து இறங்குன பள்ளிக் கூடத்துப் புள்ளைகளும் உத்தியோகத்தரும் சந்தைய புதுனமா பார்த்துக்கொண்டே போறாங்க.

குறட்டைக்காக்காவுக்கும் குலத்தழகிக்கும் இடையில வழமையா நடக்குற இடம்புடிக்கிற சண்டை தொடங்கப் போகு தெண்டுதான் பெத்தாவும் நினைச்சிக்கொண்டா. பள்ளிப்புள்ளை யள் வாங்குல இருந்துகொண்டு “அரக்கியிரி”யெண்டு ஆளையாள் புடிச்சித் தள்ளிக்கொண்டிருக்குறாப்போலக் குலத்தழகியும் குறட்டைக்காக்காவும் “தள்ளியிரியங்கா கிட்ட வராதகா” எண்டு சண்டைபுடிக்கிறதப் பார்க்குறதெண்டா பெத்தாவுக்கு நல்ல சந்தோசம்தான். இண்டைக்கு அதுகூட நடக்கயில்ல. ரெண்டு ரெண்டா புணைச்சல் கட்டி ரெண்டு கையிலயும் கோழிகளத் தூக்கிக்கொண்டு வந்த குறட்டைக்காக்கா, கோழிகளக் குலத் தழகிக்குப் பக்கத்துல போட்டும் அவள் முறைச்சிப்பாராதது பெத்தாவுக்கு ஆச்சரியம்தான்.

“காக்கோ என்னவாம் காக்கா சந்தையெல்லாம் வெட்டை யாக் கிடக்கு?” குலத்தழகி அப்பாவியாகத்தான் கேட்டாள்.

“நெக்கென்னகா பொட்ட தெரியும். நான் என்ன சந்தைக் குள்ளயா படுக்கன். உன்னையபோலத்தான் நானும் வந்திரிக்கன். எங்கிட்ட வெசளம் கேக்காய்”

“நான் ஆறேழு கட்டைக்கங்கால இருந்துவாறன் நீ ராப்பகலா இதுகளுக்குள்ள திரியுறாய், உனக்கேதும் தெரிஞ்சிருக்குமே? அதான் கேட்டன். அதுக்கேன் விடிய வெள்ளாப்புல வலிச்சிப் பாயிறாய்”.

“பெத்தா உனக்கேதும் தெரியுமோகா?” கேட்டுக்கொண்டே சாக்கவிரிச்சிக் கொண்டு வந்த தாமரக்கொட்டயக் கொட்டிக் குவிச்ச குவியல் கோபுரத்துல சுண்டுக்கொத்த குத்திவைச்சாள் குலத்தழகி.

“எனக்கும் ஒண்டும் தெரியாது பொட்ட, நண்பனுக்கிட்ட கேக்கலாமெண்டா அவன் பீக்கர்குழலுக்குள்ள முகத்த உட்டுக் கொண்டிருக்கானே. காக்கோ உனக்குத் தெரியாமலா இரிக்கும் சொல்லன்.”

“என்ன மைலி, நீயும் இப்பிடிக்கேக்காய், இதுக்குள்ள திரியுறனெஷ்டாப்போல ஏமம்சாமமத்துத் திரியுறனெண்ட நெனைப்பா பொட்ட ஒங்களுக்கு?” இடுப்புலக் கட்டியிருந்த மெரினாபெல்டு பையில இருந்து எடுத்த வெத்திலபாக்க மடிச்சி

வாயுக்குள்ள போட்டுக்கொண்டார் குறட்டைக்காக்கா. டிப்போ வுல இருந்து வந்த வஸ்ஸொண்டு “இறக்காமம் வழியா அம்பாறை” எண்ட எழுத்துப்பலகைய முகத்துல ஒட்டிக்கொண்டு குலத் தழகிக்கு முன்னால மேற்க பார்த்தபடி நீட்டிநிமிர்ந்து நிக்குது.

“ஆருகண்டா ஏமம்சாமமத்து இழுத்திழுத்துத் திரியுறயே அதான் கேட்டன்”. கொய்யாக்காய்ப் பொட்டியும் பொன்னாங் கண்ணிக் கட்டுமா வந்த சின்னப்பொட்டைகளக் கூப்பிட்டுத் தனக்கும் குறட்டைக்காக்காவுக்கும் இடையில் இருத்திற்றாள் குலத்தழகி.

ஒன்பதரையாயிற்று, நல்லதமிழ் கேட்க ஹமீது ரேடியோவுக் குள்ளயிருந்து ஆக்களக்கூப்பிட்ட நேரம், நண்பன் சினிமாக் கொத்துக்களயும் கதைச் சுருக்கங்களயும் அள்ளிக்கொண்டுவந்து இறுங்குப்பொரிப் பக்கட்டுக்களக் கொழுவுற மாதிரி புத்தகங்களக் கொழுவப் பலகைகளிற ஆணியில கொழுவியிருந்த கிளிப்புக்கள் புத்தகங்கள ஆவெண்டு அவ்விக்கொள்ளுது.

சந்தைச்சாப்பாட்டுக்கடையில இடியப்பமும் மீன்சொதியும் திண்டுபோட்டு, கைலேஞ்சால வாயதுடைச்சபடி, குலத்தழகிய ஏற இறங்கப்பார்த்தபடிப் போற கருவாட்டுக்கடை இளையதம்பிர பார்வையும் பேச்சும் குலத்தழகிக்கு எப்பவுமே புடிக்காது. “சந்தைக்கு வந்தா, திண்டா, போய்க் கருவாட்டுக்கடையத் துறந்து யாவாரத்த கவனிக்கிறதுதானே. அத உட்டுப்போட்டு வெட்டுறமாடு பார்க்குறமாதிரி இஞ்ச என்ன பார்வையோ தெரியாது. ஒரு நாளைக்குச் சுண்டுக்கொத்து நெத்திக்கு வரக் கொளதான் தெரியும். நெத்தியால ஆணம் கொட்டும்.” சிந்திக் கிடந்த தாமரக்கொட்டைகளப் புறக்கிக் குவியலுல போட்டுக் கொண்டே சொன்னாள் குலத்தழகி.

“ம் . . . விழத்திறயளா . . . பார்ப்பம் பார்ப்பம் . . . ஒரு நாளைக்கு உழாமலா போயிருவயள்;” சொன்ன இளைய தம்பிய குலத்தழகி நிமிர்ந்து பார்த்த நேரம், அவன் அவடத்தில இல்ல. பார்த்த பார்வைக்குத் தியேட்டர்காரன் ரெண்டுபேர் பசைவாளியோட வம்மிமரத்துல ஏறினதுதான் கண்ணுலபட்டது. “இரியுங்க பொட்டையாள் இந்தா வாறனெண்டுற்று ஓடிப்போய் வம்மி மரத்த அண்ணாந்து பார்த்துக்கொண்டேயிருக்காள் குலத்தழகி.

“பொட்டேய் மைலியக்க, விடிய வெள்ளாப்புக்க இந்தச் சத்திராதிக்கென்ன செயித்தான் கியித்தான் புடிச்சிச்சா? ஹறவாப் போனவள் என்னோட ஏறி இறங்குறாள்.” அகட்டி விரிச்சிக் கிடந்த கோழிகளுற கால்கள நெருக்கி உட்டுக்கொண்டிருந்தார் குறட்டைக்காக்கா.

"அவள் பாவம் குறட்ட, சின்னப்பொட்டை ஊர் உலகம் தெரியாத பேச்சி, அவளூற கதைக்கு நீயும் காதக்குடுத்துக் கொண்டு ... சும்மாஉடு ... அங்கபார் கொண்டுவந்த தாமரக் கொட்டை குவிஞ்சிக்கிடக்கு, அவள் படத்தட்டிக்குக் கீழ நிக்காள். இந்த நேரத்துல எட்டுலதப்புல இவளூற புருசன் கறுவல் வந்தா னெண்டா என்னாகும்?" விக்ஸ் டப்பிக்குள்ள அடைச்சிருந்த சுண்ணாம்ப பெத்தா நீட்ட ஆள்காட்டி விரலவிட்டுத் தோண்டி எடுத்த சுண்ணாம்ப பல்லுக்குப் பின்னால திணிச்சி, நுனிநாக்கால் பிரட்டி, வெத்திலயோட சேர்த்துக் குறட்டைக்காக்கா சப்புன நேரம்தான் தலையில இருந்த பாய்க்கட்ட வெள்ளும்மா இறக்கி ஹனிபாப்போடியார்ர கடைப்பலகையில சாத்தி நிப்பாட்டினா.

"பொட்டேய் எஞ்சியாரும் சறயாவியும் பொட்ட, என்ன படமெண்டு தெரியா, நல்லா இரிக்கும். பார்க்கோணும்." படத் தட்டியில இருந்து வந்த குலத்தழகி பொன்னாங்கண்ணி விக்கிற சிறுமிக்கிட்ட சொன்னபோது வெள்ளும்மா வந்திருக்கிறதக் கண்டு, தலைமை வாத்திய கண்ட பள்ளிப் புள்ளயள் மாதிரி அடங்கி ஒடுங்கிற்றாள். அவளுக்கு மட்டுமெண்டில்ல சந்தையில பலபேருக்கு வெள்ளும்மா எண்டாலே பயம்தான்.

"என்னவாம் உம்மா, சந்தையெல்லாம் வெட்ட வெளியாகி இரிக்கி. ஏதும் விசேள்சமாமோ" வெள்ளும்மாட பன்வேக்குகளயும் பனையோலைப்பெட்டிகளயும் பரப்பி வைச்சபடியே கேட்டா மைலிப்பெத்தா.

வட்டப்பொட்டு வைச்சி
வாசலுல கோலம் போட்டு
கண்டாங்கிச் சேலைகட்டி
பொண்ணொருத்தி காத்திருக்க,
எட்டுக்காலூன்றி
இருகால் படமெடுத்து
வட்டக்குடை புடிச்சி
வாறாராங்கா வன்னியனார்.

பாடி முடிச்சிற்றுப் பன்பாய்கள நிலத்துல நீட்டிப் படுக்கப் போட்டா வெள்ளும்மா. காத்துநிண்ட அம்பாறை வஸ்சும் ஆக்கள நிரப்பி எடுத்துக்கொண்டு புறப்பட்டாச்சி.

"ஆராம் வெள்ளும்மா வாறாங்க"

"பிறேமதாஸா வாறாராங்கா"

"எங்க அக்கரப்பத்துக்கோ"

"இல்ல, அளிக்கம்பைக்கு. அம்பாறையில நடக்குற கம்உதா வைக்கு வாறவர் அளிக்கம்பையில குறாக்களுக்கு கட்டிக்குடுத்த

ஊடுகளயும் பார்க்கவாறாராம். வந்தா என்ன? நொக்கும் நெக்குமென்ன அள்ளியா தரப்போறார்? உட்டுப்போட்டு வேலையைப்பாரு மைலி. அதுசரி ஒண்ட பேரண்ட பாடென்ன பொத்துவிலான் என்ன செல்லுறானாம். அனுப்புறானாமா? இல்லயாமா? இல்லெண்டா வாங்குன காசத் தரச்செல்லன்."

"அதுக்குத்தான் இண்டைக்குப் போறனெண்டவன இன்னும் காணயில்ல. உள்ள நிலத்துண்டயும் விற்றுக் குடுத்துப்போட்டு எண்டபுள்ள நடையா நடக்கான். என்னதான் நடக்கப் போகுதோ?"

"நடக்குறது நடக்குற நேரத்துலதான் நடக்கும். நாம தலைகீழா நிண்டாலும் அல்லாஹ்ட கட்டளய மீறமுடியுமா? அதுசரி, இவளென்ன குலத்தழகி சுடுதண்ணி குடிச்ச நாய் மாதிரி ஓடித்திரியுறாள்". நிமிர்ந்து நிண்ட பாய்கள நிலத்துல படுக்க வைக்குறா வெள்ளும்மா.

"எத்தினதரம்தான் நாமளும் அவளுக்கிட்ட சொல்லிப் பார்த்திட்டம். அவள் நம்மட கதையக் கேட்டாத்தானே வெள்ள, இப்பயும் அந்த வம்மிமரத்த அண்ணாந்து பார்த்து நிண்டுத்துத் தான் வந்து குந்திக்கொண்டிருக்காள். அப்பிடி என்ன்தான் அந்தப் படத்தட்டியில இரிக்கோ. பாவம் அவன் கறுவல் காடுகரம்பையெல்லாம் திரிஞ்சி காய்க்கிறதயும் பூக்குறதயும் பிய்ச்சிக்கொண்டு வந்து குடுத்திற்றுப் பின்நேரமா இவள் ஏதும் காசக் காட்டுவாளெண்டு வந்து நிற்பான். இவள் பொறுப்பா யாவாரத்தப் பார்த்தாத்தானே, இப்பயும் அங்கபார் நாம கதைக்கம் அவள் சின்னப்புள்ளையளோட விளையாடுறாள்."

மைலிப்பெத்தா சொன்ன கையோட திரும்பிக் குலத்தழகிர முதுகுலகுத்திற்று "எடியேய் தேவடியாள் தாமரக்கொட்டை யெல்லாம் நிலத்துல சிந்திக்கிடக்குடி புறக்கிக் குவியலுல போடுடி" என்கிறா.

,"வருவான் கறுவல் சாதுமிரண்டா காடு கொள்ளா தெண்டுறதப்போல ஒரு நாளைக்கு இவளுற ஒத்த மொண்ணிய அறுத்து செத்தையில கொழுவுவான். அப்ப சந்தையே கூடிநிண்டு புதினம் பார்க்கும் செல்லிப்போட்டன்". வெள்ளும்மா சொல்லி முடிக்க முன்னமே சின்னப்பொட்டையள் சிரிக்க, குறட்டைக் காக்காவும் சேர்ந்து சிரிச்சிற்றார். அந்தச்சிரிப்பத்தான் அவடத்தில குலத்தழகியால தாங்கிக்கொள்ளேலாமப் போயிற்று.

"நீ சிரிக்காத ... அடக்கோழியக் கொண்டுவந்து சந்தைக் குள்ள போட்டுக்கொண்டு இரிக்காய். அதுகள் வகுத்தாலடிச்சிச் சந்தைய நாறடிக்குதுகள். அதுக்குள்ள நீ சிரிக்காய்."

“இதென்ன குறட்ட கோழியக் கொண்டுவரக்கோள அடக் கோழியா? நசல்கோழியா? எண்டு பார்த்துக்கிட்டுக் கொண்டு வாறலயா நீ? எண்டவாப்போ செடிநாத்தங்கா.” வெள்ளும்மாவும் சேர்ந்து சொல்லக் குறட்டைக்காக்கா கோழிகளூற குண்டிப்பக்கங் களக் கிளப்பிப்பார்த்த நேரம், கோழியொண்டு சறாரெண்டு நீளப்பாட்டில பேண்டுபீய்ச்சிப்போட்டு இடந்து படுக்குது. பாதம் தொட்டுக் கும்புடுறாப்போல.

“என்ன குறட்டேய் . . . நீ இந்தா பார்க்குறவேலை, மனிசர்ர மூக்குப் பதைக்குறமாதிரியெல்லா நாத்தமடிக்குது.” மைலிப்பெத்தா முந்தானைய எடுத்து மூக்கப் பொத்திக்கொள்ளூறா.

“ஹரவாப்போனது அடக்கேக்குதா? ஊட்டபோய் ஓலக் கூந்தல வாலுலகட்டியுட்டுக் குளிப்பாட்டி ஓடஉட்டா சரி யாயிடும்.” தனக்குத் தெரிஞ்ச கோழிவைத்தியத்த குறட்டைக் காக்கா சொன்ன நேரம் இன்னொரு அம்பாறைவஸ் வந்து நிக்க, வஸ் ஓதினையால நடந்துவந்த வெத்திலக்கடை மீரிசா, வெள்ளும்மாட பன்வேக்கொண்ட எடுத்து விரிச்சிமடிச்சி மடக்கிப் பார்த்திட்டு மைலிப்பெத்தாவப் பார்த்துச் சிரிக்கிறார்.

வெள்ளும்மா சின்னப்பொட்டையா இருந்த அந்தக்காலத்தி லயே அவுட வாப்பாக்கிட்ட குர்ஆன் ஓதிப்படிக்க வருவாராம் மீரிசா. அப்பவே அவருக்கொரு கண்ணாம் அவவுல, மதினி முறை வேற, அப்ப இருந்தே வெள்ளும்மாவக் காணுற நேரமெல் லாம் மீரிசாக்கு நையாண்டியும், கேலியும், கிண்டலும்தான். வெள்ளும்மாவும் குறைஞ்சவயில்ல. மீரிசாட வார்த்தை விளையாட்டுக்கெல்லாம் பதிலுக்கு பதில் குடுக்காம விடவே மாட்டா. மீரிசாக்குச் சந்தைக்குள்ள வெத்திலக்கடை. இவர் சப்பித்துப்புற மிச்சத்தத்தான் விப்பாரோ என்னமோ எந்த நேரமும் வெத்திலக்கொடுப்போடதான் திரிவார். மீசைவேற வெத்தில உமிதியில நனைஞ்சி சிவந்துபோயேயிருக்கும். மதியச் சாப்பாட்டுக்கோ தேத்தண்ணி குடிக்கவோ கடையவிட்டு வெளி யில வாறநேரங்களில வெள்ளும்மாக்கிட்ட வந்து கேலிபேசாம போகவேமாட்டார்.

“என்னமீரிசா வேக்குடவாய இந்த விரிவிரிக்காய் அதென்ன இரும்புக் கம்பியாலயோ செய்ஞ்சிரிக்கு” மைலிப்பெத்தா கேலி யாகத்தான் ஒரு கேள்வியப்போட்டா.

“இல்ல மைலியக்க, வேக்குட வாய்க்கட்டே இந்தக் கன மெண்டா இதச் செஞ்சவங்கட வாய்க்கட்டு எப்படியிரிக்கு மெண்டு பார்க்கிறன்.” சொல்லிற்றுக் “குலத்தழகி எவ்வளவு பொட்ட காக்கொத்து தாமரக்கொட்ட” என்று கதைய மாத்துறார் மீரிசா.

“மச்சான் கதையமாத்துறத உட்டுப்போட்டு எண்ட கேள்விக்குப் பதில செல்லுறயளா?”

கட்டடியில புல்லுக் கருகி முளைச்சாப்போல
உங்க பொட்டடியில – மீசை
புழுதிநிறமானதென்ன மச்சான்

பாடி முடிச்சிற்று வெள்ளும்மா சணலுக்குள்ள ஓலைப் பெட்டிகளச் சோடி சேர்த்துக்கொண்டிருக்க, மீரிசா எதுவும் சொல்லாம எழும்பிற்றார்.

“என்ன மச்சான் நிண்ட எடத்துக்கும் வெசளம் செல்லாம ஒழும்பிற்றியள். பதில் பாட்டொண்டும் தெரியாதாக்குமா?”

மைலிப்பெத்தாவும் குறட்டைக்காக்காவும் ஆளையாள் பார்த்துச் சிரிச்சிக்கொள்ளுறாங்க.

“இல்லமச்சி ஆக்கள் உள்ள எடமெல்லுவா செல்லோணா மெண்டு பார்க்கன்”

“இல்ல மச்சான் செல்லுங்க, இண்டைக்கு நேத்தா இது நமக்குள்ள நீங்க செல்லுங்க.”

“கேக்குறாக்கள் கொல்லெண்டு சிரிச்சிற்றா? பரவாயில்லயா?”

“சிரிச்சா என்ன மச்சான் சதையிலயா குத்தப்போகுது?”

“அப்ப சரி, நீ என்னபாடுன மச்சி எண்ட மீசையில இரிக்கிற வெத்திலக்காவி எப்படியெண்டுதானே?”

“வெளங்குனா சரிதான் மச்சான்”

“செல்லுறன் கேளுமச்சி”

“வாசல் நிலா வெளிச்சத்துல வட்டாவோட வந்திருந்து

கொட்டப்பாக்கோட கொழுந்து வெத்திலய
சப்பி, நீ தந்த மிச்சத்த.
சொச்சமில்லாம நான் வாங்குனனே,
அப்பபட்ட சாயம் தாங்கா
இப்பயும் இந்த மீசையில.

பாடி முடிச்சிற்றுப் பதிலுக்குக் காத்திராம மீரிசா நடையக் கட்டக் குலத்தழகி, குறட்டைக்காக்கா, மைலிப்பெத்தா, சின்னப் பொட்டைகளெல்லாம் சேர்ந்து கொல்லெண்டு சிரிக்கிறாங்க, நடக்குற புதுனங்களக் கடைக்குள்ள இருந்து வந்த ஹனிபாப் போடியார்ர மகனோட சேர்ந்து பஸ்ஜன்னலுக்குள்ளயிருந்த பிரயாணிகளும் பார்த்து சிரிச்சிக்கொண்டிருக்காங்க.

"இப்பயும் மனசில உள்ள சோட்டையச்செல்லாம செல்லிற்றுப் போறயளா மச்சான். வருவியள்தானே நாளைக்கு, பார்த்துக்கிறன்" வெள்ளும்மா சொன்னநேரம் அம்பாறை வஸ் புறப்படத் தொடங்குது. பள்ளிக்கூடம் விட்டுப் புள்ளைகளெல்லாம் வஸ்ஸடிக்குவர, பொத்துவில் கல்முனையெண்டு கூவிக்கொண்டு வேனெல்லாம் சந்தைக்குள்ள வட்டமடிக்குது.

பேரன் பொத்துவிலுக்குப் போயிருப்பானே. போயிருந்தா இந்தநேரத்துல ஏதும் வஸ்சுல வேனுல இருந்து இறங்குறானோ எண்டு வாற வாகனங்களப் பார்த்துக்கொண்டே இருக்குறா மைலிப்பெத்தா.

சாரதா தியேட்டருக்குரிய படத்தட்டிக்குக் கீழ உள்ள சர்வத்துக்கடையில, சர்வத்தொண்ட வாங்கிக்குடிச்சிற்றுக் குலத்தழகி வந்தநேரம். குறட்டைக்காக்கா ஒரு சோடிக் கோழிய எப்படியோ விற்று முடிச்சிருந்தார்.

பஸ்டிப்போவுக்கு முன்னால ஜேம்மரக்கண்டொண்டு நிக்குது, ரெண்டு வருசத்துக்கு முன்னால வைச்சது. இப்ப ஒராள் உயரத்துக்கு வளர்ந்து நிக்குது.

இரும்புவாளையோ அலவாங்கையோ சுத்திக்கட்டுனாப்போல, ஜேம்மரம் நாட்டுன நாளில இருந்து அடியில இருந்து நுனிவரைக்கும் சாக்கால சுத்தி வைக்கோல் புரியால இறுக்கி வரிச்சிக்கட்டுப்பட்டுக்கொண்டே இருக்கும். நுனிக்குருத்து இலை மட்டும்தான் கண்ணுக்குத் தெரியும். அந்த உயரத்துக்கும் மேலான கம்பிக் கூட்டுக்குள்ளதான் மரம்வளரும். மரம் வளரவளரச் சாக்குப் போர்வையும் கம்பிக்கூடும் கூடவே வளர்ந்து கொண்டு போகும்.

"இந்த மரத்துக்கு ஏனும்மா இவ்வளவு புதுனம் காட்டுறாங்க" எண்டு போனவருசம் குலத்தழகியும் கூட வெள்ளும்மாக்கிட்ட கேட்டாள்.

"மொக்குப்பத்தாம கப்புப்புடிக்காம மரம் நேரா வளரத்தான் சாக்கச் சுத்தி வைக்கல் புரிவரிச்சல் போடுறாங்க, ஆடுமாடு வாய்வைச்சிராம இருக்கத்தான் மரத்தச்சுத்தி கம்பிகள். கம்பிக் கூண்டக் கழட்டி எறிஞ்சிட்டு வைக்கல் புரியயும் அவுத்துட்டா மரம் குடைக்கம்பி கட்டுனாப்போல கப்புவிரிச்சி குடையா விரிஞ்சி நிக்கும். மரத்தத்தொட்டா மெழுகு பூசினாப்போல வழுவழுவெண்டு இருக்கும்" எண்டு வெள்ளும்மா சொன்ன நாளிலயிருந்து குலத்தழகிர பார்வை எப்பயுமே அந்த ஜேம் மரத்துலதான்.

அய்ஞ்சிமணியாச்சி, பின்நேர வகுப்பு முடிஞ்சி வந்த புள்ளைகள் வஸ்சுக்காக அங்கயும் இங்கயும் கலைஞ்சி நிக்குது கள்.

குண்டியகாட்டிக்கொண்டு நிண்ட பொத்துவில் வஸ் ஸொண்டு புகையக்கக்கிக்கொண்டு புறப்பட, வெட்டவெளி யான இடத்துல பெத்தா பார்த்த நேரம், ஜேம்மரத்துக்கு முன்னால கேசவனும் முஹமட்டும் கதைச்சி நிக்குறது தெரியுது.

"இஞ்ச இதொருக்கா பார்த்துக்கொள்ளு பொட்ட, இந்தா வந்திர்ரன்." நடக்கத் தொடங்குறா பெத்தா. பெத்தா நடந்துவாறதக் கண்ட கேசவனும் முஹமட்டும் பெத்தாவநோக்கி நடக்க மூவரும் தேங்குழல் கடைக்கு நேர சந்திச்சிக்கொள்ளுறாங்க.

"என்னமனே போனகாரியம் ... என்ன ... சொன்னான்?" கழுத்துல இருந்து வடிஞ்ச வேர்வைத் தண்ணிய முந்தானையால துடைச்சிக்கொண்டே கேக்கிறா பெத்தா.

"என்னகா வேர்த்துவிடாய்ச்சிவாறாய். வெயிலுக்குள்ள குந்திக்கொண்டிருந்தயோ?"

"அட அத உடு ... சந்தை வேர்வை எனக்குச் சந்தனம் பூசறாப்போல ... நீ சொல்லு ... என்னவாம் ... என்ன சொன்னான்?"

"பாஸ்போட்டெல்லாம் அனுப்பியாச்சாம். அரபுக்காரன் விசாவோட வருவானாம். வந்தாபோறதானாம் எண்டு சொல்லு றான்."

"என்ன வேலையாம் மனே"

"தீ அணைப்புப் படையிலயாம் எண்டான். உண்மையோ பொய்யோ ஆருக்குத் தெரியும்."

"காளிகோயிலுக்கு நேர்ந்து வைச்சிருக்கன். எண்டபுள்ள போய்ச்சேர்ந்தா மடப்பொட்டியும் கோழிச்சாவலும் கொண்டருவ னெண்டு"

"நீ என்னத்துக்குத்தான் நேர்த்தி வைக்காம உட்டாய். சரி எந்நேரம் ஊட்டபோறாய் பெத்தா?"

"கறியப்புளிய வாங்கிக்கொண்டு இந்தா வெட்டக்கிறங்கத் தான்மனே. நீயும் மயண்டையாகமுன்ன ஊட்டபோவன். பிறமதாஸா வாறாராமெண்டு எல்லாத்தையும் வெட்டவெளி யாக்குறாங்க. அங்கயும் இஞ்சையும் மூலைக்கு மூலை பொலிசிக் காரனுகளும் நிக்கானுகள். இதுல நிக்காம ஊட்டபோவன்."

“போகத்தான் ... கொஞ்சநேரம் முஹமட்டோட கதைச்சி நிண்டுட்டு நான் போறன். நீபோ பெத்தா.”

“இஞ்சே அம்பாறைகிம்பாறைக்குப் போயிராத, தேயிலை கீயில குடிக்கக் காசுதரவோ?”

முந்தானைமுடிச்ச அவுக்கப்போன பெத்தாவத் தடுத்து நிறுத்திக் “காசு வேணாம் பெத்தா. நீ போ” எண்டிற்று திரும்பவும் முஹமட்டோட கேசவன் கதைச்சி நிக்க, பெத்தா திரும்பிப்போய் மிச்சப்பயற சாக்குலபோட்டுக் கட்டுனநேரம். சர்வத்துக் குடிச்ச தடம் தெரியாம இருக்க வாயத் துடைச்சிக்கொண்டு குலத்தழகி யும் வந்து குந்துறாள்.

குறட்டைக்காக்கா ரெண்டு சோடிக் கோழிகளத்தான் விற்று முடிச்சிருந்தார். வகுத்தாலடிச்ச கோழிகள் பெலக்கேட்டுல சவங்கிக்கிடக்க, அதுகள எடுத்து பிரம்புக்கூடைக்குள்ள போட்ட நேரம் குலத்தழகி மூக்கப் பொத்திக்கொள்ளுறாள்.

அம்பாறையில கம்உதாவத் தொடங்கி எட்டுநாளாப்போச்சி. அப்பயும் கண்காட்சி, புதுனம் பார்க்கப்போற சனத்துக்குக் குறைச்சலேயில்ல. பின்நேரமானா கம்உதாவைக்கெண்டு போற துக்கு விசேட பஸ்சேவையெண்டு ஒண்டுக்குப்பின்னால ஒண்டா போய்க் கொண்டே இருக்குது. ஒவ்வொரு வஸ்சும் பொடியன் பொட்டைகளால நிரம்பி வழியுது.

பட்டெண்டு மாறுற படக்காட்சிமாதிரி, பொழுதுபட்டிச் செண்டா இந்தச் சந்தையும் என்ன மாதிரித்தான் காட்சி மாறுதோ. ரீக்கடைக்கு முன்னாலெல்லாம் பொல்லுபள்பு எரியுது. கிழங்குப் பொரியல்காரன் தீனாவ மூட்டிற்றான். தேங்குழல் சர்வத்துக்கடைக்காரனுகள் பெற்றோல்மெக்ஸ் லைற்றக்கொழூத்திப் பம்ப் அடிக்கிறானுகள். கடலைக்கடைக் காரன் கப்பல்லாம்பக் கொழூத்திற்றான், அரிக்கன்லாம்போட திரியுற தவுட்டுக் கஞ்சிக்காரனுக்கும் நல்ல மவுசுதான். இத்தின வெளிச்ச உதவியில கச்சான் சுருளுகளோடயும். குக்கூசுப்பக் கட்டோடயும் திரியுற புள்ளையள், தங்கட வியாபாரத்தையும் கவனிச்சுக்கொள்ளுதுகள்.

லங்காபேக்கரிக்குள்ள சுடுற பாண்மணம் கமகமவெண்டு மூக்குல வந்து அடிக்குது. மடியில கட்டிவந்த காசக்குடுத்துப் படிபோட்டு நிறுத்து சாமானவாங்கிப் போறவாற இடம்தான் சந்தையெண்டா, இந்த அக்கரப்பத்துச்சந்தை, சந்தை எண்டுற சாயலுகளில இருந்து சற்று வித்தியாசப்பட்டுத்தான்கிடக்கு.

கையில ஒருசதக்காசுமில்லாம, நெஞ்சுலசுமையுமில்லாம ஒருத்தன் சந்தைக்கு வந்து போவானெண்டா, அய்ஞ்சிகட்டை

தாண்டி எதிர்காத்துல சைக்கிள் மிதிச்சிவந்து அய்ம்பேயக்காசக் குடுத்துத் தேத்தண்ணி குடிக்கவெண்டு தினம்தினம் ஆரும் வருவாங்களெண்டா ஒண்டு அவங்களுக்கு பைத்தியமா இரிக் கோணும் இல்லாட்டிப்போனா அந்தச் சந்தைக்குத்தான் ஏதோ ஈர்ப்புச்சக்தி இரிக்கோணும்.

பகலெல்லாம் வாடிவதங்குன முகங்களோட வந்துபோற ஆம்பிளையள் பின்னேரமானாமட்டும் புதுமாப்பிளைகளப்போல வந்துநிண்டு அலைஞ்சி திரிவாங்கள். அது ஏனோ தெரியாது பின்நேரத்துல சந்தைக்கு வாறாக்களின் முகத்தில மட்டும் அப்பிடியொரு பூரிப்பும் புன்னகையும் ஒட்டிக்கொண்டே கிடக்கும்.

கறுவல்வர, அரிசி மீன் காய்கறி வாங்கிற்றுப்போகவெண்டு குலத்தழகி சந்தைக்குள்ள இறங்கிற்றாள். கோழிகள் எல்லாத்தை யும் பிரம்புக்கூடைக்க போட்ட குறட்டைக்காக்காவும் போறதுக்கு ரெடிதான். எவ்வளவு நேரமானா என்ன பன்பாய் பொட்டிகள் அழுகிநாறவாபோகுது. வெள்ளும்மாவுக்கு வீட்ட போற எண்ணமேயில்ல.

அடைஞ்சி தொங்குன ஆக்களோட அம்பாறை வஸ் ஸொண்டுபோக, அடுத்த வஸ்ஸக்கொண்டு வந்து நிப்பாட்டிற்று இறங்கிவந்த வேலாயுதம் றைவர் நண்பண்ட கடையில பீடாவ வாங்கி வாயிலபோட்ட நேரமாப்பாத்து, எங்கயோ இருந்து வந்த ஆடொண்டு வஸ்சுக்குக் கீழ போனத ஆரும் கவனிக்கவே யில்ல.

பவுடர்பூசின முகங்களும் பளபளக்கிற சட்டையுமா பொட்டைகளும் பொடியனுகளும் முண்டியடிச்சி ஏறி வஸ்ஸ நிரப்பிக்கொள்ளுறாங்க. பாலப்பழமும், வீரப்பழமும், கடுவுளியம் பழமும் அப்பதான் புதுசா வந்திறங்கிக் கடைவிரிக்க, அதச்சுத்தி யும் சனக்கூட்டம்.

சனம் நிரம்பித் தொங்குறதக்கண்ட வேலாயுதம் றவைர் ஓடிவந்து துள்ளிப் பாய்ஞ்சி சீற்றுல இருந்து, மெதுவா வஸ்ஸ நகர்த்துன நேரம், வீரப்பழப்பையோட நிண்டவனொருத்தன் "ஏய் . . . ஏய் . . . ஏ . . . ஆடு . . . ஆடு . . ." எண்டுகத்த அவண்ட சத்தத்த கேட்ட நாலைஞ்சிபேர் கையவிரிச்சி வஸ்ஸமறிக்க, நிப்பாட்டுன வஸ்சிலயிருந்து இறங்கி வந்து வேலாயுதம் பார்த்த நேரம் ஆடு ஒண்டிர வகுத்துக்கு மேலால பின்பக்க டயர் ஏறிஇறங்கி இருந்திச்சி. தொண்டைக்குழி துடிதுடிக்க மெல்லத் தலையைத் தூக்கிப் பார்த்த ஆடு முடியாம நிலத்துல தலையப் போடுது.

என்னெண்டு இவ்வளவு கெதியா விசயம் போய்ச் சேந்திச்சோ தெரியாது. ஆட்டுக்கடை உதுமான் தலையில கைலேஞ்சக்கட்டிக்கொண்டு கத்தியும் கையுமா ஓடிவந்து ஆட்டுக்குப் பக்கத்துல குந்திக்கொள்ளுறான். ரெத்தம் புடிக்க அலுமினியக் கோப்பையுமொண்டு கையோட, குந்தியிருந்து டாக்குத்தரப்போல ஆட்டத் தொட்டுப் பார்த்த உதுமான் "மௌத்து வாப்பா" எண்டு சலிச்சிக்கொண்டு எழும்பி நிக்கிறான்.

"ஆர்ர ஆடுவாப்பா?"

"காதர்ர ஆடாக்கும் எலுவா? "

"ஆட்டவாங்குனா சந்தைக்கையா வளக்க உடுற"

"உட்டாப்போல. வஸ்ஸ ஆட்டுக்கு மேலால ஏத்தச் செல்லி யிருக்கா?"

அரிசிப் பையோடயும், மீன்கோர்வையோடயும், வெத்தினக் கொன்னையோடயும் நிண்டவனுகள் ஆளாளுக்கு கேள்வி கேட்டுப் பதிலயும் சொல்லிக்கொண்டிருந்த நேரம், என்ன செய்யுறதெண்டு தெரியாம வேலாயுதம் முழிச்சிக் கொண்டிருக் கிறத வெள்ளும்மா பார்க்கிறா.

"றவைர் என்ன வஸ் போகுமா இல்லயா? உள்ள வேர்த்துக் கொட்டுது". வஸ்சுக்குள்ள இருந்தும் சத்தம் வருகுது.

"ஆ... ஆடு செத்துக்கிடக்கு என்னெண்டு வஸ்ச எடுக்குற... என்ன சேட்டையா ஒங்களுக்கு?" மீன்கோர்வைக்காரன் பெலக்க குரல் குடுக்க, வெள்ளும்மா வந்து வேலாயுதத்துக்கிட்ட ஏதோ சொல்ல வேலாயுதம் வஸ்சுல ஏறிக் குந்திற்றான்.

"என்ன வெள்ளும்மா இப்பிடியே உட்டா சரியா? அது சோனக ஆடு தெரியுமா?" மீன்கோர்வைக்காரன் கேக்குறான்.

"மெய்யாவா? நெக்குத்தெரியாதே வாப்பா ஆருவாப்பா ஆட்டுக்குச்சுன்னத்து வெச்ச... நீதனா? ஆடு... என்ன அரபுப் பள்ளிக்கும் போய்ச்சா... இல்லயா" கேள்விகளக் கேட்டுக் கொண்டே வெள்ளும்மாவும் பாய்கள அடுக்கிக் கவுத்தால கட்டிக்கொள்ளுறா.

"இண்டைக்கு ஆட்டுக்குமேல ஏத்துனவன் நாளைக்கு மனிசருக்கு மேலயும் ஏத்துவான். அதையும் பார்த்துக்கிட்டு சும்மா இரிக்கச் செல்லுறயளா?"

“படுக்கிறதுக்கு எடமில்லாம மனிசர் வந்து வஸ்சுக்குகீழ படுத்தா என்னவாப்பா செய்யுற, ஏத்தத்தான் செய்வான். இதென்ன சள்ளல்மீனா ... நாறுனா கருவாட்டுக்கும் ஆகாது வாப்பா, கொண்டோய்க்குடு. இருட்ட முன்னயாகுதல் ஆக்கட்டும்.”

“என்ன வெள்ளும்மா பகடியா ... சோனிர ஆடெண்டா என்ன சும்மாயா? பார்த்துக்கிட்டுப் போகச்செல்லுறியா?”

முழங்காலுல குத்தித் தலைக்கேத்துன பாய்க்கட்ட ஏத்துன வேகத்துலயே இறக்கிக் கீழபோட்டா வெள்ளும்மா.

“நெக்குத்தெரியும் ... அங்கசுத்தி இங்கசுத்தி எங்கவந்து நிப்பயளெண்டு, நெக்குத்தெரியும் வாப்பா ... சோனிர ஆடு தான் ... தெரிஞ்சா வஸ்ச ஏத்துனான் ... தெரியாம நடந்திச்சி ... ஆடு செத்துப்போய்ச்சி ... அதுக்கிப்ப என்ன செய்வம் ... வெட்டுவமா? ... குத்துவமா? ... அடிபுடிப்படுவமா? ... ஒரு ஆட்டுக்கு நாலு மனிச உசிர எடுப்பமா ... சந்தைக்கு வந்தமா, அரிசிபருப்ப வாங்குனமா எண்டில்லாம குத்தியுட்டுப்புதினம் பார்க்கப்பார்க்கயளே வெக்கமாயில்லயா? இஞ்சே ... டேய் வேலாயுதம், வஸ்ச எடு ... நீபோ நான் நாளைக்குக் காதருக்கிட்ட கதைச்சிக்கிறன் ... என்ன மைலி நொக்கு ஊட்ட போற நெனப்பில்லயா? ...”

சொல்லிற்று வெள்ளும்மா திரும்பவும் பாய்க்கட்ட தலையில தூக்கி வைச்சிற்று நிமிர்ந்தநேரம், வேலாயுதத்திர வஸ் தபால்கந்தோரடியால மறையுது. வெள்ளும்மா திரும்பிப் பார்க்குறா செத்துப்போன ஆட்டயும் காணயில்ல, கூடிநிண்ட ஆக்களயும் காணயில்ல.

வேதாரண்யம் நகைக்கடையைத்தாண்டி நடந்தநேரம், ஆரோ பின்னால வாறமாதிரி தெரியத் திரும்பிப்பார்க்குறா வெள்ளும்மா. நாள்பூராவும் விநாயகர் ஸ்ரோரடியில படுத்துக் கிடக்குற சுரட்டை நாயொண்டு வெள்ளும்மாவப் பின்தொடர்ந்து வந்து, முன்னால போய்நிண்டு முகத்த நிமிர்த்திச் சுத்திவளைச்சிக் கொண்டு வாலாட்டியபடியே அவவ பின்தொடருது.

“நெக்கிட்ட என்ன இரிக்கெண்டு நெக்குப்புறத்தால வாறாய் ... நான் என்ன செய்தனெண்டு இப்பிடி வாலவால ஆட்டி நன்றி செல்லுறாய் ... சோனகத்தி தமிழிச்சி எண்ட பேதம் நொக்குத் தெரியாதமாதிரி மனிசரும் நடந்தா ஏன்தான். நாய் ... நொக்குத்தெரியுறது இந்த மனிசருக்குத் தெரியுதா ..? நான் எண்ட ஊட்ட போறன் ... நீ ஒருநாளும் இல்லாமலுக்கு இண்டைக்கேன் எனக்குப்புறத்தால வாறாய் ...”

வேதக்கோயில் வாசல்கழிய, நாயிர மூச்சிச்சத்தத்த கேளாத தால திரும்பிப்பார்க்கிறா வெள்ளும்மா. வேதக்கோயில் வேலிக் கட்டையில பின்னங்காலக்குத்தி கவுட்டக்கிளப்பிக்காட்டிக் கொண்டு நிண்ட நாய, சிலுவையில கைவிரிச்சித் தொங்கிக் கொண்டிருந்த யேசுநாதர் பாவமாய்ப் பார்த்துக்கொண்டே இருக்குறார்.

“அடா உனக்கு முடுக்கின முடுக்கோ இது? இதுக்குத்தானா இம்புட்டுதூரம் வந்த” வெள்ளும்மா தனக்குள்ளேயே பேசிக் கொண்டு நடந்து இருளுக்குள்ள மறைஞ்சிற்றா. தான் குடி யிருக்குற குடியிருப்பு கிராமத்துக்குப் போய்ச்சேரும்வரைக்கும் இனித் தன்னோடதானே கவியாலபேசிக்கொள்ளுறதுதான் அவவுக்கு வழித்துணை.

3

அது தமிழ்க் கொலை செய்யப்பட்டுக்கொண்டிருந்த நேரம், இலங்கை ஒலிபரப்புக் கூட்டுத்தாபனத்தின் தமிழ்ச்சேவைப் பிரிவின் ஆதரவில் ‘ஈழத்துப் பாடல்கள்’ என்ற பெயரில் சுஜாதா அத்தநாயக்க “பற்றுப்புல்லின் தலிர்மேனி கொற்றும் மலையில் இதல் மேவி” என்று வெட்டில்லாமல் குத்தில்லாமல், ரத்தமில்லா மல், சத்தமில்லாமல், இதமாக ... பதமாகத் தமிழைக் கொலை செய்துகொண்டிருந்த அந்தக் காலமயநேரத்துலதான் துரவுக் குள்ளயிருந்து ஏறிவந்த மைலிப்பெத்தாட இடுப்புல இருந்த குடம் நழுவி விழுந்துருண்டுபோய்த் திரும்பவும் துரவுக்கு நடுவுல கிடக்குது.

நல்லவேளை, பனிபடர்ந்த புல்லுப்புட்டியப் புடிச்சதால பெத்தா விழயில்ல. இல்லெண்டா பெத்தாட இடுப்பெல்லோ முறிஞ்சிருக்கும். மெல்ல மெல்ல ஏறிவந்து குனிஞ்சி பார்க்குறா பெத்தா, தொண்டைக்குழியுக்க பொறுத்துக் கிடக்கிற புளியங் கொட்ட மாதிரி துரவுர அடிக்குடலுக்குள்ள குடம் தெரியுது. “எனக்கொண்ணா ... இன்னொருக்கா இறங்கி ஏறி இடுப்பொடிக்க எனக்கொண்ணா, ஏலுமெண்டாக்கள் வேணுமெண்டா இறங்கித் தண்ணி எடுக்கட்டும்”.

சலித்த தொனியில தனக்குத்தானே சொல்லிக்கொண்டா மைலிப்பெத்தா.

“என்னகாதேய் விட்ட விடியங்காட்டியில ... என்னகா அங்க சத்தம்?”

பேத்திக்காரி மலர் நித்திரைப்பாயில இருந்தெழும்பிக் கொண்டய அள்ளி முடிஞ்சவாறு கேட்டுக்கொண்டுவர, தாயிர

முந்தானையில ஒரு கையயும், மறு கையிர விரலொண்ட வாயிலயும் வச்சிக்கொண்டு நிக்கிறான் மூணு வயசுப் பேராண்டி செந்தில்.

"பின்ன என்னபொட்ட . . . பூவலோ இது . . . புறங்கால் நனையுற தண்ணிகூட இல்ல, முதுகுமுறிய குனிஞ்சிநிண்டு கிறண்டியால கிள்ளுறாப்போலக் கொத்துக்கோப்பையால அள்ளிக் குடத்த நிரப்பிக்கொண்டு வந்தா, அதுவும் படியில கால்சறுக்கி உழுந்திற்றேயடி.

"இஞ்ச இரி நான் இறங்கிக் குடத்த எடுத்திற்றுவாறன்"

துரவுக்குள்ள இறங்கப்போன மலரத் தடுத்து நிறுத்துறா பெத்தா.

"பொட்டேய் . . . பொட்ட . . . படி அழிஞ்சிபோய் குத்தெண்டு மண்சரிவா இரிக்கி.

பொட்ட, நீயும் போய்ச் சறுக்கி உழந்திராத இஞ்சாலவா . . . வாடி"

"நான் கவனமா இறங்குவன்கா . . . இஞ்ச உடு"

துரவுக்க இறங்கப்போன மலர வலுக்கட்டாயமாகத் தடுத்து நிறுத்திற்றா பெத்தா. பெத்தாவுக்கு எப்பயுமே பேத்தியில கரிசனை தான்.

பாடிக்கொண்டிருந்த சுஜாதா அத்தநாயக்கட குரல் தொண்டையடைச்சாப்போல ஒலிமங்குறத அறிஞ்ச மலர் ஓடிப்போய்ப் பறணுலதொங்குன றோடியோப்பொட்டிய எடுத்து ஒருதரம் குலுக்கிற்றுக் காதுக்கிட்ட வைச்சிப்பார்க்குறாள். அத்தநாயக்காட குரல் உசருரமாதிரியில்ல, பதறிப்போயிற்றாள் மலர். சோறு தண்ணியில்லாமக்கூட இருந்துருவாள் ஆனா றேடியோ கேக்காம இருக்கவேமாட்டாள். காலையில 'ஈழத்துப் பாடல்'களுக்குத் திறந்தாளெண்டா ராவு செய்தி முடிஞ்சி "வரலாற்றில் ஒரு ஏடும் குறிப்பும் சலவாத்தும்" சொல்லுற நேரம்தான் றேடியோவ மூடுவாள். அப்பிடியென்னடி அந்த றேடியாப்பொட்டிக்குள்ள குஞ்சிக்குஞ்சி புருசன்மாரோடி இருக்கானுகளெண்டு பெத்தா கேக்குறதெல்லாம் மலருர காதுக்குக் கேக்கவே கேக்காது. உண்மையிலயே றேடியோவுக்குள்ள சின்ன சின்ன மனிசர் இருக்கிறதாகத்தான் பெத்தா இப்பவும் நம்பிக் கொண்டிருக்கா.

றேடியோ நிகழ்சிகளிலயே 'இன்றைய நேயரும்' 'ஒருபடப் பாடலும்'தான் மலருக்குப் புடிச்சநிகழ்ச்சிகள். அதுலயும் தன்ர பேரும் ஒருநாள் றேடியோவில வருமெண்டுற நம்பிக்கைவேற

மலருக்கு. "சொந்தக்காரரோ சினேகிதரோ ரேடியோ சிலோனுல வேலைசெய்தாத்தான் அக்கா நம்மடபேரெல்லாம் றேடியோவுல வரும்" எண்டு கேசவன் எத்தினதரம் சொல்லியும் கேளாம 'பொங்கும் பூம்புனலுக்கும்', 'இன்றைய நேயருக்கு'மெண்டு கேசவனக்கொண்டு எழுதிப்போட்ட நாளுலயிருந்து தன்ரபேரும் வருமெண்ட நம்பிக்கையிலதான் மலரும் ஒவ்வொருநாளும் றேடியோவ கேக்குறாள்.

முந்தாநாள் ராவு றேடியோவ நிப்பாட்ட மறந்திற்று படுத்திற்றாள் மலர். றேடியோவேயே குத்தகைக்கு எடுத்தமாதிரி வித்துவான் ஒருத்தன் கடம் வாசிச்சதுல போட்டிருந்த எவரெடி பெற்றி சவுத்துப்போய் றேடியோவும் செத்துப்போச்சு. பெற்றிய கழட்டி அடுப்புக்கல்லுல வைச்சி நெருப்புத் தணல் வெக்கையில காய வைச்சதில புழைச்செழும்பின இண்டுவரைக்கும் பாடிக்கொண்டிருந்த றேடியோ இப்ப மூச்சுட ஏலாம அனுகிக்கொண்டிருக்குறதில மலர் சோகமாயிற்றாள்.

புரைக்கேறுன புள்ளைக்கு முதுகுல தட்டுறமாதிரி றேடியோப் பொட்டிர புறத்தில தட்டிப்பார்த்திற்று காதுக்கிட்ட வைச்சிப் பாத்தவள் உதட்டப்பிதுக்கிக்கொண்டு பெத்தாவப் பார்க்குறாள்.

"சந்தைக்குப் போகக்கோள எவரெடிபெற்றி ரெண்டு வாங்கி வந்திருகா" எண்டு பெத்தாக்கிட்ட சொல்லோணுமென்று நினைச்சிக்கொண்டு றேடியோர பின்பக்கத்த திறந்து பெற்றிய பார்க்குறாள். மழையில நனைஞ்சமாதிரி மெதுமெதுவெண்டிருந்த பெற்றிர வாயால பூனைரகண்ணால வடியுறமாதிரி தண்ணியும் வடியுது. கழட்டின பெற்றியக்கொண்டுவந்து வாசல் ஏறுவெயிலுல காயப்போட்டிற்று நிக்குறாள் மலர்.

மலையில கல்லுடைக்கத் தொடங்கிற்றாங்கள். கல்லுலபடுற சுத்தியல் சத்தம் இடைவிடாம தொடர்ச்சியாகக் கேக்குது.

"தொடங்கிற்றாங்கள் ... மலையை உடைச்சி வகுத்த நிறப்புறதெண்டே நிக்குறானுகள். இவனுகளாலதானே நாட்டுல மழை தண்ணிகூட இல்லாமப்போய்ச்சி. குடிக்கத்தண்ணியில்லாம மனிசர் குடல் காயுற நேரத்திலயாகுதல் வாய்க்காலுக்குத் தண்ணிவரக் குளத்துப்பலகயத் துறக்குறானுகளோ பார்? பேருக்கு பொதுக்கிணறெண்டு ஒண்ட கட்டியிருக்காங்க, வாயிலவைக் கேலாத உப்புத் தண்ணிதானே அதுலயும் வருகுது. வந்தாலுமென்ன அதக்கூட உட்டுவைக்குதோசனம். நாக்க உட்டு நக்குற மாதிரியெல்லோ வடிச்செடுக்குதுகள். ம் ... எப்ப தீரப்போகுதோ இந்தத் தண்ணிப்பஞ்சம். விடிஞ்செழும்பித் தேயில வைச்சிக் குடிக்கக்கூட ஒருசொட்டுத் தண்ணியில்ல."

தண்ணிப்பானையச் சரிச்சி அடிப்பானையில முகம் பார்க்குறா மைலிப்பெத்தா.

"பொறங்கா ... என்னத்துக்கு முணுமுணுக்காய். தம்பி வந்திருவான்தானே" சொல்லிற்று மகன மடியிலசரிச்சிப் படுக்க வைச்சிக் காதுக்குடும்பியால மகண்ட காதுக்குள்ளயிருந்த அடைசலுகள எடுக்குறாள்; மலர்.

"ஆரு ... உண்டதம்பியோ, எல்லாரும் சாத்தியாச்சி இனி அவர்வந்துதான் சாத்தப்போறார். இந்தத் துரவத்தோண்டி மண்ணெடு, துரவுர படிய அகட்டிவெட்டு, எண்டெல்லாம் நூறுதரம் சொல்லிப் பார்த்திற்றன். அவருக்கு அதுக்கெல்லாம் நேரமோ? விடிஞ்சா சந்தை, பொழுதுபட்டா கபூர்ர காவல் பறனெண்டு சோக்குப் பண்ணித் திரியுறான். அத்தாபத்தி நிலத்துண்ட விற்றுக்குடுத்த காசக்கொண்டுபோய்ப் பொத்து விலானுக்கிட்ட குடுத்தான். அந்தமுடிவும் என்னெண்டில்ல. காசுகுடுத்து வருசமும் ஒண்டாகுது. இம்பட்டு நாளைக்கும் ரெண்டு போகம் செஞ்சிருந்தாலும் வகுத்துப்பாட்டுக்காகுதல் நாலுமூடை நெல்லு ஊட்டுக்குள்ள இருந்திரிக்குமே.

"இனித் தொடங்கிற்றாய் ... முடிக்கமாட்டாய்." மலர் சலிச்சிக்கொள்ளுறாள்

"ஆ... தம்பியப்பத்தி கதைச்சா தாங்கமாட்டயே, பொட்டேய் தெரியாமத்தான் கேக்கன் கபூர்ப்போடியார் வெள்ளாமைய செய்யுறாரெண்டா அவர்ர மகன் ராவுல வந்து காவல்காக்குறது நியாயம். அதேண்டி உண்ட தம்பியும் விதைச்சி வெள்ளாம வெட்டுமட்டுக்கும் ஒவ்வொரு ராவும் காவல்பறனுக்குள்ள படுத்துக்கிடந்து வரோணும்."

"இதென்னகா பெத்தா எண்டைக்குமில்லாம இண்டைக்குப் புதுனமாக் கேக்குறாய். இண்டு நேத்தோ? சின்னப் புள்ளையளில இருந்து ஒண்டாப் படிச்சவனுகள். படிப்ப உட்டாலும் பழகுறத யும் உடோணுமோ, தன்ர சினேகிதனோட ராவுல கதைச்சிச் சிரிச்சி முசுப்பாத்தியா இருக்கத்தான் போறான். அதுல உனக் கென்னகா?"

"ஒண்டாத்தான் படிச்சானுகள். இண்டைக்குப்பார் கபூர்ப் போடியார் மகன, யாழ்ப்பாணத்துக்கு உட்டுப் படிப்பிக்கப் போறாராம். இவன்தான் இருந்த நிலத்துண்டொண்டயும் விற்றுற்று சவுதிக்குப் போகப்போறனெண்டுறானே."

"அப்ப என்னகா செய்யச்சொல்லுறாய் கேசவனையும் யாழ்ப்பாணம்போய்ப் படிக்கச்சொல்லப்போறயோ? அதுக் கெல்லாம் நமக்கிட்ட காசிருக்கோகா"

"நீ சொல்லுறதும் சரிதான் எண்டாலும் படிச்ச படிப்புக்கு ஒரு கவர்மெண்டு உத்தியோகம் கிடைக்காதோ எண்டுதான் பார்த்தன். தாயத்தின்னியள் தகப்பனத்தின்னியள் நீங்க. நீங்களும் தான் என்ன செய்வியள். எனக்கு நீங்க, உங்களுக்கு நான். கொம்புனாலும் குழறுனாலும் இந்தக் குடிலுக்குள்ளதானே நம்மட வாழ்க்கை. ஏதோ என்னால முடிஞ்சமட்டுக்கும் உசிருள்ள வரைக்கும் இந்தச் சேனையில விளையுறதுகளக் கொண்டுபோய்ச் சந்தையில விற்றுச் சீவியத்த நடத்துறன்."

தன்பாட்டுக்குப் பேசிக்கொண்டு போய்ப் பயித்தங் கொடி களுக்குள்ள நிக்கிறா பெத்தா. நீண்டு வளர்ந்த பாம்புப்பயத்தை யெல்லாம் பழுத்துப்போய்ப் பெத்தாட உடம்பைப்போலச் சுருங்கித்தொங்குது. நல்லா காய்ஞ்ச நெத்துக்கள பிய்ச்சி மடியில கட்டிவந்து கிறவல்திட்டி வாசலுல கலைச்சிப்போட்டிற்று நிமிந்து பார்க்கிறா. குடிலுக்குள்ள தமக்கைர மகன மடியில வைச்சி விளையாடிக் கொண்டிருக்கான் கேசவன். பூப்போட்ட துவாயொண்டு தோளச்சுத்திக்கிடக்கு, தோளச்சுத்துன துவாய் அவண்ட இளமைய இன்னும் மெருகூட்டிக்காட்டுது.

"வந்திற்றயோடா மகனே ... இஞ்ச பாருடா இந்தத்துரவ ... எத்தினதரம்மனே உனக்கிட்ட சொல்லிற்றன். இதொருக்கா அகட்டி வெட்டித்தா எண்டு, இண்டைக்காகுதல் ஒண்ணாம எண்டாம ஒள்ளம் வெட்டியுடு கேசவா."

இல்லாத நேரத்துல எப்பிடித்தான் திட்டுனாலும் பேரன கண்ட உடன பெத்தா உருகிருவா. பேரப்புள்ளையளில அப்பிடி யொரு இரக்கம் அவவுக்கு.

"ஓம் பெத்தா இண்டைக்குக் கட்டாயம் வெட்டியுடுறன்." கேசவன் சொல்ல அவனப்பார்த்துச் சிரிக்கிறாள் தமக்கைமலர்.

"எண்ட கயிற்றம் அவளுக்குச் சிரிப்பா இரிக்கி, எதுக்கெடுத் தாலும் எப்பயும் ஒரு மாசாலச் சிரிப்பொண்டக் காட்டிருவாள். இஞ்சபாருடா கேசவா விடிஞ்சி பல்லு முகம் கழுவயில்ல, குடலப் புரட்டிக்கொண்டு வருகுது. ஒருசொட்டுத் தேயிலத் தண்ணியில்லாம வகுத்தக் குமட்டுதுடா மனே"

"இஞ்ச தா பெத்தா குடத்த, நான்போய்ப் பத்தூட்டுல தண்ணியெடுத்துக்கொண்டு வாறன்."

அலுமினியக் குடமொண்ட சைக்கிள் கரியலுல வைச்சி நைலோன் கவுத்தால கட்டிற்று சைக்கிளத் தள்ளிக்கொண்டு போறான் கேசவன்.

"பத்தூட்டுக்குப் போய் வாறவழியில வாய்க்காலுல தண்ணி யும் வருகுதோ எண்டு பார்த்திற்று வாமனே"

பத்தூடு எண்டது, மொட்டையாபுரத்துல இருந்து நாலுமைல் தள்ளியிருக்கிற சேனைப்பயிர்ச்செய்கை கிராமம். முதன்முதலா பத்துப்பேர் ஒரேதரத்துல பத்துவீடு கட்டிக் குடியேறினதால அந்தக் கிராமத்துக்கே பத்தூடு எண்டுதான் பேர். கொஞ்சம் பள்ளக்கை நிலமெண்டுறதால துரவுலயோ கிணத்திலயோ தண்ணி வத்தாமக் கிடக்கும். மொட்டையாபுரத்துலயிருந்து எல்லாரும்போய்ப் பத்தூட்டுல தண்ணி எடுக்கேலாது. சொந்த பந்தம் உள்ளாக்களெண்டாத்தான் அங்காலயும் முன்னுரிமை. கேசவனுக்கு எப்பயும் அங்க செல்வாக்குத்தான். ஏனெண்டா அங்கதானே கேசவண்ட மாமி இருக்கா. மாமியெண்டா தகப்பண்ட தங்கச்சி, மாமிக்கு ஒரு மகளும் இருக்காளெண்டா மரியாதைக்குக் குறைச்சலோ இருக்கப்போகுது.

கேசவனக் கண்ட உடனயே முந்தானய எடுத்து முதுக மூடிற்று, “பொடியன் வந்திருக்கார் என்னெண்டு கேள்” எண்டு புருசனுக்கிட்ட சொல்லுவா.

“வாங்க தம்பி” எண்டிற்று கத்திய எடுத்துக்கொண்டு வாழைத் தோட்டத்துக்கபோய் மறைஞ்ச மாமன் ஒரு வாழக்குலையக் கொண்டு வந்து சைக்கிளில கொழுவிப்போட்டுத்தான் மறுபேச்சுப் பேசுவார்.

பத்தூட்டு வீடுகளெல்லாமே வாழைத்தோட்டத்துக்குள்ள தான் மறைஞ்சிருக்கு. அதனால கேசவன் போற நாளுகளில வாழைக்குலை இல்லாம அவன் திரும்புன நாளுகளே இல்ல. எட்டுலதப்புலதான் மாமிர ஊட்டுக்குப் போவான். சைக்கிளில வாழைக்குலை கட்டிவாறதெண்டா அவனுக்கு வெக்கம் வேற. “கேசவன் பத்தூட்டுப்பக்கம் போறாண்டா வாழைக்குலை கொண்டர ...” எண்டு கூட்டாளிப் பொடியனெல்லாம் பகிடி பண்ணுவானுகள்.

“ஏன் பொடியன் இன்னும் ரெண்டு குடத்துக்குக் கழுத்துல புணைச்சலப்போட்டு, சைக்கிள் வாருல கொழுவிக்கொண்டு வந்திருக்கேலாதா. ஒரு குடம் தண்ணி, இதென்னத்துக்குக் காணும்.” கேட்டுக்கொண்டே மாமி குடம் நிறையத் தண்ணிய நிரப்பி, தழும்பிச் சிந்தாமலிருக்க, கரிக்கான்மரத்துலயிருந்த இலைகள கிளைமுறிச்சிக் குடத்து வாயில அடைஞ்சிக் குடுக்க, நிறைமுட்டிக்கு மஞ்சநூல் சுத்துனாப்போல குடத்த கரியலுல வைச்சிக் கட்டிக்கொண்டு வாழைக்குலயயும் கொழுவினமாதிரி கேசவன் வாறத்த தூரத்துல நிண்டே பெத்தா கண்டிற்றா.

“வாறாண்டி எண்டபுள்ளை தண்ணியோட, அங்கபாரன். இளவரசன் குதிரையோட்டி வாறமாதிரி எண்டபுள்ளை உன்னி உன்னி சைக்கிள மிதிச்சிவாற அழகப்பாரன் பொன்னம்ம.”

"ஆ... எண்டைக்குமில்லாம இண்டைக்குத்தான் நீ உண்ட பேரண்ட அழகக் கண்டாயாக்கும். இந்தா காசி சந்தைக்குப் போற நீ அசமதாகமும் கொச்சிக்காய் மல்லி சீரகமும் வாங்கி வந்திரு" பக்கத்துச் சேனையூட்டுக்காரி பொன்னம்மை பையுக் குள்ள காசையும் போட்டுப் பெத்தாட குடில்கதவுல கொழுவி யுடுறாள்.

"இது உங்களுக்கு நான் ஒரு சந்தைக்காரியாய்ப் போயிற்றன். போகக்குளயும் சுமை, வரக்குளயும் சுமை, கொண்டு போறதுகள விற்கயில்லயெண்டா அதுவேற சுமை.

"ஏண்டி சையதுரவேக்கன் வந்துபோகுதுதானே அதுலபோய் வாங்கி வாங்கவன்கா. இந்த வேலண்ணனக் காணயுமில்ல. பாக்குவெட்டிக்குச் சாணை புடிக்கோணுமெண்டார் இன்னும் குடுத்துடயில்ல. அயத்துக்கியத்துப் போயிற்றோ தெரியா? பாவம் மனிசன் ஒத்தக்காலில்லாம ஊட்டுக்க குந்திக்கிடக்குறதுகளுக்கு நாமளும் உதவயில்லெண்டா ஆருசெய்வார்."

என்னதான் சொன்னாலும் ஊருக்கு உதவுறதெண்டா பெத்தாவுக்கு நல்ல விருப்பம். கேசவன் வாறதுக்கிடையில, பொன்னம்மை போயிரோணுமெண்டுதான் பெத்தாவும் நினைச்சா. ஆனா பொன்னம்மை போறதுக்கு முன்னமே கேசவன் தண்ணிக்குடத்தோடயும் வாழைக்குலையோடயும் வாசலுக்கு வந்திற்றான்.

வாழைக்குலயக் கழற்றி வைச்சிற்றுத் தண்ணிக் குடத்த இறக்கிவைக்குற கேசவன பொன்னம்மை உத்துறங்கப்பார்க்குறத பெத்தா கவனிச்சிற்றா.

"போமனே போய்ப் பல்லத்தீட்டி முகத்தக்கழுவிற்று அக்கைக் கிட்ட தண்ணிச்சோத்த வாங்கித்தின்னு" பொன்னம்மைர பார்வையில இருந்து பேரன கழட்டியுடுறதுலயே பெத்தா கண்ணாயிருக்கா.

"பாத்துக்க பெத்தா, பத்தூட்டுக்குப்போற பேரன் ஒரு நாளைக்குத் திரும்பிவராம உட்டுரப்போறான். பதுக்கி வைச்சிரு வாள் பத்தூட்டுக்காரி."

"அதாருடியது எண்ட பேரன பதுக்கி வைக்க நினைக் கிறவள்?"

"அதான் உண்டமகண்ட பொண்டில்தான்... வேற ஆரு... இந்த அழகானஅழகன ஆருக்குத்தான் உட்டு வைக்க மனம்வரும். ம் வயதுக்கு இளமையா பொம்புளப் புள்ளையொண்டு எனக்குப் புறக்காமப் போச்சே, இருந்திருந்தா உட்டு வைச்சிருப்பேனா. குடுத்து வைச்சவள் பத்தூட்டுக்காரி."

வாசலுல இருந்து நடந்தபடிப் பேசத்தொடங்குன பொன்னம்மைர பேச்சின் கடைசிவரி வாய்க்கால் வோக்கடியில தான் போய்முடிஞ்சிச்சி.

"அடி பாதகத்தி இவளூற கண்ணேன்டி இண்டைக்கு எண்டபுள்ளயில பட்டிச்சி? ராவைக்குக் கண்ணூத்துக்கு ஓதோணும் எண்ட புள்ளைக்கு."

வாசல் கிறவல் மண்ணுல பதிஞ்சிருந்த கேசவண்ட காலடித் தடத்த தண்ட காலால் அழிச்சுட்டா பெத்தா. காலடிமண் ணெடுத்து ஆரும் பேரன சேர்த்திலுக்குச் செய்திடு வாங்களெண்டு பயம் பெத்தாவுக்கு.

"ஆ... அவ சொன்னாப்போல உண்ட மகன் பெரிய பேரழகன்தான் எடு" குடத்துத் தண்ணிய கவனமாக எடுத்து வடிகட்டுன பானைக்கு மாத்துறாள் மலர்.

"கவனமா கெழிச்சி உடுடி அத்தாப்பத்தி தண்ணி, நிலத்துல சிந்திரும். என்ன கேட்டாய்? ஆ... எண்ட புள்ள, நீ சொன்னா லும் சொல்லாட்டியும் அழகன் தாண்டி, அதேன் இவளூற கண்ணுல படோணுமெண்டிறதானடி எண்ட கேள்வி."

"இதென்னகா நீ, ஒண்டுக்குப் பின்னால ஒண்டா எனக் கிட்ட நூறு கேள்வி கேட்டுக்கொண்டிருக்காய்."

மலர்ர கதையக்கேட்டுச் சிரிச்ச கேசவன் உள்ளங்கையில கோபால் பல்பொடிய கொட்டியெடுத்துக்கொண்டுபோய் மலைப்பரப்புல மல்லாக்கப் படுத்தபடிப் பல்லுத் தீட்டுறான். மருமகன் செந்தில் வகுத்துல ஏறியிருந்து கொண்டு மாமண்ட கழுத்துல கிடக்குற வெள்ளிமாலய புடிச்சிழுக்கிறான்.

"இல்லடி உனக்குத்தெரியாதுடி, அவளூற கண்ணப்பத்தி, அவளூற கண்ணுலபட்டது தீய்ஞ்சி தணலாகும், அடுப்படிக்குச் சாம்பலாகும். அவள் பார்த்தா செத்தபாம்பும் படமெடுத்தாடுமடி."

"படமெடுத்தாடுனா நீபோய் மகுடிஊது என்னயஉடு, ஊட்டுவேலை செய்யக்கிடக்கு"

"நான் சொல்லுறது உனக்கு நையாண்டியா இரிக்கி... போதும்டி... பறிகுடுதத்ததெல்லாம் போதும். எண்டகாலடியில மிஞ்சிக்கிடக்குறது நீங்க மூண்டு பேரும்தான். கூழோ கஞ்சியோ என்னால முடிஞ்சதக்குடுத்து எண்ட குஞ்சுகள நான் பார்த்துக் கொள்ளுவன். கதிரமலையில வைச்ச விளக்கப்போல நீங்க சந்தோசமா இரிக்கோணும். எண்ட கண்மூடமுன் என்னால எதையும் பறிகுடுக்கேலாது இனியும்"

“இண்டைக்கெண்டா இண்டைக்குத்தான் வெள்ளிக்கிழமை யோட பூரணையும் சேர்ந்து வரோணுமோ, உனக்கு இண்டைக்குச் சந்தையுமில்ல உண்ட பேரனுக்கு தியேட்டருமில்ல. அதான் ரெண்டுபேரும் ஊட்டுல நிண்டுகொண்டு எண்ட கழுத் தறுக்கயள்.” மலர் அலுத்துக்கொள்ளுறாள்.

கோப்பையில பழஞ்சோறு கறிய போட்டெடுத்துக்கொண்டு போய் மலைப்பரப்புல இருந்த மகன் செந்திலுக்குத் தீத்துன நேரம், பெத்தாவப்பத்திக் கேசவனுக்கிட்ட மலர் சொல்ல, கேசவன் சிரிக்க, மலரும் சேர்ந்து சிரிக்குறத பயத்தம்பத்தை மறைவுல நிண்டு பார்த்து ரசிச்சிக்கொண்டு நிற்குறா பெத்தா.

படார் எண்ட வெடிச் சத்தத்துல அதிர்ந்துபோய் மலைய அண்ணாந்து பார்க்குறா, வெடிச்சிப் புளந்து உருண்டு வந்த பாறைப் பாளமொண்டு மலையில நிண்ட மரத்துல மோதித் தடைபட்டுக் கிடக்க, அந்த மரத்தையே பார்த்துக்கொண்டிருந்த பெத்தா. “இந்தச் சத்திராதிதானே எண்ட புள்ளய காவெடுத்த கண்கெடுவாள்” எண்டு தனக்குள்தானே அந்த மரத்தைப் பார்த்துத் திட்டிக்கொள்ளுகிறா.

சோறு தீத்தி முடிச்சி தமக்கை மகன தூக்கிக்கொண்டு குடிலுக்கபோகக் கேசவனும் பின்னால் போய் மண்வெட்டிய எடுத்துக்கொண்டு துரவுக்க இறங்க மைலிப்பெத்தா பாறைமேல நிக்குற மரத்தையே பார்த்துக்கொண்டு நிக்குறா.

4

மொட்டையாமலை, முருங்கமலை, பாக்கொட்டான்மலை இந்த மூணு மலைகளும் அடுப்புக்கல் நாட்டுனாப்போல ஒண்டை யொண்டு பார்த்தமாதிரி நிக்குற அடிவார நடுவிடுக்குலதான் மைலிப்பெத்தாட சேனைநிலம் பரந்துவிரிஞ்சிபோய்க் கிடக்கு. இந்த நிலமொண்டும் சரித்திரக் காலத்து நிலமோ பாரம்பரியப் பரம்பரைச்சொத்தோ கிடையாது.

பொத்தல்பாவாடை தாவணியோட பெத்தா, கல்யாண வயசுக்குமர்ப்பொட்டையா இருந்த காலத்துல கோளாவில் சனமெல்லாம் காடுவெட்டிச் சேனை செய்யவாமெண்டு வந்து வெட்டவெளியாக்கி நிலம் புடிச்சநேரம், மலையடி வாரத்துப் பூமி ஈரம் வத்தாம இரிக்குமெண்டும் பயிர்ப்பச்சை நல்லாவரு மெண்டும் பெத்தாடதகப்பன் புடிச்ச இடம்தான் இந்த இடம்.

மூண்டு பக்கமும் மலைகள் அடைச்சி நிக்குறதால, பெத்தாட சேனை நிலம் எப்பயுமே மழை இருட்டுக் காலம்மாதிரி இருளாத் தான் தெரியும். அண்ணாந்து பார்த்தா மூண்டுமலையும் ஒண்

டோட ஒண்டு முட்டுமுட்டுக் கேட்டு விளையாடுற புள்ளையளப் போல முகடு முட்டுனாப்போலதான் தெரியும்.

சோ எண்டு மழைபெய்யுற நேரமா இரிக்குமெண்டா, மூணுகுமர்ப்பொண்டுகள் தலை குளிக்குறாப்போல மூணு மலையுச்சியிலயும் இருந்து மழைத்தண்ணி வழியுற அழக நாள் பூரா பார்த்துக்கொண்டே இருக்கலாம்.

மலையுச்சியில அங்கங்க இருக்குற பாறைப் பள்ளங்கள கச்சினையெண்டு சொல்லுவாங்க, அந்தக் கச்சினைகளுக்குள்ள மழைத்தண்ணி நிரம்பி மலையில வடியுறதப் பாத்தா மூலஸ் தானத்துச் சிவலிங்கத்துக்குப் பாலாபிஷேகம் நடத்துறமாதிரி தெரியும். மூணுமலையும் ஒரேநேரத்துல பாலுல குளிக்கிறாப் போலத் தெரியுற காட்சி எப்படி இருக்குமெண்டுறத நேருல பார்த்தாத்தான் புரிந்துகொள்ளலாம். இப்பிடியான நேரங்களில குமர்பொட்டையா திரிஞ்ச பெத்தா, கைய விரிச்சிக்கொண்டு வானத்த பார்த்துக்கொண்டே சுத்திச்சுத்தி . . . கத்திக்கத்தி ஆடுவாவாம்.

அந்த நாளுகளில பெத்தாட கதைகளக்கேட்டா, அவட கல்யாண வயது வரைக்கும் அவநல்ல கற்பனையிலதான் வாழ்ந்திருக்கா எண்டுறது நல்லா விளங்கும்.

மூண்டு மலைக்குள்ளயும் குகைகள் இருக்குறதாயும் குகைக் குள்ள அரண்மனை இருக்குறதாயும், அரண்மனைக்குள்ள ராசா ராணி இருக்குறதாயும், ராசா ராணிக்கு அம்பு, ஈட்டி வாளுகளோட கனபேர் காவல்நிக்குறதாயும், மலையச்சுத்துன காட்டுக்குள்ள சிங்கம், புலி, கரடி வாழுறதாயும், நாற்பதுபேர் கைகோர்த்து நிண்டு கட்டிப்புடிச்சாலும் புடிக்கேலாதளவு பெருப்பமான வெங்கிளாத்தி மலைப்பாம்பொண்டு மலையச் சுத்துனாப்போல மலையடிவாரத்துல படுத்துக்கிடக்குறதாயும், மூணுமலைகளும் முகத்தோடமுகத்த முட்டி ராவுல ரகசியம் பேசுறதாயும் பெத்தா தனக்குள்ளேயே ஒரு கற்பனைய வளர்த்துக் கொண்டே தன்ர கல்யாணக்காலம் வரைக்கும் வாழ்ந்திருக்கா.

முருங்கமலை உச்சியில உள்ள முருகண்ட கையில, வேலொண்ட குடுத்து நிக்கவைச்சி சின்னதாக ஒருபந்தல் போட்டுக் கோயில் கட்டியிருக்காங்க. வருசத்துல ஒருதரம் மொட்டையாபுரம் ஆக்கள் மலைக்குப்போய்ப் பொங்கிப்படைச் சிற்று வருவாங்க. யானை நிக்குறமாதிரி மலையெண்டபடியால எல்லாராலயும் ஏற ஏலாது. இளந்தாரிகளும் குமருகளும், சின்னப்புள்ளயளும் மட்டும்தான் ஏறேலும். அதுவும் குத்தெண்ட வாகுல செதுக்கி இருக்குற படிவழியால தொங்குற கவுத்தப்புடிச்சிக் கொண்டுதான் ஏறேலும்.

வள்ளி தெய்வானையோட முருகன் மயில்வாகனத்துல ஒவ்வொருராவும் முருங்கமலைக்கு வந்துபோனதாயும் முருகண்ட தங்கமுடி தகதகத்ததாயும், மயிலிர நீலக்கண் பக்குபக்கெண்டு வெளிச்சம் காட்டுனதாயும் தான்கண்டனெண்டு பெத்தா உட்ட கதையெல்லாம் கேசவன் புறந்து வளர்ந்து படிச்சவரைக்கும்தான் எடுபட்டிச்சி.

“எலக்கோ பெத்தா அது முருகனும் பெஞ்சாதிமாருமில்ல, ராவுல பிளேன் போற வெளிச்சம்கா” எண்டு கேசவன் சொன்ன பிறகுதான் பெத்தா தன்ர பேய்க்கதைய நிற்பாட்டினா.

மொட்டையாபுரம் இப்ப இருக்குற மாதிரியில்ல அப்ப . . . அப்பெல்லாம் அக்கரப்பத்துச் சந்தைக்குப்போய் வரவேணு மெண்டா ஆராகுதல் எட்டுலதப்புல மாடுபூட்டிக் கரத்தை வண்டில் கட்டுனா அதுல தொத்திக் கொள்ளோணும். இல்லாட்டி நடைப்பயணம்தான். அதுவும் மயண்டையாகுறதுக்கிடையில வந்திரவேணும். இருட்டிச்செண்டா பனங்காட்டுக்கும் கவடாப் புட்டிக்குமிடையில உள்ள சிப்பித்திடல் சவக்காலயத் தாண்டி வரப்பயத்துல, கோளாவில் பனங்காடு அக்கரப்பத்தெண்டு தங்கட சொந்தக்காரர்ர ஊட்டுகளில நிண்டு விடிய வெள்ளாப்புல தான் மொட்டையாபுரம் வருவாங்க.

இப்பெல்லாம் அப்பிடியில்ல. மணித்தியாலத்துக்கு ஒண் டெண்டு கூளாவடிமட்டும் வேக்கனுகள் ஓடுது. புட்டம்பைக்குப் போய்க் கொஞ்சநேரம் நிண்டா வேக்கன்வரும் ஏறிப்போயிர வேண்டியதுதான். இளந்தாரிப் புள்ளையள் சைக்கிள எடுத்து நாலு மிதிமிதிச்சா அந்தா சந்தைக்குள்ள நிக்குதுகள்.

புட்டம்பைக்க இருந்து மொட்டையாபுரத்துக்குவாற கிறவல் றோட்ட தார்றோட்டா ஆக்குனா, வஸ்சுகளும் வேக்கனுகளும் வந்துபோகும். மத்தப்படி தபால்கந்தோரெண்டும் பள்ளிக்கூட மெண்டும், கடையெண்டும் ஒருஊருக்குரிய சாங்கமெல்லாம் மொட்டையாபுரத்துக்கு இருந்தாலும் தண்ணிக்கு இங்கினியாகல குளத்தத்தான் நம்பி இருக்கவேண்டியிருக்கு.

சாகாமத்து றோட்டத்தொட்டு மொட்டையாபுரத்த குறுக் கறுத்துப்போற கிறவல்றோடு, பத்தூடு, மாந்தோட்டம், பனையறுத் தான்பட்டியெண்டு சின்னச்சின்ன சேனைக்கிராமங்களத்தாண்டி அம்பாறைமட்டுக்கும் போகுது. அம்பாறையிலுள்ள இங்கினி யாகல குளத்துதிலயிருந்து தண்ணிவாற வாய்க்கால் இந்த றோட்டோதினையாலதான் ஓடுது.

இங்கினியாகலகுளத்துல பலகையக் களட்டியுட்டா வாய்க் காலில தண்ணி பொங்கி வழிஞ்சி ஓடிவரும். சவுக்காரத்தக்

கரச்சி வாய்க்காலுல ஓட உட்டாப்போல நுரையெழுப்பிப் பொங்கிவாற தண்ணிக்குத் தலைகுடுக்கேலாம வாய்க்கால் ஓரத்து அடர்ந்த இலுக்குப்புல்லெல்லாம் தலைசவட்டிப் படுத்துக் கிடக்கும்.

கிளவளங்கட்டியாகக் காய்ஞ்சி கிடந்த கிறவல்கட்டியெல்லாம் ஓடிவாற தண்ணிபட்டுக் கரைய, கட்டிக்குள்ள இருந்த கல்லுமணியெல்லாம் தரையில தட்டிக்கிடக்கும். ஓடுற தண்ணிக்குள்ளால அடியில கிடக்குற கல்லுகளப் பார்க்க மாணிக்கக் கல்லுகளப்போலப் பளபளக்கும். பெத்தாட பறனுல தொங்குற சுரக் குடுவைக்குள்ள இப்பயும் ஒரு சுறங்கை கல்லுகிடக்கு. அந்தக்காலத்துல அவட அப்பன் மாணிக்கக்கல்லெண்டு சேகரிச்சதுகளாம் அதுகள்.

றோட்டுல இருந்து வாய்க்கால கடக்குறதெண்டா துருசிக்கு மேலாலதான் நடந்துவரவேணும். வாய்க்காலுல அளவுக்கு அதிகமாகத் தண்ணிவருமெண்டா துருசிக்கு மேலாலயும் தண்ணி பாயும்.

தண்ணிபாய்ஞ்சி விழுறபக்கத்துல ஆம்பிளையள் நிண்டு நீச்சலடிச்சிக் குளிப்பானுகள். இஞ்சால பக்கத்துல பொண்டுகள் புடவைசட்டை கழுவிற்று உடுத்தாடைக்கட்டும் குளியலுமா கும்மாளம் அடிப்பாளுகள். றோட்டுல நிக்குற மரக்கப்பு வளைஞ்சி வாய்க்கால் தண்ணியிலபட்டு ஆடிஅசையும். அதுல ஏறிநிண்டு புள்ளக்கிளையள் குதியாட்டம் போடுங்கள். ஒருத்தண்ட கோவணத்தக்கழட்டி ஓடுற தண்ணியில உட்டுருவானுகள். அது மிதந்துவந்து உடுத்தாடக்கட்டுக்காரிற முதுகுல முட்டுப்பட்டு நிண்டிச்செண்டா இனி அதுக்குப்புறகு பொட்டை பொடியனுகளுக்குள்ள குத்துவாரம்தான்.

மொட்டையாபுரத்து மக்களுக்கு எப்பெப்ப வாய்க்கால்ல தண்ணிவருமோ, அப்பெல்லாம் வருசப்பிறப்புக் கொண்டாட்டம் தான்.

இப்ப என்னெண்டா வாய்க்கால் வறண்டு காய்ஞ்சிபோய்க் கிடக்கு. ஓரத்து இலுக்குப்புல்லுகள்கூட நெருப்புக்குடுத்தா பத்திப் புடிக்குமளவுக்குக் கருகிப்போயிற்று. பாமங்கைக்கண்டத்து வெள்ளாமையும் மேட்டுநிலப்பயிரும் மொட்டை கருகிப்போய் தெரியுது. போடிமார்ர முகத்துகளிலயும் ஈயாடல்ல. எப்ப தண்ணிவரும் அப்ப வரம்புவாய துறந்துடலாமெண்டு ராவுபகலா காவல்காத்துக்கொண்டு திரியுறாங்க அவங்க.

பகல்முழுக்க வயலுக்குள்ள நிண்ட கபூர்ப்போடியார் வீட்டுக்குப்போக, ராக்காவலுக்கு மகன் முஹமட் சோத்துச்

சட்டியும் பாட்டுப்புத்தகமுமாகக் காவல் பறனுக்கு வந்துசேரக் கேசவனும் வந்து சேர்ந்திருந்தான்.

முன்னெல்லாம் கேசவண்ட தகப்பன்தான் கபூர்காக்காட வெள்ளாமைக்காரன். ராக்காவலுக்கு நிண்ட நேரம் ஆனை மிதிச்சிக் கேசவண்ட தகப்பன் செத்ததோட கபூர்காக்கா ஆரையும் வெள்ளாமக்காரனா வைச்சிக்கொள்ளயில்ல. கேட்டா "வேணாம் வாப்பா நம்மட வெள்ளாமப்பூமிர பேரால ஒரு உசிரு போனது போதும் வாப்பா ... நம்மட வெள்ளாமய நாம பார்த்துக்கலாம்." என்பார்.

தகப்பண்ட பேரால கேசவனோட கபூர்காக்காவுக்கு நல்ல விருப்பம். சூடடிச்சி நெல்லு கொண்டுபோற நேரம் பெத்தாட வாசலுல ரெண்டு மூடை நெல்ல இறக்கிற்றுத்தான் போவார் கபூர்காக்கா. அது கேசவண்ட தகப்பண்ட ஞாபகமா அவர் வருசாவருசம் குடுக்கிறதுதான்.

யானை, பண்டி வந்து பயிர உழக்கி நாசப்படுத்தாம இருக்கிறதுக்குத்தான் ராக்காவல் இருப்பாங்க. இண்டைக்கு வாய்க்காலுல தண்ணியும் வருகுதோ இல்லையோ எண்டு பார்க்க வேணும். "கண்ணக்கிண்ண அசந்து தூங்கிராத கேசவா, நாளைக்கு வாப்பா வந்து ஏசுவார். நம்மளச் செக்குப்பண்ண நடுச்சாமத்துல வந்தாலும் வருவாருடா" எண்டிற்று, எரியுற தீனாவுல இன்னும் ரெண்டு வீரக்கட்டய புள்ளடியாக்கி வைச்சிற்று சினிமாப்பாட்டு புத்தகத்த எடுத்துப் பக்கம் பார்த்தான் முஹமட்.

முன்னெல்லாம் ராக்காவலெண்டா கூத்துப்பாட்டோ, நாட்டார்பாட்டோ பாடுவாங்க. இல்லெண்டா ... ஒரு புரையில யிருந்து மறுபுரைக்குக் கேக்குறாப்போலக் கூ ... எண்டு குரல் குடுத்தா, மறுபுரையில் இருக்கிறவங்களும் பதிலுக்குக் கூ ... எண்டு குரல் குடுக்கவேணும். குடுத்த குரலுக்குப் பதில்குரல் வரயில்லயெண்டா, ஒண்டு அவங்க நல்ல நித்திரையாகிப் போயிருக்க வேணும். அப்பிடியும் இல்லெண்டா பூச்சி பட்டை ஏதும் கடிச்சி உசிருக்குத்தான் ஏதும் நடந்திருக்கவேணுமெண்டு முடிவுகட்டிப் பக்கத்து வாடி ஆக்களெல்லாரும் வந்திருவாங்க.

அப்பிடித்தான் அண்டைக்கொருநாள் கூ ... எண்ட பல குரலுக்குப் பதில் குரலக்காணயில்லெண்டு எல்லாரும் வந்து பார்த்தநேரத்தில கேசவண்ட தகப்பன் யானையில் மிதிபட்டுச் சப்பளிஞ்சிபோய் கிடந்தான். அதுக்குப்புறகு இனியும் பாவம் பழி நம்மட தலையில விழத்தேவையில்லயெண்டு கபூர்காக்கா வெள்ளாமக்காரனே இனி வேண்டாம் எண்டு விட்டுற்றார்.

"என்ன மருமகன் தேத்தண்ணி குடிக்கையளா?"

அடுத்த வயல்காரக் கலந்தலெவ்வைபோடியார்ர குரல் துல்லியமாகக் காதுல வந்து விழுகுது. வாய்க்காலுல தண்ணி வருகுதோ என்று பார்த்துதிரியுறார்போல, கலந்தலெவ்வை போடியார் பொடியன் அணைக்கிறதுலயும் விண்ணனாமெண் டும் கேள்வி.

"மாமா வாங்கோளன் தேயில குடிப்பம்" முஹமட் கேசவ னுக்குக் கண்காட்டிச் சிரிச்சிற்று வேண்டா வெறுப்பாகத்தான் கூப்பிட்டான்.

'இல்ல மருமகன் நீங்க குடியுங்க."

"இல்ல மாமா வாங்கோளன்."

"இல்ல என்னத்துக்கு. நீங்க ரெண்டுபேர் இருக்கியள். நம்மளத்தான் கவனிக்கமாட்டனெண்டுறயளே பரவாயில்ல குடியுங்க.

"என்னடா முஹமட் உன்னுல மாமாவுக்கு ஒரு கண்ணாக் குமா?" முஹமட்டுக்கிட்ட ரகசியமாகத்தான் கேட்டான் கேசவன்.

"என்ன மாமா தண்ணிகிண்ணி வந்தமாதிரி ஏதும் சிலா வினை இல்லயா."

"இல்லயே மருமகன். எல்லாக்கண்டத்து வட்டவிதானை மாரும் நேத்தைக்கு அம்பாறைக்குப் போனாங்களாம் எண்டாங்க, இன்னும் ஒண்டயும் காணயில்ல."

கலந்தலெவ்வைபோடியார் நடந்து தூரத்துக்குப் போயிற்றா ரெண்டுறத அவரின் குரலின் ஒலிமங்கல் விளங்கப்படுத்திற்று.

"முஹமட் என்னமாதிரி நாளைக்குப் பின்னேரம் அம்பாறைக்குப் போவமாடா."

"எண்டவாப்போ . . . மறுகாலுமாடா. கம்உதாவைக்கா . . ? எத்தினை தரண்டாபோற . . . நொக்கு அலுக்கயில்லயாடா . . . நெக்கொண்ணாமச்சான். வேணுமெண்டா வா . . . நாளராவைக் குப் படத்துக்குப் போவம்"

"பார்ப்பம் மச்சான். மத்தியானம் பொத்துவிலுக்குப் போகோ ணும்."

"என்னவாண்டா பொத்துவிலான் உன்னய சவுதிக்கு அனுப்புறதாமா இல்லயாமா? பாவம்டா பெத்தா அண்டைக் கும் என்னப்பார்த்து கேட்டா. உள்ளது ஒரு நிலத்துண்டு,

அதையும் விற்றுப் பொத்துவிலானுக்கிட்ட குடுத்திட்டாயா மெண்டு பயப்படுறாடா”

“என்னடா செய்யுற ... உன்னப்போல நான் என்ன போடியார்ர மகனோடா? நீ பணக்காரன். இந்தா யாழ்ப்பாணத் துக்குப்போய் ரியூசன் படிக்கப்போறாய். அதுசரி முஹமட் யாழ்ப்பாணத்துல எங்கடா நிண்டு படிக்கப்போறாய்.”

நம்மட கடைக்காரக் கந்தரப்புட ஊட்டுலயாம் எண்டுதான் வாப்பா சொன்னார்ரா.”

“கந்தரப்புட வீட்டுலயாயிருக்காதுடா. வேணுமெண்டா அவர் வேற இடம் ஏற்பாடு செய்ஞ்சி குடுத்திருக்கலாம்.” தனக்குள்ளேயே சிரித்துக்கொண்டான்.

“மச்சான் வாறகிழமை அளிக்கம்பைக்குப் பிறேமதாஸா வாறாராம் தெரியுமாடா.”

“கேள்விப்பட்டன். இவன் பிறேமதாஸா கிராமத்துக்குப் பத்துப்பதினைஞ்சி சின்னசின்ன வீடுகள கட்டிக்குடுத்திற்று, என்ன புதுனமெல்லாம் காட்டுறாண்டா. கம்உதாவ எண்டும் காசக்கொட்டி இறைக்கிறாண்டா.”

“நல்ல நிகழ்ச்சியெல்லாம் நடக்குமாண்டா கட்டாயம் போகோணும். சொல்லிற்று டோச்லைற்றையும் மறக்காம கையில எடுத்துக்கொண்டு புரையவிட்டு வெளியிலவந்த கேசவன் வட்டையச்சுத்தி நோட்டம் விட்டான்.

“என்னடா மச்சான்” போறதுக்கு ஆயத்தமாக சைக்கிள் கெண்டிலில கொண்டுபோய் வேண்டியதுகள கொழுவிக் கொண்டிருந்தான் முஹமட்.

“இல்ல மச்சான் நீ எப்படா யாழ்ப்பாணம் போற?”

“வாற கிழமையாயிருக்கும்டா, ஏண்டா.”

“அப்ப அதுக்குப்புறகு நான் இனி ராவுல இஞ்சால பக்கம் வரவேண்டிருக்காதாக்கும் என்னடா.”

“ஏண்டா நான் ... என்னடா யாழ்ப்பாணத்துலயே இருந்துருவனா? திரும்பவும் நாலஞ்சி மாசத்துல வந்திருவந் தானேடா.”

“வாற நேரம் எப்பிடியெப்படி வாறாயோ ஆருகண்டா ... நான் வாறன் மச்சான் ... பின்னேரம் புக்டிப்போவடிக்கு வந்திரு தியேட்டருக்குப் போவம்.”

சொல்லிற்றுப்போற கேசவன சைக்கிள்வாரில இருந்தபடியே பார்த்துக்கொண்டு நிற்குறான் முஹமட்.

மொட்டையாபுரம் கிறவல்றோட்டுல இருந்து பாமங்கைக் கண்ட வெள்ளாமைப்பூமியால போற வண்டில் பாதை மூணு மலைகளுக்கும் நடுவாலதான் போகுது. அதுவும் பெத்தாட சேனைநிலத்த துண்டுபோட்டு வெட்டுனாப்போல மொட்டையா மலைக்கும் பெத்தாட குடிலுக்குமிடையிலதான் அந்தப் பரந்த மலைப்பாறை நிலத்தோட நிலமாகப் படர்ந்து போய்க்கிடக்கு.

ராவுல பார்த்தா இந்த வெள்ளை மலைப்பாறை வெள்ளைச்சீலைய விரிச்சிப் பரவிக் குவிச்சிப் போட்டாப்போல அழகா வெள்ளவெளிராத்தெரியும். பகலுல பார்த்தா . . . அதுவும் நல்ல வெயிலுல பார்த்தா . . . வெயிலுக்கு வெள்ளித் தகடப்போலத் தகதகக்கும். மழை பெய்யுற நேரமெண்டா இன்னும் அழகா இருக்கும். வந்து விழுற மழைத்துளி திரும்பவும் வானத்துக்குப்போக எத்தனிச்சித் தோத்துப் போகிறமாதிரி மழைத்துளியெல்லாம் பாறையிலபட்டுச் சிலிர் . . . சிலிரெண்டு துள்ளிப்பாயுற அழக நாள் முழுக்கப் பார்த்துக்கொண்டே யிருக்கலாம். ராவோ பகலோ, மழையோ வெயிலோ, எந்தநேரத்துலயும் அழகா இருக்கிற இந்த மலைப்பாறைதான் பெத்தாட தவத்திருத்தலம். மனசுல சந்தோசமோ, இல்லாட்டி கட்டுக்கடங்காத கவலையோ ஏற்பட்டா பெத்தா நாள்பூரா இந்த மலைப்பாறையிலயே குந்திக் கொண்டிருப்பா.

"பாப்பா முகத்தில பால்நிலவு பட்டுத் தெறிக்குது. அதைப் பார்க்கப்பார்க்க என்மனசு பாகாய் உருகுது" எண்டு கலாவதி சின்னச்சாமி உருகுற குரல் எங்கேயோ ஒரு சேனைக்காட்டு ரேடியோவுல இருந்து வந்து கேசவண்ட காதுக்குச்சேர, அவனும் சேர்ந்து பாடிக்கொண்டு வந்தநேரம் மலைப்பாறையில பெத்தா குந்திக்கொண்டிருக்கிறதக் கண்டவன் கிட்டப்போய்ப் பெத்தா வுக்குப் பக்கத்துல குந்திக் கொள்ளுறான்.

"என்ன பெத்தா . . . ஒருமாதிரியாய் இருக்காய். இண்டைக் கும் பூவலுல தண்ணி வரயில்லயோ?"

"ஏன்மனே இல்லாம, நேத்து நீ மண்ணெடுத்துட்டதால ஊத்துக்கண்ணெடுத்துத் தண்ணி வந்திருக்கெல்லோ" பெத்தா சொல்லும்போது சந்தோசப்பட்டாலும் அதையும் தாண்டி மெல்லிய சோகமொண்டு மின்னலா மறைஞ்சத கேசவன் கவனிக்காமலில்ல.

“அப்ப என்ன பெத்தா கவலை. நானும் பார்க்குறன் நேத்தையில இருந்து ஒருமாதிரியாகத்தான் இரிக்காய். என்னகா பெத்தா சொல்லன்.”

“ஒண்டுமில்ல ... எண்ட புள்ளர நினைப்பு வந்திச்சி ... நெஞ்சி வெடிக்குமாப்போல இருக்குது ... அதான் ராராவா கண்ணால வடிச்சிற்று. விடிஞ்செழும்பி இந்தா வந்து குந்திக் கொண்டிருக்கன்.”

பெத்தா தாயப்பத்தி பேசத்தொடங்கக் கேசவண்ட முகமும் இறுக்கமாகத்தொடங்கிற்று.

“பார்க்க கூடாதெண்டுதான் நினைச்சிருந்தன் அந்தச் சத்துராதி மரத்த ... நேற்றக்கி பாறையொண்டு உருண்டு வருகுதெண்டு சத்தம்கேட்டு நிமிர்ந்து பார்த்தா, அந்த மரம்தான் கண்ணுக்கு முன்னால நிக்குது.”

பெத்தா தொடங்கிற்றா, இனிமுடிக்கிறது கஸ்டம்தான் எண்டுறது கேசவனுக்குத் தெரியாததில்ல. மலைக்கு மகள் கொள்ளி முறிக்கப்போனதயும் அந்த மரத்துல இருந்த பட்டமிலாறொண்ட சவட்டிப்புடிச்சி மிலாறு முறிச்சநேரம் கப்புமுறிஞ்சி கையோடவர, மலைச்சறுக்கலுல நிண்டமகள் கால்இடரி மலையில உருண்டு புரண்டு கீழவந்து கிடந்ததையும், இடுப்புல கேசவனோட நிண்டு தான்தன்ர கண்ணால கண்டதையும் பெத்தா ஆயிரம் தரமாகுதல் சொல்லி அழுதிருப்பா.

“நான் எண்ட புள்ளய நினைச்சி நெஞ்சு வெடிக்கிறனெண்டா நீ ஏன் மனே இவடத்துல குந்திக்கொண்டிருக்காய். போய்ப் பல்லத்தீட்டிக் கொக்கைக்கிட்ட தேத்தண்ணிய வாங்கிக் குடியன்” என்றவ முஹமட் எப்ப யாழ்ப்பாணம் போறானெண்டுறதயும் கேட்டுத்தெரிஞ்சி கொண்டா.

“நீதான் எங்கயோ சோனகநாட்டுக்குக் கண்காணாத தேசத்துக்குப் போகப்போறனெண்டுகொண்டு இருந்த நிலத்துண்டயும் விற்றுப்போட்டு நிக்காய். கொக்கைர வாழ்க்கையும் இப்பிடியாய்ப் போயிற்று. “வந்தான்வரத்தான கட்டிக்குடுக்காதடி” எண்டு ஊர் உறவெல்லாம் சொல்லியும் கேக்காம, வெள்ளாமவெட்டிக்கட்டவந்த மன்னார்க்காரனுக்கு அந்தப் புள்ளயக் கட்டிக்குடுத்தன். ஊருக்குப்போய் அம்மை அப்பன பார்த்திற்று வாறனெண்டு வகுத்துப் புள்ளக்காரிய உட்டுப்போட்டுப் போனவன்தான். புள்ளபுறந்து மூணு வயதுமாகப் போயிற்று போனவன் வந்தபாடில்ல, உசிரோடதான் இருக்கானோ இல்லயோ ஆருகண்டா? இந்தா வருவான் அந்தா வருவானெண்டு

எண்ட புள்ளையும் காலங்கழிக்குது. எண்ட கண் மூடுனாலும் அக்கயும் புள்ளயும் உண்ட பொறுப்பு மனே, அதுகள கையுட்டுராத."

"ஏங்கா பெத்தா விட்ட விடியங்காட்டியில இந்தக் கதை யெல்லாம் கதைச்சிக்கொண்டிருக்காய். எழும்புக்கா போவம்." எழும்புனவன,

"இஞ்சஇரி உனக்கிட்ட ஒண்டு சொல்லோணும்" எண்டு கேசவண்ட கையப்புடுச்சி இழுக்க, எழும்ப முற்பட்டவன் "என்னகா" எண்டு அலுத்துக்கொண்டு இருந்திற்றான்.

"பத்தூட்டுப் பக்கம் போய் வாறலையோ நீ?"

"ஏன் போகாம நேற்றுத்தான் போய்த் தண்ணி எடுத்துக் கொண்டு வந்தன்."

"உண்ட கதையும் நீயும், உருத்து உதிரக்காரருக்கிட்ட காரணத்தையோடயோ போய்வாற."

"காரணமில்லாம என்னத்துக்குகா போகோணும் ... வாழைக் குலை எடுத்து வாறதுக்கோ?"

"உண்ட நயிலியாட்ட நையாண்டிக் கதைய உட்டுப்போட்டு நான் சொல்லுறதக்கேளு."

"என்னகா சொல்லன்."

"ராவு பத்தூட்டு மாமியும் அந்தப்பொட்டையும் வந்திச் சிதுகள்."

"எந்தப் பொட்டை பெத்தா?"

"அவள்தான் ... உண்ட மதினி திரவியம். ராவிருட்டுல கையில கப்பல் லாம்போட வாசலுல வந்து நிற்க, நான் பயந் திட்டன். மாமனுக்குத்தான் ஏதும் பூச்சி பட்டை கடிச்சிற்றுதோ எண்டு நினைச்சி எண்ட மகளே என்னடி இந்த நேரத்துல எண்டு கேட்டா."

"அவர்தான் போய்பார்த்திட்டும் கதைச்சிற்றும் வரச்சொன் னார்" எண்டாள். "என்னத்தப் பத்திகா" எண்டு கேட்டதுக்கு உன்னைய எப்ப கேட்டுப்பாத்து வரலாம் எண்டு உண்ட மாமன் கேட்டுற்று வரச்சொன்னானாமெண்டாள்."

"பெத்தா என்னகா கதைக்காய், லூசிக்கதை கதைக்காம எழும்புகா போக" எழும்ப முற்பட்டவன, டேய் இஞ்ச இரி யெண்டு அதட்டி இருக்கப்பண்ணினா பெத்தா.

“பொத்துவிலானுக்கிட்ட காசக் குடுத்திட்டயாம். கப்பல் ஏறுறத்துக்கிடையில கலத்துல சோத்தப்போட்டிற்று கயாதையும் வைப்பமெண்டு உண்ட மாமன் சொல்லுறானாம். நீ என்னடா மனே சொல்லுறாய்.”

“மாமனுக்குப் பைத்தியம். இந்தக்கதைய உட்டுப்போட்டு எழும்புகா போக.”

“டேய் அவன் சொல்லுறதுலயும் என்னடா புழையிருக்கி, எப்பயிருந்தும் நீதான் கட்டப்போறாய். அதுக்கு இப்ப கயாத வைச்சாத்தான் என்ன?”

“எலொக்கோ குறுடி சொல்லுறதக் கேழு, எனக்கிப்ப கல்யாணம் கட்டுற வயசில்லகா அத உட்டுப்போட்டு வாகா போக.”

“அட . . . நீ பால்குடி மறக்காத பாலகன்தானே? யோசினை பண்ணி உண்ட முடிவச்சொல்லு, நான் உண்ட மாமனுக்குப் பதில் சொல்லோணும்.”

“யோசிக்கத் தேவையில்ல. இப்பவே சொல்லுறன் மாமனுக் கிட்ட சொல்லு அவர்ர மகளுக்குக் கல்யாணம் பண்ணி வைக்கோணுமெண்டா என்னய உட்டுற்று வேற ஆரெண்டால யும் பார்த்துக் கட்டி வைக்கச்சொல்லு, நான் கட்டமாட்டனா மெண்டு சொல்லு.”

“நல்லாச் சொன்னாய் எண்ட அழகுமகனே, நீ இந்தா சொன்னது மட்டும் உண்ட மாமன் சின்னாண்ட காதுல உளோணும். உன்னத் தேடிவந்து வெட்டிக்கூறு போட்டுருவான் தெரியும்தானே?”

“மாமனுக்கு அவ்வளவு தைரியமோ பெத்தா?” வெளிப்படை யாகச்சொன்னாலும் கேசவனுக்கு மாமனில எப்பவும் ஒரு பயமும் மரியாதையும்தான்.

“மலையால உருண்டுபுரண்டு கொம்மை செத்துப்போகத் தண்ட தமைக்கர மகனெண்டு உன்னய நிலத்துல இறங்க உடாம தூக்கிவளர்த்த மாமண்டா அவன். அதுமட்டுமோடா ஆனைமிதிச்சி கொப்பன் சாகுறத்துக்கு முதல்கிழமைதான் அவண்ட மகள் திரவியம் புறந்தாள். அவள் புறந்தண்டைக்கே கொப்பனுக்கிட்ட வந்து எண்டமகளுக்கு உண்டமகன்தான் மாப்பிளையெண்டு சாணக்குறி போட்டிற்று போனவன்டா அவன். இப்ப . . . இந்தா நீ கதைக்குறது அசிக்கிப்பிசிக்கா தெரிஞ்சாக் கூட உன்னய கண்ட துண்டமா வெட்டாம உடமாட்டான். சொல்லிற்றன்.”

"எடுகா உண்ட கதையும் நீயும்." எண்டிற்று கேசவன் எழும்பி நடந்துவர, "எலக்கோ பெத்தா சந்தைக்குப் போற யில்லயோகா? போறெண்டா தண்ணியவெண்ணியக் குடிச்சிற்று வெட்டக்கிறங்கங்கா" விடிஞ்சி வெயிலேறப் போகுதெண்டு மலர் குரல்குடுக்கக் கேசவனுக்குப் புறத்தால பெத்தாவும் நடக்கத் தொடங்கிற்றா.

பனிபுடிச்சி வெள்ளிக்கம்பிபோல நிண்ட புல்லுல கால் படச் சில்லெண்டு இருந்திச்சி கேசவனுக்கு. மலையில இருந்து இறங்கி வந்த குரங்குகள் அடிவாரத்து மரங்களில கப்புக்குக் கப்புத் தாவிப்பாயுதுகள்.

"என்ன பெத்தா இண்டைக்குச் சந்தைக்குப் போறாய் தானே?' அவனுக்குத் தெரியும் அவபோகாம இருக்கமாட்டா வெண்டு சும்மாதான் கேட்டான்.

"போகாம? ...புடைச்சி வெளியாக்கி நாலு கொத்துப் பயறு சேர்த்திருக்கன். கொண்டுபோய் விற்றுற்று வருவமெண்டு இருக்கன்."

"இல்லாட்டியெண்டாலும் நீ போகாமலோ உடப்போறாய்? நீ போகயில்லயெண்டா அங்க சந்தை நடக்காதே" சொல்லிற்றுக் கேசவன் பெத்தாவ திரும்பிப் பார்த்த நேரம், அவட கொடுப்புக் குள்ளால ஒரு சிரிப்பும் முகத்துல பூரிப்பும் தெரிஞ்சுது. இப்பிடிப் பூரிச்சி புன்னகைக்குற அளவுக்கு அப்பிடி என்னதான் இருக்கோ அந்தச் சந்தையில.

சில ஆக்கள் சொல்லுவாங்க ஒருநாள் சந்தைக்குப் போக யில்லயெண்டாக்கூடச் சோறுதிண்டு கைகழுவாத மாதிரியும், திண்டசோறு செமியாத மாதிரியும் இருக்குமாம். இன்னும் சிலபேர் இப்பிடியும் சொல்லுவாங்க, அயலூருக்குப் போயிற்று நாலஞ்சி நாள் கழிச்சி வந்து சந்தைக்குள்ள இறங்குனா, "என்னய உட்டுப்போட்டு போயிற்றயே, நீயும் ஒரு மனுசனா?" எண்டு சந்தை உறங்கி ஏங்கிப்போய்க் கிடந்து கேக்குறாப்போல இரிக்குமாமெண்டா அந்தச் சந்தை ஆர் ஆர எப்பிடி எப்பிடி யெல்லாம் கவர்ந்திச்சோ என்கிறது அவரவர்ர மனசுக்குத் தான் தெரியும்.

5

ஏழெட்டு நாளாகவே மைலிப்பெத்தா மனசெல்லாம் பூரிச்சாப்போலச் சந்தோசமாகவே திரியுறா. தினமும் இரண்டு நேரம் குளிக்கக்கிடைச்ச கொடைதான் காரணம்.

அளிக்கம்பைக்குப் பிறேமதாஸா வாறாராம் எண்ட நாளுல இருந்து இங்கினியாகல குளத்துப்பலகை திறந்துவிடப்பட வாய்க்காலெல்லாம் தண்ணி பொங்கி வரத்தொடங்கிற்று. வயல்வரப்பெல்லாம் பள்ளம் நிரம்பி மேடுமறையுற அளவுக் குத் தண்ணி. செத்துக்சருகாகிப்போய்க்கிடந்த புல்லெல்லாம் மொச்செண்டு பச்சைப்பசேலாக மாறிற்று. மாடுகளெல்லாம் எந்த நேரமும் வாய அசைபோட்டபடிதான் திரியுதுகள்.

நீத்தையாறு நிரம்பி ஓடுதாம். அடசம்மானும் நாரைகளும் கானான் குருவிகளும் நெடுங்கழுத்தானுகளும் கடல்காக்காய் களும் பாட்டம்பாட்டமா பறந்து வந்து தற்கொலை செய்யுறாப் போலக் கழுத்தக்குத்தித் தண்ணிக்குள்ள பாய்ஞ்சி சுழியோடித் தலைகுளிச்சிற்று மேலெழும்பி தண்ணியில மிதந்து சாப்பைப் புல்லுக்க அடையுதுகள். இந்த நேரமாப் பார்த்து வலையவீசி அகப்பட்ட பறவைகள சோடி சோடியா புணைச்சல்போட்டு விற்கத் தொடங்கிற்றானுகள் வீச்சுக்காரனுகள்.

தாலிபோட்டாறு ஓதினை வாய்க்காலெல்லாம் கொக்கிச் சான்மீன் கும்பமாம், சாகாமத்துக்குளம் முழுக்க மீசக்காரனும், மாம்பழக்கெழுத்தியுமாமெண்டு ஊருல உள்ள பொண்டு களெல்லலாம் அத்தாங்கும் கையுமா . . . ராப்பகலா குளத்துப் பக்கம் போனதால, ஒவ்வொரு வீட்டுவாசலுலயும் பொத்தல் வலைப் பாதுகாப்பு வலயத்துக்குள்ள மீனெல்லாம் கருவாடாகக் காயுது.

எந்தப் பக்கத்துத் தண்ணிய எங்காலபக்கம் வெட்டியுடலாம் திருப்பியுடலாமெண்ட யோசினையோட வெள்ளாமக்கார ரெல்லாம் மண்வெட்டியும் கையுமாக அலையுறாங்கள்.

சாடியுட்டசேனை நிலமெல்லாம் உப்பு உறிஞ்சிறாப் போலத் தண்ணிய உறிஞ்சி பொதுபொதெண்டு கிடக்கு. பெத்தாக் கெண்டா சந்தோசம் அப்படி இப்படியில்ல சந்தைக்குப் போக முதல் ஒருகுளிப்பு, சந்தையிலயிருந்து வந்தபிறகு ஒரு குளிப் பெண்டு பெத்தா குதுகலமாகத்தான் திரியுறா.

குளிச்சிற்று துருசிப்படியேறிச் சேனைப்பூமியில பெத்தா கால்வைச்சி நடந்த நேரம், பூவுல கால்பதிச்சாப்போலப் பொதுக் கெண்டு கால்பதியுது. குடிலடிக்கு வந்து காலுல அப்பியிருந்த கிறவல்மண்ண, துரவுத்தண்ணியால கழுவிற்று நிமிர்ந்து பார்த்த நேரம் பேத்தி மலர் மலையில நிக்கிறாள். அதுவும் தாய்க்காரி புடிச்சி முறிஞ்சி சறுக்குன அதேமரத்த புடிச்சிக்கொண்டு மலர் நிண்டதக்கண்ட பெத்தாவுக்கு உடம்பெல்லாம் நடுங்கத் தொடங்கிற்று.

"எண்ட கதிரவேல் பட்டிமேட்டு அம்மாளே ... நீதான் தாயே காப்பாத்த வேணும்" எண்டுகொண்டு ஓடிவாற பெத்தாவ மலையில நிண்ட மலர் கண்டிற்றாள்.

"நீ ஏறிவராத பெத்தா நானே இறங்கிவந்து கொள்ளுறன்" சொன்னாளே தவிர இறங்குறமாதிரித் தெரியயில்ல. கக்கத்துல புள்ளையயும் இடுக்கி வைச்சிருக்காள்.

மலையில ஏறிநிண்டு சுத்திவரப் பார்த்தா, பார்க்குற ஒவ்வொரு காட்சியும் சித்திரம் வரைஞ்சமாதிரித் தெரியும். சதுரக் கோடு போட்டாப்போல வயல் வரப்புகள், வரப்புகளுக்கு நடுவுல ஒருவாடி, இல்லாட்டி ஒருகுடில், குடிலச்சுத்தியிருக்கிற நாலஞ்சி தென்னமரங்கள் புடிச்சறுத்த கொத்துக்கீரைய குவிச்சி வைச்சாப்போலத் தெரியும். வெட்டிக்குவிச்சிருக்கிற நெல்லுக்கதிர் குமியலெல்லாம் புடிச்சிவச்ச மோதகத்த பிரிச்சடுக்குனாப்போல யும், இறுக்கி முடிச்சிக்கட்டிக்கிடக்கிற உப்பட்டிக்கட்டெல்லாம் இடுப்பொடிஞ்ச உடுக்கைகள் போலயும் தெரியும்.

கோளாவிலுக்குள்ளால இருந்து வெட்டக்கிறங்கி கூளாவாடி மட்டும் தெரியுற சாகாமறோட்ட மலையில நிண்டுபார்த்தா வாய்க்காலுல தண்ணிப்பாம்பு நெளிஞ்சோடுறாப்போலயும், நூலப்பிரிச்சி நெளிச்சிவளைச்சி போட்டாப்போலயும் கிடக்கும். றோட்டாலபோற வேனுகள் வண்டுகள் போறாப்போலயும், வண்டு உருட்டுற பீ உருண்டயப்போல மாடு இழுக்கிற வண்டிகள் ஊர்ந்து போகும். இந்தக் காட்சிகள புதுனம் பார்க்கத்தான் மலர் புள்ளையோட ஏறிநிக்காள்.

"எடியே கொப்பனோளி, கொம்மயக்கொண்டுபோன மரமெண்டு தெரிஞ்சும் அந்த மரத்த புடிச்சிக்கொண்டு நிண்டு புதினம் பார்க்கயே அப்பிடி என்னத்தடி பார்க்காய்? மன்னார்க் காரன் வாறானெண்டோடி?"

"அளிக்கம்பையில இருந்து போற லொறிகளப்பாரன் ஒண்டுக் குப் பின்னால ஒண்டு என்ன சோக்கா போகுது பெத்தா" சொல்லும்போதே மலையில கல்லுடைக்கிற சத்தத்துல அதிர்ந்த புள்ளை தாயக்கெட்டியா கட்டிப்புடிச்சிக்கொள்ளுது.

"எடியே தீய்ஞ்சிருவாய், புள்ள துணுக்குற்றாண்டி பயத்துல காய்ச்சல் கீய்ச்சல் வந்துருண்டி, உன்னக் கும்பிட்டண்டி இறங்குடி."

காலுல விழாத குறையாகப் பெத்தா கெஞ்சுறது மலர்ர காதுல விழுந்த மாதிரித்தெரியயில்ல.

“இல்ல பெத்தா வந்தொருக்கா பாரங்கா, என்னழகா மரவட்டை ஊர்ந்து போறமாதிரித் தெரியுதுகா.”

“எடியே உண்ட செல்லக்கதைய உட்டுப்போட்டு இறங்குடி ... எங்கடி உண்ட தம்பி?”

“அப்பயே பட்டிமேட்டு வாய்க்கால்வண்டால போயிற் றாங்கா. நாளைக்கு முஹமட் யாழ்ப்பாணம் போறானாம். கூட்டாளிப்புள்ளயளோட கறிசோறாக்கித் திண்டிற்று நேரம் செண்டுதான் வருவானாம் பெத்தா” மெதுமெதுவா இறங்கி வண்டில் சில்லு தேய்ச்ச இலுக்குப்புல் ஒத்தயடிப்பாதையால நடக்குறாள் மலர்.

“இவ்வளவும் தமக்கைகிட்ட சொன்னபுள்ள எனக்கிட்ட ஒரு சொல்லுச் சொன்னானோ பாரு, கவனம்டி, இலுக்கம் புல்லு காலுல குத்துனா புத்துக்கட்டிரும்டி காலத்துக்கும் மாந்தாது.”

வழி நெடுகலும் எரிக்கிலமரம் பூத்துக்கிடக்க, நடந்தபடியே பூக்கள மலர் அமுக்கிஅமுக்கி வர அது பட்பட்டெண்டு வெடிக்கிற சத்தம் பெத்தாட காதுக்குக் கேட்குது.

“இதென்னடி பச்சப்புள்ளைய கக்கத்துல வைச்சிக்கொண்டு எரிக்கிலயோட விளையாடுறாய். கண்ணுல பட்டிச்செண்டா கண்கெட்டுப்போயிரும்டி.”

குடிலுக்குள்ள வந்தபெத்தா கட்டிவைச்ச குரக்கன் சாக்கத் துக்கி தலையில வைக்கப்போக, மலர் ஓடி வந்து பெத்தாட சாக்குக்கும் தலைக்குமிடையில சும்மாட சொருகி உடுறாள்.

“வாறன் பொட்ட ... புள்ளயக்கவனமாப் பாரு ... வாய்க்கால் பக்கம் புள்ளய உட்டுராத, பத்தூட்டுமாமி வந்தாவெண்டா செத்தையில பாக்குவெட்டி செருகி வைச்சிருக்கன். வேலண்ண னுக்கிட்ட குடுத்திரச்சொல்லு.”

பெத்தா நடந்து வந்து புட்டம்பைச்சந்தி தேயிலக் கடையில வாகனத்துக்கு காத்து நிக்கிறா, பிறேமதாஸா வந்த கூட்டத் துக்குப் போட்ட பந்தலப் பிரிச்சடுக்குன சாமானுகளோட நாலஞ்சி லொறி ஒண்டுக்குப்பின்னால ஒண்டா போய்க் கொண்டிருக்கிறதப் பார்த்துக்கொண்டிருந்த பெத்தா, கடைசியா வந்த செய்யதுர வேனுல ஏறிற்றா.

சிப்பித்திடலுக்கும் சின்னப் பனங்காட்டுக்கும் இடையில இறக்கமொண்டுல, வேனுக்கு இடம்குடுக்க, சைற்றால இறங்குன மாட்டுவண்டிலொண்டு குப்புறப்புரண்டு குடைசாய்ஞ்சி

கவுண்டுகிடக்க, கோயில் நந்திமாதிரி எழும்பமாட்டமெண்டு முழங்கால மடங்கிக் குந்திக்கொண்டு கிடந்த மாடுரெண்டை யும் வேனுல இருந்தாக்களெல்லாம் இறங்கி எழுப்பியுட்டிற்றுச் சந்தைக்கு வந்துசேரப் பத்து மணியாச்சி.

வெள்ளும்மாவுக்கும் குலத்தழகிக்குமிடையில குரக்கன்சாக்க இறக்கி வைச்சிற்று நிமிர்ந்து சுத்தும்முத்தும் சந்தையப்பார்த்த பெத்தாவுக்கு ஆச்சரியம்.

"மைலிப்பெத்தோ ... நேத்து ராவு பிரேமதாஸாட கூட்டத் துக்கு நீ போகயில்லயோகா? உனக்கு அளிக்கம்பை கிட்டத் தானே ... போயிருக்கலாமே ... நல்ல நல்ல நிகழ்ச்சியெல்லாம் நடந்திச்சாமெண்டு போய்வந்தாக்கள் சொல்லுறாங்ககா." கேட்ட குலத்தழகி பெத்தாட பதிலுக்கு வாயத் திறந்தபடி நிக்குறத குறட்டைக்காக்கா கவனிச்சிற்றார்.

"பொட்டேய் மூடுபொட்ட வாய ... வாயால வீணி ஒழுகப்பாக்குதெண்டு குறட்டைக்காக்கா சொல்ல, ஆ ... உண்ட ஒசிலும் நீயும் முதலுல உண்ட கோழிகளுற குண்டியால வழியுறதுகளத் துடைச்சிப் போட்டு எனக்கிட்ட அழகு கேளு" ரெண்டு பேருக்குமிடையிலான இண்டையான் சண்டை கிட்டத்தட்ட தொடங்குன மாதிரித்தான்.

"பெத்தோ, பிறேமதாஸாட கூட்டத்துக்கு நல்லசனமாமே? சாகிறாபானு எண்டொரு ஆள் கொழும்புல இருந்து வந்து ஒவ்வொரு உடுப்பா கழட்டிக் கழட்டி டான்ஸ் ஆடுனா னாம்கா ... பன்னெண்டு உடுப்பக்கழட்டினானாம். நல்ல அழகான டான்ஸாம் பெத்தா, நீயும் போயிருக்கலாமே?"

சில்லறையா கொண்டுவந்த சாயப்பன்னுகளால பொட்டி யொண்டுக்குச் சித்திரம் பொத்திக்கொண்டிருக்கிற வெள்ளும் மாட காகப்பார்வை இப்ப குலத்தழகியிலதான் நிக்குது. கையில இருக்கிற பொட்டி எந்த நேரத்துலயும் குலத்தழகிர முதுகுக்குப் பாயக்கூடும்.

"இதென்ன புதுனங்கா இவள் இந்தாகாட்டுற புதுனம். ஆரோவந்து அவுத்துப்போட்டு ஆடுனா அதநானேன்டி போய்ப் பார்க்கோணும், அத உட்டுப்போட்டு ... இதென்னடி சந்தையெல் லாம் குறக்கூட்டம் என்ன வெள்ளும்மா இதுபுதுனம்."

"அதுவா ... அது பிறேமதாஸாவ வரவேற்க வந்த ஆக்க ளாங்கா" எந்தப்பகுதியில இருந்து எப்பிடி வந்து சேர்ந்த சனமோ தெரியாது. அக்கரப்பத்துச் சந்தைக்குள்ள எங்கால பார்த்தாலும், பார்க்குறபக்கமெல்லாம் குறவராகத்தான் தெரியுது.

அளிக்கம்பைக்குப் பிறேமதாஸா வாறாராம் எண்டறிஞ்சி நாலஞ்சி நாளைக்கு முன்னமே வந்து வாடியப்போட்டுக் கிடந்த குறச்சனம், கூட்டம் முடிஞ்ச கையோட விடிய வெள்ளாப்புக் குள்ளயே வெட்டக்கிறங்கி வந்து சந்தையில சேர்ந்திற்றுதுகள்.

ஆம்பிளக்குறவர் நாயும் கையுமாக சண்முகநாதன் ஸ்ரோர், விநாயகர் ஸ்ரோர், மற்றமற்ற வெத்திலக்கடைகளெண்டு ஒவ் வொரு கடைக்கும் போய், புகையிலக்காம்பு கேட்டு ஏறியிறங்கிக் கொண்டிருக்காங்கள்.

நாய்களுக்கு எலும்பு கேட்டு இறைச்சிக்கடைக்கு முன்னால யும் ஒரு கூட்டம். கொடுக்கக்கட்டிக்கொண்டு குரங்கொண்ட குஸ்திக்கரணம் அடிக்கவுட்டுச் சனத்த சுத்தி நிண்டு பார்க்கப் பண்ணிக் கொண்டிருக்கான் இன்னொரு குறவன்.

அம்பாறை றோட்டு வேதாரண்யம் நகைக்கடைக்கு முன் னாலயும் வட்டமாகச் சனக்கூட்டம். என்னெண்டு கேட்டா பொல்லுபள்ப திண்டு தண்ணியக் குடிச்சிற்று சீலையத்துப்பித் திண்டு மூக்குவழியால நூலாக எடுத்து குறளிவித்தை காட்டு றானாம் ஒருத்தன்.

இதுக்கிடையில சினிமாத் தியேட்டர்காரன் பசைவாளி யோடயும் பேப்பர் ரோலோடயும் வம்மிமரத்துக்குமேலே ஏறுறதக்கண்ட குலத்தழகி, குறட்டைக்காக்காட கோழிகள ஏறிமிதிக்காத குறையாக எட்டிக்கடந்து ஓடிப்போய் வம்மி மரத்த அண்ணாந்து பார்த்துக்கொண்டு நிக்கிறாள்.

“பார்த்தவர்கள் பாராட்டும், பார்க்காதவர்கள பார்க்கத் தூண்டும் இரண்டாவது வெற்றிவாரம்” எண்டு ஒட்டுன ஒட்டுத் துண்டப்பார்த்து சலிச்சிப்போய்வந்து குலத்தழகி குந்த அவளுக்கு முன்னால குறப்பொட்டைகள் ரெண்டு வந்து நிக்க, பொட்டை கள நிமிர்ந்து பார்க்கிறாள் குலத்தழகி.

வயசுக்குப் பொருத்தமில்லாத உடுப்பு, ஏழெட்டு வயது தானிருக்கும். பாவாடைச்சட்டைக்கு மேல தாவணிபோட்டுக் கழுத்து நிறைய பாசிமாலையும், வாய் நிறைஞ்ச வெத்திலயும் கை நிறைய அலுமினியக்காப்புமா, கலகலவெண்டு நிண்ட பொட்டை பாவாடைய காத்துல சுத்தியுட்டு ஆடத்தொடங்க, புதினம் பார்க்குற சனமும் கூடத்தொடங்குது.

பால்பேணியொண்டுக்க ஒருஅடி நீளப்பலகய நிப்பாட் டிற்று, பலகயிர நுனியில இருந்து பேணிர அடியில கம்பி நூலக்கட்டிவைச்சிருக்கிற சாமானொண்டுதான் வாத்தியக்கருவி யாம்.

தம்பூராமாதிரித் தெரியுற அந்தவாத்தியக்கருவியில உள்ள கம்பிய, விரல் நுனியால தட்டத்தட்ட "கிண் ... கிண் ..." எண்டு ஒருமாதிரியான ஓசைவர அதோட சேர்ந்து பொட்டை யும் பாடுது.

"பொருளே இல்லாட்டி தொல்லயா அது வாழ்வே இல்லயா? இந்த ஏழை வாழ்வும் தொல்லயா? ... ம் ... பொருளே இல் லாட்டி தொல்லயா அதுவாழ்வே இல்லயா" இதான் பாட்டு, அதுவும் முழுசாவும் இல்ல, கீறு விழுந்த றெக்கோட் மாதிரி இந்த முதலடியமட்டும் நூறுதரம்பாடியிருப்பாள். பாடிக்கொண் டிருக்கும்போதே "நாஸன நாஸன" என்று அதட்டுற குரலுல மற்றபொட்டை சொல்ல, ஆடுற பொட்டையும் 'நாஸன' என்ற சொல்லக்கேட்டதும் சவுக்கடி பட்டாப்போலத் துள்ளிக்குதிச் சாடுறாள்.

"பொட்டேய் ... நிப்பாட்டு உண்ட பாட்ட, ஓடுங்கோ இவடத்துல நிக்காம. ஆடவந்திட்டாங்க ஆட ... யாவாரம் நடத்துற இடத்துல." குலத்தழகி சத்தம்போட்டுச் சொன்ன சொல்லுல பயந்துபோன பொட்டைகள், போட்டதபுறக்கி எடுத்துக் கொண்டோட, குறட்டைக்காக்கா கோழிகள எண்ணிப் பார்த்தநேரம் போட்டுக் கோழியொண்டு கட்டுனகால தெத்தித்தெத்தி இழுத்துக்கொண்டு சந்தைக்கடைகளுக்க ஓட குறட்டைக்காக்காவும் பின்னால ஓடுறதப்பார்த்து மைலிப் பெத்தாவும் வெள்ளும்மாவும் சிரிக்கத்தொடங்கிற்றாங்க.

"ஓடு ஓடு ... உண்ட ஓட்டத்துக்கும் கோழிர ஓட்டத்துக்கும் நல்லாத்தான் ஒத்துப்போகும்" சொன்ன குலத்தழகிய ஓடுன குறட்டைக்காக்கா முறைச்சிப்பார்த்த நேரம், இன்னொரு குறத்தி வந்து எதுக்கால நிக்குறாள்.

முதுகு மாராப்புல புள்ளையொண்டுதொங்க, தோளில ஒரு மாராப்பும் கையில புல்லாங்குழலப்போல ஒரு குச்சி யோடயும் நிண்டவள, குலத்தழகி முறைச்சிப் பார்க்கிறாள்.

"அவைய டான்ஸாடிக் காட்டிற்றுப் போறாங்க ... நீ என்ன புதினம் காட்ட வந்திருக்காய்."

"சாஸ்திரம் ... பார்க்குறதம்மா ... சாஸ்திரம் ..."

"ஆ ..." கேட்டும் கேக்காதுபோலக் குலத்தழகி செகிடி போலக் காதநீட்டிக் கேக்குறதக் கண்ட மைலிப்பெத்தா வெள்ளும் மாட தொடையில கிள்ள, வெள்ளும்மா கொடுப்புக்குள்ளால நமுட்டுச் சிரிப்பொண்ட அதிசயமாக் காட்றா.

“எண்ட வாப்போ, பொந்துக்கயிருந்து வாறமாதிரி ஒண்டுக்குப் பின்னால ஒண்டா, இந்த ஹறவாப் போனதுகள் எங்க இருந்து வாப்பா வருகுதுகள்.” புடிச்சிவந்த போட்டுக்கோழிர காலுக்கு இறுக்கிச் சணல்வரிச்சிப் போட்டுக்கொண்டே குறட்டைக்காக்கா சொல்லுறார்.

“அம்மா சாஸ்திரம் பாரம்மா சாஸ்திரம் . . .” குறத்தி விடுற மாதிரித் தெரியயில்ல.

“எடியே சாத்திரமும் வேணாம், மூத்திரமும் வேணாம். நீ இஞ்ச இருந்து போயிரு சொல்லிப்போட்டன்.”

“அப்பிடிச் சொல்லாதையம்மா . . . நடந்தது, நடக்குறது, நடக்கப்போவது எல்லாம் சொல்லுறதம்மா. அம்மாட முகத்துல லட்சுமி குடிகொண்டிருக்காள். குடுத்துக் குடுத்தே கெட்டபேர் வாங்குற அம்மாட முகத்துல சோகமொண்டு தெரியுது. அது என்னெண்டு அறிய இஸ்ட தெய்வத்த நினைச்சி இந்த நூலப் போட்டுச் சாஸ்திரம் கேளுதாயி” சொல்லிக்கோண்டே மாராப்புக்க இருந்த ஏடு ஒண்ட எடுத்துச் சுத்தியிருந்த நூலப் பிரிக்குறாள் குறத்தி.

“எடியேய் பிரிக்காத . . . எடுக்காத . . . சொல்லிப்போட்டன் போயிரு . . .”

“இல்ல தாயி . . . கொலம் ஒண்டு, ஆண்பெண் எனம் ரெண்டு . . ., தெமில் மூன்று . . ., மற நாலு . . ., புலன் அய்ஞ்சி, சுவ ஆறு, சொரம் ஏழு, தெக்கெட்டு . . . ரசம் ஒம்பது இதெல்லாம் சொல்லுறது கல்வியம்மா. அந்தக் கல்விக்குத் தலைவி சரஸ்வதியம்மா. அந்த சரஸ்வதி குடியிருக்கிறது எங்க நாக்ல தானம்மா.”

“ஆ . . . சரஸ்வதிக்குக் குந்தியிருக்க ஒரு குடிலுக்கு வழியில்லாம உண்ட நாக்ல குடில் போட்டுக் குடியிருந்தா வாக்கும்.” “என்னடி சொன்ன . . . சரஸ்வதி சபதம் படத்த நானும் எத்தின தரம் பார்த்திருப்பன். அதுல சாவித்திரி சொல்லுற வசனத்த எனக்கிட்டேயே சொல்லிக் காட்டுறாய் என்னடி? எங்கடி ஒண்டயும் காணயில்ல இவளுக்கு நாலு சாத்துச் சாத்துனாத்தான் இடத்த உட்டு ஒழும்பிப் போவாள்.”

முதுகுக்குப் பின்னால ஏதும் கம்புதடி கிடக்குதோ என்று பரக்கப்பரக்கப் பார்த்திற்று, கையில எதுவும் அம்புடாம குலத்தழகி திரும்பிப்பார்த்த நேரம் குறத்தியக் காணயில்ல. பதிலுக்கு குறவனொருவன் பக்கத்துல மூடுன வட்டப் பொட்டி

யொண்ட இடுக்கிக்கொண்டு கையில மகுடியோட நிக்குறதக் கண்ட குலத்தழகிக்குக் குலை நடுங்கத் தொடங்குது. எண்டாலும் பயத்த வெளியால காட்டிக் கொள்ளுறாளில்ல.

"இஞ்ச ... இஞ்ச ... சொல்லிப்போட்டன் குந்தாத ... துறக்காத ... எண்டப் பேய் ... துறந்திற்றாண்டி ... என்ன சாதிகா இது ... சீறுதுடி ... எனக்கொண்ணாப்போ ... நீங்க தான் பாருங்கோ இந்தப் பாம்புப்படத்த ... நான் வாறன்."

குலத்தழகி குறட்டைக்காக்காட கோழிகளுக்கு மேலால எட்டிக்கடந்து ஓடத்தொடங்க, குறவன் ஆட்டத்தொடங்க, பாம்பு ஆடத்தொடங்க, சனமும் கூடத்தொடங்க இதுதான் சாட்டெண்டு ஓடிவந்த குலத்தழகி, சாரதா தியேட்டர் வாசலுல கண்ணாடிச்சட்டத்துக்க ஒட்டியிருக்குற சினிமா போஸ்டர் களப் பார்த்து ரசிச்சிக்கொண்டு நிக்கிறாள். குறவர் காட்டுன கோட்டாலயால இண்டையான் சந்தைப்பொழுது எப்பிடிப் போய்ச்சிதெண்டு தெரியல்ல.

திரைய் ... ய் ... விருந்து என்று கே.எஸ். ராஜா ரேடியோ வுல இழுத்தநேரம், போன குலத்தழகி "அத்தானே அத்தானே எந்தன் ஆசை அத்தானே கேள்வியொன்று கேட்கலாமா உனைத் தானே ... அத்தானே" என்று கமலினி செல்வராஜன் தில்லையூர் செல்வராஜனுக்கிட்ட கேள்வி கேட்டு முடிச்சி 'தணியாத தாகம்' நாடகம் தொடங்குன நேரம்தான் திரும்பி வாறாள். அந்த விளம்பரப்பாட்டு அவளுக்கும் நல்ல மனப்பாடம்.

"மக்கள் வங்கியே உன் தோழன் வழிபுரிவான் கண்ணே" என்று அடிக்குரலுல பாடிக்கொண்டே வந்து குந்துனவளுக் கிட்ட "என்னடி குறவண்ட சாட்டுல ஓடிப்போய்ப் பகல் சோபடம் பார்த்திட்டு வாறாயாக்குமாவென்ன" எண்டு கேட்ட மைலிப்பெத்தாவ முறைச்சிப்பார்க்குறாள் குலத்தழகி.

"நான் அங்கிட்டு இங்கிட்டு உசிம்பிரக்கூடாதே, உசும்பினா படம் பார்க்கத்தான் போயிருப்பனெண்ட எண்ணம்தானே உங்களுக்கெல்லாம். இப்பிடித்தானே நீங்க எல்லாரும் நான் இல்லாத நேரத்துல என்னயப்பற்றி இல்லாததும் பொல்லாததுமா கதைச்சிருப்பயள்."

"இப்ப என்ன சொல்லிற்றனெண்டுடி நீ இந்தப் பூத்திரிப்பு மாலை போடுறாய். அப்ப எங்கடி முட்டப்பன் கட்டிருவாய் நீ இவ்வளவு நேரத்துக்கும் போன?"

"சும்மா தியேட்டரடி மட்டுக்கும் போய் வந்தன்கா ... பெத்தோ வரக்கோளதான் பார்த்தங்கா இந்தக்குறச்சனமெல் லாம் எங்க கிடக்குதுகளெண்டு தெரியுமோக்கா உனக்கு?"

“எங்கடி”

“சாரதா தியேட்டருக்குப் பக்கத்துல கிடக்குற பாழ்வளவுக் குள்ள கிடக்குதுகள் பெத்தா.”

“மெய்தானோடி”

“அதையேன் கேக்காய் ... புடைவையால கட்டுன கூடாரத் துக்குள்ள புள்ளை குட்டிகள் படுக்குதுகள். ஆத்துல கிடந்த ஆமையெல்லாத்தயும் புடிச்சிக்கொண்டுவந்து ஆம்புளையள் இறைச்சி குடுக்க பொம்புளையள் கறியாக்குறாளுகள். ஒரு பக்கம் உடும்பத் தொங்கப்போட்டு உரிக்கானுகள். வளவு முழுக்க நாய்க்கூட்டம். ஒண்டையொண்டு கடிச்சிக்குதவுறமாதிரி சண்டைபுடிக்குதுகள். இதுக்கிடையில ஸ்பிரிட்டுக்குள்ள மென்டில் சாம்பலயும் தேசிக்காய்ப் புளியயும் கலந்து குடிச் சிற்று குறவனுகள் ஆடுற வெறியாட்டத்த பார்க்கேலா. அது காணாதெண்டு குறவனும் குறத்தியும் கொண்டையில கொண் டைய புடிச்சிக்கொண்டு உருண்டு புரண்டு சண்டையும் புடிக் காங்க. பாழ்வளவு நாலுபக்க வேலி ஓதினையிலயும் ஊர்ச் சனம் நிண்டு புதினம் பார்க்குதுகள். நானும் இவ்வளவு நேரமா அந்தப் புதுனத்தத்தான் நிண்டு பார்த்திட்டு வந்தன். அதான் நேரம்போய்ச்சி பெத்தா.”

“நல்லவேளைக்கு இப்பவாவது வந்தாயே, அங்க பாரு கறுவல் வாறவரத்த.”

“ஓங்கா பெத்தா அந்த மனிசன்தான் வாறான் ஒள்ளுப் பத்துக்குள்ள தப்பிற்றன்.” தேங்குழல் கடையடித்தூரத்துல கறுவலக் கண்டதுமே குலத்தழகி காணாதவளப்போலச் சாக்குக்குகீழ உள்ள சில்லறைகள எண்ணத் தொடங்குறாள்.

கறுவலும் வந்துசேர, அவனோடையேகூட வந்தமாதிரி மழையும் பெய்யத் தொடங்க, சனமெல்லாம் விலகியோடிக் கடைத்தட்டிகளுக்குக்கீழ ஒதுங்க, சந்தைச் சதுக்கம் வெட்ட வெளியாகி லங்காபேக்கரித் தட்டிமறைவுல முஹமட்டும் கேசவனும் நிக்கிறது தெரியுது.

இந்தமழைக்குள்ள பெத்தா இவடத்துக்கு வருவாவென்று கேசவன் எதிர்பார்க்கையில்ல. “என்ன மனே ஊட்ட போக யில்லயோ? விடியவெள்ளாப்புக்குள்ள வந்த நீயெல்லோ?” பெத்தா சொல்ல, கேசவன் முஹமட்டுற முகத்தப் பாக்குறான்.

என்ன சாதி, என்ன மதமா இருந்தாலென்ன இறைத் தலத்துக்குப்போய் வந்தாலே அந்த முகத்துக்கே ஒரு லட்சணம்

தான். முஹமட் அஸர் தொழுகைக்குப்போய் வந்திருப்பான் போல. தொப்பிபோட்டிருந்தவண்ட முகம் சாந்த நிர்மலமாகத் தெரிஞ்சது பெத்தாவுக்கு.

"பெத்தா நான் நாளைக்கு யாழ்ப்பாணம் போறனெல்லுவா? கேசவன் ராவைக்கு என்னோட படம்பார்த்திட்டு வரட்டுமே?"

நாளைக்குப் போயிருவனெண்ட புள்ளைக்கு என்னெண்டு இல்லெண்டு சொல்லுற, பெத்தா மறுக்கயில்ல.

"படம்பார்த்திட்டுக் கவனமாக வந்திருமனே, ராவிருட்டுல நேரமாச்செண்டா கோளாவில் குஞ்சம்மையூட்ட நிண்டு விடிஞ்ச புறகுவா, பின்னிருட்டுக்க சிப்பித்திடலுக்கால வந்திராத" சொல்லிற்று நடந்த பெத்தா திரும்பிவந்து "போயிற்று வா மனே நல்லாப்படி, கேசவன மறந்திராத" எண்டிற்று முஹமட்டுர கையப்புடிச்சி உள்ளங்கைக்குள்ள ஏதோவொன்ற திணிச்சிற்றுக் கலங்குன கண்ணோடபோக, முஹமட் கைய விரிச்சிப்பார்க் குறான் ஏழெட்டுமடிப்போட பெத்தாட முந்தனை முடிச்சிக் குள்ள இருந்த இருபத்தஞ்சிரூபா ... முஹமட்டுர கையுல பூவாக விரியுது.

"என்னடா" என்றுகேட்ட கேசவனுக்குப் பதில் சொல்லாத முஹமட் நடந்துபோகும் பெத்தாவையே பார்த்துக்கொண்டு நிற்குறான்.

படம்பார்த்திட்டு வீட்டுக்கு வந்திருவனெண்டு பெத்தாக் கிட்ட சொன்னாலும் இண்டிரவு முழுக்க முஹமட்டோடயே இருக்கிறதாகத்தான் கேசவண்ட நினைப்பு.

படம்முடிய, சந்தைக்குவந்து கொத்துரொட்டி சாப்பிட் டிட்டு, எழுவட்டுவான் மைதான மணல்மேட்டுல முதுகுசாய்ஞ்சி ரெண்டுமூணு மணிவரைக்கும் கதைச்சிருந்து விடியச்சாமப் பொழுதுல சினிமாத் தியேட்டருக்கு முன்னால உள்ள தேத் தண்ணிக்கடையில பாலப்பமும் ரியும் குடிச்சிற்று விடியத்தான் அவரவர்ர வீட்டுக்குப் போறதெண்டுறதுதான் இருவரது திட்டமும்.

"நீரும் நெருப்பும" எஞ்ஜிஆர்ர படம் எண்டுறதால, நல்ல நிறைஞ்ச சனம். வீடியும் கையுமான ரசிகர் கூட்டம் கும்பம் கும்பமாக கூடுறதால முஹமட் பின்வரிசை ரிக்கற்றத்தான் எடுத்திருந்தான்.

படம்தொடங்க முன்னமேயே மூத்திரம் போய்வரவேணு மெண்ட எண்ணம் கேசவனுக்கு. அக்கரப்பத்து சினிமாத் தியேட்டருக்குப் படம்பார்க்கப் போனா மூத்திரம் கழிக்கிற

தென்கிற விசயம் பாதுகாப்பற்ற அபாயகரமான விசயம். தியேட்டர் மலசலக் கழிப்பறை அமைந்திருக்கும் இடம் அப்படியானது.

தியேட்டருக்குப் பின்புற இடப்பக்கத்து வாழைமரப்பத்தைய தாண்டித்தான் கழிப்பறைக்குப் போகோணும். ஒப்பறேட்டர் றூமுக்குப்பின்னால உள்ள இந்த வாழைப்பத்தை இருட்டுக்குள்ள முக்காடுபோட்ட பொண்டுகள் மறைஞ்சிகொண்டு நிற்பாங்க. படம்தொடங்குறதுக்கு லைற்ற நூத்த உடனே புருசன்மார் வரிசையாகக் கூட்டிவந்து பின்மூலைக் கதிரைகளில இருத்திப் படம்காட்டிற்று, வணக்கம் போடமுதலே கூட்டிக் கொண்டு போயிருவாங்க.

முஹமட்டும் கேசவனும் தியேட்டருக்குள்ள வந்தநேரம் முன்பாதி இருக்கைகள் நிரம்பி விசில் பறக்குது. பின்வகுப்பு நடுவரிசைத்தொங்கலுல காலியாகக் கிடந்த கதிரய புடிச்சி இருந்திற்றானுகள் இருவரும்.

“விரைவில் வருகிறது, வெளிவந்துவிட்டது, எதிர்பாருங்கள், வாங்கிவிட்டீர்களா” போன்ற விளம்பரத்துண்டுகளெல்லாம் திரையில வந்துவந்து போகுது. முன்வகுப்பு ரசிகர்களூற வீடிப்புகை, பின்சுவர் ஓட்டையில இருந்து திரைக்கு வருகுற ஒளிக்கதிர்களில பட்டு மக்கள்வெள்ளம் புகைமண்டலத்துக்குள்ள இருக்குற மாதிரி காட்டுது. தியேட்டர் முதலாளி யாசீன்காக்கா அடிக்கடி வந்து ரிக்கற் கிழிக்கிற வாசல்கதவு திரைச்சீலைய நீக்கி ஏதோ தான்தான் படத்துல நடிக்குறவரெண்டுறாப்போலப் பெருமையாக முகத்தக் காட்டிற்றுப் போறார்.

மூணாவது மணியடிச்சி பத்து நிமிசத்துக்குப் புறகுதான் படம் தொடங்கிச்சி. மக்கள் திலகத்துர பேர, திரையில கண்டதும் ரசிகப்பெருமக்கள் போட்ட கூச்சல் அடங்க இன்னும் ஐஞ்சி நிமிசமாச்சி. என்ன சொல்லுறார். இதுதான் சொல்லுறார் என்கிற ஊகத்துல மக்கள் திலகத்தின் குரலோடு ஒன்றிப் போகவே இன்னும் பத்து நிமிசமாச்சி.

இப்பிடியாய் நிமிசங்கள் கழிந்து எல்லாமாய்ச்சிதானேயெண்டு சந்தோசமாகப் படம் பார்த்துக்கொண்டிருக்கத் திடீரெனச் சடாரெனக் கொட்டுது மழை.

சில தியேட்டருக்குள்ள இருந்து படம்பார்த்தா மழை வெளியில பெய்யுறதே தெரியாது. ஆனா . . . யாசீன்காக்காட தியேட்டருக்குள்ளயிருந்தா மழையே தியேட்டருக்குள்ள பெய்யுற மாதிரித்தான் இருக்கும்.

தகரக்கூரை, கூரைமுழுவதும் அங்கயும் இங்கயுமா ஓட்டை, ஓட்டைய மறைக்கத் தகரக்கூரை முழுவதும் சாக்குத்துண்டுகள். சாக்குத்துண்டுகள் காத்துக்குப் பறக்காம இருக்கச் செங்கற்கள் தோடுபோட்ட ட்றக்டர் டயருகளும், சைக்கிள் டயருகளும் கவுத்துப்புணைச்சலுல கூரை முழுக்கத் தூக்கி எறியப்பட்டுக் கிடக்கும்.

தியேட்டரின் வெளிநிலைமை அப்படியென்றா உள்நிலை மையோ இன்னும் பரிதாபம். மாடுகளுக்குக் கண்ணால வடிஞ்ச மாதிரி திரைச்சீலைமுழுக்க மழை ஒழுக்குப்பட்டுக் கோடு கோடாத் தெரியும். பிச்சைக்காரிர புடவைசட்டைபோல அங்கொண்டு இங்கொண்டா கிழிஞ்ச இடத்துகளுக்கு அண்டை போட்டுத் தைக்கப்பட்டிருக்கும். திரையில ஊர்ந்துதிரியுற கரப்பான்பூச்சிகள் திரையில தெரியுற நடிகைகளூற அங்கங் களில ஊரும்போது தியேட்டர் முழுக்கக் கூ... என்ற சத்த மெழும்பும். கதிரைகளிலுள்ள மூட்டைப்பூச்சிகள் குண்டியில குத்திக் குதத்துக்குள்ளயும் ஊர்ந்தா, இருக்கேலாம நெளிஞ்சி வளையிற நேரம் தப்பித்தவறிப் பக்கத்தில இருக்கிறவனுல பட்டுத்தாமெண்டா அவனும் பட்டெண்டு ஆணோ, பெண்ணோ என்டறியாம கையப்போட்டிருவான். மேலதொங்குற மின் விசிறிகள் கவர்ச்சிநடிகைகளிற மார்பும் இடுப்பும்மாதிரி தடதட வென்றாடும். இதுதான் அக்கரப்பத்து யாசீன்காக்காட சினிமாத் தியேட்டர்.

கூரைக்குமேல போட்டிருக்குற சாக்கும் இத்துப்போய், ஓட்டைக்குமேல ஓட்டை விழுந்திருக்கிற இந்தநேரத்துலதான் மழையும் கொட்டோ கொண்டெண்டு கொட்டுது.

தகரத்துல தண்ணிபடக் கடகடெண்ட சத்தத்தோட பக்கத்து வாழைத்தோட்டத்துல விழுற மழையும் பட்... பட்டென்று சத்தத்தகூட்டுது. எம்ஆர் ராதா தொண்டையில சுட்டதுல ஏற்கெனவே எதுவுமே புரியாத மழலைக்குரல் எஞ்ஜிஆருக்கு. இதுக்குள்ள மழைச் சத்தமும் சேர்ந்தா என்னெண்டுபுரியும். ரசிகர்களின் பொறுமைய மழை சோதிச்சுக்கொண்டே இருக்குது.

போத்தலக்கவுட்டு ஊத்துனாப்போலத் தகரக்கூரை ஓட்டை யால ஒழுகுற தண்ணி, பின்சுவருல இருந்துவாற ஒளி வழியில பட்டுத் தகதகக்கிற கம்பிமாதிரி தெரிஞ்சநேரம் திடீரெனப் பார்த்தா றப்பர்பால் குடிச்சமாதிரி எஞ்ஜிஆர்ர குரல் நீளமாக இழுபடக் கலர்ப்படத் திரைச்சீலை மஞ்சள்கலராக வெளுத்துக் கொண்டு போகத் திரையில நிண்ட எஞ்ஜிஆரக் காணயில்ல. தியேட்டரெல்லாம் இருட்டுக்காடாய்ப் போய்ச்சி. படம்பார்த்த சனமெல்லாம் கூய்ரா, மாய்ரா என்று விசிலடிக்குது. மோட்டருல

தங்கிக்கிடந்த கடைசித்துளிக்கரண்டுல எஞ்ஜிஆர்ர குரல் அனுகுறமாதிரிக் கேட்டு அடங்குது. தங்கட தலைவண்ட குரல ஈனஸ்வரத்துல கேட்ட ரசிகர்கள் ஏதோ எஞ்ஜிஆர்ர கடைசி மூச்சிக்குரல கேட்டாப்போலப் பொறுக்க முடியாமக் கத்துறாங்க.

கேசவனுக்கும் முஹமட்டுக்கும் இந்தப் புதுனங்களப் பார்த்துச் சிரிக்குறதத்தவிர வேறொன்றும் செய்யத் தெரியல்ல. தியேட்டர்முழுக்க வீடிநுனிநெருப்பு மின்மினிப்பூச்சியாய் மின்னுது.

இப்பிடிப்பட்ட நேரங்களில "தடைக்கு வருந்துகிறோம்" என்று சிலைற் போட்டுக்காட்டுறதுதான் வழக்கம். அதுவும்கூட றீல்மாற்றி ஓட்டினாலோ, றீல் அறுந்தாலோ மட்டும்தான் காட்டுறது. கரண்ட் இல்லாத நேரத்துல யாசீன்காக்கா என்னெண்டு தடைக்கு வருத்தம் தெரிவிப்பார்.

தட்டைக்கண்ணாடிய விளக்குப்புகையிலபுடிச்சி கறுப்பாக்கிற்று, நெருப்புக்குச்சியால கண்ணாடிப்புகையில எழுதி, கண்ணாடிய ஒளியில பிடிக்க, எழுத்து வந்து திரையில விழுறதத்தான் சிலைற் போட்டுக்காட்டுறதெண்டுறது.

டுக்குடுக்கு மெசின் சத்தம் தியேட்டருக்குப் பின்னால இருந்துவர, ஜெனரேட்டர் வேலை செய்யத்தொடங்குது. இனிப் படம் வருமெண்ட சந்தோசத்துல திரும்பவும் தியேட்டர் முழுதும் விசில் சத்தம்.

ஜெனரேட்டர்லயிருந்து வந்த கரண்ட் தியேட்டர் பள்புகளிற உள்கம்பிகள மட்டும்தான் சிவக்கப்பண்ணிச்சி. படம் வரயில்ல. பதிலுக்கு சிலைற் ஒண்டுதான் திரையில விழுகுது. அதுவும் எழுத்தெல்லாம் தலைகீழாக. "கூ . . ." என்று ரசிகர்கள் சத்தம் எழுப்ப, அவசரமா ரெண்டுவிரல் ஓடிவந்து சிலைற்ற மாற்றிக்காட்டுறதும் கூடத் திரையில தெரியுது.

"அடாதுமழை பெய்தாலும் விடாதுபடம் காட்டப்படும். மின்சாரம் வரும்வரை பொறுமையாக இருக்கவும்." திரையில தெரிஞ்ச வாசகத்தக்கண்டு கொதிச்சிப் போயிற்றுதுகள் ரசிகர் கூட்டம்.

"டேய் உங்கும்மாக்கோளி . . . புண்டானே . . . படத்த ஓட்டப் போறயா இல்லயா?"

"கரண்ட் இல்லாம என்னெண்டு வாப்பா ரோச்லைற்றுலையா படம் காட்டேலும்."

"டேய் படத்தோட்டு . . . இல்லெண்டா காயத்தாடா"

இப்பிடியெண்டு மட்டுமில்லாம வாயால சொல்லேலாத இன்னும் என்னென்னமோ வார்த்தையெல்லாம் சொல்லி ஏசினதெல்லாம் யாசீன்காக்காட காதுக்குப்போயிற்று.

ஒருரூபா அம்பத்தைஞ்சிசதம் குடுத்து ரிக்கற் வாங்கிக் கலரிவாங்குல குந்துனவனெல்லாம் தன்ர குடும்பத்தப்பற்றிக் கதைச்சி பொண்டாட்டியயும் கேட்டது அவருக்குக் கோபத்த உண்டுபண்ணிற்று. ரோச்லைற்றும் கையுமா ரெண்டுபேர் துணை யோட யாசீன்காக்கா தியேட்டருக்குள்ள வந்து விசில்சத்தம் வாறபக்கம் லைற் அடிச்சா, அந்தப் பக்கம் அமைதியாகி மற்ற பக்கத்துல இருந்து சத்தம் வரும். இவரும் மாறிமாறி ரோச்லைற்ற அடிச்சிக்கொண்டே இருக்கார்.

இந்த நேரத்துல கேசவன்ட பாட்டா செருப்பொண்டு காலுலயிருந்து நழுவி விலக, காலால கீழ தடவிப்பார்த்தான் தட்டுப்படயில்ல. குனிஞ்சி கதிரைக்குக்கீழ தலையவிட்டுக் கையால தடவிப்பார்த்த நேரம்பார்த்து யாரோ விசிலடிக்க, விசில்வந்த திசையப்பாத்து யாசீன்காக்கா லைற் அடிக்க, லைற் வெளிச்சம் கேசவன்ட முதுகுலதான் பட்டுநிக்குது.

விசிலடிச்சிப்போட்டுக் குனிஞ்சி முகத்த மறைக்கிறானெண்டு நினைச்ச யாசீன்காக்கா மறைச்சிக்கொண்டு வந்த துவரம் கேட்டியால கேசவன்ட முதுகுல தாறுமாறா அடிக்கத்தொடங்க. கதிரை இடவுக்குள்ள அம்புட்ட தலைய நிமித்தவும் முடியாம, வலியும் பொறுக்கமுடியாம பொறிக்குள்ள அம்புட்ட எலியப் போலத் துடிச்சிப் போயிற்றான்.

சனமெல்லாம் எழும்பிநின்று புதினம்பார்க்கத் தொடங் கிற்று. மங்குன வெளிச்சத்துல ஆளுக்காள் அடையாளம் தெரியு தில்ல. இப்ப தியேட்டருக்குள்ள அவனவன் ராவிருட்டுல கைக்காவலுக்குக் கொண்டுவந்த ரோச்லைற்றெல்லாம் வெளிச்சம் பாய்ச்சுது.

“ஒங்களுக்கென்ன வெசரா” யாசீன்காக்காவ முஹமட் தள்ளியுட, தானும் சரிந்து நாலுபேரையும் சரிச்சிவிழுறார். யாருக்கு அடிவிழுந்ததெண்டு பார்க்கக் கதிரைக்குக் கதிரை ஏறித்தாவிவந்து அடிவாங்கிநிண்ட கேசவண்ட முகத்தப்பார்க் குறானுகள் பொடியனுகள். அவமானத்தாலயும் வலியாலயும் முன்கதிரையில முகம் புதைச்சிருந்தவண்ட புடரியில கைவைச்சி “போவமா மச்சான்” என்கிறான் முஹமட்.

துறந்துவிட்ட காளைக்கண்டுகளப்போலப் பின்வரிசை முக்காட்டுப்பொண்டுகள் தட்டுத்தடுமாறி வெளியில ஓடுறாளுகள்.

"உங்கும்மாக்கோத்தவனே. ஒண்ட தியேட்டருக்குப் படம் பார்க்க வந்தா அடிச்சனுப்புவயா? அவனென்ன நீ பெத்த புள்ளயாடா?" என்றுகொண்டு நாலஞ்சிபேர் சேர்ந்து யாசீன் காக்காவ நெஞ்சுலதொட்டுத் தள்ளிக்கொண்டு வெளியிலவிட்ட நேரம்தான் கரண்டும் வந்திச்சி. பயந்து நடுங்குன யாசீன்காக்கா ஒப்பரேட்டர் ரூமுக்குள்ள ஓடி ஒளிஞ்சிற்றார். சோனகப் பொடியனுகளே தனக்கெதிராகக் குரல் எழுப்புவானுகளெண்டு அவர் எதிர்பார்க்கயில்ல.

இடைவேளை நேரத்துக்கு முன்னமே வெளியில வந்து வாழைப்பத்தைக் கிணத்துல கவுறுவாளியில தண்ணிய எடுத்து முஹமட் கேசவனுக்குக்கொடுத்து, "முகத்தைக்கழுவு மச்சான்" எண்ட நேரந்தான் பின்னாலயும் நாலஞ்சிபேர் நிக்குறது தெரிஞ்சது.

"டேய் நீ மொட்டையாபுரம்தானே?"

"..."

"ஓம்டா மச்சான் நம்மட மைலிப்பெத்தாட பேரண்டா"

"நல்ல அடியோடா?"

"எத்தின அடிடா?" ஆளாளுக்குச் சுத்திநிண்டு கேள்வி கேட்டாக்கள நிமிர்ந்து பார்க்குறான் கேசவன். எல்லாம் தமிழ்முகங்கள். ஆலையடிவேம்பு, அக்கரப்பத்து, கோளாவில், பனங்காடு என்று பல ஊரையும் சேர்ந்த பொடியனுகள்.

"எனக்கொரு அடியும் படயில்லண்ண, எல்லா அடியும் கதிரையிலதான் பட்டிச்சி" சமாளிக்கப்பார்க்குறான் கேசவன். பொடியனுகள் நம்புற மாதிரித் தெரியல்ல.

"அவங்கட ஏரியாவுக்குள்ள தியேட்டர் இரிக்கெண்ட தைரியத்துல தமிழனப்பார்த்து அடிச்சிருக்கானுகள். வெலிங்டனுக்கும் சாரதாவுக்கும் வருவானுகள்தானே அப்ப பார்ப்பண்டா."

"அதுவரைக்கும் என்ன பூனாக்குடா காத்திருக்கோணும்" ஒருத்தன ஒருத்தன் உசிப்பேத்திறதக்கேட்டுக் கேசவன் பயந்திற்றான்.

"இல்லண்ண இருட்டுக்க கோவத்துல ஆரெண்டுதெரியாம யாசீன்காக்கா மட்டும்தானே ரெண்டு அடிஅடிச்சார். அதுக் கேனண்ண எல்லாரயும் இழுக்கிறயள்."

கேசவன் கெஞ்சுறத காதுலவாங்காம சாறன மடிச்சுக் கட்டிக்கொண்டு அவனுகள்போக, இடைவேளை முடிஞ்சி படம்தொடங்குது. கேசவனுக்கும் முஹமட்டுக்கும் தொடர்ந்தும் படம்பார்க்க மனமில்ல, சைக்கிள் தரிப்பிடத்திற்குப் போய்க் கெஞ்சிக்கூத்தாடி நடுவுல இருந்த சைக்கிள் ரெண்டையும் கஸ்ரப்பட்டு வெளியில எடுத்துக்கொண்டு வந்தாச்சி.

விடியும்வரைக்கும் செய்ய இருந்த திட்டமெல்லாத்தையும் மறந்தவனுகளாக சைக்கிளத்தள்ளிக்கொண்டு நடந்தே வாறானுகள். துக்கம் தொண்டைய அடைச்சதுபோல இருவரும் எதுவும் பேசிக்கொள்ளயில்ல. அடிக்கடி முஹமட் கேசவண்ட முகத்தையே பார்க்கிறான்.

"நாளைக்குப் பின்னேரம் பஸ் ஏத்தியுட வருவன் மச்சான். நான் வரட்டா போயிற்று?"

"ஒரு ரி குடிச்சிற்றுப் போவமே மச்சான்" சந்தைவரைக்கும் சைக்கிளத் தள்ளிக்கொண்டு வந்த கேசவன் வேணாமென்பது போலத் தலையாட்டிற்று சைக்கிளில ஏறி சாரதாதியேட்டர் வெளிச்சத்தத் தாண்டி இருட்டில மறையும் வரைக்கும் சாகாம றோட்டயே பார்த்துக்கொண்டு நின்ற முஹமட், இஸா தொழுகைக்கான வாங்கோசை கேட்க, பெரியபள்ளிவாசல நோக்கி சைக்கிள ஓட்டத் தொடங்குறான்.

6

பிறேமதாஸா வந்துபோன புண்ணியத்துல வாய்க்கால் நிரம்பி ஓடிச்சி, புல்பச்சையும் தளைச்சிச்சி, இப்ப வாய்க்கால கண்டுகொள்வாரேயில்ல. தண்ணியும் கண்டைக்கால் நனையுற அளவுக்குத்தான் ஓடுது.

கண்ணாடித்தகடு மாதிரி ஆடாமஅசையாம ஆரவாரமற்று அமைதியாகச் சிலுசிலு சத்தத்தோட, ஓடுற தண்ணிக்குள்ளால தெரியுற கிறவல்கல்லுகள் பளிங்குக் கல்லாட்டம் பளபளக்குது.

துருசிப்படியால இறங்கிப் பெத்தா வாய்க்காலுக்க கால் வைக்க ஜில்லெண்டு குளிர்ந்திற்று. உள்ளங்கை ரெண்டாலயும் தண்ணிய அள்ளி ஆசைதீரக்குடிச்சிற்று, மேல்முகத்த கழுவிற்று குடத்திலயும் தண்ணிய நிரப்பியெடுத்துக்கொண்டு படியேறித் துரிசியிலநிண்டு பார்க்குறா பெத்தா. விளாத்தியடிக் கடைக்கு முன்னால ஆக்களூற தலையாத்தெரியுது.

கெதியா நடந்துவந்து வாசலுல குடத்தவைச்சிற்று குடிலக் குனிஞ்சி பார்க்குறா பெத்தா. பழஞ்சீலையொண்டுக்க உடம்பைக் கொடுக்கிக்கொண்டு மூடிமுக்காடு போட்டுப் பறனுல படுக் குறான் கேசவன். ராவு என்னேரம் வந்தான், என்ன திண்டா னென்டே பெத்தாவுக்குத்தெரியாது.

பேராண்டி செந்தில் படுத்தபாயில குப்புறப்படுத்தபடித் தகரத் தையல்பொட்டிக்க எதையோ போட்டெடுத்து விளை யாடிக்கொண்டிருக்கான்.

"படுத்தபாய சுருட்டாம இவள் எங்கடி போயிற்றாள்" எண்டிற்று நிமிர்ந்த நேரம் பாட்டம்பாட்டமா பயித்தம் சேனைக் குள்ள வந்து விழுற பச்சைக்கிளிக்கூட்டத்த "சூ . . . சூ . . ." எண்டு மலர் விரட்டுற சத்தம் கேக்குது.

"புள்ளே நான் வாறன் பொட்டேய், பொடியன் தையல் பொட்டியோட விளையாடுறான். ஊசி நூல்கட்டை கிடந்து கையில ஏறிரும் வந்துபாரு" தலையில சாக்கத்தூக்கிவைச்ச பெத்தா கேசவன் எழும்பியிருப்பானோவெண்டு பார்க்குறா.

"ம் . . . சூத்துல சூரியன் குத்தியும் இன்னும் ஒழும்ப நேரமில்ல, உன்னோட ஒத்த புள்ளையள் ஊர்உலகத்துல என்னென்னமோ எல்லாம் செய்யுதுகள். நீ உள்ளதயும் விற்றுப் போட்டு நடையாநடக்குறாய். கூடித்திரிஞ்சவனும் ஊர உட்டுப் போறானாம். நீ என்னதான் செய்யப்போறயோ? என்ன செய்யுற . . . நம்மட தலையில விதிச்சது இதுதானெண்டா ஆரத்தான் நோகுற. நடக்கிறதக் கண்டுகொள்ள வேண்டியது தான்."

மூடிக்கிடந்த கேசவண்ட காதுக்குக் கேட்டிச்சோ இல்லயோ என்கிற கவலையே இல்லாம பெத்தா தன்பாட்டுல பேசிக் கொண்டுவந்து, கிறவல்றோட்டுக்கு ஏறி விளாத்தியடிக்கடைய அடையக்கிட்டவா, பின்னாலவந்த சைக்கிளொண்டு சறார் எண்டு பிரேக்புடிச்சிக் கிறவல் புழுதிமண்ணுல சறுக்கிக்கொண்டு பெத்தாவ மறிச்சி நிக்குது. பார்த்தா . . . மகன் சின்னாண்ட கடைசிமகன் அருள். கால் பெருவிரல பிரேக்கம்பிக்குள்ள விட்டபடி மூச்சி இழுத்து நிற்கிறான்.

"என்னடாமனே விட்ட விடியங்காட்டியில மூச்சிளைக்க ஓடிவந்திருக்காய்?"

"அப்பம்மோ . . . அப்பா . . . அப்பா . . . சொன்ன உன்னைய சந்தைக்குப் போகோணாதாம். கிறுகி ஊட்ட போகட்டாம்."

"இதென்ன கரப்பண்டா.. ஏனான்டா?"

"அக்கரப்பத்துல சோனகக்குழப்பம் தொடங்கியிருக்காங்கா. எனக்குத்தெரியா போறதெண்டா போ" குண்டியால நழுவுற காச்சட்டய மேலயிழுத்து அறுநாக்கொடிய அதுக்கு மேலால போட்டிற்று, வாருக்குக் கீழால சைக்கிள ஓட்டிக்கொண்டு ஓடுறான் அருள்.

பெத்தாவுக்குத் திரும்பிப்போக மனமில்ல. பேரன் சொன்ன சேதி நெஞ்சில நமுக்கெண்டு குத்துனமாதிரி இருந்திச்சி. விளாத்தி யடிக் கடையப் பார்த்தமாதிரி நடக்குறா. வழமைக்கு மாறாகக் கடையடியில சனமும் கூடுதலாகத்தான் தெரியுது.

வாய்க்கால்வரப்பு வெட்ட வந்தவனுகள் மண்வெட்டிய யும் கூடையயும் கடைத்தாவாரத்துல போட்டிற்று, கையில் பாலப்பமும் ரீ கிளாசுமா நிக்கானுகள்.

ஆருதான் இந்தக் கடைகளில விக்கிற தீன்பண்டங்களுக்குப் பேர் கண்டுபிடிச்சதோ தெரியா, சீனிபணிஸ்செண்டும் அட்டக் கேக்கெண்டும் ஆட்டுக்காலெண்டும், பொல்லெண்டும், பியாண்றோலெண்டும் வட்டரெண்டும், வாட்டுரொட்டியெண் டும் ஒவ்வொருத்தனும் ஒவ்வொண்ட கையிலபுடிச்சி வாயில பூத்திக்கொண்டு நிக்கானுகள். கோயில்குருக்கள், வட்டவிதானை, வண்ணக்கர் இவையளோட வேட்டி விரியக் காலத்தூக்கி சைக்கிள்வாருல போட்டுக்கொண்டு வாத்தியார் ஒருத்தரும் நிக்குறார்.

"என்ன பெத்தா சந்தைக்குப் போகப்போறயோ"

ஒத்தக்கடியில பியான்றோல பாதியாக்குன ஒருத்தன் நக்க லாகக்கேட்க, பூபதிர பேரன் முருகன் கெக்கலங்கொட்டிச் சிரிக்கிறான். சனத்துக்க நிண்ட வேலர் பொல்ல ஊண்டித் தெத்தித்தெத்தி வாறார்.

"மைலி கிறுகி ஊட்ட போ" பெத்தாக்கிட்ட ரகசியம் சொல்லுறமாதிரித்தான் வேலர் சொல்லுறார்.

"ஏன் வேலண்ண என்னவாம்"

"அக்கரப்பத்துல குழப்பமாம். ராவு படத்துக்குப்போன தமிழ்ப்பொடியனுகளுக்குச் சோனகாக்கள் அடிச்சனுப்பி இருக் கானுகள். அதுக்கு விடியமுதலே இவனுகள் தொடங்கிற்றானுகள்."

"என்னெண்டு?"

"என்னெண்டு. நடுச்சாமத்துல ரோட்டோரம் கிடந்த தார் பொயிலர நடுரோட்டுல இழுத்துட்டிருக்கானுகள், பாலத்து

இறக்கத்துல எருமமாட்டையும் ஏத்தியுட்டிருக்கானுகள், வயலுக்க போகவந்தாக்கள் அதுகளில மோதித் திரும்பிப்போய் அங்கால பக்கத்தில சொல்ல அதுல இருந்து தொடங்கியிருக்கும்."

"இப்ப என்ன நடக்குதாம் வேலண்ண?"

"அங்காலயும் இஞ்சாலயும் போறவாற வாகனங்களிலிருந்து ஆக்கள இறக்கி எடுத்து அடிக்கானுகளாம். கோளாவிலான் ஒருத்தனுக்குக் காது அறுபட்டிருக்காம். பனங்காட்டுப் பாலத் தடிக்கு மீன்வாங்க வந்தவனொருவன அடிச்சி வளத்தாட்டிக் கிடக்காம். பாமங்கை வட்டைக்குள்ளயும் ஆரையோ வெட்டிக் கிடக்காமெண்டும் இந்தா கதைச்சானுகள். வட்டைக்க நிக்குற வெள்ளாமைக்காரர என்னெண்டு காப்பாத்துறதெண்டுதான் வட்டவிதானையும் வண்ணக்கரும் றோசினை பண்ணுறாங்க."

வேலர் சொல்லிமுடிச்சிருக்கமாட்டார். அதுக்குள்ள நிண்ட இடத்துக்கும் விசளம் சொல்லாம நடந்துவந்து வாசலுல தலைச்சுமைய இறக்கிவச்சிற்று "கேசவா . . . கேசவா . . ." என்று குரல்குடுக்க, "என்ன பெத்தா" என்று துரவுக்குள்ளயிருந்து கேசவன் கேக்குறான்.

"சந்தைப்பக்கம் போயிராதமனே, அங்க குழப்பம் நடக்கு தாம். அதுசரி நீயும்தான் ராவு படத்துக்குப்போன, அங்க ராவு ஆரையோ அடிச்சதாமே உனக்கொண்டும் தெரியாதோடா?"

"எனக்கொண்டும் தெரியாதுகா, அக்கரப்பத்துல தியேட்ட ரெண்டா ஒண்டுதானோ இரிக்கி, எந்தத் தியேட்டருல என்ன நடந்திச்செண்டு ஆருக்குகா தெரியும்." சொல்லிக்கொண்டே பூவல்படியில ஏறி மேலவந்தவன் சேர்ட்டுப்பொத்தானப் போட்டு உடம்ப மறைச்சிக்கொண்டத பெத்தா நல்ல காலத் துக்குக் கவனிக்கயில்ல.

"இஞ்சயிருந்து கொள்ளுடாமனே, கபூர்ர வாடிமட்டும் போயித்துவாறன்." ரெண்டு மலைக்குமிடையால போற வண்டில் பாதையால பெத்தா நடந்தநேரம், பயித்தம்சேனைக்க நிண்ட மலருக்குப் பெத்தாட தலைமட்டும் இலுக்குப்புல்லுக்கு மேலால மிதந்துபோறமாதிரி தெரிய "எங்ககா பெத்தா போறாய்? ஏங்கா சந்தைக்குப் போகயில்லயோகா?" என்ற மலர்ர கேள்விக்கு, "வாறண்டி பொறுடி. வந்து சொல்லுறன்" என்று பதில்சொல் லிற்றுப் புல்லுமறைவுல கிடக்குற நாட்டுக்கட்டைகளில கால்பட்டுடாம கவனமா நடந்துபோய் வாடியடி வாசலுல நின்று "கபூறு . . . கபூறு . . ." என்று பலதடவை குரல் கொடுத்தும் பதில் சத்தத்தக் காணாததால பெத்தா உள்ளூரப் பயந்துபோய் வாடியுள்ளுக்க போயிற்றா.

அடுப்புலவைச்ச தீனாக்கட்டையொண்டு புகைஞ்சி கொண்டேயிருக்கு. தேயிலப்போச்சி அடுப்புக்குமேல கம்பியில தொங்குது. கவுத்துக்கொடியில காயுற துவாய பெத்தா தொட்டுப் பார்க்குறா ஈரலிப்பாயும் இல்ல. சைக்கிளும் பறனுக்குப் பக்கத்துல சாத்துன மாதிரித்தான்கிடக்கு. எல்லாமே வச்சது வச்ச இடத்துல கிடக்கு. கபூர மட்டுந்தான் காணயில்ல. ஆக்களாரும் வந்துபோன காலடித்தடம் ஏதும் வாசலுல பதிஞ்சிருக்கோவெண்டும் பார்க்குறா பெத்தா, அப்பிடியொரு தடமும் தெரியயில்ல.

“கபூறு . . . கபூறு . . .” பெத்தா திரும்பவும் குரல் கொடுக்க

“ஆருகாதே” என்ற குரல்கேட்டுப் பெத்தா திரும்பிப்பார்க்க வெள்ளாமைத் தலப்புக்குமேல பள்ளக்கையில தலைப்பாகை தெரியுது. மண்வெட்டியும் கையுமாவாற கபூர்போடியாரக் கண்ட உடன பெத்தாவுக்குப் போன உசிர் திரும்பினமாதிரி இருந்திச்சி.

“ஆரு மைலியக்கையா? நட்டுமை போனமாதிரி இருந்திச்சி அடைப்பமெண்டு போனன். என்னக்க . . . செல்லு.”

“ஒண்டுமில்ல ஒள்ளம் ஊட்டடிமட்டும் வந்திற்றுப்போ.”

“நீ போ மைலியக்க இந்தா வாறன்.”

“இல்ல ரெண்டுபேருமா போவம்வா, சைக்கிளயும் எடுத்திற்று வா கபூர்” சேனைக்காடு, வயல் வெளிப்பக்கங்களில வாழுறாக்கள், ஒருத்தர ஒருத்தர் வரச்சொல்லிக் கூப்பிட்டா ஏன்எதுக்கெண் டெல்லாம் கேக்காம கூப்பிட்ட உடனே போறதுதான் சம்பிரதாயம்.

போடியார் சைக்கிளத் தள்ளிக்கொண்டுவரக் கொடியில தொங்குற துவாயயும் தூக்கிக் கெரியருல பெத்தா போட்டத, கபூர்போடியார் காணயில்ல.

கபூரோட பெத்தா வந்து சேர்ந்த நேரம், பத்தூட்டுல இருந்த மகன் சின்னானும் பொண்ணாட்டியும் வந்து காத்துக் கொண்டிருந்தாங்க. இன்னும் சில அட்டம்பக்கத்து ஆக்களும் கூடத்தான்.

“பொடியன் சந்தைக்குக்கிந்தைக்குப் போயிருப்பாரோ எண்டுபார்க்கத்தான் வந்தம் மாமி, போய் பார்த்திட்டு வாம்மா எண்டு பொட்டை உட்டாளில்ல.”

சொல்லிற்றுக் கடைக்கண்ணால மருமகனப் பார்க்குறா. துரவுக்கல்லுல குந்தியிருந்து சாறனொண்டுக்குச் சவுக்காரம் போட்டுக் கல்லுலக் குத்திக்கொண்டிருக்கான் கேசவன்.

கபூர்போடியாரக்கண்ட உடன உள்ளுக்க கூட்டிப்போய் இருக்கச்சொல்லுறார் பெத்தாட மகன் சின்னான். நன்னாரி வேர் போட்டுக்கலக்குன தேயிலத்தண்ணிய மலர் கொண்டுவந்து குடுக்குறாள். போடியாருக்கு ஒண்டும் புரியுதில்ல. சின்னான் ராவு நடந்தது, இப்ப நடக்குறதெல்லாத்தையும் விலாவாரியாகச் சொல்லுறார்.

"தொடங்கிற்றானுகளா ... ஹறவாப் போனவனுகள் ... நாலுநட்டாமுட்டி இருந்துகொண்டு ஊரப்படுத்துறபாடு. அதுக்கு என்னய என்னத்துக்குகா கூட்டி வந்திருக்காய். நெக்கென்னவும் நடந்திருமெண்டா ..? நொக்குவெசரா ..? எண்ட மொகத்தத் தெரியாத தமிழ்ப்புள்ளயள் இரிக்கா செல்லு."

"இஞ்சே கபூறு ... உண்ட முகத்த எல்லாருக்கும் தெரியு மெண்டும் நீதான் சொல்லுறாய் ... நாலு நட்டாமுட்டிகள் இரிக்கானுகளெண்டும் நீதான் சொல்லுறாய். அவனுகளுற கண்ணுலபட்டா என்னகெதி, சும்மா இரி ஒள்ள நேரத்துக்கு."

"ஓம் போடியார் அம்மை சொல்லுறமாதிரி கொஞ்சநேரம் இருந்திற்றுப் பின்னேரமா பார்த்துப்போங்க" எண்டிற்று சின்னானும் பொண்டிலும் போயிற்றாங்க.

கேசவன் அடிக்கடிப் போடியார்ர வயலுக்க போய்வந்து கொண்டேயிருக்கான். சுங்கான் கருவாட்டு முளகுத் தண்ணிக் குழம்பும், பயித்தங்காய்க் கடையலும் செய்ஞ்சி பன்தட்டுல போட்டுத் தேக்கு இலையில சோத்தப்போட்டு மலர் குடுக்க, சாப்பிட்டுட்டுப் போடியார் பறனுல துவாய விரிச்சிக் கண் ணயர்ந்துட்டார்.

பெத்தாவும் விளாத்தயடிக்கடைக்குப் போறதும் வாறது மாகத்தானிருக்கிறா. கோளாவில், பனங்காடு, அக்கரைப்பத்துக்குப் போய்வந்தாக்கள் சொல்லுற கதைகளக் கேட்டுக்கொண்டுவந்து போடியாருக்கிட்ட சொல்ல, உண்மையோ, பொய்யோ தெரியா ... கேள்விப்படுற செய்திகள நினைச்சி போடியார்ர மனசிலயும் சின்னதா ஒருமாதிரிப் பயம் தெரியத்தான் செய்திச்சி.

"பஸ்சுகள் ஓடாதெண்டா முஹமட் இண்டைக்குப் போக மாட்டான்தானே போடியார். நீங்க ராவைக்கு நிண்டு நாளைக் குப் போகலாம்தானே" என்று கேசவன் சொன்னாலும் தற் செயலா ஏதும் பஸ்போய் முஹமட் போயிற்றா, அவன இனி எண்டைக்குக் காணுவனோ தெரியாது. அதனால எப்பிடியும் போயேயாகணும் எண்டு போடியார் பிடிவாதமாகயிருக்க, தான் சைக்கிளில ஏத்திக்கொண்டு, பத்தூட்டுப் பக்கத்தால போய் இலுக்குச்சேனப்பக்கத்துல விட்டுற்று வாறதாகக் கேசவன்

சொன்னபோது அரைகுறை மனசாத்தான் போடியார் சம்மதித் தார். தன்னால கேசவனுக்கு ஏதும் நடந்துரக்கூடாதே என்ற கவலைதான் அவருக்கு.

எதிர்காத்து, கிறவல்மணல்றோடு, முக்கிமுக்கித்தான் கேசவன் சைக்கிள் ஓட்டுறான். துவாய தலையில போட்டுக் கழுத்துக்குள் ளால உட்டுத் தாடைக்குக்கீழ முடிச்சிப்போட்டுக் கட்டிக் கொண்ட போடியார் கெரியருல இருக்கிறார்.

"எதிர்காத்து எலுவா மகன்? ... மிதிக்கக் கயிற்றமா இரிக்குப் போல?"

"அது பரவாயில்ல போடியார் மிதிக்கலாம்"

"இந்தப்பண்டியளுக்கு ஏனிந்த வேலை. படம்பார்க்கப்போன புள்ளையளுக்கு அடிச்சனுப்புனா அவனுகள் சும்மா இரிப்பானு களா?"

"என்ன நடந்ததெண்டு ஆருக்குத்தெரியும் போடியார். ரெண்டுநாளையில எல்லாம் சரியாயிடும்."

"ஓம் வாப்பா ரெண்டு நாளைக்கு நீயும் கூடச் சந்தைப் பக்கம் வந்திராத, இப்ப உன்னையோட வரக்கோள நெக்கும்கூடப் பயமாத்தான் இரிக்கி"

"ஏன் போடியார்?"

"இல்ல ... ராவு தியேட்டருல அடிபட்ட புள்ளையளுற கண்ணுல நான் பட்டா என்னதான் இருந்தாலும் கோபப் பட்டிருக்கிற புள்ளயள் கைவைச்சாலும் வச்சிருங்கள்தானே?"

கேசவன் சத்தமாயே சிரிக்கிறான்.

"ஏன் வாப்பா சிரிக்காய்?"

"ராவு தியேட்டருல அடிபட்டவன் உங்களக் கண்டா அடிப்பானெண்டுறயளே, அதுக்குத்தான் சிரிக்கன்."

"நொக்குச் சிரிப்பாரிக்கி, நெக்கெண்டா பயமாத்தானிரிக்கி" பெரிசா அடிச்ச காத்து றோட்டுமண்ண அள்ளிச் சுழற்றிவீசக் கேசவனதும் போடியாரதும் கண்ணெல்லாம் மண்ணு. சைக்கிள் கூடத் தடுமாறிப் புல்மேட்டுல ஏறத் தொட்டாச்சிணுங்கியெல் லாம் சுருங்கிற்று.

"இறங்கு வாப்பா அந்த வாய்க்கால் தண்ணியில முகத்த கழுவுவம்" எண்டிற்றுப் போடியார் வாய்க்காலுக்க இறங்கிற்றார்.

கேசவனுக்கும் உடம்பெல்லாம் மண்பட்டு நசநசக்குற மாதிரித்தெரிய, அவனும் சேட்டக்கழட்டி சைக்கிளில கொழு

விற்று, ஆனை அள்ளுறமாதிரி முன்னால தண்ணிய அள்ளிப் பின்னால முதுகுக்கு எறிஞ்ச நேரம்தான் போடியார் நிமிர்ந்து பார்த்தார், மிலாறு கிழிச்சமாதிரி கேசவண்ட முதுகுல தாரெழும்பின மாதிரி கோடுகளக்கண்ட போடியார் ஒருகணம் திகைச்சிப்போயிற்றார்.

"என்னவாப்பா இது..? என்ன நடந்தது... உடம்பெல்லாம் பிரம்படிபட்டாப்போல..."

"பிரம்படியில்ல, துவரங்கேட்டியடி... யாசீன்காக்கா ராவு தந்தது போடியார். அத உட்டுப்போட்டு வாங்கபோக நேரம் போகுது."

கேசவன் சைக்கிளில ஏறிக் கொஞ்சநேரத்துக்குபிறகுதான் போடியார் கெரியருல ஏறினார்.

"என்ன போடியார் பயமாரிக்கோ?" கேட்ட கேசவண்ட தோளில கைபோட்டுக் கெரியல இறுக்கிப்புடிச்சிக்கொண்டார் போடியார். கேசவண்ட தோளப்பிடிச்ச பிடிப்பில் ஒரு தந்தைக்கே உரிய பரிவு... இப்பவும் அவர்ர கண்கள் கலங்கிக் கரிக்குது... மண்விழுந்த கண்ணை வாய்க்கால் தண்ணியில கழுவுன பின்பு மாய்...

7

மூணுநாள்தான் முடங்கிக்கிடந்தது சந்தை, என்னமோ முப்பது வருசமா மூடிக்கிடந்த சந்தைய இண்டைக்குத்தான் திறந்துட்டமாதிரித்தான் சனமெல்லாம் வந்துசேருது.

கேட்டுப்பார்த்து முடிச்சிவைச்ச கல்யாணத்தம்பதியர் முதலிரவுல ஒண்டா இருந்திற்று விடிஞ்சதும் ஒருத்தர்ர முகத்த ஒருத்தர்பார்க்க வெட்கப்படுறாப்போலதான் சந்தைக்கு வந்தாக் களுற முகங்களும் பார்வையும்...

மீரிசாட யூபிஎம் மேல்மாடியிலயிருந்து சாறன கிளப்பிக் காட்டுனவனெல்லாம், சண்டை நடந்தது கனவுலயும் தெரியாது வாப்பா எண்டுறாப்போல வந்து நிக்கானுகள். சண்முகநாதன் ஸ்ரோருக்கு முன்னால நிண்டு சாறன மடிச்சிக்கட்டி கல்லெறிஞ்சி சண்டித்தனம் காட்டுனவனெல்லாம் அயலூருக்குச் சாவூட்டுக்குப் போய் இப்பதான் வந்தாக்கள்மாதிரி ஒண்டுமே அறியாதவனுகளப் போல வந்து நிக்கானுகள். வாகனங்களில வந்திறங்குற அயலூர்ச் சனங்களுக்கு இப்பயும் முகத்துல பயம்தெரியுது.

சண்முகநாதன்ஸ்ரோர், விநாயகர்ஸ்ரோர், மஜீத்துர கடையெல்லாம் அடிச்சி விலகொண்ணாத சனம். ஹாஜிமாரும்,

ஆலிமுகளும், லெப்பைகளும், குருக்கள்மாரும், வண்ணக்கமாரும், வட்டவிதானைமாரும் ஒண்டாச்சேர்ந்து கதைச்சிற்று, எல்லாரும் சேர்ந்து சந்தைக்குவந்து “இப்ப சமாதானமாம்” எண்டுறதக் காட்டுறாங்க.

மூணுநாளா மூடிக்கிடந்ததால காய்கறியெல்லாம் வாடி வதங்கி அழுகிப்போய்ச் சந்தை மூலையில குவியலாக்கிடக்கு. காம்பழுகி இலைசிவந்த வெத்திலகள வேறாக்கி அடுக்குறார் சீனிக்காக்கா.

குலத்தழகிக்குக் கொண்டாட்டமெண்டா அப்பிடியிப்பிடிக் கொண்டாட்டமில்ல. என்னமோ கதிர்காமத்துக்குப்போய் வந்தவள் கயமீன் கறிச்சட்டியப் பார்க்குறாப்போல, சினிமாப் படத் தட்டியடிக்குப்போறதும் அண்ணாந்து பார்க்குறதும் வாறதுமாகத்தான் திரியுறாள். இந்தநேரத்துல குறட்டைக்காக்கா வந்து குந்துனதையும் கண்டுற்றாள்.

“குழப்பம் நடந்த நாளுகளில ஊர்ப்பக்கம் வருவாயெண்டு தான் காத்திருந்தன். வராம உட்டுட்டேயேகா குறட்டை” சும்மா இருந்த குறட்டைக்காக்காவ உசுப்பி உடுறாள் குலத்தழகி.

“ஏன்பொட்ட, வந்திருந்தா என்ன பொட்ட செய்திருப்பாய்?”

“நீ வருவாயெண்டு நல்ல செட்டப்போடதான் இருந்தன். வராம உட்டுட்டயே குறட்டை.”

“குழப்பத்துக்கயும் கோளாவிலுக்குப்போய் எத்தினகோழி வாங்கி வந்தனெண்டுறது நொக்குத்தெரியுமா பொட்ட?”

“கோளாவிலுக்குத்தானே ... எங்கடபக்கம் வந்திருக்கமாட் டயே. பீப்பயம் உனக்கு ... வந்திருந்தா அடிச்ச அடியில பீபறந் திருக்கும்.”

“பொட்டேய் அந்தமனிசனோட தனகாம சும்மா இரிக்க மாட்டயோடி நீ” மைலிப்பெத்தா குலத்தழகிக்கு அடிக்க ஓங்குறா.

“இப்பதான் ஆடி அடங்கியிருக்காங்க. மறுகா நீங்க ரெண்டு பேரும் தொடங்கி வைக்கப்போறியளா? வேச ... யாவாரத்தக் கவனியண்டி” பாய்க்கட்ட இறக்கிக்கொண்டே சொல்லுறா வெள்ளும்மா.

அந்தநேரம்தான் கனகவேல் வந்து குலத்தழகிக்கும் மைலிப் பெத்தாவுக்கும் இடையில குந்துறான். அவனக்கண்டதுமே மைலிப்பெத்தா வெத்திலப்பைய எடுத்துப் புடவை மடிப்புல மறைச்சிற்றா.

அம்பாறை கரும்புபாமுல வேலை செய்யுற கனகவேல் அம்பாறைக்கு பஸ் ஏறியிறங்க வாறதால இவையள் நாலுபேருக்கும் நல்லபழக்கம். எந்தநேரமும் வெத்தில கொடுப்புனவாயும், வெள்ளவேட்டியும், வெள்ளைச்சேட்டும் வீசுனகையும் வெட்டி வெட்டிக் கதைக்குற கதையயும் பார்த்தா கனகவேல் அசப்புல பொம்புளைதான். கதைப்பேச்சும் பொம்புளைகளோட மட்டும் தான். ஆம்புளைகளக்கண்டா உதட்டால ஒரு வெட்டு மட்டும் தான்.

"என்னடா கனகவேல் உன்னய இவ்வளவு காலமும் காணயில்ல. செத்துக்கித்துப் போயிற்றயோயெண்டுதான் நினைச்சன். என்ன அம்பாறை வேலைய உட்டுற்றயோ?"

"செத்திருந்தாலும் பரவாயில்ல குலத்தழகி ... என்னத்துக்கு இரிக்கோணும்?"

"ஏண்டா"

"இல்லபொட்ட கட்டிக்கொண்டுபோற சோத்துப்பொட்டிய ஒவ்வொரு நாளும் தட்டிப்பறிச்சி திண்டுபோட்டு வேளா வேளைக்கு வாய்சிவக்க வெத்தலயும் வாங்கித் திண்டுபோட்டுத் திடீரெண்டு சொல்லுறான், ஊட்டுல அம்மைக்காரி பொண் பார்த்திருக்காவாம் கல்யாணம் கட்டப்போறானாம்."

"ஆருடா ... என்னடா சொல்லுறாய்."

"ஆரு கரும்புபாம் ஓவசியர்தான்."

"ஆ... ஓவசியர் உன்னய ஏமாத்திபோட்டாரெண்ட கவலைதானோ உனக்கு" குலத்தழகி சொல்ல மைலிப்பெத்தாவும் வெள்ளும்மாவும் சேர்ந்தே சிரிச்சிற்றாங்க.

"உங்களுக்கு எப்பயும் என்னயப்பார்த்தா சிரிப்புத்தான். எனக்குத்தெரியும் மைலிப்பெத்தா நீ என்னயக்கண்டு வெத்திலப் பைய ஒளிச்சது, வெள்ளும்மா நீயாகுதல் ஒரு வெத்தில தா ... இவன் டெயிலருக்கிட்ட சேட்டொண்டு தைக்கக்குடுத்து ஒரு மாசமாச்சி. விற்றுத்திண்டுற்றானோ தெரியாது. இண்டைக்கு ரெண்டுல ஒண்டு பார்க்காம உடுறயில்லயெண்டுதான் நானும் வந்திருக்கன்."

சொல்லிற்று இடுப்ப நெளிச்சிவளைச்சி சம்மானத்துல கிடந்த கனகவேலப்பார்த்த பெத்தாவும் வெள்ளும்மாவும் தங்களோட ஒருத்தியாகவே நினைச்சி அவனோட கதை குடுக்கத் தொடங்குறாங்க.

விமல் குழந்தைவேல் 87

கனகவேல், கண்வெட்டி, கழுத்துநெளிச்சி பேசுறதப் பார்க்குற போது ஆம்புளப்பொடியன் இவன் இப்பிடியெல்லாம் இருக் கானேயெண்டு ஆரையும் அருவருப்படையச்செய்யாது. ஆயிரத் துல ஒன்று அதிசயமாப் புறந்ததப்போல பார்க்குறாக்களக் கவர்ந்து கொள்ளுறாப்போலதான் கனவவேல் இருப்பான். போதாக்குறைக்கு எந்த அப்பழுக்கும் இல்லாத அவண்ட உடல்தோற்றத்துல மயங்குன ஆம்புளையளும் உண்டெண்டு தான் சொல்லோணும்.

கோயில் திருவிழாவுகள்ல கலைநிகழ்சிகளெண்டா அண்மை யில் வெளிவந்த பக்திப்படத்தில ஒரு துண்ட நாடகமாக நடிக்கிறது வழக்கம். கள்ளியந்தீவு மங்கமாரியம்மன் கோயில் திருவிழாவுக்குக் கந்தன் கருணை படத்துல ஒரு துண்ட நாடக மாக நடிக்கக் கோளாவிலில இருந்துபோன நாடகக் குழுவுல கனகவேலுதான் உமாதேவி.

அசுரர்களின் காடைத்தனத்தால ஏற்பட்ட சண்டையில அசுரர்படை தேவர் படைய தோற்கடிச்சி தேவேந்திரன புடிச்சி சிறையில வைக்க தேவேந்திரண்ட பொண்டாட்டி தட்டுக்கெட்டு ஓடோடி வந்து கத்திக் குழறி முறையிடுவாள். இந்த நேரத்துல அசுரர் தலைவண்ட தங்கச்சி, தேவேந்திரண்ட பொண்டாட்டிர கைய வெட்டாம விடமாண்டனெண்டும், கையில கத்தியோட மேகத்துக்குள்ளால றோடுபோட்டுத் தேடி ஓடித்திரியுற நேரத்துல மேலயிருந்து கீழபார்த்தா, தேவேந்திரண்ட பொண்டாட்டி சிவலிங்கத்தக் கட்டிப்புடிச்சி அழுதுகொண்டு இருக்காள். “மாட்டுனாயடி நீ” எண்டு கத்தியோட வந்து கையப் புடிச்சி இழுத்து வெட்ட ஓங்குற நேரம் சிவனும் உமையும் எழுந்தருளி இந்திரண்ட பொண்டாட்டிய காப்பாத்துற ஸீன்தான் நாடகம்.

தேவேந்திரண்ட பொண்டாட்டியாக விமலன், சிவனும் உமையுமாக நவத்தியும் கனகவேலும். நாடகமேடை திறந்தாச்சி. “வெள்ளிமலை மன்னவா வேதம் நீ அல்லவா முன்னோர்க்கும் முன்னவா மூண்டகதை சொல்லவா” எண்ற பாட்டு ஸ்பீக்கருக் குள்ளால போக அதற்கு உருக்கமாக வாயசைச்சிக் கொண்டு சிவலிங்கத்துக்கு முன்னால உள்ள நெருப்புச் சட்டியில சாம்பிராணிய போட்டா புகைக்குள்ளால வரவேண்டிய சிவனை யும் உமையம்மையையும் காணயில்ல. “அபயக்குரல் கேட்டு உன் அருள் முகத்தக் காட்டு . . . தேவர் குறை தீர்க்க உன் திரு முகத்தக் காட்டு . . . காட்டு . . .” எஸ் வரலெட்சுமிர பாட்டுர அடித்துண்டையும் நாலஞ்சிதரம் சுத்திப் போட்டாச்சி. சிவனை யும் உமையம்மையையும் காணயில்ல. கனநேரத்துக்குப் புறகு பார்த்தா புகைக்குள்ள சிவன்மட்டும் நிக்குறான். எங்கடா

உமையெண்டு புகை மறைப்புக்குள்ளால விமலன் நவத்தியக் கேட்டா ... எனக்கென்னடா தெரியுமெண்டு நவத்தி வாயப் புளக்குறான். பாட்டும் பலதடவை சுத்தசுத்த சாம்பிராணியும் முடிஞ்சி புகை அடங்க, சிவன்மட்டும் நிக்குறதக் கண்ட சனத்துக்கு ஏதோ நடக்கிறதெண்டு விளங்க, சனமெல்லாம் கூய்ராமாய்ரா எண்டுகத்த மேடைச் சீலைய இழுத்து மூடிற்று மேடைக்குப் பின்னால இறங்கிப் பார்த்தா ... மேக்காப்பு றூம் படங்குச்சுவர் கிழிஞ்சி தொங்குது. கனகவேலக் காணயில்ல.

என்ன எவடமெண்டு அறிய எல்லாரும் கோயிலுக்குப் பின்னால ஆத்தங்கரைக்கு ஓடினா சீலை உரியப்பட்டு, சட்டை கிழிக்கப்பட்டு மேலுடம்புல ஒண்டுமில்லாம வெறும்பாவாடை யொண்டோட கற்பழிக்கப்பட்ட உமாதேவியாக நிக்குறான் கனகவேல்.

என்ன நடந்ததெண்டு ஆளாளுக்குக் கேட்டா. நாலஞ்சிபேர் தன்னத் தூக்கிக்கொண்டுவந்து ஆத்தோரத்தினையில வச்சி என்னென்னமோவெல்லாம் செய்ய முற்பட்டானுகள் எண்டும் அதுக்கிடையிலதான் காப்பாத்தப்பட்டனெண்டும் கடிபட்ட உதட்டுல இருந்து ரெத்தம் வடிய அவன் சொன்னதெல்லாம் கட்டுக்கதையில்ல அத்தினையும் உண்மை.

நல்ல நேரத்துக்குக் காப்பாத்தியிருக்கயில்லயெண்டா கள்ளியந்தீவுலயே கனகவேல சீரழிச்சிருப்பானுகள். பெண் வேசத்துல கனகவேல் அப்பிடியொரு அழகா இருப்பான். எப்பிடியோ திரும்பவும் பாவாடைசீலை உடுத்தி சட்டைபோட்டு உமையாகச் சிவனுக்குப் பக்கத்துல நிக்கவைச்ச சங்கதியெல் லாம் அவண்ட அழகுல ஆக்கள் மயங்குனதுக்குச் சாட்சி.

ஆண்டவன் குடுத்த உடல் கூறுப்படி அவனுக்குண்டாகுற உணர்ச்சியால, அவன் ஆம்புளையளத்தான் பார்த்துச் சிரிக்க வேண்டியிருந்திச்சி. சந்தைக்கு வந்தானெண்டா, அவன ரகசிய மாக் கூப்பிடவும் ஆக்களிலில்லாமலில்ல. அவனும் கூப்பிடுற ஆக்களோடவெல்லாம் போறவனாயுமில்ல. தன்னப் புரிஞ்சி கொண்டு தன்னோட பழகுறதுக்கெண்டு மட்டும், தன்ர அலை வரிசையோட இணைஞ்சி போற ஆராகுதல் ஒருத்தன் கிடைக்க மாட்டானா எண்டுறதுதான் கனகவேலுட தேடல்.

காய்ச்சலெண்டு சொல்லி மருந்தெடுக்கப்போன நேரத்துல தான் தூரத்து ஊருலயிருந்துவந்து வேலைசெய்ஞ்ச ஓடலி ஒருத்தனோட கனகவேலுக்குத் தொடர்பு ஏற்பட்டிச்சி. ரெண்டு மூணு வருசமா ஓடலியோடதான் ஒட்டித்திரிஞ்சான். ஒரு தடவை ஓடலியோட சண்டைபுடிச்சிற்று சாகப்போறனெண்டு

கடலுக்க இறங்க, ஓடலி பின்னால ஓடிப்போய் இழுத்துவந்து கரையில தள்ளியுட்டானாமெண்டும் கேள்வி.

திடீரென்று ஓடலி மாற்றமாகி மன்னாருக்குப்போக இணையனப்பிரிஞ்ச தனியனாகக் கனகவேல் தவிச்சித்திரிஞ்சிற்றான். பிரிவுத்துயரோ? ஏமாற்றமோ? தோல்வியோ எண்டெல்லாம் இனம் காணத்தெரியாமையும் ஆருக்கிட்டையாகுதல் சொல்லி அழுது துயரம் இறக்க முடியாமலுமான யதார்த்தமற்ற வாழ்வு நிலையில நேரெதிரான உலகத்துல, சோகமாகத் தனிச்சித்திரிஞ்ச நேரத்துலதான் அம்பாறை கரும்புப்பண்ணையில வேலயும் கிடைச்சிச்சி.

கரும்புப்பண்ணை ஓவசியன் இவனக்கண்டதும் கரும்புல எறும்பு மொய்ச்சமாதிரி மொய்க்கத்தொடங்கிற்றான். கனகவேலும் ஒத்துப்போயிற்றான். சிங்களவனக் கைக்குள்ள போட்டுக் கொண்டு ஒருவேலயும் செய்யாம சம்பளம் வாங்குறானாமெண்டும், ஓவசியரோட அவன் நடந்து கொள்ளுறவிதம் தங்களுக்குப் புடிக்கயில்லயெண்டும், கூட வேலைக்குப்போய் வாறாக்கள் ஊருக்குள்ள சொல்ல, ஊர்ப்பொடியனுகள் சேர்ந்து கனகவேலுக்கு அடிஅடியெண்டு அடிச்சும் அவன் தன்னை மாற்றிக் கொள்ளயில்ல.

போனவருசம் முகத்துவாரம் ஓடுனநேரம், தமிழ் பொட்டையளுக்கு முஸ்லீம் பொடியனுகள் தண்ணி ஒத்துனதுல எழும்பின சோனகதமிழ் குழப்பத்துல ஊருட்டுஊர் போனாக்கள் வந்து கொள்ளேலாம போனயிடத்திலயே தங்கிற்றாங்க. குழப்பம் முடிஞ்சி ஒருகிழமையாகியும் கரும்புப்பாமுக்குப்போன கனகவேல் திரும்பயில்ல. கரும்புப்பண்ணைக்குள்ளயும் உள்ளிட்டு வெட்டிச் சாக்காட்டினாங்களாமெண்டும் அதுல கனகவேலையும் கரும்புக் கட்டோட சேர்த்து எரிச்சாங்களாமெண்டும், ஊருக்குள்ள கதைபரவுன சமயத்துல கனகவேல் கம்புமாதிரி வந்திறங்க, என்னஎவடமெண்டு கேட்டதுக்கு, ஓவசியர்தான் தன்ன அவர்ர ஊருக்குக்கூட்டிப்போய்ப் பாதுகாப்பா வைச்சிருந்து அனுப்புனா ரெண்டு அவன் சொன்ன கதையக்கேட்ட ஊரவருக்கெல்லாம் வியப்புத்தான்.

அண்டிலயிருந்து இனித் தன்ர வாழ்க்கையே ஓவசியரோட தான் எண்டிருந்தவன, ஓவசியர் இப்பிடிக் கையுட்டதுல கனகவேல் நல்லாவே மனமுடைஞ்சி போயிற்றான்.

“ம் . . . நான் கொண்டுகுடுத்தக் கட்டுச்சோத்தையும், கொட்டப்பாக்கு வெத்திலயயும் ஓவசியர் மறந்திற்றார் தானே” கதையோடகதையா பெத்தா பார்க்கயில்ல எண்ட நினைப்புல

வெத்தில உமலுக்குள்ள கையயுட, முறிக்குறாப்போல கைய எடுத்துடுறா பெத்தா.

"ஓவசியரும் கையுட்டுட்டா இனியென்னவாப்பா செய்யுற, வேற ஆரும் கண்ணுல தைக்கயில்லயா என்ன?" வெள்ளும்மா சிரிக்காமலே கேட்குறா.

"உனக்கு என்னோட பகிடியென்ன வெள்ளும்மா, இவடத் துக்க வந்து உங்களோட குந்தியிருந்தா என்னயும் சந்தைநாய் மாதிரித்தான் நினைக்கயள்போல. இதுக்குத்தான் நான் வாற யில்லயெண்டு இருந்தன். இவன் டெயிலருக்கிட்ட சேர்ட்டத் தைக்கக் குடுத்ததாலதானே வந்தன். இஞ்சஉடு இண்டைக்கு ரெண்டுல ஒண்டு பார்க்காம உடுறயில்ல" வளைஞ்சி நெழிஞ்சி நடந்துபோறான் கனகவேல்.

"இஞ்சபாருடி இவன ... ஒவ்வொருத்தருக்கும் ஆயிரம் பிரச்சினை. இவனுக்குள்ள பிரச்சனையப் பார்த்தயோடி பொட்டேய். அதுசரி எங்கடி இந்தக் குறச்சனமெல்லாம் ஒண்டை யும்கூடக் கண்ணுல காணக் கிடைக்குதில்ல."

"அத ஏன் மைலிப்பெத்தா கேக்காய், பாவம் கறுமங்கள். ராவோட ராவா ஊர உட்டுப்போயிற்றுகளாம். எல்லாம் இந்தக் கண்கெட்டுப் போயிருவானுகளுற வேலைதானே."

"என்னடி சொல்லுறாய் ... ஆரு என்ன செய்ததாமடி."

"குறவனுகள் குடிச்சிப்போட்டு வெறியில படுத்திருக்கானுகள். செக்கஞ்சோபடம் முடிஞ்சி வந்தவனுகளில ஆரோ ரெண்டு மூணுபேர், படுத்துக்கிடந்த குறத்தி ரெண்டுபேர்ர வாயில சீலைய அடைச்சி தூக்கிக்கொண்டுபோய் உப்புக்கரச்சிக் குள்ள வைச்சி கெடுத்து நாசம் பண்ணியிருக்கானுகள். ஆருக்கிட்ட சொல்லுங்கள் சொன்னாலுமென்ன நியாயமோ கிடைச்சிரும். மானத்துக்குப்பயந்ததுகள் ராவோடராவா ஊரஉட்டு ஓடிற்று களாமெண்டு கேள்விப்பட்டன்."

"நானும் கேள்விப்பட்டன் ... இந்த ஆம்புளையளே இப்பிடித் தான் பொட்ட" எண்டுகொண்டு கனகவேல் திரும்பவும் வந்துகுந்துறான்.

"என்னவாம்டா டெயிலர் என்னசொல்றான். சேர்ட்டு எங்கயாம்" என்று குலத்தழகி கேட்க.

"இன்னும் தைக்கலயாமெண்டான். பின்னேரத்துக்குள்ள சேர்ட்டு வரோணும். இல்லெண்டா, துணிவரோணும்.

இல்லாட்டிப்போனா சந்திசிரிச்சி சந்தை கிடுகிடுக்குமெண்டு சொல்லிப்போட்டு வந்திருக்கன். நல்லாப் பயந்திட்டான் பொட்ட டெயிலர்" சொன்ன கனகவேலுக்குத் தன்னநினைச்சி தனக் குள்ளயே பெருமையா ஒரு சிரிப்பு.

திருக்கோயிலுலயிருந்து வந்த ரெண்டு பொண்டுகளுக்குப் பாய விரிச்சிக்காட்டி விலை சொல்லிக்கொண்டிருக்குறா வெள்ளும்மா. விரிச்ச பாயிர மூலையில பன்னால ஒரு முடிச்சிப் போட்டிருக்கிறத கண்டிற்றான் கனகவேல்.

"இதென்ன வெள்ளும்மா அச்சுலவார்த்தாப்போலப் பாயச் செய்ஞ்சிபோட்டு, அதுல ஒருகுறை உழுந்தாப்போல முடிச் சொண்ட போட்டுவைச்சிருக்காய்?" வாடிக்கையாளருக்கு முன்னால விற்கிற பொருள கனகவேல் குறைசொன்னதும் அதுக்கு விளக்கம் சொல்ல வேண்டிய நிலப்பாட்டுல வெள் ளும்மா நிக்குறா.

"அதுவோடா கனகவேல் ... நாம ஆண்டவன நெனைக்குற மெண்டுறத செல்லாம செல்லுறதுக்குத்தாண்டா அப்பிடி முடிச்சால செல்லியிருக்கு. துணியாவுல எந்தக்கொறையுமில் லாம எதையும் செய்யுறதுக்கு அந்த ஆண்டவன் ஒருத்தனால தாண்டா முடியும். நான் ஒருபாய கொறையொண்டுமில்லாம செய்திற்று கடவுள மறந்தா சரியாகுமடா. அதுக்குத்தாண்டா குறைமாதிரி ஒருமுடிச்சி" வெள்ளும்மா சொல்லி முடிச்சிருக்க மாட்டா, சாரதாதியேட்டர் நோட்டீஸ்கார்வாற சத்தத்த கேட்ட குலத்தழகி, பாய்ஞ்சுழுந்து எழும்பி விநாயகர்ஸ்ரோ ரடிக்கு ஓடிற்றாள்.

மூண்டு நாள் குழப்பத்துல அடைபட்டுக் கிடந்தாக்கள் குதுகலிக்குறமாதிரி மூண்டு தியேட்டரிலயும் புதுப்படம் மாத்தியாச்சி.

சண்முகநாதன் ஸ்ரோருக்குமேல முத்துராமனும் ஜெயலலிதாவும் தட்டியில தொங்குறாங்க. 'சூரியகாந்தி' படமாம். வம்மிமரக்கப்புகளுக்கிடையில பத்தாம் பசலியாக நாகேஷ் சிரிச்சிக்கொண்டுருக்கிறார். கிழிச்சிப்போட்டு ஒட்ட வேண்டியது தேங்குழல் கடைக்குமேல உள்ள படத்தட்டி மட்டுந்தான்.

எத்தினபேர் வந்துபோய் எப்பிடியெப்பிடி யாவாரம் நடந்து, என்னென்ன புதுனம் காட்டுனாலும், இந்த மூணு படத்தட்டியாலயும் கூடச் சந்தைக்கு ஒருதனி அழகு இருக் கெண்டுறதும்கூடப் பலபேர் அறிஞ்ச உண்மை.

பச்சப்புல்ல பனிபடரக்கொள்ள பார்க்கோணும். பெத்த புள்ளய பால்குடிக்கக்கோள பார்க்கோணும், ஒத்தப்படக நடுக்கடலுல பார்க்கோணும், ஓடும்குதிரைய ஒருக்கா இழுத்து நிறுத்திப்பார்க்கோணும், ஆடும் கால சலங்கையோட பார்க் கோணும், ஆணழகன் என்றாலும் அழகான பெண்ணுக்குப் பக்கத்தில வைச்சித்தான் பார்க்கோணும், ஒத்த யானைக் குட்டிய குளிக்கக்கோள பார்க்கோணும், பத்தைக்காட்டுக் கொடியொண்ட தனிமரத்தச் சுத்திப் படரக்கோளதான் பார்க் கோணும். இப்பிடி எதஎத எப்பெப்ப பார்க்கோணுமோ அப்பப்ப பார்க்கக்கோளதான் அதுஅது அழகாயிருக்கும். அதுமாதிரி நடுச்சாமத்துல சந்தையில ஆருமில்லாத நேரத்துல தட்டத்தனியே நிண்டுபார்த்தா, பார்க்குற ஆளோட அந்தப் படத்தட்டிகளே கதைக்குறமாதிரித்தானிருக்கும்.

பகலுல வெளியூருக்குப்போயிற்று ஆராவது ஒருத்தர் கடைசி வஸ்ஸில வந்திறங்கிச் சந்தைக்கு நடுவுல நிண்டா, அந்தாளுக்கு ஏற்படுகிற அனுபவமே புதுனந்தான்.

சந்தை மூலை குப்பைமேடொன்றிலயிருந்து புகைவந்து கொண்டிருக்கும். தேங்குழல் கடைதட்டியில ரெண்டேரெண்டு பேர் இருந்துகொண்டு எதையோ பற்றிக் குசுகுசுத்துக்கொண் டிருப்பானுகள். நாயொண்டு இன்னொரு நாயப் பார்த்திட்டு நடந்துபோய் நிண்டு திரும்பிப் பார்க்க, மற்ற நாய் நடந்து போகும். முன்னய நாய் முன்னுக்கு நடந்துபோய் நிண்டு கெதியாவாவனெண்டுறாப்போலத் திரும்பவும் திரும்பிப் பார்க்கும். பொறன் வாரன். ஆரும் பாக்கிறாங்களோ எண்டு பார்த்துத்தானே வரோணுமெண்டுறாப்போல இந்த நாயும் மெல்ல மெல்லப் பின்னால போய் ரெண்டு நாயும் ஒண்டாகச் சேர்ந்து இருட்டுக்க மறைஞ்சிருங்கள்.

எங்கேயோ தூரத்துக் கடையில இருந்து கொத்துரொட்டி கொத்துற சத்தமும், ரி அடிக்கிற கரண்டிச்சத்தமும் துல்லிய மாகக்கேட்கும். பகலெல்லாம் அழுகுனத புறக்கித்திண்டு குறைவீடிபுறக்கிப் புகைச்சித் திரிஞ்ச பிச்சைக்காரன், ஜெஸீமா முன் விறாந்தையில படுத்துக்கிடப்பான். சந்தைக்கநிண்டு பார்க்கக்கோள சாரதா தியேட்டர் வெளிச்சத்துல நாய்க்கூட்ட மொன்று தங்கட ராஜ்யத்த நடத்திக்கொண்டிருக்கும். போனா சப்பிக்குதறிப்போடுமெண்ட பயத்துல தட்டத்தனிய சந்தைக் குள்ள நிக்குற ஆளுக்குத் துணையே இந்தப் படத்தட்டிகள்தான்.

பகல் ஊரவிட்டுப்போனநேரம் படத்தட்டியிலயிருந்த படமெல்லாம் இரவு திரும்பி வந்தநேரம் மாறிப்போயிருந்திச்

செண்டா . . . பார்க்குறாக்களுக்கு என்னமோ ஊரே மாறிப் போய் ஊருக்குள்ள புதாக்கள் வந்திருக்குறமாதிரித்தான் தோணும்.

கற்பா? மானமா? கண்ணகியா? சீதையா? கடைத்தெருவில விற்குதடா ஐயோபாவமெண்ட போசுல சிவாஜி நிற்பார். இல்லாட்டி நீதி படத்துல சாராயப்போத்தலோட நிற்பார். இங்காலபக்கம் திரும்புனா, படியால இறங்கக்கொள இடறிச் சறுக்கி விழுந்தமாதிரி படிக்கட்டுல ஒரு காலும் நிலத்துல மறு காலுமா எங்கவீட்டுப்பிள்ளை எஞ்ஜிஆர் கையில சாட்டை யோட நிற்பார். அத உட்டுப்போட்டு அங்கால பக்கம் பார்த்தா, பாம்புக்கண்ணோட தலைக்குமேல ரெண்டு உள்ளங்கையயும் விரிச்சிவைச்சி பாம்பு, படமெடுக்குதாமெண்டு படம்காட்டிக் கொண்டு நிற்பாள் 'நீயா ஸ்ரீபிரியா.'

தனிய நிண்டு இந்தச் சினிமாத்தட்டிகள பார்த்தா, படத்துல உள்ள உருவங்கள் பார்க்குறாக்களப் பார்த்துச் சிரிக்குறாப் போலயும் கதைசொல்லுமாப்போலயும் பிரமையுண்டாக்கு மெண்டா, சாதாரணக் குலத்தழகி இந்தச்சினிமாவுல பைத்தியமா இருக்காளெண்டுறதுல ஆச்சரியப்பட என்னயிருக்கு.

றோட்டுல பறந்த நோட்டீசுகள புள்ளயளோட புள்ளை யளா நிண்டு புரண்டு புறக்கி எடுத்துக்கொண்டு வந்து தேங்குழல் கடைக்குக்கீழநிண்டு, மேல அண்ணாந்து பார்க்குறாள் குலத்தழகி.

பசைவாளியோடயும் படத்தாளோடயும் வந்தவன் ஏணி யில ஏறித் தட்டியில பசைபூசிற்றுப் பாதித்தாளப் பிரிச்சி ஒட்ட, ஒரு பொம்பளர பாதி முகமும் பாதி மார்பகமும் தட்டியில அப்பிக்கொள்ளுறதக் கண்ட குலத்தழகிக்கு ஆரு பொம்பிளையெண்டறிய, மீதிப்பாதியயும் எப்ப ஒட்டி முடிப் பானெண்டுற அங்கலாய்ப்பு.

ஒட்டுனவன் மீதியயும் ஒட்டிமுடிச்சிற்றான். வாணிஸ்ரீயிர ரெண்டு மார்புக்கிடையிலும் முகத்தப்புதைச்சி கழுத்துல மூக்கு முட்ட நித்திரை கொள்ளுறாப்போல சிவாஜி கிறங்கிப்போய்க் கிடக்க, என்னமோ சொர்க்கத்தக்கண்டு மதிமயங்குனாப்போல மயங்குன கண்ணோட வாணிஸ்ரீ மல்லாந்து நிற்குறாள்.

தட்டியில முகங்களக்கண்ட குலத்தழகிக்குக் கையும் ஓடு தில்ல காலும் ஓடுதில்ல, பசைவாளிக்குள்ள தாண்டுகிடந்த தும்புத்தடிய எடுத்து சிவாஜியிரயும் வாணிஸ்ரீரயும் முகத்துல தேய்தேயெண்டு தேய்ச்சிப்போட்டுப் படக்காரன் போன புறகும்கூட நிண்டு பார்த்திற்றுவாற குலத்தழகியக்கண்ட, குறட்டைக்காக்காவும், வெள்ளும்மாவும், மைலிப்பெத்தாவும், தங்களுக்குள்ளயே ரகசியம் கதைச்சிச் சிரிக்கிறாங்களெண்டுறத யும் குலத்தழகி கவனிக்காமலில்ல.

சந்தை நிலமெல்லாம் பழக்கொட்டைகள் பரவிக்கிடக்கு, காட்டுமரமெல்லாம் காய்ச்சிப்பழுக்குற காலமெண்டதால தினம்தினம் ஒருவகைப்பழம் வந்துகுவிஞ்சி சந்தையையே பொலிவாக்குது. வீரப்பழம் பாலப்பழமெல்லாம் தட்டிவண்டியில குவிச்சி சுண்டுபோட்டுச் சுருளுகளில விற்றுக்கொண்டிருக்க, குலத்தழகி கொண்டுவந்த நுரைப்பழமும் நல்லபடியா யாவாராமாகிக் கொண்டுதானிருக்கு.

பொதுவாகக் குலத்தழகிர யாவாரப் பொருளுகளெல்லாம் குளத்துல விளையுற நிலத்தடித் தாவரவகையைச் சேர்ந்ததாகத்தான் இருக்கும். தாமரக்கொட்டை, தாமரக்கிழங்கு, ஒல்லிக்காய், முள்ளிக்கிழங்கு எண்டெல்லாம் அவள் கொண்டுவாற பொருளுக்கெல்லாம் சந்தையில எப்பவுமே மவுசுதான். அதிலயும் அந்த முள்ளிக்கிழங்கக் கொண்டுவந்தாளெண்டா அதஅள்ளிப்பார்த்துக் கலகலவெண்டு கொட்டிப் புதுனம் பார்க்குறதுக்கெண்டே தனிச்சி சனம்கூடும்.

ஊசிநுனிமாதிரி மூணு முக்கோணக்கூர்கொண்ட கறுப்புக் கொட்டை, உடைச்சிப் பார்த்தா மாத்திரணையாக உள்ளுக்க கொஞ்சமா இருக்கும். தின்னவேணுமெண்ட உணர்வு உண்டாகுமே தவிரப் பசிபோக்குற பெரிய சாமானெண்டில்ல, ஆனா தின்னத் தின்னத் தின்னவேணும்போலவே இருக்கும். குலத்தழகி முள்ளிக்கிழங்கு கொண்டந்திருக்காளாமெண்டு கேள்விப்பட்டாலே இதுக்கெண்டு சனம்தேடிவந்து வாங்கிப் போகும்.

நுரைப்பழம், வீரப்பழம், பாலப்பழமெல்லாம் மற்ற பழங்களப் போல இல்ல. ஒரு நாளுக்குள்ள விற்கயில்லயெண்டா பழம் அழுகிப் புழுவெட்டக்கிறங்கத் தொடங்கும். அதனால இந்தப் பழங்களுற விலை பொழுது ஏற ஏற இறங்கிக்கொண்டே போகும். பொழுது சாயுறதுக்கிடையில நுரைப்பழத்த விற்று முடிக்க வேண்டியவளுற கவனமெல்லாம் படத்தட்டிமேலயே இருக்குறத பெத்தாவும் வெள்ளும்மாவும் கவனிக்காமலில்ல. இந்த நேரம் பார்த்து மீரிசாகாக்காவும் இடத்துக்குவர வெள்ளும்மாவும் தயாராகிற்றா.

"என்ன வெள்ளும்மா, அந்த நாளுகளில

கழுவத் துணியோட கிணத்தடிக்கு வருவாயெண்டு

நான் கமுகமரமேறிக் காத்திருந்தனே நினைவிருக்கோ?" கெட்டிக்காரத்தனமா கவிபாடிற்றாரெண்ட நினைப்புல மீரிசாக் காக்காவுக்கு ஒரு சிரிப்பு.

ஓமோம் மச்சான்.
நெனைப்பில்லயாபுன்ன.
கட்டிப்போடவெண்டு கவுத்தோட வாப்பா வர,
கச்சை அவுண்டுஉள நீ கவடாப்புட்டிக்கு ஓடுனதென்ன

வெள்ளும்மா பதில்கவி பாடிமுடிச்ச நேரம் மீரிசாக்காக்கா நிண்ட இடத்துல இல்ல.

“அட ... மனிசர் கிடந்து பதைக்குற பதைப்புல இவையள் ரெண்டுபேரும் கவிபாடுறாங்களாம். இஞ்சஉடு” சொன்ன குலத்தழகி எழும்பிப்போய்த் திரும்பவும் வாணிஸ்ரீயயும் சிவாஜிய யும் ஆவெண்டு பார்த்துக்கொண்டு நிக்குறாள்.

“குலத்தழகி இண்டைக்கு ஏதோ புதினம் காட்டத்தான் பேறாள்போலப் பெத்தா” சொன்ன கனகவேல ஒண்டும் பேசா தடா எண்டுறதப்போலக் கையால சாடை காட்டுறா வெள்ளும்மா. ஆரும் ஒண்டும் சொல்லவேணாம். என்ன செய்யுறாளெண்டுறத ஒள்ளுப்பம்நேரம் பார்ப்பம் எண்டிற்று வெள்ளும்மா வெத்தில உமல விரிச்சிக்கொண்டிருக்கிற நேரத்துல குலத்தழகி வந்துகுந்த, ஆருமே என்ன எவடமெண்டு அவளுக்கிட்ட கேக்காதது தன்ன அனாதையாக்கியுட்டாப்போலப் பட்டிச்சி அவளுக்கு.

“ஏண்டா கனகவேல் எல்லாரும் உம்மெண்ட மாதிரி இரிக்காங்க.”

“இதென்ன பொட்ட அவையளுற வேலைய அவையயவை யள் பார்க்காங்க, உண்டவேலைய நீபாரன் பொட்ட.”

குவிச்சிருந்த நுரைப்பழத்த அள்ளிப்போட்டுத் திரும்பவும் கோபுரமாக்குறாள் குலத்தழகி. மைலிப்பெத்தா முகம் கொடுக்கவே யில்ல. வெள்ளும்மா தானும் தண்டபாடுமா இருக்குறா. குறட்டைக்காக்கா இவளத்திரும்பியே பார்க்கமாட்டார். பார்த்தா, வம்புக்கிழுத்துருவாளெண்டபயம் அவருக்கு.

இல்லாமையும், ஏலாமையும் உண்டாக்குற ஆத்தாக் கொடு மையப்போல இடத்துலயிருந்துகொள்ள ஏலாம அவள் அந்திரப் படுறத பெத்தாவும் வெள்ளும்மாவும் கடைக்கண்ணால கவ னிச்சிக்கொள்ளுறாங்க. பின்னால நிக்குற கனகவேல திரும்பிப் பாக்குறாள் குலத்தழகி.

“நான் போகப்போறன் பொட்ட பசிக்குது” என்கிறான் கனகவேல். பின் முதுகுல அரிப்பெடுக்க, சுள்ளியொண்டெடுத்துச் சட்டைக்குள்ள உட்டுச் சொறிஞ்சி கொண்டு எழும்பிப்போய்த் திரும்பவும் படத்தட்டிய பார்த்து நிண்டிற்று, வாறநேரம் உச்சிப் பொழுதையும் அண்ணாந்து பார்த்துக்கொள்ளுறாள் குலத்தழகி.

“என்ன குலத்தழகி புட்டாணத்துல கட்டிவந்தமாதிரி குந்தியிருக்கேலாம ஓடித்திரியிறாய்” ஆரு வாய்திறப்பாரெண்ட அங்கலாய்ப்போட இருந்தவளுக்குக் கனகவேல் கட்டியம் கூறுன மாதிரித்தான்.

“டேய் கனகவேல் வயந்தமாளிகையாண்டா ... பகல் சோவுமாண்டா.”

“அதுக்கென்னபொட்ட இப்ப.”

“இத ஒள்ளம் பார்த்துக்கொள்ளண்டா ... நான் போயிற்று வந்திர்ரன்.”

“என்னது ... அடிசெருப்பால ... படம் பார்க்கப் போகப் போறனெண்டுறத ஏதோ ஒண்டுக்குரெண்டுக்கு பேலப்போற மாதிரியெல்லோ சொல்லுறாய். எனக்கொண்ணாம்மா. என்னைய உடு, நான் போய்ச் சோத்தத் திண்டுபோட்டுத் திரும்பவும் இவன் ரெயிலருக்கிட்ட வரோணும்.”

“அங்க டெயிலர் கடையில குந்தியிருக்குற உனக்கு இவடத்துல இரிக்கேலாதோடா?”

“என்னமோ உண்ட கதையப்பார்த்தா நான் அலுவலே இல்லாம சும்மாதான் வந்து டெயிலர் கடையில குந்தியிருக்கனெண்ட எண்ணம்தானென்ன பொட்ட உனக்கு?”

“இல்லயோபின்ன முன்னெல்லாம் ஓவசியர் ... ஓவசியரெண்டு அம்பாறைக்கு ஓடுனாய். இப்ப என்னெண்டா டெயிலர் கடையே கதியாய்க் கிடக்காய். கேட்டா சேட்டுத்தைக்கக் குடுத்தன். வாங்கவந்தனெண்டு சொல்லுறாய்.”

“அப்ப புன்ன சேர்ட்டுத் தைக்கக்குடுக்காம சும்மாதான் வந்துபோறனெண்ட நினைப்போ பொட்ட உனக்கு.”

“இல்லயோபின்ன.”

“கண்கெட்டுப்போயிருவாய் ... உண்டவாய் அழுகிப் போயிரும், இவ்வளவு வினையத்தோடதானே இம்புட்டு நாளும் நீ சிரிச்சிப்பழகியிருக்காய் ... இனிச் செத்தாலும்கூட உன்னோட கதைக்கமாட்டன்பொட்ட, நான்வாறன்.”

“அட நீ கதைக்கயில்லயெண்டா ஆக்குற சோறுதான் அவியாம உடப்போகுதா” கனகவேல் போக அடுத்த ஆளாக மைலிப்பெத்தாவ அடிக்கடித் திரும்பிப் பார்க்குறாள் குலத்தழகி.

“என்னடி வளர்த்த நாய் முகத்தப்பார்க்குறாப்போல எண்ட முகத்தயே பார்த்துக்கொண்டிருக்காய். நானும் பார்த்துக் கொண்டுதானிருக்கன். நீ என்ன கதையெல்லாம் கதைச்சாய் அவன் கனகவேலுக்கு. நாய்க்குட்டிமாதிரி இதுல வந்து குந்துறா னெண்டாப்போல என்னெண்டாலும் கதைப்பேயோடி?”

“அவன உடு பெத்தா இண்டைக்குக் கதைப்பான் நாளைக்கு வந்து ஒட்டிக் கொண்டிருப்பான். அத உட்டுப்போட்டு நான் ஒண்டு கேப்பன் கோவிப்பயோ பெத்தா?”

“அப்பிடி என்னத்தடி கேக்கப்போறாய்?”

“வயந்த மாளிகையாம் பெத்தா, ஒள்ளுப்பம் பார்த்துக் கோளன். நான் ஒருக்கா போயிற்று வந்திர்ரன். நாளைக்கு வந்து உங்க எல்லாருக்கும் கதை சொல்லுவங்கா.”

“அடி தொளுப்பறிவேச ... நினைச்சன் ... சூத்துப்புழுத்த நாய்மாதிரி ஓடித்திரியக்கயும், பிசினித்தட்டபேய் பார்க்குறாப் போல என்னைய பார்க்கக்கோளயும் நினைச்சன். நீ இப்பிடிக் கேப்பாயெண்டு. வரட்டும் அவன் கறுவல். இண்டைக்கு உனக்குச் சூட்டுக்கோல் வைக்காம உடமாட்டாண்டி அவன்” தேக்கி வைச்சிருந்ததெல்லாத்தயும் கொட்டித்தீர்த்திட்டா பெத்தா.

பெத்தாடபேச்சுல பயந்து நடுங்கிப்போய் ஒன்றும் பேசிக் கொள்ளேலாம உம்மெண்டு கொண்டிருக்கிற குலத்தழகியப் பார்த்துக் கொண்டேயிருந்தா வெள்ளும்மா,

கானக்கறுப்பழகி –
கட்டான உடலழகி – நீ
கூனிக்குறுகியிப்போ
குந்தியிருக்குற கோலமென்ன ?

என்று பாடிமுடிக்க, குலத்தழகிக்குப் பொல்லாத வெப்பிசார மும் கோபமும் வந்திற்று.

“வெள்ளும்மோ என்னயப் பைத்தியக்காரியெண்டு நினை யாத, எனக்குத்தானே நீ இப்ப இந்தக் குத்துப்பாட்டுக் கவி பாடுன?”

“டீயேய் ... நொக்குத்தான். இப்ப என்ன .. ? அதென்னடி அச்சவாயில கொச்சிக்காய்பட்டாப்போல ஒரு இடத்துல இருக்கேலாம ஓடித்திரியுறாய்” வெள்ளும்மா கேள்வி கேட்டா வென்றா யாராய் இருந்தாலும் பெட்டிப்பாம்புதானே.

“வயந்தமாளிகைபடமாம் ... பார்க்கப் போகணுமெண்டா ஆரும் உதவுவாரில்ல. ஆளாளுக்குக் கேள்விகேக்க மட்டும் தெரியுது” மூக்கறச்சிபோல மூக்குக்குள்ளால பேசிச் சின்னப்

புள்ளைகளப்போலத் தனக்குள்ளயே புறுபுறுத்துக்கொண்டிருக்குற குலத்தழகிய குறட்டைக்காக்காவும் பார்த்துக்கொண்டு தானிருக்கார்.

"பொட்டேய் குலத்தழகி"

என்று குறட்டைக் காக்கா கூப்பிட

என்னகா என்று நாய் மாதிரி வலிச்சி பாய்கிறாள்

"என்ன பொட்ட படத்துக்குப் போகத்தானோ போறாய்?"

"அதுக்கு இப்ப என்ன? அவையள் கதைச்சது காணாதெண்டு நீயும் என்னெண்டாலும் உண்ட பாட்டுக்கு சொல்லப் போறயாக்குமா? ஆரெண்டாலும் இனி வாய் துறந்தா சந்தை கிடுகிடுக்கும் சொல்லி போட்டன்."

"இல்ல பொட்ட படத்துக்கு போறெதெண்டா போயிற்று வா. நான் யாவாரத்த கவனிச்சிக்கிறன் எண்டு சொல்ல வந்தன் பொட்ட"

குறட்டைக் காக்காவுல இவ்வளவு காலமும் இருந்த விரோதமெல்லாம் எப்பிடிப் போய்ச்சிதோ தெரியாது, பல்லக்குல ஏத்திக் குடைபிடிக்காத குறையாகக் குறட்டைக் காக்காவ குழையத் தொடங்கிற்றாள் குலத்தழகி.

"நீ மெய்யாத்தான் சொல்லுறயோ காக்கா"? பலதடவை கேட்டிற்றாள்.

"குறட்ட பழக்காத . . . இது சரியில்ல . . . சொல்லிற்றன் பொறுப்பெடுக்காத . . . எட்டுல தப்புல அவன் கறுவல் வந்தானெண்டா இதுல நிண்டு நெருப்பெடுப்பான். புறகு நீதான் அவனுக்கு பதில் சொல்லோணும்.

மைலிப்பெத்தா சொல்லிக்கொண்டிருக்கும் போதே குலத்தழகி பாய்ஞ்சோடிற்றாள்.

"பாவம் மைலி . . . பேய்ப் பொட்டை. நாய் தண்ணிக்க அலையுறாப் போல தவிச்சோடித் திரியுறாள் பொட்டை. உடு பெயித்து வரட்டும் இத பாத்துக் கொள்ளூறத்தால நாமென்னா குறைஞ்சா போயிருவம்.

குப்புறக் கிடந்து செட்டைய அடிக்குற கோழிகளப் பற்றியே கவலைப்படாம குறட்டை காக்கா குலத்தழகிர யாவாரத்திலேயே மும்மூரமாகிற்றார். இல்லையெண்டா திரும்பி வந்து வாய்க்கு வந்த மாதிரியெல்லாம் பூறுவம் சொல்லிப் போடுவாள் எண்ற பயம் அவருக்கு.

இடுப்புல கொழுவுன சில்லறைக் காசு வெல்லுகத்தோட சந்தைக்காசு வாங்கச் சந்தைக்காரனும் வந்திட்டான். பகல்படம் முடிஞ்சி கூட்டம் கூட்டமாக பொடியனுகளும் சைக்கிள்கள்ல போறானுகள்.

“குறட்டேய் . . . நான் சொன்னனே கேட்டயோ? இண்டைக்குத் திருவிழாதான். அங்க நிமிருந்துபாரு ஆரு வாறானெண்டு” மைலிப்பெத்தா சொல்ல, குறட்டைக்காக்கா நிமிரிந்துபார்த்த பார்வைக்குக் கறுவல் வஸ்ஸால இறங்கி வாறாது தெரியுது.

“எங்க காக்கா இவளென்று” கறுவல்கேட்ட கேள்விக்கு மூணுபேரும் குறுக்கும்மறுக்குமா இடக்கிமடக்கிச் சொன்ன பதிலுலயிருந்தே கறுவலுக்குச் சந்தேகம் தொடங்கிற்று.

“அரிசிச்சந்தைக்குள்ள போனா இவ்வளவு நேரத்துக்கும் என்ன செய்யுறாள்” எண்டு கேட்டுக்கொண்டே சந்தை நெருக்குக் குள்ள இறங்கிற்றான் கறுவல்.

இந்த நேரமாப்பாத்து கனகவேலும்வர, நடந்ததுகள விளக்குனா பெத்தா, “பாவங்கா பெத்தா அந்தப்பொட்டை” என்றவனுக்கிட்ட “இதுல நின்று கதைச்சிக்கொண்டிருக்காத கெதியாப்போய் அவளக்கண்டுபுடிச்சி கூட்டிக்கொண்டு வாடா” வென்று கனகவேல அனுப்பிற்று, மைலிப்பெத்தா சுத்தும் முத்தும் பார்க்கிறா குலத்தழகி கண்ணுல படுறமாதிரியில்ல. குறட்டைக்காக்காவும் மெதுவாகக் கோழியோட கோழியாகக் குந்திக்கொள்ளுறார்.

புக்டிப்போவுக்குப் பக்கத்துல உள்ள தேத்தண்ணிக் கடைக் குள்ள இருந்து, கேசவனும் கபூர்போடியாரும் வெளியில வாறதக்கண்ட மைலிப்பெத்தா, கடையடிக்கே போயிற்றா. பொத்துவிலுக்குப் போனதாயும் இன்னும் நாலஞ்சி நாளைக் குள்ள முடிவு சொல்லுறதாயும்; பொத்துவிலான் சொன்னா னெண்டும் சொல்லிற்று கேசவன்போக, முஹமட் தான் கவன மாக யாழ்ப்பாணம் போய்ச் சேர்ந்திட்டானாமெண்டு மக்கள் வங்கி மனேச்சருக்கு போன்பண்ணிச் சொன்னதாகச் சொன்ன போடியார் கேசவனப்பத்தித்தான் கவலைப்பட்டார்.

“கேசவனப் பார்க்கக்கோள வகுறுகொதிக்குது மைலியக்க, ஒண்டா திரிஞ்சதுகள், இப்ப தனிச்சிப்போய்த் திரியுறான் பொடியன். அதான் கூட்டியாந்து தேயில வாங்கிக்குடுத்திட்டு ஒள்ளநேரம் கதைச்சிருந்தன்.”

போடியார்ர கதையக்கேட்டுக்கொண்டே பெத்தா திரும்பிப் பார்த்தநேரம், ஹனிபாப்போடியார்ர கடைக்கு முன்னால

சனமெல்லாம் ஓடிக்கூடுது. திரும்பவும் ஏதும் குழப்பம் கிழப்பம் தொடங்கிற்றோ? என்கிற பதட்டத்துல பெத்தா ஓடுறா. பின்னால கபூர்போடியாரும் சைக்கிளத் தள்ளிக்கொண்டு போறார்.

கூடி நிண்ட சனத்துக்குள்ளால நெருக்குப்பட்டுப்பெத்தா உள்ளுக்க போயிற்றா. வெள்ளும்மாட பாய்க்கட்டொண்டு கறுவலுட கையில, மூக்கால சளியோட சேர்ந்து ரெத்தமும் ஒழுகக் கண்ணீரும்கம்பலையுமாகக் குலத்தழகி நிற்குறாள். பிய்ச்சி இழுத்தாப்போலத் தும்பு கிளம்புன தலைமுடி, கலைந்த முந்தானைப்புடைவை, இடுப்புச்சீலையும் தொய்ஞ்சிபோய் நழுவி உள்பாவாடையும் கொஞ்சம் தெரிய, "பாண்டவர் சபையில பாஞ்சாலி நிண்டாப்போல" நிக்குறள் குலத்தழகி.

பின்னால பயந்தமுகத்தோட கனகவேலும் நிற்குறான். ஊர் கூடிநிண்டு கூத்துப்பார்க்க வட்டக்களரிக்குள்ள நிற்குற மாதிரித்தான் குறட்டைக்காக்கா, குலத்தழகி, மைலிப்பெத்தா, கனகவேல், வெள்ளும்மா, கறுவல் எல்லாரும் சன நடுவுல நிக்குறாங்க.

"அவள் படம் பார்த்தத அரிசிச் சந்தைக்குள்ள அவனுக் கிட்ட ஆரோ சொல்லிற்றானுகளாக்குங்கா ... அதான் கண்ட நேரத்துலயிருந்து சாம்புசாம்பெண்டு சாம்புறான். பாவம்டி அவள்" வெள்ளும்மா ஓடிவந்து மைலிப்பெத்தாட காதுக்குள்ள ரகசியமாகச் சொல்லிற்று நிற்குறா.

"பெத்தபுள்ளை ஊட்டுக்க வருத்தமாக்கிடக்கு, நீ என் னெண்டா இஞ்ச படம்பார்த்துத் திரியுறாய் என்னடி? எந்தப் புருசண்டி உன்னைய படத்துக்குக் கூட்டிப் போனவன்."

"இஞ்சே படத்துக்குப் போனதுக்கு வேணுமெண்டா நீ அடி, உதை. இந்தப் புருசன் சாட்டுற வேலையெல்லாம் எனக்குப் புடிக்காது சொல்லிப்போட்டன்." சொன்ன குலத்தழகி முந்தானைய உதறி இடுப்புல சொருகிற்று, மூக்கால வடிஞ்சத வழிச்சி வம்மிமரத்துக்குப் பூசுறாள்.

"என்னடி வாய்க்குவாயடி கதைக்காய்" பாய்க்கட்டால கறுவல் திரும்பவும் அடிக்க, பாய்க்கட்டுக்கு முதுகக் குடுத்திட்டு வம்மிமரமொக்குல முகத்தப் புதைக்கிறாள் குலத்தழகி. தெத்தி தெத்திவந்த குறட்டைக்காக்கா குறுக்கால நிற்குறார்.

குலத்தழகிக்கும் கறுவலுக்குமிடையில கிளித்தட்டு விளை யாடுறாப்போலக் கைய விரிச்சிக்கொண்டு இடுப்ப நெளிச்சி அபிநயம்புடிச்ச கனகவேல் வாய மூடிக்கொண்டே நிண்டிருக்க லாம்.

“என்னத்துக்குக் கறுவல் அவளப்போட்டு இந்த அடி அடிக்காய் ... இந்த ஆம்புளையளே இப்பிடித்தான் பொட்ட. எதுக்கெடுத்தாலும் பொம்புளையளப்போட்டு அடிப்பானுகள்.” என்று கனகவேல் சொல்ல, குலத்தழகிக்கு ஓங்குனகால் கனக வேலுல போய் முட்டிமோதி நிற்க, ஹனிபாபோடியார்ர காப்பு சீப்பு கண்ணாடிப்பொட்டியில மக்க மல்லாக்கப்போய் விழுந் திற்றான் கனகவேல்.

“இதென்ன ஒழுகா இது ... உண்ட பொண்டாட்டி படம் பார்க்கப்போக நீ என்னயப்போட்டு இந்த அடி அடிக்காய். நீயாச்சி உண்ட பொண்டிலாச்சி எப்பிடியாகுதல் மல்லுக் கட்டுங்கோ, நான்வாறன். தைக்கக்குடுத்த சேர்ட்ட இவன் டெயிலர் தந்திருந்தானெண்டா நான் ஏன் இதுக்குள்ளெல் லாம் அம்புடுறன்.”

கனகவேல் மெல்ல மாறிற்றான். கறுவல் திரும்பவும் பாய்க்கட்டோட ஓடுறான், குறட்டைக்காக்காவும் ஓடுறார். தங்கட முதலாளி ஓடுறதப்பார்த்து கோழிகளெல்லாம் செட் டையப்போட்டு நிலத்துல அடிக்குதுகள்.

“இஞ்சே ஒண்ட பொண்டிலுக்கு நீ அடிக்க, எண்ட பாய்க்கட்டுத்தானா கெடச்ச ... இஞ்ச கொண்டுவா பாய்க் கட்ட ... பாய்க்கட்ட பாய்ஞ்சி பறிச்சிக் கொண்டுவந்த வெள்ளும்மா ...

சுட்டகருவாடும் சுடச்சுடச்
சோறும் வேணும்.
கட்டில் சுகமும் வேணும்.
கால், கை அமுக்கவும் வேணும்.
இட்ட வேலையெல்லாம்
இடுப்பொடியச் செய்யவும் வேணும்.
இத்தனையும் ஏங்காபுள்ள – நாம
பொண்புறப்பு எண்டுறதாலோ ..?

வெள்ளும்மாட கவி கறுவலுக்குச் சுள்ளெண்டு குத்த, குலத்தழகிய விட்டுற்று வெள்ளும்மாவுல மாறிற்றான்.

“வெள்ளும்மா உண்ட கவிய கேக்காத குறையொண்டுல தான் ஆட்கள் இரிக்காங்கபோல.”

“ஏன் வாப்பா ... நான் கவிசெல்ல நொக்கேன் கிளிநோவுது.”

“அவனே கோவத்துல நிண்டு குதிக்கான். அதுக்குள்ள நீயும்வேற அவனோட கொழுவோணுமோகா ... சும்மா உடன்” மைலிப்பெத்தா மெதுவாக வெள்ளும்மாவிடத்துல சொல்லுறா.

“டீ மைலி நீ சும்மாகிட, அவண்ட பொண்டிலோட அவனுக்குப் பிரச்சனையெண்டா நான் கவி செல்லக்கூடா தெண்டு செல்லுறதுக்கு இவனாருகா? ஆருகா அந்த சட்டத்தப் போட்ட.”

“வெள்ளும்மா அவரவர் வேலைய அவரவர் பார்த்தாப் போதும். நீ இஞ்ச கவியெல்லாம் பாடத் தேவையில்ல.”

“கவி சென்னா என்னவாப்பா செய்துருவாய்? நெக்கு தலாக் செல்லுருவியா? வெள்ளும்மா சொல்ல, கூடிநிண்ட சனமெல்லாம் சிரிக்க, ஆத்திரப்பட்ட கறுவல் “எல்லாம் உன்னாலதானேடி” எண்டுகொண்டு ஓடிப்போய்க் குலத்தழகிய உதைக்க. “எண்டம்மோ . . . வ் . . . வ் . . .” எண்டுகொண்டு அவள் நிலத்துலசரிய, பெத்தா ஓடிப்போய் அவளத்தாங்கிப்புடிக்குறா. இதெல்லாத்தயும் பார்த்துக்கொண்டு நின்ற கபூர்போடியார் சைக்கிள நிலத்துல சாய்ச்சி விழுத்திற்று வந்து கறுவலுட கன்னத்துல “பளாரென்று” அறைய அவன் நிலைகுலைஞ்சி நிற்கிறான்.

“பொம்புளைய போட்டு இந்தமாதிரி அடிக்கியே, அதுவும் நாலுசனம் கூடுற சந்தையில வைச்சி. நொக்கு வெக்கமில்ல யாடா.” கறுவலுக்கு இப்பவும் கன்னத்துலயிருந்து மின்னி மின்னிப்பூச்சி பறக்குறாப்போலயும், காதுக்குள்ளால ரெயின் ஓடுறமாதிரியும்தான் இரிக்கி.

“இன்னம் எம்புட்டு நேரத்துக்கு வாப்பா கூடிநிண்டு புதுனம் பார்ப்பியள்? பள்ளியில மஹறிக்கு வாங்கு செல்லுறது கேக்கலியா? போங்கோளன்” போடியார் சொல்லிற்குக் கட்டுப் பட்டாப்போல கூடிநிண்ட சனம் கலைஞ்சிபோக வெள்ளும்மா வந்து போடியாரோட ஒட்டிநிற்கிறா.

“என்ன கபூறு நீ செய்ஞ்சிருக்கிறவேலை. தியேட்டருல அடிபட்டதாமெண்டு ரெண்டுபட்ட ஊர் இப்பதான் ஒண்டு பட்டுக்கிடக்கு. அதுக்குள்ள நீயும் இண்டைக்கு அவனுல கைவைச்சிற்றாய். என்ன நடக்குமெண்டு ஒள்ளம் றோசினை பண்ணிப் பார்த்திருக்கோணுமெல்லுவா?” வெள்ளும்மாவுக்கே பயமென்றால் மைலிப்பெத்தா நடுங்கத் தொடங்கிற்றா.

“கபூர் காரணமில்லாம கன்னத்துல அடிச்சிருக்கமாட்டா னெண்டுறத எந்தத் தமிழனும் மறுக்க மாட்டான் வெள்ளும்மா. அதுக்குமேல எதுவும் நடக்குமெண்டா அதநான் பார்த்துக்குறன். மைலியக்கேய் . . . அந்தப் பொட்டையக் கூட்டிக்கொண்டு போய்த் தண்ணியக்குடுத்து மூஞ்சிமுகத்தக்கழுவச்செல்லு” என்று சொன்ன போடியார் “டேய் இஞ்ச வாடா” என்று

கறுவலுட கையப்புடிச்சிக்கொண்டு பிஸ்மில்லாஹ் ஹோட்டலுக் குள்ள போயிற்றார்.

அரிசிச்சந்தைக்குள்ளால கூட்டிக்கொண்டு போய் மாயழகு வீதி முகப்பில நிண்ட பொத்துவில் வேனுல குலத்தழகிய ஏற்றி அனுப்பிற்று, மைலிப்பெத்தாவும் வெள்ளும்மாவும் நண்பன்ட கடைக்கு முன்னாலவர, கனகவேலும், போடியாரும், குறட்டைக்காக்காவும் ஒன்றாகவந்து சேர்ந்திட்டாங்க.

“எங்க போடியார் அவன். அனுப்பிட்டயளா? பொண்ணாப் புறந்தவள இப்பிடியா போட்டு அடிக்குறது. பாவம் இவன் கனகவேல் இடையில பூந்து சண்டை விலக்குனதுக்கு அவனை யும் போட்டெல்லுவா மிதிச்சிருக்கான்.”

“அட என்னய உடு வெள்ளும்மா . . . அந்தப்பொட்ட குலத்தழகிதான் பாவம். இப்பிடியெல்லாம் நடக்குமெண்டு தெரியாம, நானும் பகலெல்லாம் மனம் நோகக் கதைச்சிப் போட்டனெண்டுதான் எண்ட நெஞ்சு கிடந்து பதைக்குது.”

“அதெனெண்டா கனகவேல் . . . என்னவோ நடக்கப்போகு தெண்டுதான் எண்டமனமும் செல்லிச்சு, படத்துக்குப்போகே லாத வெப்பிசாரத்துல ஆரோடயும் ஏறி உழுந்து சண்டை புடிச்சிருவாளெண்டுதானே நானும் போ . . . பொட்ட எண்டன். நெக்கெண்டா அந்தப் பொட்டைக்குக் காலம் நல்லா இரிக்குற மாதிரி தெரியயில்ல” என்கிறார் குறட்டைக்காக்கா.

ஆ, இது உண்டகதை. எடுத்ததுக்கெல்லாம் நீ குறி சொல்லத் தொடங்கிருவாய். எல்லாரும் அவளப்பத்தியே கதைக்கயள். அவன் கறுவலும் சதுரப்பாடு படுறவன்தான். அவண்ட கோவத் துலயும் நியாயமிருக்குறத ஆரும் சொல்லுறயளோ?” பெத்தா சொல்லும் போதே பாயக்கட்டித் தலையில ஏத்திக்கொள் ளுறா வெள்ளும்மா.

“அதானே மைலியக்க. வறுமைப்பட்டவன், நேர்மை இல்லாததக்கண்டு கோவப்பட்டுற்றான். ஏழைர குணமும் அது தானே. தேத்தண்ணி வாங்கிக்குடுத்துப் புத்திசெல்லி அனுப்பி யிருக்கன். அப்பாவி பொட்ட அவன் சொன்னதெல்லாம் கேட்டுக்கிட்டுப் பூனைமாதிரிப் போறான்.”

அவரவருக்கு வாயுல வந்ததெல்லாத்தையும் கதைச்சிற்றாங்க. ஆனா நாளைக்கு என்ன நடக்கப்போகுதெண்டுறத, இவை களில ஆராலயும் இப்ப அறியேலுமோ . . ?

அண்டைக்கு ராவே புருசன், புள்ளைக்கு சோத்தக்கறிய ஆக்கித் தின்னக்குடுத்துற்றுப் படுக்கப்போன குலத்தழகிய வெப்பி

சாரமும், வேதனையும், அவமானமும் சேர்த்துத் தட்டியெழுப்ப, எழும்பிப்போய்க் கோடிப்பக்கச் செத்தையில செருகியிருந்த பூச்சி மருந்தக் குடிச்சிற்றுக் குடத்தடியில செத்துக்கிடந்தாளாம் எண்டுறதக்கேட்டு ஊரே அதிர்ச்சியடையப்போற சங்கதி, இந்த நாலு பேருல ஆருமே இப்ப அறிய எந்தவாய்ப்புமில்ல . . .

8

என்னதான் இருந்தாலும் சாவறுதிக் காலத்துல பெத்தா வுக்கு இந்தக் கயிற்றமும் கக்கிசமும் வந்திருக்கத்தான் கூடாது. ஆரும் குடுக்கிறத திண்டுபோட்டுக் கிடைக்கிற இடத்துல சுருண்டுபடுக்குற வயதிலயும், சும்மா கிடக்காம கிடைக்கிறத கொண்டு விற்றுத்திண்டு சீவியத்த கழிக்கக்கொள்ளயும் மனிசிய சும்மாவே இரிக்க உடுறாங்களில்ல. அதிலயும் மகன் சின்னான் படுத்துற பாடுதான் பெரும்பாடாப் போய்ச்சி.

பொண்ணப் பெத்தா புறியப்பட்ட இடத்துல கட்டிக்குடுக்க வேண்டியதுதானே. அத உட்டுப்போட்டுக் கேசவன்தான் ஊட்டுக்கு மாப்பிளையா வரவேணுமெண்டு ஒத்தக்காலுல நிண்டா அதுக்குக் கேசவனுமெல்லோ புறியப்படோணும்..

முஹமட் போன நாளுலயிருந்து கல்லுல பேண்ட பூனையப் போல அவன் முழிச்சிக்கொண்டே திரியுறான். கேட்டா என்ன எவடமெண்டு சொல்லுறானுமில்ல. இதுக்குள்ள மகன் சின்னான் தாயப்போட்டுப் படுத்துற பாடு கொஞ்சநஞ்சமில்ல.

நேத்துராவுகூடப் பொண்டாட்டியோட வந்து புதுனம் காட்டிற்றுத்தான் போனான். நுளம்புக்குப் புகை வைச்சிற்று, புகைமயக்கத்துல நுளம்போட நுளம்பா கண்ணயர்ந்த நேரத்துல, "அம்மா . . ." எண்டு ஆரோ கிணத்துக்க இருந்து கூப்பிடுற மாதிரிக் கேக்கத் திடுக்கிட்டு முழிச்சிப் பார்க்குறா பெத்தா.

சுடலையில அரிச்சந்திரன் நிண்டமாதிரி தோளுல துண்டும், கையில தடியுமா நிற்கிறான் சின்னான். கப்பலாம்பும் கையுமா பொண்டாட்டியும்கூட.

"நடுச்சாமம் வந்திருக்காண்டி, என்ன புதினம் காட்டப் போறானோ எழும்புடி" என்று மெதுவாகச் சொல்லி மலருக்கு இடிச்சுட்டிற்று, "என்னடா இந்நேரம்" என்றபடி எழும்புறா பெத்தா. முதுகுக்கு விரிச்சிப்படுத்த புடவைமுந்தானைய அள்ளி நெஞ்சோட அணைச்சிக்கொண்டே வெளியிலவாறா பெத்தா.

"என்னகா அம்மா இண்டைக்கு நாளைக்குப் பொடியன் கப்பலேறப்போறாராம் மெய்தானோகா? பத்தூட்டுக்கு வாழைக்

குலை வாங்க வாறாக்கள் சொல்லித்தான் நமக்குத்தெரியுது. மகன் மருமகளெண்டு நாங்களும் இரிக்கம்தானே, எங்களுக்கு என்னத்தையும் சொல்லுறயோ நீ?"

"டேய் கப்பலேத்த கொழும்புக்கு கூடப்போவறவள்மாதிரி ஆருடா அவள் உனக்கிந்தக் கதையச் சொன்னவள்?"

"சொன்னவள் ஆரெண்டுறது இரிக்கட்டும். நீ இப்ப என்ன சொல்லுறாய்?"

"என்னத்தப்பா சொல்லச்சொல்லுறாய்?"

"அதான் பொடியன் போகமுதலே கயாத வைச்சிற்று கலத்துலயும் போட்டுருவமோ எண்டு நினைக்கன். நீயென்ன சொல்லுறாய்."

"இதென்னடா உண்டகதை. அவன் புறியப்பட்டா நீ கேக்கோணுமோடா. உனக்கு விருப்பமில்லெண்டாக்கூட அவன் ஊடு பூந்து உண்டமகள தூக்கி வந்திருக்கமாட்டா னோடா. இதென்னடா புகையடிச்சிக்கனியவைக்க, வாழக் காயோடா? வாழுற சங்கதிரா."

"அப்ப என்ன எண்டபுள்ளையில விருப்பமில்லயோ உனக்கு?"

"நான் விரும்பி என்ன செய்யச்சொல்லுறாய். அவனு மெல்லோ புறியப்படணும். அந்தா படுக்கான் கேட்டுப்பார். சம்மதமெண்டா கூட்டிப்போ. இல்லெண்டா தூக்கிற்றுப் போய் உண்ட மகளுக்குக் கட்டிவை. நானிஞ்ச ஆரையும் முந்தானையில முடிச்சி வைச்சிருக்கல்ல."

"அதெல்லாம் எனக்குத்தெரியாது. ரெண்டு நாளைக்குள்ள எனக்கு முடிவு தெரிஞ்சாகணும். இல்லெண்டா என்ன நடக்கு மெண்டு தெரியும்தானே."

எல்லாத்தையும் கேட்டுக்கொண்டே பறனுலபடுத்த கேசவன் எழும்பி துவாய உதறித் தோளச்சுத்திப் போட்டுக்கொண்டு வெளியில வந்து நிற்குறான். மருமகன கண்டதுமே புருசனுக்குப் பின்னால மறையுறா சின்னாண்ட பொஞ்சாதி.

"நேரடியாகக் கேக்குறன். உங்கட முடிவென்ன சொல்லுங்க?" சின்னான் கேசவனிட்ட கேக்குறார்.

"நானும் நேரடியாகத்தான் சொல்லுறன் மாமா எனக்குக் கல்யாணம் கட்டுற எண்ணமேயில்ல. உங்கட மகளுக்கு ஆரையும் பார்த்து முடிச்சி வையுங்க" சொல்லிற்று மலைப்பரப்புல போய் மல்லாந்து படுத்துற்றான் கேசவன்.

தோளில தூக்கிவளர்த்த என்ன தூக்கியெறிஞ்சிற்றான் பார்த்தயோ? எல்லாம் நீ குடுத்தஇடம். உண்ட நாடகம்தான் இது. வெளிநாட்டுக்குப்போய் வந்தா ஆதனசீதனத்தோட பொண்ணெடுக்கலாமெண்ட நினைப்புத்தானே உனக்கு. ஏன் எனக்கிட்ட என்ன இல்ல. எண்டபுள்ளைக்கு நான் என்னத்துல குறைவைச்சிருக்கன்."

"டேய் விற்றுப்புழைக்குறவள் நானில்ல. உனக்கிட்ட இருந்தா நீ ஆரையும் வாங்கி உண்ட மகளுக்குக் கட்டிவையன். நானும் தான் சொல்லுறன். அவன் புறியப்படயில்லயெண்டா அத உடு."

"அப்ப நீயும் அறமுடிவாச் சொல்லிற்றாய். இனி நீ செத்தாலும் இந்த வாசல் மண்ண நான் மிதிக்கமாட்டன்கா. மகனொருத்தன் இருக்கானெண்ட எண்ணத்த நீயும் இண்டை யோட மறந்திரு. எடியே எனக்குத்தெரியாம இஞ்சால வந்து கிந்து போனயெண்டா . . . வெட்டிக்கூறு போட்டுருவன்."

பொஞ்சாதிய வெருட்டிக்கூட்டிக்கொண்டு போயிற்றான் சின்னான். பெத்தாவுக்கு விடியவிடிய நித்திரையில்ல. இதுக் குள்ள இடுப்பு வலிவேற, வெட்டிவெட்டி இழுக்குது.

விடிஞ்சதும் விடியாததுமா புட்டம்பை உமறுபரிசாரியா ரிட்ட தைலம் வாங்கிற்று வருவமெண்டிற்று புட்டம்பைக்கு வந்திட்டா பெத்தா. உமறுப்பரிசாரியார்ர வீட்டுல ரெண் டொரு நாளைக்கு முன்ன ஏதோ விசேஎ்சம் நடந்திருக்கோணும் எண்டுறது வீட்டப்பார்த்ததுமே பெத்தாவுக்குப் புரியுது.

வாசலுல பந்தல், பந்தலச்சுத்தி வெள்ளை கட்டியிருக்கு. பந்தல் கதியாய்க் கம்பு முகடெல்லாம் கொடிச்சீலய சுத்தியும் தொங்கவும் விட்டிருக்கு. பந்தலுக்க போட்டுப்பரப்பியிருக்கிற கடற்கரை மண்ணுல கதிரைக்காலுகள் புதைஞ்சி சரிஞ்சி கிடக்கு.

குஞ்சம்வைச்ச குல்லாவும், முழங்காலுக்குக்கீழ குதிரை முகம் தெரியக்கட்டுன வெள்ளைச்சாரமும், முக்கால்கை சேர்ட்டுமாக உமறுப்பரிசாரியார் பளிச்செண்டு தெரியுறார்.

"என்ன மைலியக்க சாணிபோட்டு மொழுகுன நெலத்துல பாய்விரிக்காம படுக்கையாக்கும். குளிர்வாதம்தான் பயப்படத் தேவையில்ல. பாரமான சாமானுகள சட்டெண்டு குனிஞ்ச வாக்குல தூக்காத. சுரக்காய், நாடங்காய், பீக்கங்காய் திங்காத. பொழுதுபட்டாப்புறகும் விடியமுன்னமும் தலையில குளிக் காத. இந்தா இந்த தைலத்த பூசிற்று, நான் சொல்லுற வேதவைச்சி ஊறவைச்சி அதுலயே ஒரு மாசத்துக்குக் குளி"

சொல்லிற்று உள்ளபோன பரிகாரியார், பொஞ்சாதிக்கிட்ட ஏதோ சொல்லுறார்.

வேலிப்பருத்தி, ஆடாதோடை, நொச்சி, முள்முருங்கை, தொட்டாச்சுருங்கி, முடிதும்பை எல்லாமே பரியார்ர்ர கோடிப் பக்கம் கிடக்கும். ஒவ்வொண்டுலயும் ஒவ்வொரு புடிபிய்ச்சி மடியுக்க கட்டிக்கொண்டு மைலிப்பெத்தா வாசலுக்கு வந்த நேரம், வெள்ளைச்சீலையால மூடி, முடிச்சிக்கட்டுன தட்டொண்ட பரியாரியார்ர பொஞ்சாதி கொண்டு வந்து குடுக்கிறா."

"என்னகா இது?"

"முந்தநாள் புள்ளர மகனுக்கு சுன்னத்துக்கல்யாணம் நடந்திச் செல்லுவா. அந்த மசுக்கத்து ... பேத்திர மகனுக்கு கொண்டோய் குடு மைலியக்க" அதையும் வாங்கி மடியில இடுக்கிக்கொண்டா மைலிப்பெத்தா.

"புட்டம்பைக்குபோன உனக்கு எண்ட தங்கச்சிர புள்ளைகளுற ஊட்டுப்பக்கம் போய் எட்டிப்பாத்துக்கேலாமப்பொயித்தா" எண்டு நாளைக்கு சந்தையில வைச்சி வெள்ளும்மா கட்டாயம் கேப்பா. அதால அங்கயும் போயிற்றுத்தான் போகோணும். புட்டம்பை பள்ளிவாசல் பொதுவேலியோட ஒட்டுனாப்போலதான் வெள்ளும்மாட தங்கச்சி புள்ளையளுற வீடுகள் கிடக்கு. அடர்ந்த தென்னஞ்சோலை நிழலுல நடந்து நீட்டுக்குப்போனா பரந்துவிரிஞ்சிபோய் இருக்குற வீட்டுல எப்பயும் சனத்துக்கும் கலகலப்புக்கும் குறைச்சலேயில்ல.

ஊட்டுக்காரர் ஆரு?, வெளியாக்களாரு? எண்டு தெரியாதளவுக்கு, போறவாற ஆக்களெல்லாம் உரிமையாய்ப் பழகுற இடம். ஆத்துல ஊறப்போட்ட தென்னோலைகள இழுத்துக் கொண்டுவந்து போட்டுக் கிடுகு இழைக்குற பொண்டுகள், உப்பட்டிக்கதிர் புறக்கிவந்து காலால கதிரக்கசக்கி வெள்ளாமை அடிக்கிற பொண்டுகள், வயல்வேலை முடிச்சித் துவந்து உடம்பு சுணைபோக கிணத்துல குளிக்கிற ஆம்புளையளெண்டு அந்தக் குடியிருப்பே எப்பயும் ஒருபொது இடம்போலதான் தெரியும்.

"சாச்சி இங்கிட்டு வந்து பாருங்களேன், ஆரு வந்திருக்காக எண்டு" உரலுல உலக்கைய மாத்திப்போட்டுக்கொண்டு நிண்ட ரெண்டு பொட்டைகளில ஒருத்தி தலையில இருந்து சரிஞ்ச முக்காட எடுத்துப் பல்லுல இடுக்கிக்கொண்டே சொல்லுறாள்.

"ஆரு ... மைலிப்பெத்தாவா? என்ன வழி அயத்துப்போய் மாறிக்கீறி இங்கிட்டு வந்திட்டயளாக்குமா?

"ராத்தா மைலிப்பெத்தா வந்திருக்காக ... தேயில போடுக."

சொன்னது வெள்ளும்மாட பேத்தி. தண்ணியில ஊற வைச்ச நெல்ல அகப்பையில அள்ளி ஓட்டுல போட்டு வறுத்துப் பொரியுற பருவத்துல சடாரென்று உரலுக்க கொட்ட, உலக்கை பட்ட நெல்லுப்பொரி படபடவெண்டு வெடிக்குற சத்தத் தோட, அவலாகுது. அந்த நேரத்துலவாற பொரிவாசத்துக் காகவே நாள்பூரா உரலுக்குப்பக்கத்தில இருக்கலாம்.

குலத்தழகிய பத்தித்தான் எல்லாப்பொண்டுகளும் விசாரிச் சாளுகள். குலத்தழகிறகதை தொடங்கினதுமே கிடுகு இழைச்ச வளுகளும் கதிரடிச்சவளுகளும் ஒண்டாக்கூட அந்த இடமே பெத்தாட தலைமையில நடந்த "மாதர் மகாநாடு" போலதான் இருந்தது.

எல்லாம் முடிஞ்சி "நான் வாறன் பொட்டையாள்" எண்டிற்று பெத்தா எழும்புன நேரம், வெள்ளும்மாட பேத்தி குடுத்த அரக்கொத்து அவலோட பெத்தா வரக்கோள "என்ன பெத்தா எளனி குடிக்கலையா?" நிலத்துல குத்துன அலவாங்குல தேங்காய் உரிச்சிக்கொண்டு நிண்ட வெள்ளும்மாட பேரன் தான் கேட்டான்.

"வேணாண்டாமனே" எண்டவக்கிட்ட தும்பால புணைச்ச ரெண்டு தேங்காயக்குடுக்க, அதையும் எடுத்துக்கொண்டு றோட்டுக் கேறுறா பெத்தா. கூழாவடிக்குப்போற காதல்வாகனம் கடையடில வந்துநிக்குது. அதுல இருந்து குறட்டைக்காக்கா இறங்குறார். அடிமைச்சங்கிலியில தொங்குறமாதிரி கையில ரெண்டு கோழியும் கூட.

"இதென்ன குறட்டை, வெயில் ஏறுற நேரத்துல வெட்டக் கிறங்கியிருக்காய்."

"வெள்ளிக்கிழமைதானே கொத்து வாய்க்கு முன்ன நாலு கோழியப்பார்க்கலாம் எண்டு வந்தன் பொட்ட."

புட்டம்பையில இருந்து மொட்டையாபுரம்போற, கிறவல் மண்றோட்டுல பெத்தாவும் குறட்டைக்காக்காவும் நடந்து போறாங்க. குறட்டைக்காக்கா கால்பெருவிரலால கலப்பை மாதிரி உழுது, புழுதி பரப்பிக்கொண்டே வாறார். காலப்பற்றியோ றோட்டப்பற்றியோ காக்காவுக்கு எந்தக்கவலையுமில்ல.

ரெண்டுபாதி பனம்நொங்குல பொருத்துன கம்புல, கப்புத் தடிய பொருத்தி வண்டில உருட்டிவாற சின்னப்பொடியனுகளப் புடிச்சி "டேய் கொம்மை கோழி குடுக்குறெண்டாளே போனாப் புடிக்கலாமாடா" எண்டு கேக்க,

"ஆ... அதப்போய் அம்மைக்கிட்ட கேள்" எண்டு போட்டு அவனுகள் ஓட, "அறாங்குட்டிகளூற தெறிப்புத்தனத்த கண்டாயா பொட்ட" எண்டிற்று இழுபட்டு வாறார் காக்கா.

விளாத்தியடிக்கடையயும் தாண்டிக் கதையோடகதையா துருசியடிக்கு வந்த காக்காவ "வா குறட்ட வந்து, தண்ணிய வென்னிய குடிச்சிற்று போ" எண்று பெத்தா தன்னோடேயே கூட்டிப்போறாவு.

"இதானா பொட்ட விற்ற துண்டுக்காணி."

"ம்..." என்று பெருமூச்சு விடுகிறா பெத்தா...

"புள்ளேய் மலர் குறட்டைக்காக்கா வந்திருக்கார். தேயில வையுடி" பரப்பு மலையில பயறு காயவைச்சி நிண்ட மலர் பெத்தாட குரல்கேட்க மகனத்தூக்கிக் கொண்டு குடிலடிக்கு வந்திற்றாள்.

வாசலுல ரெண்டுகுத்தி நாட்டி, வாங்குமாதிரி போட்டிருக்குற பாலக்கட்டையில இருக்கச் சொல்லியும் இருக்காம நிண்ட நிலையிலயே சேனைவளவ நோட்டம் விடுகிறார் குறட்டைக் காக்கா. உச்சிவெயில அணணாந்து பார்க்கிறமாதிரி இடைக்கிடை கண்களயும் இடுக்கிக்கொள்ளூறார். மலர் கொணர்ந்து வைச்ச தேயிலத்தண்ணியயும் தொடுராரில்ல. தேயிலக்கோப்பைவாயில குளித்தில் பூச்சிகளும் ஏறத் தொடங்குது.

"என்ன குறட்டை தேயில ஆறுது குடியன்" என்ட பெத்தாவ.

"பொறுபொட்ட வாறன்" என்று அதட்டுற குரலுல சொல்லிற்றுக் குடிலச்சுத்திப் பார்த்துக்கொண்டு வாறார்.

"என்ன குறட்டை" இப்ப பெத்தாட கேள்வியிலயும் ஒரு சின்னப் பயம் தெரியுது.

"ஏன் பொட்ட இந்த வளவ அடைச்சி வேலிபோடாம வைச்சிருக்காய். கண்ட நிண்டதெல்லாம் உள்ள வந்து உலாத்துதே பொட்ட."

"பெத்தா இப்ப மௌனமாயிற்றா."

"வேலிய அடைச்சிற்று ஆரையாகுதல் கூட்டியாந்து வளவக் காவல் பண்ணிருபொட்ட, உள்ள சைத்தானெல்லாம் குடி புகுந்து குடியிருக்கிற ஆக்கள ஒழுப்பப்பார்க்குது. இன்னும் என்னென்னமோ சத்திராதியெல்லாம் வரப்பாக்குது. அதுக்கிடையில என்னவும் செய்யப்பாரு. ஆனா வாறாக்கள தடுக்குறது கயிற்றம்தான்" பெத்தா இப்ப குறட்டைக்காக்காவ, குறட்டைக் காக்காவாகப் பார்க்காம பயபக்தியோடதான் பார்க்குறா.

“பொட்டேய் அந்த வாளி நிறைய தண்ணியெடுத்தூத்து வா” சொல்லிற்றுக் குடில இன்னொருதரம் சுத்தி வந்தநேரம், மலர் கொடுத்த வாளித்தண்ணிய தலையில ஊத்திற்று, நனைஞ்ச உடம்போட பாலக்கட்டையில இருந்தவர், மலர வந்து பக்கத்துல இருக்கச்சொல்லுறார்.

கக்கத்துல இருந்த புள்ளைய பெத்தா வாங்கி எடுத்துக் கொண்டு போய், “இருடியென்று” மலரத்தள்ளியுடப் போய் இருந்த மலர்ர கையப்புடிச்சிழுத்து அவளூற உள்ளங்கை ரேகையப் பார்க்குறார் குறட்டைக்காக்கா. பெத்தாவும் பார்த்துக் கொண்டே நிற்குறா. குறட்டைக்காக்காட கோழி ரெண்டும் பெத்தா போட்ட குறுனலுகள கொத்தித் திண்டுகொண்டு கிடக்குதுகள்.

கைபார்க்கும் போது குறட்டைக்காக்கா எதுவும் சொல்ல மாட்டார். பார்க்குற இடத்துல எதுவும் வாங்கவும் மாட்டார். வாய, கைய நனைக்கவும் மாட்டார்.

பார்த்த கைய மடக்கியுட்டிற்று, குடில் கிடுகு ஈக்கில் ஒண்டெடுத்து நிலத்துல குந்தியிருந்து ஆடுபுலியாட்டம் ஆடுற கோடுகள்மாதிரி நிலத்துல கீறித் தனக்குள்ளேயே ஒரு மனக் கணக்குப் போட்டிற்று, நிமிர்ந்தவர், பெத்தாட பேராண்டிய கொஞ்சநேரம் உத்துப்பர்த்த்துக்கொண்டு இருந்திற்றுக் கோழி களத் தூக்கிற்று எழும்பிற்றார்.

துருசிவரைக்கும் பெத்தாவும் கூடவே நடக்குறா. குலத்தழகி செஞ்ச வேலையப்பற்றித்தான் குறட்டைக்காக்கா கதைச்சிக் கொண்டு வந்தார். அண்டைக்கு அவர் “அவளப்படம் பார்க்கப் போக உட்டிருக்கயில்லயெண்டா, அவள் இப்பிடிச் செய்திருக்க மாட்டாளே” எண்டும் கவலைப்பட்டார்.

“குறட்டே புள்ளர கையப்பார்த்த நீ ஒண்டும் சொல்லாமப் போனா எப்பிடி .. ? என்னெண்டாலும் சொல்லன்.” வாய்க்காலக் கடக்க இறங்குன காக்கா, துருசிக்கு மேலே நிக்குற மைலிப் பெத்தாவ அண்ணாந்து பார்க்குறார்.

“என்னத்த பொட்ட செல்ல, அதத்தான் செல்லிற்றனே.”

“எங்க சொன்ன ... என்னத்தையோ சொல்லாம மறைக்கப் பார்க்காய். மூடிமறைக்காம சொல்லன்.”

“ஒண்ட ஊட்டுல என்னென்னமோ நடக்கஇரிக்கி. வேலிய அடைச்சி வளவக்காவல்பண்ணு. இதெல்லாம் சென்னனெண்டு சந்தைக்க வந்து செல்லிராத. என்ன இரிக்க உடமாட்டானு கள்.” வாய்க்காலுக்க இறங்கி நடந்து கரையேறி றோட்டுல

நிண்டவர் "மைலியக்கே" என்று கூப்பிட மைலிப்பெத்தா திரும்பி நிக்குறா.

"அந்தப் பொட்டைக்கு உயிர்க்கண்டமொண்டு இரிக்கி பொட்ட கவனமாப்பாரு. இந்தத் தத்துல இருந்து தப்பிச்சு பொட்டையெண்டா அதுக்குப்புறகு கல்லுல கட்டிக் கடலுல போட்டாலும் பொட்டை கரையேறிருவாள். எதுக்கும் கவனமாக இரி மைலியக்க. அதோட இன்னுமொன்று சொல் லுறன் கேளு. உண்ட பேராண்டி பொறந்த பலன் உனக்குச் சரியில்ல. அவண்ட ராசிபலன் உன்னைய ஊர உட்டு ஓடப் பண்ணும் நீ இருந்துபாரு."

குறட்டைக்காக்கா சொல்லிற்றுக் கோழியும் கையுமா விளாத்தியடிக் கடைக்கங்காலபோய்த் தலைய மறைக்கும் மட்டுக்கும் பெத்தா அசையவேயில்ல. தலையில கல்லத் தூக்கிப் போட்டாப்போலத் தலையில கைய வைச்சிக்கொண்டு துருசியிலயே கொஞ்சநேரம் குந்தியிருந்திற்றுத்தான் குடிலடிக்குப் போனா பெத்தா.

பெத்தா கொண்டுவந்து வைச்ச பரிசாரியார்ர வீட்டு மசுக்கோத்து துண்டும் கையுமா பேராண்டி செந்தில் தையல் பொட்டி சாமானுகளோட வாசலுல விளையாடிக்கொண் டிருக்கான்.

காய்ஞ்சி விரிஞ்சி வெடிச்ச பயறு நெத்துகள, பிரிச்செடுத்து வந்து சாக்குப்பையுக்கபோட்டு தடியொண்டால அடிச்சிக் கொண்டிருக்கிற மலர, கனநேரமாப் பார்த்து நிண்ட பெத்தா, வேலி ஓதினைக்குப் போய்ப் பனைமரத்தடி பாம்புப்புத்துக்கு மேல நிண்டபாம்ப கும்பிடத் தொடங்கிற்றா.

9

"அரங்க நாயகி இறங்கி வா . . . நிறைந்த தீபமாய் ஒளிர்ந்து வா . . ." காருல கட்டியிருந்த பீக்கர் குழல் சத்தம் கேட்டு சினிமாத் தியேட்டர் நோட்டீஸ் கார்தான் வருதாக்குமெண்ட நினைப்போட, சட்டெண்டு ஒருகணம் குலத்தழகியயும் நினைச்சிக் கொண்டு சந்தைக்குள்ள நிண்டு திரும்பிப் பார்த்த பெத்தா வுக்கு ஏமாற்றம்.

தமிழர் விடுதலைக் கூட்டணியில நிண்டு பொத்துவில் தொகுதி எம்பியாக வெற்றிவாகைசூடித் தேர்ந்தெடுக்கப்பட்ட கனகரெத்தினத்தார் திடீரென்று யூஎன்பி கட்சிக்கு மாறிற் றாராமெண்டத அறிஞ்ச தமிழர்கள், "ஐயா ஏன் இப்படிச் செய்தார்" எண்ட கேள்வியோட அவர்ர தோட்டத்துக்கே போயிற்றாங்க.

தேர்தல் நேரத்துல கனகரெட்ணத்தாருர தனிப்பட்ட வாழ்க்கையப்பற்றி ஆயிரம் விமர்சனம் எழும்புனாலும், அவருர அள்ளிக்கொடுக்கிற வள்ளல் தன்மையால அமோகவெற்றி பெற்றவர். "எலக்சனுல நிண்டு எம்பி ஆகயில்லயெண்டாக் கூட அவர் எப்பயும் எங்களுக்கு ஐயாதான்" எண்டுதான் ஏழைச் சனங்கள் சொல்லும்.

தமிழர் கூட்டணியில இருந்தால் தமிழத்தான் வளர்க்கலாமே யொழிய, தமிழர் வளர்ச்சிக்கு எதுவும் செய்ய முடியாது. நான் வாழும் காலத்துல என்னுடைய தொகுதி முடியுமான அளவுக்குப் பயனடைய வேணுமெண்ட பொதுநலம் கருதித் தான் நான் ஆளும் கட்சியில சேர்ந்தனெண்ட அவருர விளக்கத்த தமிழர் ஏற்றுக் கொண்டாலும், மாற்றுக்கருத்துக் கொண்ட பொடியனுகள் அவர விட்டுவைக்க விரும்பாம சுட்டுச்சாக் காட்ட, வெற்றிடமான எம்பி இடத்த நிரப்ப அவருர தங்கச்சி ரங்கநாயகி பத்மநாதன் நியமன எம்பியாகத் தெரிவு செய்யப் பட்டிருந்தா.

எம்பியாகத் தெரிவு செய்யப்பட்ட ரங்கநாயகி, அக்கரப் பத்து மக்கள நேருல சந்திக்கவாறாவாம். அவவ வரவேற்க ரோட்டுக்கரையெல்லாம் வாழைமரம் கட்டி மாவிலைத் தோரணச் சோடினையா ஊரே திருவிழாக்கோலம் பூண்டு கிடக்கு. நேற்று தம்பிலுவில் திருக்கோவில் பக்கம் கூட்டம் நடந்திச்சாம். நல்லகூட்டமாம், நீலச்சீலையும் கறுப்புக் கண்ணாடி யுமா ரங்கநாயகி பார்க்கிறதுக்கு நடிகைமாதிரி இருக்காவா மெண்டு பார்த்து வந்தாக்கள் சந்தைக்குள்ள கதைச்சது பெத்தாட காதுலயும் விழுந்திச்சு.

எங்க தேடி எப்பிடித்தான் இந்தப் பாட்டெல்லாம் பொருத்த மாகக் கண்டுபிடிப்பானுகளோ தெரியாது. கூட்டத்துக்கு ஆக்களக்கூப்பிடக் கட்டுன பீக்கர் குழல் "அரங்கநாயகி இறங்கி வா . . . நிறைந்த தீபமாய் ஒளிர்ந்து வா . . ." எண்டு பாடிக் கொண்டு பனங்காட்டுப்பக்கம் போறதுக்குச் சாகாம றோட்டால போக, பெத்தா படத்தட்டிய அண்ணாந்து பார்த்துப் பெரு மூச்சு விடுறா.

இப்பெல்லாம் படத்தட்டிகளப்பார்த்தாலே பத்திக்கொண்டு வருகுது பெத்தாவுக்கு. அந்தச்சத்துராதிகள நிமிர்ந்து பார்க்கயே மனமில்லதான். ஆனா பெத்தா அப்பிடியில்லயே, தினம் தினம் சாரதாவையும், வெலிங்டனையும் தாண்டித்தானே வந்துபோகணும். வரக்கையும் போகக்கையும் தியேட்டருல ஆக்கள் நிக்குறத பார்க்கக்கோள, சனத்துக்குள்ள ஒருத்தியா குலத்தழகியும் நிக்குறாப்போலதான் அவவுக்குத் தெரியும்.

இப்பிடி எத்தினையோதரம் நினைச்சி திரும்பிப் பார்த்து, வேன் பலகைக்குள்ளால தலைய நீட்டியெல்லாம் பார்த்து ஏமாந்து போயிருக்கா பெத்தா.

குலத்தழகிற யோசினை ஒருபக்கம், கேசவண்ட யோசினை மறுமக்கமெண்டா ... குறட்டைக்காக்கா அண்டைக்கு வந்து சொல்லிற்றுப்போன கதையக்கேட்ட நாளுல இருந்து பெத்தா வுக்கு நித்திரையில்ல. படுக்கப்போனா அங்கிட்டும் இங்கிட்டுமா புரளூறா. பாதம்வரைக்கும் தன்ரகால தானே உருவியுட்டுக் கொள்ளூறா. கேட்டா ... காலச்சுருட்டுது நித்திரையக் குழப்பு தெண்டு சொல்லிச் சமாளிக்குறா.

கல்லடிக்குப்போய்க் கணபதிப் பூசாரியக் கூட்டி வந்து வளவக்காவல் பண்ணுனாப்புறகுதான் சொன்னாங்க, “அவன் கள்ளப்பூசாரி அவனுக்கேங்கா காசக்கொட்டுன” என்று. ஆருக்குத் தெரியும் எது நல்லது, எது கெட்டதெண்டு. பெத்தா என்ன பூந்தோ பார்க்குற.

“ஏய் ... அந்தக் கோழியப் பார் உன்னயப் போலத்தான் தெத்தித்தெத்தி நடக்கப் பார்க்குது” குரல்கேட்டுப் பெத்தா சட்டெண்டு திரும்பிப்பார்த்த பார்வைக்குக் கொய்யாக் குவிய லுக்கு முன்னால குந்தியிருக்குற பொட்டை, குலத்தழகிய உரிச்சி வைச்சாப்போல இருக்காள். அதே கூர்மூக்கு, நீண்ட மெல்லிய புருவம், வாளிப்பான ஒடுங்குன முகமெண்டு அப்பிடியே குலத்தழகிதான்.

இந்த வாவுடாப்பாலகத்திய சந்தைக்கு வரவைச்சிற்றுப் போயிற்றாள்தானே, என்னெண்டு அவளுக்கு மனம் வந்திச்சி. பெத்தா மனதுக்குள்ளதான் நினைச்சிக்கொள்ளூறா.

“இப்பிடித்தானேமளே கொம்மையும் எந்தநேரமும் அந்த மனிசனோட தனகிக் கொண்டிருப்பாள். அப்பிடியெல்லாம் சொல்லாத நீ சின்னப்புள்ள. அவர்ர வயதென்ன உண்ட வயதென்ன?” பெத்தா சொன்னதும்,

“சரிபெத்தா” என்பது போலத்தலையசைக்கிறாள் குலத்தழகிற மகள்.

“அட உடு மைலியக்க, ஊர் உலகமெல்லாம் கதைச்சது கேட்டுக் குறைஞ்சிபோகாத நான் இந்தப்புள்ள கதைச்சித்தான் தோலுக்க பூந்து நோவுகாணப் போறனாக்கும்.” குறட்டைக் காக்கா முகத்துல கோபத்துக்குரிய சாங்கமே தெரியல்ல.

114 கசகறணம்

பனம் நொங்குக்குலை தொங்குறாப்போலக் குட்டானுகளும் பொட்டிகளும் உடம்பு முழுதும் தொங்கப் பாய்க்கட்ட இறக்கி வைக்குற வெள்ளும்மா.

"என்ன மைலி இண்டைக்கு மண்ணா" என்கிறா.

"ம்... என்னகா செய்யுற கிடைக்குறதத்தானே கொண்டரலாம்." எண்டிற்று ஓலைப்பெட்டிக்க இருந்த மண்ணாங்கட்டிகள, சுறங்கை புடிச்சி அள்ளி விரிச்சிருந்த சாக்குல பங்கு பங்காகக் குவிக்கிறா.

வீரம்விளைஞ்ச மண், பொன்விளைஞ்ச மண், மானம்காத்த மண், வாசமுள்ள மண் எண்டெல்லாம் புறந்து வளர்ந்த மண்ணப் பெருமையாச்சொல்லுவாங்க. இதுக்கு மேலாலயும் மண்ணுல உள்ள பக்தியிலயும் பற்றுதலுலயும் தான்புறந்த வளர்ந்த மண்ணெடுத்து நெத்தியில பூசுறாக்களும் இருக்காங்க. மண்ணத் தொட்டுக் கும்பிடுற ஆக்களும் இருக்காங்க. ஆனா வகுத்துல இருக்கும் புள்ளைக்கே தன்வாய்வழியா மண்ணக் குடுத்து வளர்க்குற தாய்மாரும் இருக்காங்கதானே.

புள்ள வகுத்துல வந்தா பொம்பளைக்கு மசக்கை வந்திரும். அந்த நேரத்துல புளிமாங்காய், விளிமாங்காய், மாவடு, அரிசி, திருநீறு, சாம்பலெண்டெல்லாம் களவுலயும் வெளியிலயும் தின்னுற பொண்டுகளுக்கெண்டு சந்தையில விக்குற சாமான் தான் மண்ணாங்கட்டி.

வயல்வெளி மூலைகளில தெளிஞ்ச நீர் வடிஞ்சி முடியுற நேரத்துல, மிஞ்சிக் கிடக்குற மண்டித் தண்ணிய எடுத்துவந்து வடிகட்டி, வெயிலுல சீலைய விரிச்சி அதுல ஊத்திக் காய வைச்சி, காயவைச்சத துண்டு துண்டாக வெட்டி, நெருப்புல சுட்டெடுத்துவந்து சந்தையில பங்குகுவிச்சி விற்றா, ஒரு பங்குக்கு ஐம்பசக்காசு கிடைக்கும்.

மண்ணெடுத்து நெத்தியில பூசுறவள் 'இந்துவா' இருக்கலாம். மண்ணத்தொட்டு கும்பிடுறவள் 'முஸ்லிமாக' இருக்கலாம். ஆனா இப்பிடி மண்ணத் தின்னுறவளுக்குச் சாதிமதமெண்டுற வேறுபாடே இருக்காது. ஏனெண்டா தாய்மை என்கிறதும் தாய்மைக்கான உணர்வென்கிறதும் சாதிமதம் பார்த்து வேறுபடுவதில்லயே.

பெத்தாக்கிட்ட மண்ணாங்கட்டி பங்கொண்ட வாங்கி மடியுலகட்டிக்கொண்ட புள்ளத்தாய்ச்சி ஒருத்தி குந்தியிருந்த இருப்பிலயே வாத்துமாதிரி அரக்கி வெள்ளும்மாட பன்னுப் பெட்டிக்குள்ள இருந்த ரெண்டு தட்டுக்கொச்சிக்காய்ப் பெட்டிய எடுத்துத் திறந்து ஆசைஆசையாகப் பார்க்கிறாள்.

அம்பாறை வஸ்சுக்கு நிண்ட ஒருத்தன் சும்மாவே நிண்டுருக்கலாம். அவனும் வந்து வெள்ளும்மாட பன்வேக்கொண்

டெடுத்து வேக்குடவாய அகட்டி, விரிச்சி, கவுட்டுப் பார்த்து கொண்டேயிருக்கான்.

"என்னிச்சி ... பார்த்துக்கிட்டு இரிக்காய். எடுக்கப்போறியா? மண்ணாங்கட்டியில கனக்கத்திங்காத, புள்ளைக்கு வெப்பு புடிச்சிரும்." கேள்வியோட புத்திமதியும் சொல்லுறா வெள்ளும்மா.

"கொச்சிக்காய்ப்பெட்டி நல்ல அழகாத்தானிருக்கி ரெண்டு தட்டுவைச்சி தாயும் புள்ளையுமா செய்ஞ்சிருக்காய். எவ்வளவும்மா?"

"ரெண்டுறுவாத்தான் ... எடுத்துக்க."

"இல்ல உம்மா காசுகொண்டரயில்ல. புறகுவந்து வாங்கிக் கிறன்."

"காசு இல்லயெண்டாலும் பெட்டிய கையிலயே வைச்சிக் கொண்டு ஆசை ஆசையாகப்பார்க்குறாள் புள்ளத்தாச்சி."

"இதெவ்வளவும்மா?" அம்பாறை வஸ்சுக்கு நிண்டவன் கேட்டநேரம், சோத்துப்பார்சல் வேக்கும் கையுமா ஆடிஆலா வர்ணம்போட்டுக் கனகவேலும் வந்து சேருறான்.

"அய்ஞ்சுறுவா வாப்பா" வெள்ளும்மாட நையாண்டி, நகைச்சுவை, நக்கலெல்லாம் உள்ளூர்க்காரரோட மட்டும்தான். வெளியூர்க்காரரெண்டா விலையச் சொன்னமா, சாமான விற்றமா எண்டுறதோட சரி.

"இதுக்கா."

"அப்ப எதுக்கு. இதுக்குத்தான் அவஇப்ப விலை சொன்னா" கனகவேல் இடையிலபூந்து கதைக்க, இதாரு "சின்" ஒண்டு என்கிற மாதிரி பார்க்கிறான்.

"இதென்ன பன்னும்மா ... கல் பன்னா?" கையில இருந்த பன்வேக்க முறிக்குற மாதிரி சவட்டிப்பாக்குறதக்கண்டிற்றா வெள்ளும்மா.

"எண்டவாப்போ. செல்லுறன் வாப்பா. அதுக்கிடையில நீ வேக்க முறிக்காம வை. இந்தப்பாய்கள் இருக்கெல்லுவா அதெல்லாம் சம்புப்பன், கப்புப்பன், பூப்பன், புரிப்பன், சவரிப்பன், சாம்பல்பன். பூப்பன்னுல செஞ்சது இந்தக்குட்டான். கொச்சிக் காய்ப்பெட்டியெல்லாம் புற்பன், கிராம்பன், சவரிப்பன்னுல செய்ஞ்சது. அந்த வேக்கெல்லாம் கொடப்பன், ஆடுபன், கொங்குப்பன், கொக்குப்பன்னுல செய்ஞ்சது. உண்டகையில

உள்ள வேக்கு கற்பன்னுல செய்ஞ்சது. அம்புட்டுத்தான் வாப்பா. போதுமா வெளக்கம்."

"கேட்டா ... பாட்டுப் பாடுறாய். சரி ... குடுக்குற விலையச் செல்லும்மா."

"இஞ்சே ஆலிமுடசெல்லுக்கு மறுசெல்லு இரிக்கா? .. அது மாதிரி இந்த வெள்ளும்மாட வெலைக்கும் மறவெல இல்ல செல்லிற்றன்."

"ரெண்டு ரூவாய குறையங்கா ..."

ஊரான் ஊரான் தோட்டத்துல
ஒருவன் போட்டானாம் வெள்ளரிக்காய்
காசுக்கு ரெண்டுதான் விக்கச்செல்லி
காகிதம் போட்டானாம் வெள்ளக்காரன்.

"எண்ட பொருளுக்கு வெலவைக்க நீ ஆரு வாப்பா. விருப்பப்பட்டா வாங்கு, இல்லெண்டா எடத்தக் காலிபண்ணு" சொல்லிற்று வெள்ளும்மா தண்ணிச் செம்பெடுத்துக்கொண்டு வம்மிமர வேருக்குக்கிட்ட போறா.

"சும்மா கொளத்துல கிடக்குற பன்னுக்கு இந்த விலை செல்லுறாயே."

"இஞ்சே உன்ன ஆருவாப்பா புடிச்சி வைச்சி வாங்கச் சொன்ன, விரும்புனா வாங்கு, இல்லாட்டிப்போவன். சும்மா பொம்புளையள்மாதிரி விலைகேட்டுக்கொண்டு நிக்காய். இந்த ஆம்புளையளே இப்பிடித்தான் பொம்புளையளெண்டா தனகத்தான் வருவாங்க" இடுப்பையும் கையயும் நெளிச்சி வளைச்சி சொன்ன கனகவேல, நீ ஒண்டும் பேசாத நான் வாறனெண்டு சொல்லுறாப்போல வெள்ளும்மா சைகையால சொல்லிற்று வாய்நிரப்புன தண்ணிய கொப்பளிக்க அடைஞ் சிருந்த வெத்தில, ரெத்தம் கக்குறாப்போல வம்மிமரவேருல பாயுது.

ஒரு வாய்ப்போருக்கே ஆயத்தமானவபோல வெள்ளும்மா வாறா. "இண்டைக்குப் பட்டான் தம்பி" என்கிறான் கனகவேல்.

"என்ன மணிசென்னாய் நீ? சும்மா கொளத்துக்க கெடக்குற பன்னா? ஒண்டு செல்லுறன் செவ்வியா? நாளைக்கு சுபஹூக்கு வாங்கு செல்லுறநேரம் ஒழும்பி என்னோடவந்து சம்புக்களப்புக்க பொண்டுகளோட எறங்கன் பார்ப்பம்."

"நாங்க தண்ணிக்க எறங்குனா எப்ப முதலை வருமெண்டு பயப்பிடோணும். அடித்துடையில அட்டை கடிக்கும். முன்னங் காலுல முரல்குத்தும். குதிகாலுல சுங்கான் முள்ளேறும். ஒத்த முலையில பாம்பு ஊர்ந்துபோகும். இப்பிடியெல்லாம் பயந்து கயிற்றப்பட்டு புடுங்கிவந்து, அதையும் தாறுவாயாக்கிழிச்சி காயவைச்சி, சாயம்போட்டுத்தான் வாப்பா சந்தைக்குப் பாயாக்கி கொண்டாறம். நீயென்னடா எண்டா சும்மா கொளத்துல கிடக்குற பன்னெங்குறாய் எலுவா?" சொன்ன வெள்ளும்மா இடுப்புலயிருந்து வெல்லுகத்தெடுத்து வெத்திலய எடுக்கக் கனகவேலுக்கும் முகத்துல ஒரு பூரிப்பு.

"சரி, சரி . . . இந்தா காசு."

"வேணாம் வாப்பா நீ ஒரு கோடிறுவா குடுத்தாலும் நான் ஒனக்கு வேக்கு விக்கிறதாயில்ல. பொம்புளர உழைப்ப மதிக்கத் தெரியாத நொக்கு அந்தப் பொருளுற மதிப்புத் தெரியவா போகுது. மதிப்புத் தெரியாதவனுக்குப் பொருள் விக்குற ஆள் நானில்லவாப்பா."

புள்ளத்தாய்ச்சி இதுவரைக்கும் கொச்சிக்காய்ப் பொட்டிய புரட்டிப் புரட்டிப்பார்த்திற்று எழும்புறாள்.

"என்னிச்சி என்ன? பொட்டி வேணாமாகா?"

"இல்ல வெள்ளும்மா இப்ப காசில்ல. நான் மறுகா வாங்குறன்."

"ஒங்கிட்ட காசு கேட்டனா இப்ப. இந்தா கொண்டோ, வகுத்துப்புள்ளத்தாச்சி, ஆசைப்படடது கிடைக்கில்லெண்டா புறக்குற புள்ளைக்குக் காதால ஓடுமெம்பாங்க. சோட்டப் பட்டுப் புரட்டிப் பார்த்துக்கொண்டிருக்காய். கொண்டோ . . ."

திருக்கோயில் தீர்த்தத்திருவிழாக் கடையில கிளிவண்டில வாங்குன புள்ளையள் சந்தோசப்படுறாப்போல, கொச்சிக்காய்ப் பெட்டிய வாங்குனவள் பூரிச்சிப்போய் நடந்தநேரம், ரேடியோ வுலயிருந்து வந்த அந்தச்செய்தி காத்துல மிதந்துவந்து காதுக்குச் சேருது.

மேளதாளச் சத்தத்தோட, நாதஸ்வர இசையோட "பூவும் பொட்டும் மங்கையர் மஞ்சரி" எண்டு ராஜேஸ்வரிசண்முகம் சொல்லி முடிக்க முன்ன, இடையில பூந்தகுரலுல, யாழ்ப்பாணத் துல பதின்மூண்டு பொலிசுக்காரனுகள பொடியனுகள் சாக் காட்டிப் போட்டாங்களாமெண்ட செய்தி வந்துசேருது.

சந்தை முழுக்க நிண்ட ஆக்களெல்லாம் பரபரப்பா நடக்கத் தொடங்குறாங்க. என்னமோ யாழ்ப்பாணம் அக்கரப்பத்துக்கு அடுத்த ஊரெண்ட மாதிரித்தான் அவங்கட பரபரப்புல தெரியுது. அம்பாறைக்குப் போகவந்த கனகவேல், நிண்ட இடத்

துக்கும் விசளம் சொல்லாம வீட்ட போகநடக்க "என்னடா கனகவேல் கரும்புப் பாமுக்குப் போகயில்லயோடா" என்று பெத்தா கேட்க,

"ஆ . . . ஏன்கா . . . சிங்களவன் என்னய வெட்டிப்போட யோகா . . . நான் போகக்கீக இல்லதாயே" என்றவன் கழுத்த ஒருவெட்டு வெட்டிற்று ஓட்டமும் நடையுமா போய் மறைஞ் சிற்றான்.

கொய்யாவ அள்ளிச் சாக்குலபோட்டுக் கட்டி, குலத்தழகிர மகளயும் பொத்துவில் வஸ்சுல ஏற்றி "கவனமாப்போ மளே" எண்டு பெத்தா அனுப்பிற்றா.

கிட்டத்தட்ட சந்தையே வெறிச்சோடினாப்போலதான் கிடக்கு. குறட்டைக்காக்காவும், பெத்தாவும், வெள்ளும்மாவும் மட்டும்தான் குந்திக் கொண்டிருக்காங்க. இதுநாள்வரையும் சந்தைய அவையள் இப்பிடிக்கண்டதேயில்ல.

"நாம இருந்து என்னகா செய்யுற, ஆருக்கு யாவாரம் பண்ணுற, நம்ம மூணுபேருக்குள்ளயும்தான் சாமான மாறி மாறி விற்றுவாங்கோணும்." எண்டு சொல்லிக்கொண்டே குறட்டைக்காக்கா கோழிகளத் தூக்கிக் கூடைக்க அடைக்க, பெத்தாவும், வெள்ளும்மாவும் கூடவே போகஎழும்பிற்றாங்க. அந்த நேரமாப் பாத்து அம்பாறைறோட்டு தபால்கந்தோரடி யால பொலிஸ் ஜீப்பெல்லாம் வரிசையாக வந்து கொண்டு இருக்கு.

பெத்தா சாரதா தியேட்டர நெருங்கியிருக்கமாட்டா, பின்னால வந்த சைக்கிள், தன்னைய உரசிக்கொண்டுவாற மாதிரி உணர்ந்த பெத்தா திரும்பிப்பாக்குறா. கேசவன்தான் சிரிச்ச முகத்தோட "என்னகா பெத்தா" என்கிறான்.

"எண்ட மகனே என்னவான்டா புதினம். ஆரோ ஆரையோ யெல்லாம் எங்கயோ சுட்டதாமெண்டு இஞ்ச சனமெல்லாம் சில்லாங்கொட்டை சிதறுறமாதிரி ஓடுதே என்னவாம்மனே?'

"ஆருக்குத் தெரியும் பெத்தா. அத உட்டுப்போட்டுக் கரியலுல ஏறு போவம்."

"எண்டப்போய் . . . எனக்கொண்ணாப்பா, நீ எங்கயும் பள்ளம் படுகுழியப்பார்த்து என்னய கவுட்டுக்கொட்டிப்புடத் தான். அது சரி என்னவாம் பொத்துவிலான்?"

"இனிப்போறதானாம் பெத்தா . . . யோசிக்கவேணாமெண் டார்" கேசவன் சொல்லுறது பச்சப்பொய் எண்டுறது பெத்தா

வுக்கு எங்கபுரியப்போகுது. இண்டைக்கு நாளைக்கு அனுப்புவான் இல்லெண்டா காசையாகுதல் தருவானெண்டு இவ்வளவு நாளும் தனக்கிருந்த நம்பிக்கைகூட இல்லாமப்போனது மட்டுமில்ல இனிக்காசும் கிடைக்காதெண்டுறதயும் சொன்னா, பெத்தா என்னெண்டு தாங்குவா.

நாங்க சப்ஏஜென்சிதானே தம்பி. மெயின் ஏஜென்சிக்காரன் காசையும் பாஸ்போர்ட்டையும் வாங்கிக்கொண்டு போனவன். திரும்பிவராததுக்கு நான் என்ன தம்பி செய்யேலுமெண்டு பொத்துவிலான் சொன்னத பெத்தாக்கிட்ட சொன்னா, அத அவ என்னெண்டு தாங்குவா.

உயிரோடயும், உடலோடயும் கலந்த அவட வியர்வையில நனைஞ்ச மண்ண விற்றுக்கொடுத்த காசு, கண்ணுக்கத் தெரியாத ஒருத்தனுக்குச் சொந்தமாகிப் போனது தெரிஞ்சா, அத நினைச்சி பெத்தா நெஞ்சடைச்செல்லோ செத்துப்போயிருவா. அதனால தானே கேசவன் எதையும் சொல்லாம மூடிமறைச்சிற்றுப் பொய்யாச்சொல்லி, பொய்யாச் சிரிச்சிக் கதைச்சிக்கொண்டு நிக்குறான்.

கேசவண்ட கையில இருந்த காகிதங்களக் கண்டுற்றா பெத்தா.

"இதென்ன காகிதமெல்லாம். முஹமட்டு கடிதம்கிடிதம் எழுதியிருக்கானோடாமனே ..? என்னயக்கேட்டு எழுதிக்கிழிதி யிருக்கானோ?

"இல்லாமையோ பெத்தா ... உண்ட கையால குரக்கன் களியும், குஞ்சுமீன்கறியும் தின்ன ஆசையாய் இரிக்காமெண்டு எழுதியிருக்கான் பெத்தா" அதுவும் பொய்தான்.

"அதென்னடா யாழ்ப்பாணத்துல இருக்கிறவன் வெளி நாட்டுல இருக்கிறாப்போல நீலக்காகிதம் அனுப்பியிருக்கான்."

"இது அவண்ட கடிதமில்ல பெத்தா. ஏஜென்சிக்காரன் விசா அனுப்புனதாமெண்டு பொத்துவிலான் தந்தது." இதுவும் கூடப் பொய்தான்.

"நான் கோளாவில் குஞ்சம்மைக்கிட்டப்போய், ரெண்டு தேங்காய் வாங்கிற்று வேக்கனுலவாறன். நீ போமனே" என்று பெத்தா சொன்னதுதான் தாமதம் கேசவண்ட சைக்கிள் காத்தக் கிழிச்சிக்கொண்டு வண்ணான் கண்ணியத்தாண்டிக் கோளாவில் வடக்கு முடக்குல மறையுது. அவன் சொன்ன பொய்யெல்லாத்தயும் மனசுல சுமந்துகொண்டே பெத்தா நடக்குறா.

10

யாழ்ப்பாணத்துல பொலிசுக்காரனுகள சாக்காட்டுனதுக்குப் பழிக்குப்பழியாக, கொழும்ப சுடுகாடா ஆக்கிப்போட்டானுகள் சிங்களக்காடையனுகள்.

அரசாங்கம் திட்டமிட்டுக்கொண்டு நடத்துன அட்டூழியத்துல வெலிக்கடைச்சிறைக்குள்ளயிருந்த போராளிகள் அழிஞ்சது மட்டுமில்லாம, கொழும்புத்தமிழரும் அராஜகத்துக்குள்ளாக, நடந்த கொலைகளும் கொள்ளைகளும் கற்பழிப்புகளும் கொஞ்ச நஞ்சமில்ல.

ஒரே நாளுக்குள்ள அகதிகளாக்கப்பட்டுக் கொழும்புல யிருந்து தமிழர் துரத்தியடிக்கப்பட்ட பிரதிபலிப்பு, தமிழர் வாழுற ஊரெல்லாத்தயும் விழிப்படையச்செய்திற்று. நடந்து முடிஞ்ச கொழும்புக்கலவரத்துக்கு உலகநாடெல்லாம் கண்டனம் தெரிவிச்ச நாளுல இருந்துதான், ஊருலயிருந்த பொடியனுகளும் அடிக்கடி காணாமல் போனாங்கள்.

ஊருக்குள்ள புதுசாவாற பொடியனுகளுக்கெண்டா குறைச்சலில்ல. எந்த ஊர் என்ன பேரெண்டுற விசயமெதுவுமே ஆரும் சொல்லுறானுகளில்ல. ஆனாலும் வாறாக்களுக்குக்கெல்லாம் ஊருக்குள்ள ராசஉபசாரம்தான்.

பள்ளிக்கூடமெண்டும், பாழ்வளவெண்டும், கோயில் மணலெண்டும், விளையாட்டு மைதாமெண்டும் ரா . . . ராவா கூட்டம் கூட்டமா கூடிக் குசுகுசுக்குறானுகள். இதக்கேக்குறதுக்கு உடுத்தசாறன அவுட்டு உயர்த்தி முக்காடுபோட்டு மறைஞ்சபடி ஊர்ப்புள்ளையள் வட்டம்போட்டுக் குந்தியிருந்து வாய ஆவெண்டுகொண்டு இருக்குதுகள். விடிஞ்சா . . . கத்தை கத்தையா சோடிசோடியா புள்ளையள் ஊர உட்டுப்போயிருக்கும், பெத்த வளுகள் பதறியடிச்சி ஓடித்திரிவாளுகள்.

ஓடிப்போன கனபுள்ளயளில சிலபுள்ளையள் இடைநடுவுல மனம்மாறித் திரும்பி வந்திற்றுகளெண்டா, பெத்தவளுகளுக்கு அதுவே பெரிய பதட்டம். கூட்டிப்போனவன் தேடிவந்து குத்தோகுத்தெண்டு குத்திப் புள்ளையள திரும்பவும் கூட்டிப் போவான். போனவன் வந்திருக்கானாமெண்டு கேள்விப்பட்டா பொலிசிக்காரனுகள் வந்து ஊடுவாசல் பூந்து, புரட்டிப் போடுவானுகள்.

ஊருக்குள்ள புதுசாவாற பொடியனுகளும் ஒண்டா சேர்ந்து வராம பிரிஞ்சி பிரிஞ்சிதான் வந்தாங்க. ஆராரு என்னென்ன

இயக்கமெண்டுறத உள்ளூர்ப் புள்ளையள் சொல்லித்தான் தெரிஞ்சி கொள்ளோணும். இதுவரையில கேள்விப்படாத இயக்கத்துர பேரையெல்லாம் சொல்லி பரிச்சயப்படுத்திக் கொள்ளூறாங்க. ஒரு ஊட்டுல உள்ள அண்ணன் தம்பிமாருல ஒவ்வொருத்தனும் ஒவ்வொரு இயக்கத்துல எண்டாலும், மனதுல பகைமையில்லாம பார்வையில நேர்மையும், பேச்சுல லட்சியத்தை யுமே ஒவ்வொருத்தனும் கொண்டலைஞ்ச மாதிரித்தான் தெரிஞ்சுது.

வரவு செலவோ, லாப நட்டமோ இல்லாத வாழ்க்கை. ஊர, உறவ, தாய் தகப்பன பிரிஞ்சி வந்து நாட்டுக்காகப் போராட வந்திருக்கம். நாங்களும் உங்கட புள்ளையள்தானே யெண்டா, எந்தத் தாய்தான் ஏற்க மறுப்பாள். அதனால வந்த புள்ளையகளெல்லாம் ஒருவீடு ஒருவாசலாகத்தான் பழகுதுகள். எத்தினை புள்ளையள் வந்தாலும் ஏந்தித்தாங்குற தாய்மார் தங்கட புள்ளையொண்டு போயிற்றாமெண்டறியக்கோள வடிக்குற கண்ணீரத்தான் பார்க்கேலாம இருக்கும்.

மைலிப்பெத்தா ரெண்டுநாளா சந்தைக்கு வரயில்ல. குறட் டைக் காக்காக்கிட்டையும் கேட்டுப்பார்த்திட்டா வெள்ளும்மா. “நெக்கென்னகா தெரியும்” எண்டிற்றார் அவரும். ஒருநாள் காணாததுக்கு ஏதோ ஒட்டிப்புறந்ததுகளில ஒண்டவிட்டு ஒண்டு பிரிஞ்சமாதிரி வெள்ளும்மாட மனம் கிடந்து தவிக்குது.

“ஓடம்புகெடம்புக்கு என்னவுமோ தெரியாது. எதுக்கும் நாலுஎட்டுத்தானே மொட்டையாபுரமென்ன நூறுகட்டைத் தொலைவா . . ?” எண்ட நினைப்போட நடையக்கட்டி வந்து வாய்க்காலுக்க இறங்க நினைச்சவ இறங்காமலேயே நிக்கிறா.

குமர் பொட்டையளெல்லாம் குறுக்கை கட்டிக்கொண்டு கழுத்தளவு தண்ணியில குந்தியிருந்து குளிக்குறாளுகள்.

“என்ன பொடிச்சியாள். தண்ணிதாப்பமா, றெங்கலாமா?” முழங்காலுக்கு மேல சீலைய உயர்த்திக்கொண்டே கேக்குறா வெள்ளும்மா.

“ஓமும்மா . . . கவனமாப்பார்த்திறங்கு. கழுத்தளவு தண்ணி போகுது. பார்த்தாய்தானே?” எண்டுகொண்ட பொட்டையள் எழும்பி நிண்டு சிரிக்க,

“நானே நையாண்டிக்காரி, என்னையுமோடி நையாண்டி பண்ணுறயள்” எண்ணுறாப்போலக் கொடுப்புக்குள்ளால சிரிச்சிக் கொண்டு வாய்க்காலுக்க இறங்கி நடந்து கட்டுல ஏறி நிண்டு புடவைய உதறிக்கொண்டே வெள்ளும்மா பாடத்தொடங்குறா.

மார்பளவு தண்ணியில
மண்டி மண்டிக் குளிக்கும் பொண்ணே – உன்
மார்புக்குக் கீழிருக்கும்
மாதுளங்காய் கவனம் புள்ளே . . .

"ஆ . . . அதெல்லாம் கவனமாய்த்தான் இரிக்கும். நீ கவன மாப் போனாச் சரிதான்." வாய்க்காலுக்க கிடந்த பொட்டையள் வெக்கத்துல தண்ணியள்ளித் தரையில நிண்ட வெள்ளும்மா வுக்கு ஒத்துறாளுகள்.

மாம்பழக்கெழுத்தி வந்து
மாதுளம் காம்ப நொள்ளும் – உன்
மாமன் மகன் வந்துகேட்டா – நீ
மறுமொழிதான் என்ன செல்வாய் . . . கா . . ?

பொட்டைகள வெக்கம் பிய்ச்சித்தின்னுது.

"போகா வெள்ளும்மா. முத்தல்பாட்டெல்லாம் பாடாம" பொட்டைகள் கத்த வெள்ளும்மா சிரிச்சிக்கொண்டே நடக்குறா.

"மைலிர வாசலுல பாய்ச்சுமைய இறக்கிவைச்சிற்று, தலையில யிருந்த சும்மாட எடுத்து நிலத்துல வைச்சி அதுல குந்திக்கொண்டு "வாய் கொப்பளிக்க ஒள்ளம் தண்ணிதாகாபொட்ட எண்டவ பாலக்கட்டை வாங்குல இருக்குற கபூர்போடியாருக்கு சலாம் சொல்லுறா.

எப்பயுமே வெள்ளும்மாவக்கண்ட உடன வாஉம்மா எண்டு கொண்டு பாய எடுத்துப் போடுற மலர், இண்டைக்கு வாடுன முகத்தோட பொடியன தோழுல போட்டுக்கொண்டு குடில் நிலையில சாய்ஞ்சிகொண்டு நிக்காள். போடியார்ர முகத்துல யும் ஈயாடல்ல. சின்னாண்டபொஞ்சாதி குடிலுக்குள்ள அடுப் பூதிக்கொண்டிருக்கா.

"இதென்னடி மையத்தூடுபோல எல்லாரும் உறங்கிப் போயிரிக்கயள். எங்கடி மைலி."

"நான் எங்கபோனன். இஞ்சதான் இரிக்கன். நமக்குப் போறகாலம் வந்துதெண்டா ஏன்தான். இல்லாததாலதானே இந்தப் புதுனமெல்லாத்தயும் நான் காண வேண்டிக்கிடக்கு" துரவுக்குள்ள இருந்து ஏறிவந்த மைலிப்பெத்தா குடத்த வைச்சிற்று "ஏன்புள்ள நீ இன்னும் போகயில்லயோகா? இஞ்ச இரிக்காய் யெண்டுறத அறிஞ்சானெண்டா அவனும் வந்தெல்லோ இதில நிண்டு புதினம் காட்டுவான்." எண்டு சொல்ல, "ஓம் மாமி, போகத்தான் இனி" எண்டுகொண்டு குடிலுக்குள்ளயிருந்து வாசலுல வந்து நிக்குறாள் சின்னாண்ட பொண்டில்.

“வந்திற்றாய் . . . உண்டமருமகன் பார்த்திட்டு போயிருக்குற சமக்கட்டுக்கு நீ வந்து ஒப்பாரி வைச்சி என்ன நடக்கப் போகுது. போ . . . போய் . . . உண்ட புருசனுக்கிட்ட சொல்லி ஆரெண்டாலை யும் பார்த்து அந்தக்குமர கையில புடிச்சிக்குடுக்கச் சொல்லு.” வெத்துலத்தட்ட எடுத்து வெள்ளும்மாக்கிட்ட தள்ளுறா மைலிப் பெத்தா.

“ஆருக்கும் குடுக்குறதெண்டா எப்பயோ குடுத்திருக்க மாட்டமோ . . . கட்டுனா அத்தானத்தான் கட்டுவனெண்டு முட்டடப்பன் கட்டிருவாள் மூலைக்குமூலை நிண்டு மூக்கால அழுதாளே. இப்ப ரெண்டுநாளா சோறு தண்ணியில்லாமக் கிடக்காள் எண்ட புள்ள.”

கபூர்ப்போடியாருக்குப் பக்கத்துல தேயிலத் தண்ணிக் கிளாசக் கொண்டுவந்து வைச்ச சின்னாண்ட பொண்டில் முந்தானையால முகத்தத் துடைச்சிக் கொள்ளுறா.

“அழுதுபுலம்பி என்னகா ஆகுற. வேணாமெண்டுதான் சொன்னான் . . . எண்டைக்காகுதல் மனம் மாறுவான், மாமண்ட மகளக் கூட்டிக்கொண்டு வருவானெண்டுதான் நினைச்சிருந்தன். எண்ட நினைப்புல மண்ணள்ளிப் போடுவானெண்டு ஆரு நினைச்சிருந்தா?”

இதுக்கு மேலயும் வெள்ளும்மாவால பொறுமையாயிருக்க முடியல்ல. “லெக்கோ . . . மைலி . . . என்னகா நடந்த, பேரன் ஆரையும் கூட்டிக்கு ஓடிற்றானா? வெள்ளும்மாவுக்கு மனசுக் குள்ள கவலைதான். அதவெளிக்காட்டாமலயே கேக்குறா.

“அடா . . . நீ ஒருத்தி . . . அப்பிடிப்போனாத்தான் பரவா யில்லயே, இவர் நாடுபுடிக்கெல்லவோ போயிருக்கார். ஓடிப் போனவன் திரும்பி வருவானெண்ட நம்பிக்கையில கைக் குழந்தையோட தமக்கையொருத்தி இருக்காள். குந்தியிருக்க ஒழுங்கான ஊடில்ல. சவூதிக்குப் போகப்போறனெண்டான், எண்ட அப்பன் ஆசையாசையா வெட்டுன காட்டுப்பூமிய விற்றுக்குடுத்தன். அதையும் கண்காணதவனுக்குக் கொண்டு போய்க் குடுத்துற்றுப்போயிற்றானே. எண்ட கண் மூடுனாப் புறகு இந்தப்பொட்டயும் புள்ளையும் என்னகா பண்ணுங்கள்.”

பெத்தா சொன்ன புறகு நீண்ட நேரத்துக்கு அந்த இடம் மௌனமாகவே இருந்திச்சி. சின்னாண்ட பொஞ்சாதி போயிற்றா. முஹமட் கடிதம் போட்டா பதில் கடிதத்தில கேசவன் இப்படிப் போயிற்றானெண்டு எழுதுறதாகச் சொல்லிக் கபூர் போடியாரும் போயிற்றார்.

கபூர்ப்போடியார் சொன்னதக்கேட்டுக் குடில்நிலையில சாய்ஞ்சிருக்கிற மலர் மனசுக்குள்ளளேயே சிரிச்சிக்கொள்ளு

றாள். கேசவன் போயிற்றானெண்டு மகனுக்கு எழுதப்போறா ராம். கேசவன் போயிருக்கிறதே அவர்ர மகன் முஹமட்டுக் கிட்டதான். அவன வரச்சொல்லிக்கூப்பிட்டதே முஹமட் தான் என்கிறதும் போடியாருக்குத்தெரியாம இருக்கலாம். ஆனா அது மலருக்குத்தெரியும். மலருக்குத் தெரியுமெண்டுறது கேசவனுக்கும் தெரியும்.

அண்டைக்கொருநாள் சாரதா தியேட்டரடியில வைச்சி பேரண்ட கையில இருந்த நீலக்காகிதத்தக் காட்டி இதென்ன மனே வெளிநாட்டுக் காகிதமாதிரி இரிக்கெண்டு பெத்தா கேட்டதுக்கு இது ஏஜென்சிக்காரன் அனுப்புனதெண்டு சொல் லிற்று, புத்தகமொன்றுக்குள்ளவைச்சி பத்திரமாகப் பறனுக்கு மேல வைச்சிற்றான் கேசவன். கதைப் புத்தகத்துக்குள்ள இருந்த அந்தக்கடிதத்த மலர் எப்பிடியோ கண்டு படிச்சும் பார்த் திட்டாள்.

ரெண்டு நாளைக்கு முன்னஇராவு சுடுதண்ணிய வைச்சிக் குளிச்சிற்று தையிலம் பூசிற்றுப்படுத்த பெத்தா நல்லாவே அயர்ந்து தூங்கிற்றா. நடுச்சாமமிருக்கும் முழிப்பு வந்து வெளியில வந்த மலர் பார்க்குறாள் விறாந்தை பறனுல படுக்குற கேசவனக் காணயில்ல. நடந்துவாறாள் . . . பனிகொட்டுற நேரத்துல படர்மலையில தலைக்கு ரெண்டு கைகளயும் வைச்சிக்கொண்டு நிலாவப் பார்த்தபடிப் படுக்குறான் கேசவன். மலர் பக்கத்துல போய் நெத்தியில் கையவைச்சிப்பார்த்திட்டு “ஏண்டா பனியில படுக்கிறாய்” என்கிறாள். எழும்பி முழங்காலுக்குள்ள முகத்தப் புதைச்சிக் கொள்ளுறான் கேசவன்.

“என்னடா படுக்காம யோசினை பண்ணுறாய்”

“பாவமக்கா பெத்தா, எங்களுக்காக எவ்வளவு கஸ்ரப் படுறா. கட்டுன காச பொத்துவிலான் ஏமாத்திப் போட்டா னெண்டுறது தெரிஞ்சா என்ன பாட்டப்படுவா . . . அதுதான் . . .”

“அதுக்கென்னடாசெய்யுற நடக்குறதுதானே நடக்கும்.”

“ஊருல இருக்கவே புடிக்கல்லக்கா. எங்கெண்டாலும் ஓடோணும்போல இருக்கு,”

“எங்க ஓடப்போறாய். முஹமட் வரச்சொல்லிக் கடிதம் போட்டிருக்கானே. அவனுக்கிட்ட போகப்போறயோ?” நிலவு வெளிச்சத்துல கேசவன் தமக்கைர முகத்தப்பார்க்குறான்.

“எனக்கு எல்லாம் தெரியும். புத்தகத்துக்க இருந்த கடிதத்தப் படிச்சன். பொத்துவிலான் ஏமாத்திப்போட்டான். பெத்தாவ

பாவமெண்டெல்லாம் சும்மா பிதட்டாத. ரெண்டொரு நாளாக நானும் உண்ட நடவடிக்கையைப் பார்க்குறன்தானே. நீ ஓடப் போறாய், அதுமட்டும் எனக்கு நல்லாத்தெரியுது.”

“நான் போனா நீ என்னெண்டு நினைப்பாய், புழைக்க வழியில்லாம தப்பியோடுறனெண்டு நினைப்பயோ?”

“அப்ப என்னெண்டு நினைக்கச்சொல்லுறாய். விடுதலைக் காகப் போராடப்போற வீரனெண்டு நினைக்கச்சொல்லு றாயோ?”

“அப்பிடிப்பார்த்தா முஹமட்டுக்கிட்ட இல்லாத காசும் வசதியுமோ . . . அவனும் போயிருக்கான்தானே.”

“ஆருக்குத் தெரியும் . . . அவனுக்குள்ளையும் என்னென்ன இருந்திச்சோ?”

“நான் போனா பெத்தாவ கவனமாப்பார்த்துக் கொள்ளு வாய் தானே?”

“நம்மள நம்பிப் பெத்தா புறக்கயில்ல. அவவ நம்பித்தான் நாம புறந்திருக்கம். உண்ட செல்லக்கதைய உட்டுப்போட்டுவா வந்து பறனுலபடு” சொல்லிற்று மலர் வந்து குடிலுக்குள்ள படுத்திற்றாள். விடிஞ்சதும் கேசவனக்காணயில்ல. விடியமுதலே அவன் பயணமாயிற்றான். பின்னேரம் பொடியனுகள் வந்து சொல்லித்தான் பெத்தாவுக்குத் தெரியும், அவன் அண்டைக்கே போவானெண்டு மலர் நினைச்சிருக்கயில்ல.

“போன புள்ளையென்ன வராமலா உடப்போறான் உட்டுப் போட்டு வேலயப்பாருகா” ரெத்த வாந்தியெடுக்குறாப்போல வாயக்கொப்பளிச்சிற்றுத் திரும்பவும் வெத்தில பாக்கெடுத்து வாய்க்குள்ள திணிச்சிக்கொள்ளுறா வெள்ளும்மா.

“அட . . . நீ ஒருத்தி இவர் திரும்பி வந்துதான் சாத்தி வீழ்த்தப்போறாராக்கும். நான் இரிக்கனோ இல்லயோ ஆரு கண்டா. பொழுதுபடுகுது நீபோகா. வந்தநேரத்துல இருந்து வெத்துலபாக்கும் தண்ணியுமாவே உண்டவகுத்த நிரப்புது. ஒருபுடிச் சோறு தின்னெண்டாலும் கேக்காயில்ல.”

“எண்ட சோத்துப்பசியப் பத்தித்தானா நொக்கிப்ப கவலை. ரெண்டுநாள் சந்தைக்கு வரயில்ல ஒடம்புக்கு ஏதுமாக்குமெண்டு பார்த்துட்டுப்போகவந்தன். தம்பிக்காரன் போன கவலையில அந்தப்பொட்டை ஒழும்பாமப்படுக்குது. பொட்டய ஒழுப்பிச் சோத்தக்குடுகா, நாளைக்காகுதல் சந்தைக்கு வாறாயா இல்லயா?”

“வராம என்னய்ய, மொட்டையாமலையயும், முருங்க மலையயும் எத்தின நாளைக்குத்தான் பார்த்துக்கொண்டிருக்க. சந்தைக்கு வந்தா நாலுசனத்துர முகத்தப் பார்த்தாலாகுதல் கவலை தணிஞ்சி போயிரும்.”

“வெள்ளும்மா பாயத்தூக்கி தலையில வைச்சிற்று நடக்கிறா. மலையடிவாரத்துல ஓடித்திரிஞ்ச குரங்கெல்லாம் ஓடிவந்து நாட்டுக்கட்டை நுனியில குந்தியிருந்து வெள்ளும்மாக்கு ஈயெண்டு பழிப்புக்காட்டுதுகள். பச்சக்கிளிக்கூட்டமொன்று பாட்டமா பறந்துவந்து பயித்தம் சேனையில விழுந்தெழும்பிப் பறந்து போகுது. முத்துச்சரத்த நிமித்திப்புடிச்சாப்போல, பூத்து விரிஞ்சிருக்குற இறுங்குப்பூவெல்லாம் குருவிகள் வந்து குந்தி யெழும்பிப்போகுது. ஆருமில்லாத ஊட்டுல ஆட்சி நடத்துறாப் போலதான் குரங்குகளும் குருவிகளும் மைலிப்பெத்தாட சேனை யில குடித்தனம் நடத்துதுகள். கேசவன் இருந்திருந்தா ஒரு சீனாவெடியிலயே இதுகள ஓட்டம் காட்டியிருப்பான்.

வாய்க்கால கடக்க வேண்டிய வெள்ளும்மா தண்ணியில கால் நனைக்காமலே நிக்குறா. ஓடுதோ, நிக்குதோ எண்ட அசிப்புக்காட்டாம ஆடாம அசையாம உறைஞ்சி போனாப் போல நிக்குது வாய்க்கால்தண்ணி. பெலத்தடிக்குற காத்தை யும் பேசாம நிக்குற தண்ணியயும் நம்பக்கூடாதெண்டுறது வெள்ளும்மாட நம்பிக்கைகளுள் ஒண்டு.

பொழுதுபட்ட நேரம் தண்ணிகூடக் கறுப்பாத்தான் தெரியும். அங்காலக்கரை கிறவல்றோட்டுல ஆரும் போகவரக்காண யில்ல. அமைதியான தண்ணிக்கடியிலதான் அதிபயங்கரமான சாமானெல்லாம் அமசடக்காப்படுக்குமாம். வெள்ளும்மாட மனதுலயும் கொஞ்சம் பயம்தான்.

“அடா இந்த கோரக்களப்பெல்லாம் இறங்கி ஏறுன நெக்கு இது பெரிய பயமா” எண்டு நினைச்சிற்று, இறங்கித் தண்ணி பாய்ஞ்சி மறுகரைக்கு வந்து, றோட்டுல ஏறிநிண்டு மைலிப்பெத்தாட குடில நோக்குறா. குப்பிவிளக்கு வெளிச்ச மொண்டு குடிலுக்க ஊசலாடுறது தெரியுது. இதுக்குப் புறகு தான் சிப்பித்திடலெல்லாம் தாண்டி வீடுபோய்ச் சேரணும். வெள்ளும்மா தன் நடையை வேகப்படுத்திக்கொள்ளுறா.

கிறவல்புழுதியக் கிளப்பிக்கொண்டு எதிர்கொண்டுவந்த மோட்டார் சைக்கிளொண்டு வெள்ளும்மாவ தாண்டிப்போன வேகத்துலயே திரும்பிவந்து அவவ உரசுன மாதிரி நிற்க, இன்னும் ரெண்டு மோட்டார் சைக்கிளும் வந்து சேருது.

சைக்கிளில இருந்து இறங்குன பொடியனுகளில ஒருத்தன் வெள்ளும்மாவ உத்துறங்கப்பார்க்குறான்.

"பெத்தா நீ ஆரு" கொஞ்சம் அதட்டுற தொனியிலதான் கேக்குறான்.

"ஏன் வாப்பா நானும் மனிசிதான். பார்த்தா தெரியல்லயா?"

"அது தெரியுது . . . எந்த ஊர்? எங்க இருந்து வாறாய்?"

கட்டாயம் தெரிஞ்சுக்கணுமா . . .
பாய்க்கட்டோட ஒருத்தி
பயப்படாம போறாள்
அவள் ஆரெண்டு – இந்த
ஊருக்குள்ளேயே கேளு
பதில் செல்லுவாங்க

"சொன்ன வெள்ளும்மா பதிலுக்குக்கூடக் காத்திராம நடையத்தொடர, மோட்டார் சைக்கிளெல்லாம் ஓடிப்போய் விளாத்தியடிக்கடையில தகஞ்சத, திரும்பிப்பார்த்துச் சிரிச் சிற்று வழித்துணைக்குக் கவிபாடிக்கொண்டே போறா,

ஊருல அவளவளுக்கு
குந்த ஒரு குடிலில்ல,
குடிக்கக்கூடக் கஞ்சியில்ல.
கந்தல் துணியக்கூட – கனநாளாய்
மாத்தயில்ல . . .
இந்தப்பொடியனுகளென்னெண்டா
எண்ட வமிசாவழி கேக்குறாங்கா

வெள்ளும்மாட கவி அமைதியான இருளில் துல்லியமாகக் கேக்குது.

அத்தியாயம் இரண்டு

1

"ஆண்டபரம்பரை மீண்டும் ஆள நினைப்பதில் தவறென்ன?" சோனகவட்டைச் சுவர்களில பல இடத்தில இந்த வாசகம்தானாம் எழுதியிருக்கு.

இதுநாள்வரைக்கும் தமிழ்ப்பகுதிகளில நடந்த புதின மெல்லாம் இப்ப முஸ்லிம் பக்கத்துக்களுக்கும் பரவிற்று தாம். அப்ப அங்கால பக்கத்துலயும் ஆரோ இயக்கத்துல இருக்கோணுமெண்டுதான் கனபேர் நினைக்குறாங்க. இல்லெண்டா செக்கஞ்சோபடம் கலைஞ்சு ஆக்கள் போன பிறகு, கடையெல்லாம் அடைச்ச புறகு, ஆருர ஒத்தாசையும் இல்லாம இவ்வளவு தைரியமா நடுஊருக்குள்ள வந்து எப்பிடி நோட்டீஸ் ஒட்டிப்போட்டு போகேலுமெண்றது தான் எல்லாருர சந்தேகமும். இப்பெல்லாம் சந்தைக்கடை யெல்லாம் இதேகதைதான்.

விடியக்க அடிக்கத் தொடங்குன மழை பொத்துக் கொண்டு ஊத்துறமாதிரி கொட்டோகொட்டெண்டு ஊத்துது. சந்தையெல்லாம் வெள்ளக்காடு. பெத்தா கொணர்ந்த தளப்பத்துக்குள்ள வெள்ளும்மாவும் ஒட்டிக் கொண்டா. கோணிச்சாக்கு மூலையமுடக்கி முக்காடு போட்டுக்கொண்டிருந்த குலத்தழகிற மகளயும் கூப்பிட்டுத் தளப்பத்துக்க குந்தியிருக்கச்சொல்லுறா பெத்தா.

மழையிலபட்டா கரும்பயம் புடிச்சிருமெண்டு வெள்ளும்மா தன்ரபாய், பன்வேக்கெல்லாத்தையும் ஹனிபாப்போடியார்ர கடைக்க வைச்சிற்றா. தண்ணி பட்டா சக்குப் புடிச்சுப்போயிருமெண்டு பெத்தாவும் கச்சான் சாக்கத்தூக்கி நண்பன்ட கல்லாப்பெட்டி

மூலையில சாத்திற்றா. கூதல் கொடுகிக் கோழியெல்லாம் செத்துக்கித்துப்போயிருமெண்டிற்று வந்த கொஞ்சநேரத்துலயே குறட்டைக்காக்காவும் போயிற்றார்.

வம்மிமரத்துல காயெல்லாம் பழுத்துக்கொட்டுற பருவம். பதகளைப் பத்தின மொட்டைத்தலைமாதிரி மொக்குமுரடான வம்மிப் பழமெல்லாம் நிலத்துல கொட்டிக் கிடக்க ஆக்களூற காலுல மிதிபட்ட அதுகள் சப்பணிஞ்சி பீயாப்போய்க் கிடந்த நேரம், மழையும் கொட்ட, மண்ணோட ஒட்டி உறட்டியாக் கிடந்த மாட்டுச்சாணியும் மழைத்தண்ணியிலபடக் கொஞ்ச நேரத்துல அதுவும் கரைஞ்சோடுது.

சந்தைக்கடை ஓடைகளுக்க உழுபடேலாது. கருவாடும், போயிலயும், அழுகல் வெத்திலயும், பச்சபாக்குக் கோதுகளும் அடைஞ்சி மிதக்குது. பொத்துவில் றோட்டுப் பக்கம்போனா அடிக்குற நாத்தத்துல மூக்குப் பதைக்குது.

மொனறாகல, பாணமை, லவ்கலை, தமணயிருந்தெல்லாம் வாற மரக்கறிகள் இறக்குற இடத்துகளில கழிவு மரக்கறிகள் குவிஞ்சிபோய் வெயிலுல அவிஞ்சி கிடந்தநேரம் மழையும் கொட்ட மரக்கறிக் குவியலுல இருந்து ஆவிபறக்கத் தொடங்கி இப்ப நாத்தமெடுக்குது.

கடைகளுக்க தண்ணி ஏறாம தடுப்புக்குப்போட்ட மண் சாக்குல ஆக்கள் ஏறி இறங்குறநேரம் சளக்சளக்கெண்டு சத்தத் தோட சாக்குமண் வெடிப்பால ஈரமண் பீய்ச்சியடிக்குது.

வெள்ளும்மா மழைக்காலத்துல எத வேணுமெண்டாலும் பார்த்துக் சகிச்சுக்கொள்ளுவா. ஆனா இப்படிப்பட்ட நரகல அவவால பார்க்கவே ஏலாது. அப்பிடியொரு துப்பரவுக்காரி. அதிலயும் இந்த வீடிசுருட்டு, நெருப்புக்குச்சிகள் வெள்ளத்துல மிதக்குறதக்கண்டா வெள்ளும்மா கண்ணத்துறந்தே பார்க்க மாட்டா.

"என்ரும்மோ நெக்கொண்ணாகா இந்த நெரகலுக்க குந்தி யிருக்க, ஒள்ளம் உட்டிச்செண்டா ஊட்ட ஓடிருவங்கா."

வானம் பொத்து ஊத்துற தண்ணிய தடுக்குறாப்போல முகத்துக்கு முன்னால சரிச்சுப்புடிச்சிருந்த தளப்பத்த ஆரோ நிமித்திற மாதிரித்தெரிய,

"இதாருகா இந்த மழைக்குள்ள" எண்டு கொண்டு கொஞ்சம் நிமிர்த்திப் பார்க்க, வெத்திலக்கடை மீரிசாக்காக்காதான் குடை பிடிச்சுக்கொண்டு, துடை தெரியச் சாறனையும், உயர்த்திக் கட்டியபடி, ஒருகையில மிதிவடிக்கட்டையோட நிக்குறார்.

130 கசகறணம்

“இஞ்சே என்னது? உள்ள நெரகல் காணாதெண்டு கூழும் சகதியுமா இரிக்கி அதுக்குள்ள நீயும் வந்துநிண்டு கூத்தாடோ ணுமா? இதென்ன கணகாட்டுகா இது.

நையாண்டி பேசுற மனநிலையில வெள்ளும்மா இல்ல. பெத்தாட பார்வை போடியாரத்தேடி ஒவ்வொரு மழைத்துளிக் கிடையாலயும் ஊடுருவுது.

மீரிசாக்காக்கா நிண்ட நிலையிலயே நிக்குறார். இண்டைக்கு வெள்ளும்மாவ சீண்டிப்பார்க்காம போறயில்லயெண்டுற மாதிரித் தான் அவருர சாங்கத்துல தெரியுது.

“நொக்கென்ன ஊட்டுல வேலையில்லயா? போய் யாவாரத்தப்பாரு இல்லெண்டா ஊட்ட போவன்கா.”

அவர அனுப்புறதிலயே கவனமா இருக்குறா வெள்ளும்மா. ஊட்ட போய் என்ன மச்சி செய்யுற,

இந்த மழைக்கும்
இனி வாற கூதலுக்கும்
சொந்தப்பொண்டில் இருந்தா
சும்மாயோ இருந்திருப்பாள்

பாடி முடிச்சிற்று வெள்ளும்மாவ சாடைகாட்டி மைலிப்பெத்தா வுக்குக் கண்ணடிக்குறார் மீரிசாக்காக்கா. வெள்ளும்மா இருந்த மனநிலையில இதக்கேட்ட உடனேயே அவவுக்கு கோபம்வர,

பொல்லாத பொக்கு வாயா?
போக்கிரிக்கிழவா நீ . . .
பொல்லுல போற காலம்
பொண் நினைப்பு உனக்கேங்கா

என்றுபாடி முடிக்கமுன்னமே மீரிசாக்காக்கா மழைநீளத்தண்ணிக் கம்பிகளுக்க மறைஞ்சிற்றார்.

பொத்துவில் றோட்டால வேகமா வந்த காரொண்டு சறாரெண்டு சாகாமத்துப் பக்கம் திரும்புனதிரும்புல மழைத் தண்ணி அகண்டு விரிஞ்சி கடலலைமாதிரி எழும்புது. கார் படுவேகமாத்தான் ஓடுது. அதுக்குப்பின்னால இன்னொரு காரும் ஓடுது. என்ன எவடமெண்டறியக் கடைக்க நிண்ட சனமெல்லாம் மழையெண்டும் பாராம வெளியால வந்து நிண்டு புதுனம்பார்க்குது.

காருகள் ரெண்டும்போன கொஞ்ச நேரத்துக்குப்பிறகு அக்கரப்பத்துப் பொலீஸ் ஜீப்பு ரெண்டு வந்து, அதுகளும் தங்கடபாட்டுக்கு டயரால தண்ணிய வாரிக்கிளப்பியடிச்சிற்று பொத்துவில் றோட்டால போகுது.

"திருக்கோயில் வேங்குல பொடியனுகள் பூந்து கொள்ளை யடிச்சதாமெல்லுவா" சண்முகநாதனுக்குள்ள சாமான வாங்கிற்று வந்து ஹனீபாப்போடியார்ர கடையில செய்தி வாசிக்கிறான் ஒருவன்.

"ஒழும்புங்கோகா உள்ள நெரகலுக்க இந்தப்புதினமும் பார்க்கோணுமா? நான் வாறனும்மா." சொல்லிற்று வெள்ளும்மா போயிற்றா.

குலத்தழகிற மகளும் புக்டிப்போவுக்குப் பக்கத்துல வேனுக்குக் காத்து நிக்குறாள். இண்டைக்கு நாளைக்கெண்டு சாமத்தியப் படப்போறாய் இனிச் சந்தைக்குவராத, ஊட்ட இருடியெண்டு பெத்தாவும், வெள்ளும்மாவும் எத்தினையோதரம் சொல்லிற் றாங்க, பொட்டை கேக்குறாளில்ல. பொட்டை கேட்டாலும் வகுறும் வறுமை வாழ்வும் கேக்குமோ? கறுவலுக்கும் கண்ணில மிலாறு குத்திச் சிகழ் கட்டிப்போய் நாலு நாளா படுத்துக் கிடக்கானாமெண்டு மகள் சொல்லிக்கேள்வி.

பெத்தாட கண்ணுல போடியார் படுறமாதிரியில்ல. பார்த்துப் பார்த்து நிண்ட பெத்தா காதல்வாகனத்துல வந்து ஏறிற்றா. அளிக்கம்பைக்குப்போற கடைசி வேக்கனெண்டுறதால சாமான் சட்டுமுட்டு வாங்குன சனம் நெருக்கிப்புடிச்சிக்கொண்டு நிக்குது கள். வேனுக்க இருக்குற ஆக்களில அரைவாசிக்குமேல அளிக் கம்பைக்குறவர்.

இதுக்குமுன்ன செய்யதுகாக்கா ஒரு சின்னவேன்தான் வைச்சிருந்தார். சினிமாத் தியேட்டருல எம்.ஜி.ஆர் நடிச்ச காதல்வாகனம் படம் வந்த நேரம் அளிக்கம்பைக்குறவரெல்லாம் படத்தப் பார்க்க அந்த வேனுலதான் வந்துபோனாங்க. ஒண்டுக்குப் பத்துத்தரம் அந்தப் படத்தப் பார்த்த குறவரும் இருக்காங்க. அதனால செய்யது காக்காவுக்கு நல்ல வருமானம். அந்த வருமானத்துல வந்ததக் குடுத்து ஒரு வேன வாங்கிக்கொண்டு வந்து சந்தைக்குள நிப்பாட்டினார். கண்டவன் நிண்டவனெல் லாம் என்ன முதலாளி காதல்வாகனமாக்குமா? என்று கிண்ட லடிக்கத் தொடங்க அதுவே அந்த வேனுக்கு நிரந்தரப்பேருமாய் போச்சி.

நெருக்கிப்புடிச்சி, ஜன்னலோரமாப்பாத்து இருக்குறத்துக்கு ஒரு இடத்தப் பாத்துப் புடிச்சிற்றா பெத்தா.

குறச்சனம் தங்கடபாசையில சத்தம்போட்டுக் கதைச்சிச் சிரிக்குதுகள். அதுக்குள்ள ஒரு புருசன், பொஞ்சாதிக்கிடையில பெரிய வாக்குவாதம் நடக்குறமாதிரியும், அத மற்ற குறவர் விலத்தியுட்டு அமைதியாக்க முற்படுறமாதிரியும் தெரிய, பெத்தா சனத்துக்கிடையில கண்ணுட்டுப்பாக்குறா. ஜேக்கப்பும்,

பொஞ்சாதி குஞ்சரக்காவும் ஆளையாள் கடிச்சுக்குதறுறமாதிரி நிக்குறாங்க.

அளிக்கம்பைக்குறவனுகளிற தலைவன் ஜேக்கப்பு, பரந்து விரிஞ்ச மார்பு, உடம்புமுழுக்கச் சுருண்ட ரோமமுடி, முறுக்கு மீசை, உருண்டுதிரண்ட மொக்குக் கருங்காலிமாதிரி கைகள், கையில ஒருதடிச்ச வெள்ளிக்காப்பெண்டு திடகாத்திரமான அவனப்பார்த்தாலே காட்டுராசாமாதிரி ஒரு தலைவனுக்குரிய லெட்சணத்தோடதான் இருப்பான். எப்படிப்பட்ட ராசா வானாலும் ராணிக்கிட்ட அடங்கித்தான் போவான் எண்டுற மாதிரி ஜேக்கப்புட பொஞ்சாதி குஞ்சரக்கா, அவன வாயால வாட்டிவதக்கி எடுக்குறாள்.

பெத்தாவப்பொறுத்தமட்டுல இந்த ஊர்ப்பகுதியிலேயே முதலழகி குறத்தி குஞ்சரக்காதான். குறத்திமாலையும், குடுமிக் கொண்டையும் அவளுக்கெண்டே படைக்கப்பட்டதுபோல, அது ரெண்டுலையுமே அவள் பேரழகியாத்தான் தெரிவாள். பட்டெண்டு சிரிச்சாளெண்டா பக்கெண்டு டோர்ச் அடிக்குற மாதிரியிருக்கும், குலத்தழகியும், குஞ்சரக்காவும் அக்கா, தங்கச்சி மாதிரியெண்டு பெத்தா அடிக்கடி சொல்லுறதுண்டு.

“டேய் ஜேக்கப்பு அதென்னடா மீன்சந்தைமாதிரி சத்தம் . . . பொண்டுகள் புள்ளையளோட இப்பிடியோடா சண்டபிடிப் பாய் . . .”

“மைலியக்க . . . பாரு . . . பொம்புளப்பொட்டையா இவ, என்ன கதைக்குறா பாரு?”

“ஆ . . . கேளு மைலியம்மே . . . குறவன் உடும்பப்புடிச்சு வந்தா உரிச்சுவைக்கணுமில்லயா . . . உசிரோடகூடையில அடைச்சிவெச்சான் ஓடிற்று. நான் என்னாப்பண்ணுறது சொல்லு மைலியம்மே . . .”

“ஆ . . . கூடைக்குப் பாரமேத்தி வைச்சிருக்கணுமில்ல. அதசெய்யாம இப்ப வாய்கதைக்குறாள் மைலியக்கே.”

“டேய் உடும்போடுனசங்கதிய சந்தைக்குக் கொண்டுவந் தோடா சண்டை பிடிப்பாய்.”

“அது இல்ல மைலியம்மே குறவனுக்கு குடிக்கக்கிடைக்க யில்ல . . . அந்தக் கோவம். அதான்கத்துறான்.”

இது முடியுற சண்டைமாதிரித் தெரியல்லெண்டு நினைச்ச பெத்தா ஜன்னல் வழியாக வெளியில பார்க்குறா. கனகவேல் ரெயிலர் கடைக்குள்ளயிருந்து பொத்தானுக்குக் கண்ணெடுக் குறான். இப்ப அவனும் கரும்புபாமுக்குப் போறயில்ல இப்பிடித்

தான் சந்தைக்க வந்து கடைகடையாக் குந்தியிருந்து பொழுதக் கழிக்குறான்.

போடியார் வருவாரோ இல்லயோ எண்டு எட்டியெட்டிப் பார்த்துக்கொண்டிருந்த பெத்தாவுக்குச் சட்டெண்டு வெள்ளும்மாட நினைப்புவர. குற்ற உணர்ச்சியொண்டு மனத்த உறுத்துற மாதிரித்தான் இருந்திச்சி.

ஒண்டாப்பழகுறவள் ஒண்டெண்டோண ஓடிவாறவளுக் கிட்ட மறைச்சி இருக்கத்தான்கூடாது. எட்டுலதப்புல அறியுற நேரம் “ஏங்கா இப்பிடி ஒளிச்சி மறைச்சாயெண்டு கேட்டிற்றா வெண்டா ...” எண்டாலும் ஊரும்நாடும் இப்ப இருக்கிற நிலைமையில இது சொல்லுற விசயமோ?

யாழ்ப்பாணத்துக்குப்போன புள்ளை இயக்கத்துல சேர்ந்து இந்தியாவுக்குப் போய் இப்ப ஊருக்கு வந்திருக்கிறது. ஆருக்கும் தெரிஞ்சா எண்டபுள்ளைய புடிச்சிக்கொண்டு போயிருவானுகள் மைலியக்க. அதுவுமில்லாம வந்தவன் பெத்துவளர்த்த எங்களத் தேடி வராம, தாயத்தேடி கன்று ஓடி வந்தமாதிரி உன்னயத்தானே தேடிவந்திருக்கான். பெத்தபுள்ளமாதிரி நீதான் அவனப் பார்த்துக் கோணுமெண்டு போடியார் கண்கலங்கிச் சொன்னபுறகும் மைலிப்பெத்தா என்னெண்டு ஆருக்கிட்டயும் மூச்சுடுவா.

கேசவன் போயிற்றான் எண்ட ஏக்கத்திலயும், கவலையில யும் இருந்த இந்த மூணுவருசத்துக்கும் முதன்முதலாகப் பெத்தாட மனம் குளிர்ந்ததெண்டா அது நேத்து ராவுதான்.

நேத்துராவு, பெத்தாவும், மலரும், மகனும் நல்லா கண் ணயர்ந்த நேரம்தான் வாசலில படுத்துக்கிடந்த சுறட்டைநாய் குரைக்கத் தொடங்கிச்சி. சேனைக்காட்டுக்குள்ள பண்டி பூந்திற் றெண்டுதான் பெத்தாநினைச்சா, வாசலுல ஆரோ குசுகுசுக்குற மாதிரி கேக்க விளக்கெடுத்துக்கொண்டு வெளியால பாத்தா ... நான்தான் பெத்தா முஹமட் எண்டு நாலஞ்சி பொடியனுகளுக்கு நடுவுல நிண்டுகொண்டு சொல்லுறான். இரியுங்க மக்காள் எண்டிற்று தேத்தண்ணி போட்டுக்கொண்டிருந்த நேரத்துல முஹமட் மலருக்கிட்ட பலதையும் பற்றிச் சொல்லிக்கொண் டிருந்தான்.

ஊர்ப்பகுதியில இருந்து இந்தியாவுக்கு ஆயுதப்பயிற்சிக்குப் போன பொடியனுகள் தத்திதத்தியா திரும்பிக்கொண்டிருக் கிறதாயும், கேசவனும் கூடியகெதியில் வந்திருவானெண்டும் முஹமட் சொன்னநேரம் பெத்தாவுக்கு வகுத்தில பால்வாத்த மாதிரித்தான் இருந்திச்சி. மலர்ர முகமும் மலர்ந்து விரிஞ்சி போய்ச்சி.

நிலம்தெரிய விடிய முன்னமே பெத்தா போடியார்ர வாடிக்குப்போய்ற்றா. விசயத்தக்கேட்டதுமே துண்ட உதறித் தூக்கித் தோளில போட்டுக்கொண்டு ஓடிவந்த போடியார் மகனக்கண்டதும் கலங்கிப்போயிற்றார்.

நாலஞ்சிநாள் தாடி, மேலுதட்டமறைச்சி வாய்வரை வளர்ந்த உயர்ந்த மீசை, உசந்து விரிஞ்சிருந்த புசமெண்டு முஹமட்டும் தகப்பன ஆச்சரியப்படுத்தித்தான் போட்டான்.

"எப்பிடி சொகமா இருக்கியளா..? உம்மா, வாப்பா, ராத்தா, சாச்சி மாரெல்லாரையும் நெனைப்பிருக்கா?

தகப்பண்ட கேள்விக்கெல்லாம், உதடு விரிச்சி, பல்லுக் காட்டாத சின்னச் சிரிப்பொண்டயே பதிலாகக் குடுத்துக் கொண்டிருந்தான் முஹமட்.

விடிஞ்சி வெயிலேறுமட்டும் பெத்தாடகுடிலுக்க போடியாரும் மகனும் கதைச்சிக்கொண்டிருந்த நேரத்துல மற்ற நாலு பொடியனுகளும் மலைகளுலயும், மரங்களுலயும் ஏறி இறங்குறதப் பார்த்தா அவையள் ஊருக்குப்புதுசுபோலதான் தெரிஞ்சுது.

"அப்ப நான்வாறன் மகன்... உம்மாட்ட செல்லுறதா..? பார்க்கோணும் போல இரிக்கா..? வேணாமெண்டா உடுங்க மகன்."

"என்னவாப்பா... உம்மாவப் பார்க்காமலா... ஆனா நான் ஊட்டதான் வரேலா, ராவைக்கு எத்தின மணிக்கு எங்க வரலாமெண்டு பின்னேரம் பெத்தாக்கிட்ட செல்லி அனுப்பிவியளா?"

எதுவுமே பேசாம கொஞ்சநேரம் மகண்ட முகத்தையே பாத்து நிண்டிற்று குடிலுக்க வந்து பெத்தாவோடயும் கதைச்சிருந்துற்றுத்தான் போடியார் போனார்.

ராவைக்கு மகன் எங்கவந்து தங்களச் சந்திக்கலாமெண்டு போடியார்வந்து சொல்லிற்றாரெண்டா நேரகாலத்தோட போய் முஹமட்டுக்கிட்ட சொல்லிரலாம், "வாப்பா ராவைக்கு நீங்க காவலுக்கு வரோணாம் நாங்கவாடியில தங்கிறமெண்டும் முஹமட் தகப்பனுக்கிட்ட சொல்லியிருந்த படியால எப்பிடியும் போடியார சந்திச்சிற்றுதான் போகணுமெண்ட எண்ணத்துல திரும்பவும் வேனுக்க இருந்து எட்டியெட்டிப்பார்க்குறா பெத்தா.

ஜேக்கப்பும், குஞ்சரக்காவும் இப்ப நல்ல சினேகிதமாகிட்டாங்க. ஆளுக்காள் என்னவோ சொல்லிச் சிரிச்சிக்கொள்ளுறதப் பார்க்கச் சந்தோசமாத்தானிருக்கு.

றைவரும் ஏறி வேன எடுத்துக்கொண்டு சந்தைய ஒரு சுத்துச்சுத்திற்று வந்து விநாயகர்ஸ்ரோருக்கு முன்னால நிப்பாட்டுனநேரம், என்ன மைலியக்க போகத்தானாரிக்குமா? நான் வரயில்லயெண்டாலும் போயிரிப்பாயாரிக்குமெல்லுவா" எண்டுகொண்டு போடியார் குடையும் கையுமாக வேன் ஓரத்துல நிக்குறார்.

“மழைக்காலிருட்டு பூந்தபொழுதுக்க என்னெண்டு கபூர் நடந்துபோற, அதான் கடைசி வேக்கனுல ஏறிக்குந்திற்றன். எண்டாலும் நீ வரயில்லயெண்டா போயோ இருப்பன்.”

நான் பகிடிக்குச் சென்னன் மைலியக்க, பத்துமணிக்கு மூத்தும்மாட ஊட்டயாம் எண்டு செல்லிரு.” பெத்தாக்கு மட்டும் கேக்குறமாதிரி ரகசியமா சொல்லிற்று சரிபுரெயிலர்ர கடைக்குள்ள போயிற்றார் போடியார்.

காதல்வாகனம் பெத்தாவ சுமந்துகொண்டுபோகுது. கோடி செல்வத்த சுமந்து கொண்டுபோறமாதிரி பெத்தாவுக்கும் ஒரு சந்தோசம் மனசுல.

2

எண்ணை வத்திப்போகத் தண்ணியில பட்டதிரி, தவணை போட்ட பாம்புபோல நிண்டாடுது. தூந்துபோறமாதிரியிருந்த விளக்குத்திரிய பூட்டூசியால தூண்டியுட்டிற்று. குப்பிவிளக்குக்குக் கொஞ்சம் எண்ணையவிட்டாள் மலர். தண்ணியில மிதந்த எண்ணையில திரிபட விளக்குப் பிரகாசமாகுது.

முத்துன பயத்தங்கொட்டைகள தனிய எடுத்துக் கடையல் கறியொண்டு வைச்சிற்று, சுண்டலுக்குச் சுரத்தலப்ப அரிஞ்சி கொண்டிருந்தவ, உலைகொதிக்குது அரிசிய கழுவிப்போடெண்ட பெத்தாட கவனமெல்லாம் மலைப்பரப்புலதான் இருக்கு.

ஒராள், ரெண்டுபேரோ? பத்துப்பன்ரெண்டு பேருக்கு ஆக்கோணுமே, அதுவும் என்ன ஒருநாள்ரெண்டுநாளோ. கேசவன் வந்த இந்த ஆறுமாதத்துக்கும் ஆக்கிக்கொட்டுறதுதான் மலருக்கு வேலையாயிருக்கு. சந்தையிலநிண்டு பெத்தா வந்தா ஒத்தாசைக்கு ஏதும் உதவிசெய்வா. மத்தபடி ஒத்தையாநிண்டு இடுப்பொடியிற வள் மலர் ஒருத்திதானே.

நிலவு வெளிச்சத்தில பரப்புமலை பளிச்செண்டு தெரியுது. பொடியனுகள் மலையில மக்கமல்லாக்கப் படுக்கிறானுகள். மலர்ர மகன் செந்திலயும் கூப்பிட்டு வைச்சிக்கொண்டு ரெண்டு பொடியனுகள் விளையாடுறானுகள். இப்பிடித்தான் சுடுறதெண்டு

மடியில தூக்கிவெச்சி கைத்துவக்க செந்திலுக்கிட்ட குடுத்து குறிபாக்கச்சொல்லுறநேரம் பெத்தாவுக்குப்பக்கெண்டிருக்கும்.

“வாழும் வளரும் புள்ளைக்கு என்னெல்லாம் சொல்லிக் குடுக்கயளூறா” எண்டு பெத்தா கேட்க, சும்மாபோ பெத்தா வருங்காலப்போராளி இவன்தான் என்பானுகள்.

கொஞ்சநேரம் சத்தம்போட்டுச் சிரிச்சிக்கதைப்பானுகள், மற்றநேரம் ஆருக்கும் கேக்காதமாதிரி குசுகுசுப்பானுகள்.

இந்தியாவுக்கு ஓடிப்போன கேசவன் திரும்பி வந்தநேரம் அவன் கேசவனாக வரயில்ல. வேறொரு பேரோடதான் வந்தான். முஹமட்டும் முஹமட்டா இல்லாம வேறொரு ஆளா மாறியிருந் ததும் கேசவன் வந்தத்துக்குப்புறகுதான் தெரிஞ்சுது.

மார்க்ஸ், ஜீவா, ஸ்ராலின், லெனின், அன்ரனி, சார்ள்ஸ் எண்டெல்லாம் ஒவ்வொருத்தனும் மற்ற மற்றவனுகள புதுப்பேர் சொல்லித்தான் கூப்புடுறானுகள்.

ராவிருட்டுல கதைச்சிருக்குறநேரம். லெனின் என்ன சொல்லிருக்காரெண்டா . . . ஸ்ராலின் என்ன சொன்னார். கார்ல்மார்க்ஸின் தத்துவப்படியெண்டெல்லாம் இவனுகள் கதைக்குறது காதுல படுறநேரம் தங்களப்பத்தித்தான் கதைக்கானு களோ, இல்லாம தங்கடபேருல உள்ள ஆரையும் பத்தித்தான் கதைக்கானுகளோ எண்டகுழப்பத்துல பெத்தா தலைய சிலிப்பிக் கொண்டு புரண்டுபுரண்டு படுக்குறதும் உண்டு.

ஊருல நடக்குற ஒவ்வொண்டும் பெத்தாவுக்கு புதுனமாகத் தானிருக்கும். விடியவிடியக் கூடிக்கதைக்கானுகள். விடிஞ் சொழும்புனா ஆரெண்டாலும், எங்கெண்டாலும் சுடுபட்டுத் தொங்குறானாமெண்ட செய்தி காதுலசேருது. கோழிக்கள்ளனும் கூடக் கொலைக்குற்றவாளிபோல விசாரிக்கப்பட்டு அடிஉதை வாங்குறான். ஊர்த்தலைவனோ விதானையோ விசாரிக்கிற அலுவலெல்லாம் குறைஞ்சிபோய்ச்சி.

ஊருக்குள்ள சொந்தத்துவக்கு வைச்சிருந்த ஆக்களுக்கிட்ட யிருந்தும் துவக்குகள் பறிக்கப்பட்டதாமெண்டறிஞ்சி, துவக்கு வைச்சிருக்கிறாக்களெல்லாரும் பொலிசுல துவக்குகள ஒப்படைக்க வேணுமாம் எண்டு சொல்ல, அதுக்குப்புறகு ஊருக்குள்ள ஆரும் துவக்கோட உலாத்துனா, அது இயக்கக்காரர் மட்டும்தான் எண்டாயிற்று.

அங்கொண்டும் இஞ்சொண்டுமா பொலிஸ் ஸ்ரேசனுகளுக் குக் குண்டெறிஞ்சி கொண்டிருந்தது காணாதெண்டு, ஆமிக்காரனு களோடயும் மல்லுக்கு நிக்கத் தொடங்க இப்ப ஊருக்குஊரு

அதிரடிப்படைக்கேம்பு. சந்திக்குச்ந்தி செக் பொயின்று. குஞ்சிகுரால், குமர்குட்டி கிழவன்கிழவியெண்டு ஆரையும் விட்டுவைக்காம நிக்கவைச்சி சோதிக்கிறானுகள். அதுமட்டுமோ சொல்லாமக் கொள்ளாம ஊருக்கவந்து வளைச்சிநிண்டு புள்ளை களை அள்ளிக்கொண்டு போய் அடைச்சி வைக்கானுகள். விடிஞ்சா பொழுது படுமட்டும் கண்ணீரும், கம்பலையுமா அதிரடிப்படைக் காரண்ட வாசலுல புள்ளைகளுற முகத்தப் பார்த்துக்கொள்ளத் தாய்மார் தவம்கிடக்கிறாளுகள். புடிபட்டதுகள் போக மிஞ்சிக் கிடந்த புள்ளையள் படிப்பமறந்து உயிருக்குப்பயந்து பொத்தானைக்காடு, கோமாரிக்காடு கஞ்சிகுடிச்சாறெண்டு நாலாபக்கமும் ஓடி ஒழிஞ்சிற்றுதுகள்.

இதுக்கிடையில கம்பத்துலயும் மனிசர் தொங்குறாங்கள். என்னெண்டு விசாரிச்சா ... காட்டிக்குடுத்ததாமெண்டும் சொல்லு றாங்க, புதுசுபுதுசா பொடியனுகள் பொழுதுபட்டோண முதுகுல சுமைய சுமந்துவந்து கூட்டம் போட்டுக்கதைச்சா, அடுத்தராவு எங்கெண்டாலும் என்னவும் வெடிச்சிச்சிதறும். கேட்டா எப்பிடிச் சாமானெண்டு சோதிச்சமெண்ணுவாங்க.

கல்முனைக்கல்விக்கந்தோர், காஞ்சிரங்குடா நெல்களஞ்சிய மெல்லாம் வெடிச்சிச்சிதறின நேரமும் இப்பிடித்தான் சொன் னாங்க. கார்ல்மாக்சும், லெனினும், ஸ்ராலினும் கல்விக்கந்தோ ரெல்லாம் உடைச்சிப் பரீச்சித்துப்பாக்கச் சொன்னாங்களோ எண்டுறதுதான் ஊர்ச்சனத்துற கேள்வி, கேள்விகளும் மனசுக் குள்ளதான் கேக்கவேணும், வெளியால கேட்டா வெளுத்துப் போடுவானுகள்.

இந்த வெளுத்துக்கட்டுற வேலையெல்லாத்தயும் வெளியூருக் குப்போய்ப் பயிற்சி எடுத்து வந்தாக்கள் செய்யமாட்டினம், அவையளுக்குக்கீழ எடுபுடியாத் திரியுற உள்ளூர்த் தவ்வலுகள் தான் இதுகளுக்குப்பொறுப்பா இருப்பாங்க.

இப்பெல்லாம் ஊருல ஒண்டெண்டா பொலிசு, வழக்கு, கோடெல்லாம் கிடையாது இவையள்தான் எல்லாத்துக்கும். நொங்குவண்டில் ஓட்டுனதுகளெல்லாம், ஊமைக்கொட்டைய எக்குல மறைச்சிவைச்சி பயம்காட்டுதுகள். காதலிச்சு ஓடுனாலும் சரி, களவெடுத்தாலும்சரி, வேலிக்குக் கதியாகக் கம்புநாட்டுறது எண்டாலும் சரி, எந்தப்பிரச்சினைக்கும் இவையளுட்டதான் போகணும். நாட்டுக்காக உண்மையா போராடுற போராளிகள் நாங்கதான் எண்டு சொல்லுறவயளெல்லாம் காட்டுக்குள்ளயே மறைஞ்சி வாழுறாங்க. மக்களோட எந்தத்தொடர்பையும் வைச்சிக் கொள்ள மாட்டாங்க அவங்க. கேட்டா தங்கட பாதுகாப்புக்

கருதியெண்டு காரணம் சொல்லுவாங்க. அவங்க ஊருல ஆரையும் நம்பத்தயாரா இருக்கயில்ல. எட்டுல தப்புல இந்தப்புதுனங்கள அவங்கட கவனத்துக்குக் கொண்டுபோனாக்கூட, இப்ப எங்கட போராட்டமும் சிந்தனையும் எதிரிப்படைய தோற்கடிக்கிறதே தவிர இந்த உள்ளூர்ப்பிரச்சினைகளில்ல. அந்தப்பிரச்சினைகள பார்த்துக்கொள்ள உள்ளூருக்க திரியிற சோத்துப்பாரிசலுகள பாருங்க. எண்டு நக்கலாச்சொல்லிருவாங்க.

இதுக்கிடையில முஸ்லீம் ஆக்களும் முறுக்கெடுக்கத் தொடங் கிற்றாங்க. ஆட்டக்கடிச்சி மாட்டக்கடிச்சி கடைசியா மனிசர கடிச்சமாதிரி, அங்கதொட்டு இங்கதொட்டுக் கடைசியில எங்கள யும் தொட்டா நாங்க சும்மா இரிப்பமா? எண்டிற்று அடிக்கடி கடையடச்சி எதிர்ப்புக்காட்டத் தொடங்கிற்றாங்க.

பரப்புமலையில படுத்துக்கிடந்து சிரிச்சிக்கதைச்சவனுகள் சட்டெண்டு சத்தத்த உயர்த்தி வாக்குவாதத்துல இறங்குற மாதிரித் தெரியுது.

“இல்லதோழர் நீங்க பிழையா நினைக்கயள். நீங்களே இப்பிடியொரு மாறுபட்ட கருத்தோட என்னெண்டு தோழர் இயக்கத்துல இருக்கேலும்.” இதக்கேட்டதும் முஹமட்டுர குரல் இன்னும் கோபமாகுறது பொத்தாட காதுக்குப் புரியுது.

“அப்ப நான் இயக்கத்துல இருக்கத் தகுதியில்லாதவ னெண்டுறயளா? இப்ப நாங்களெல்லாம் வேணாமெண்டுற யளா?”

“சீ . . . சீ . . . இப்பவும் பிழையாத்தானே தோழர் விளங்கிக் கொள்ளுறயள். நம்மட இயக்கத்துல இருக்குறவையளுக்கு இப்பிடி யொரு மாற்றுக்கருத்து இருக்கக்கூடாது எண்டுதான் சொல்லுறன்.”

“கிழக்குமாகாணத்தப்பொறுத்தவரை நாங்க முஸ்லீம்கள எதிர்த்து அரசியல் நடத்தவோ, போராடவோ முடியாது. அவையளையும் அனுசரிச்சுத்தான் போகோணும். அதவிட்டுற்று நாங்க அவையளுக்கு எதிராகத் திசைதிரும்பக் கூடாது.”

“அப்பிடியெண்டா போராட்டத்த மழுங்கடிக்கிற சக்திகள என்னசெய்யலாமெண்டுறயள் தோழர்?”

“எடுத்துச் சொல்லவேணும், அனுசரிச்சுப் போகவேணும், அதஉட்டுப்போட்டு ஒண்டாவாழுற இனத்துக்கெதிராக எங்கட . . . மன்னிக்கவேணும் உங்க சக்திகள பிரயோகிக்கக்கூடாது.

“தோழர் நீங்க என்ன சொல்லுறயள், புரியும்படிச் சொல்லு வியளா?”

“எங்கட இஸ்லாம் சமூகத்துலயிருந்து எவ்வளோ எதிர்ப்புகளுக்கு மத்தியிலதான் நாங்களும் இளைஞர்கள தயார்படுத்திப் போராட்டத்தில ஈடுபடுத்தியிருக்கம். இண்டைக்கு எங்கட இனத்துக்கு எதிராகவே ஆயுதம் நீட்டப்படுமாயிருந்தா எங்கட இளைஞர்கள் சும்மாவா இருப்பாங்க?”

“உங்களுக்குத்தவறான தகவல் கிடைச்சிருக்கெண்டு நினைக்கிறம்.”

“கிடைச்ச தகவல்கள் தவறாக இருந்தா நல்லது. இல்லயெண்டா பின்விளைவுகள் பாரதூரமாகவே இருக்குமெண்டுறதே என்னுடைய அபிப்பிராயம்.”

“உங்களுக்கு அப்பிடி என்ன தகவல் தோழர் கிடைச்சிது.”

“உங்கட மைன்ருல இப்ப இருக்கிறது புட்டம்பை என்கிறது தான் எனக்குக் கிடைச்ச தகவல்.”

“நீங்க பிழையான தகவல்கள வைச்சிக்கொண்டு எங்களோட விதண்டாவாதத்துக்கு வந்திருக்கயள் எண்டுதான் நினைக்கிறம்...”

“திரும்பவும் சொல்லுறன், இது பிழையான தகவலா இருந்தால் சந்தோசம். இல்லயெண்டால் விளைவுகள் பெரிதாக இருக்கும். அதையும் நேர்எதிராகச் சந்திக்க வேண்டியிருக்கும்.”

“நானும் ஒருவாதத்துக்காகத்தான் கேக்குறன். ஒரு போராளிய நாங்க உருவாக்குறதுக்கு எவ்வளவு கஸ்டப்பட்டிருக்கிறமெண்டுறது உங்களுக்குத் தெரியாததல்ல. ஆனா ஒருசிலர் அரச கூலிப்படைகளோட சேர்ந்திருக்கிறத பார்த்துக்கொண்டு சும்மா இருக்கேலுமா?”

“அப்பிடி நான் சொன்னனா? இனங்காணுவம் ஆரெண்டு இனங்கண்டு, ஆக்களக்கண்டுபிடிச்சி அவங்களுக்குத் தண்டனையக் குடுப்பம். அதவிட்டுப்போட்டு ஒரு இனத்துக்கு எதிராகவே இயங்கலாம் எண்டு நினைக்குறது சரியாகுமா? “சிங்கள ராணுவம் தான் எங்களுக்கு எதிரி சிங்களவரல்ல” என்று சொல்கிற நாங்கள் இதைமட்டும் எப்படிச்செய்யமுடியும். இண்டைக்கு இலங்கை ராணுவத்திற்குப் பயிற்சி அளிக்க வந்திருக்கிற இஸ்ரவேலர்கள வெளியேற்றென்று சோனகவட்டை முழுக்கச் சுவரொட்டி ஒட்டப்பட்டிருக்கெண்டா சோனகருக்குத் தமிழருல பற்று இருக்கெண்டுதானே அர்த்தம்.”

முஹமட் இப்பிடிச் சொன்ன உடனே எதிர்க்குரல் பலமாகச் சத்தம் போட்டுச்சிரிக்குது.

“என்ன தோழர் நான் சொல்லுறதுல என்ன சிரிக்க இருக்கு?”

“தோழர் எங்களயென்ன அரசியல் தத்துக்குட்டிகளெண்டே நினைக்கிறயள். லெபனானுக்கும் இஸ்ரேலுக்கும் உள்ள பிரச்சினையில நீங்கள் அறபாத்துக்கு அனுதாபம் காட்டுறத, தமிழர் பற்றெண்டு எடுத்துக்கொள்ளச் சொல்லுறயளோ?”

சுரத்தலப்புச்சுண்டல் சட்டிய இறக்கிவைச்சிற்றுச் சோத்த இறக்கி அலுமினிய வேசனுல பெத்தா ஆறப்போட்டநேரம் அடுப்படியில வந்துகுந்துன கேசவன் சுண்டல் சட்டிக்க கைய உட்டு அள்ளி வாயிலபோட்டிற்றுச் சூடுதாங்கேலாம பதைக் கிறான்.

“ஏழுகடல்தான் கடந்தா என்ன? எத்தின பயிற்சி எடுத்து வந்தாத்தான் என்ன? உனக்கிட்ட இருக்குற இந்தப் பழக்கம் மட்டும் மாந்தாதே.”

“என்ன பழக்கம் பெத்தா?”

“அடுப்புல சட்டி கொதிக்கிறநேரம் அள்ளி வாய்க்குள போடுற இந்தப்பழக்கத்ததான் சொன்னன். அதுசரி அதென்னடா அங்க உங்களுக்குள்ள வாக்குவாதம்.”

“அதொண்டுமில்ல பெத்தா, உட்டுப்போட்டுச் சோத்த எடு, எல்லாரும் பசியோட இருக்கானுகள்.”

“அதில்லடா ... என்னமோ புட்டம்பை கிட்டம்பையெண் டெல்லாம் கதைச்சது காதில உழுந்திச்சி. அதுதான் கேட்டன்.”

பெத்தாக்கிட்ட இருந்து கேசவன் இந்தக்கேள்விய எதிர் பார்க்கயில்ல, அவண்ட முகத்துல கோபம்தெரியுது. பட்டெண்டு சுதாகரிச்சுக்கொண்டு முகபாவத்த மாற்றிக்கொள்ளுறான்.

“உனக்கேங்கா இந்தத்தேவைக்கில்லாத கேள்வியெல்லாம். கறிச்சட்டிய தூக்கிக்கொண்டுபோகக் கேக்குறான் கேசவன்.

“வந்து ஆறுமாசமாயிற்று. ஒரு எட்டு நடந்து எட்டிப்பார்த்தை யோடா. என்ன இருந்தாலும் தாய்மாமனெல்லோடா? அவன் பாரிசவாதம் வந்து பாயில உழுந்திற்றான். ஏக்கமும் பெரு மூச்சினையுமா, மூச்சிளுக்கானாம். இன்னும் எத்தின நாளைக்கோ ... செத்தாலும் எண்ட முகத்துல முளிக்கமாட்டா னாம். வீறாப்பு புடிச்சிப்போய் நானும் இருந்திற்றன். வாழைப் பத்தைக்குள மறைஞ்சி நிண்டு பார்த்திற்று வாறதோடசரி, நீயாகுதல் போய்ப் பார்த்திற்று வந்திருக்கோணுமோ இல்லயோ?”

“பெத்தாக்கே இவ்வளவு வீறாப்பெண்டா பேரனுக்கு எவ்வளவு இரிக்கோணுங்கா? அதோட உண்ட மகன்தான் என்னய வெட்டிக்கூறுபோட்டுருவன் எண்ட வீரனாச்சே” என்னெண்டு நம்பிப்போறது.”

“டேய் ஆயிரம்தான் சொன்னாலும் அவன் ஆருடா, உன்னத்தோளுல தூக்கிப்போட்டு வளத்த மாமன்டா, அவண்ட நெஞ்சில ஏறிநிண்டு முகத்துல மூத்திரம் பேஞ்சவண்டா நீ, உன்னுல அவனுக்கு உசிருடா. அந்த உசிரு விட்டுவிலத்தி வேறொருத்தருர ஊட்டுக்குப் போயிரக் கூடாதெண்டுதாண்டா அவன் அண்டைக்கு அந்தப் பாடுபட்டான். இண்டைக்கு ஏலாம உழுந்துட்டான். நாளைக்குச் செத்துப்போய் மண்ணுக்க போயிற்றா? இனியெப்பகாணுவாய்.” பெத்தா அழத்தொடங்கிற்றா. மனிதம் மறைஞ்சி மரணம் மலிஞ்ச இந்தக்காலத்திலயும் உறவுக்கும், உறவுகளால உண்டாகுற உணர்வுக்கும் பெத்தா கொடுக்குற முக்கியத்துவத்த நினைச்சி கேசவன் திகைச்சிப்போயிற்றான்.

என்னதான் குண்டோடயும், துவக்கோடயும் வாழ்ந்து கொண்டிருந்தாலும், உறவும், உதிரமும் பற்றிய உணர்வுகளும்கூட மனசுல ஒரு ஓரத்துல உட்கார்ந்து கொண்டுதானேயிருக்கு. மகன போய்ப்பார்க்கச்சொன்ன பெத்தா இண்டைக்குத்தான் அழுறா? ஆனா கேசவன் நேற்றுப்பின்னேரமே பத்தூட்டுக்குப் போய் மாமண்ட குடும்பத்தப்பார்த்ததும், பார்த்ததுகள் படம் வரைஞ்சமாதிரி தண்ட நெஞ்சில நிக்குறதும் பெத்தாவுக்கு என்னெண்டு தெரியும்.

வாய்க்காலுல தண்ணி நல்லா பொங்கி வருகுதாமெண்டறிஞ்சி, நேத்துப் பின்னேரமாகக் கூடயிருக்குற பொடியனுகளயும் கூட்டிக்கொண்டுபோய்க் குளிச்சிற்றுக் கோசுவையில இருந்து கதைச்சிக்கொண்டிருந்த நேரம் “டேய் கேசவன்ட மச்சாளுற வீடும் பக்கத்துலதானேடா? வாங்கடாபோவம்” எண்டு ஒருத்தன் கேக்க, கூட இருந்தவனுகளும் ஓமடாவெண்டு கூப்பாடுபோட, தூக்கிக்கொண்டு போகாதகுறையாகக் கேசவன பத்தூட்டுக்குக் கூட்டிக்கொண்டு போயிற்றானுகள்.

உயர்ந்து வளர்ந்து, படர்ந்து விரிஞ்சி வாசலுல நிண்ட கதியாமரத்தடியில மீன் அறுத்துக்கொண்டிருந்த மாமி, கேசவனாக்கள் வாறத்தக்காணயில்ல. வாயால வீணி ஒழுக நாக்கத் தொங்கப் போட்டுக்கொண்டு மீன்தலைக்குக் காத்துக்கிடந்த நாய்தான் காட்டிக்குடுத்துச்சி. நாய்குரைக்கத் திரும்பிப்பார்த்த மாமி கேசவன் கூட்டத்தக் கண்டதுமே சட்டியால சட்டிய மூடிற்று, உள்ள ஓடுனவ கொஞ்ச நேரத்துல வேறொரு புடவைக்கு மாறிற்று முந்தானைய முதுகுப்பக்கத்தால எடுத்து, முன்னால

போட்டு மறைச்சிக்கொண்டுவந்து, “வாங்கோபொடியன் இரியுங்கோ” என்கிறா.

மௌனமாக நிண்ட கேசவனும் பொடியன்களும் ஏதோ குசுகுசுக்க, மாமா எங்க மாமியெண்டு கேட்டுக் கேசவன் நிலமையை சகஜ நிலைக்குக் கொண்டுவந்த நேரம், நான் சாகயில்ல உயிரோடதான் இருக்கன் என்று சொல்லுறாப்போல உள்ள இருந்து மாமா இருமுற சத்தம் கேக்குது.”

“திரவியம் எங்க மாமி வீட்டுலதானே?” தாழ்ந்த குரலில தான் கேக்குறான் கேசவன்.

“புள்ள திரவியம் கேசவனத்தான் வந்திருக்குறாரடி வாவன். அடுப்புல தேத்தண்ணிக்குத் தண்ணியும் வச்சிற்றுவா.”

“இல்ல மாமி எதுவும் வேணாம். நாங்க போகவேணும்.” அவன் சொல்லிக் கொஞ்சநேரத்துல புள்ளி போட்ட சீத்தத்துணியில வட்டக்கொலரும் சுருக்குக் கையும் வைச்சிதைச்ச சோட்டியோட தேத்தண்ணிக்கிளாசுகள நீட்டுன திரவியத்த நிமிர்ந்து பாக்குறான் கேசவன். ஓண்டரை வயசிருக்கக்கூடிய பொடியன் மூக்கால வடிஞ்சபடி திரவியத்துர இடுப்ப இறுக்கிப்புடிச்சபடி இருக்குறான். இன்னொண்டு கூடிய விரைவிலெண்டு அவளூற பெருத்திருந்த வயிறு காட்டிக்கொடுக்குது.

“எப்பிடி சுகமா இரிக்கயளா அத்தான்?” பருவம் அறிஞ்சி இவ்வளவுகாலத்துக்கும் அவனோட அவள் பேசிய முதல்வார்த்தை இதுதான். பயந்து நடுங்குவதைப்போலக் கேசவண்ட நெஞ்சாங்கூடு ஒருகணம் சிலிர்த்து அடங்குது.

“ம் . . . நீ எப்படி . . . அம்மாவாகிற்றாய் போல.”

“புன்ன என்னசெய்யுற, நாமவிரும்புனாக்கள் நம்மளூலுல விருப்பப்படயில்லயெண்டா, நம்மள விரும்புறாக்களுக்குக் கழுத்த நீட்டத்தானே வேணும்.” கல்யாணம் கட்டினாலே கிராமத்து மச்சாள்குறும்பு தானாகவே தாளம் போடத்தொடங்கும். திரவியம் சொன்னதக்கேட்டுக் கேசவன்ட கூட்டாளிமார் சிரிக்கக் தொடங்க, திரவியம் உள்ள போயிற்றாள்.

“கறுப்பெண்டாலும் என்ன அழகிரா, ஏண்டா மச்சான் நீ வேணாமெண்டாய்?” கூடவந்தவன் ஒருவன் கேக்குறான்.

“பத்தாம்வகுப்புவரை படிச்சிற்றம் எண்ட பவுசு, கிராமத்தாள் எண்ட இளக்காரம், இதெல்லாம்தான் மச்சான். இது மட்டுமல்ல இன்னும் நிறைய இழந்திற்றன்போலத்தான் தெரியுதுடா.” மெதுவான குரலுலதான் சொல்லுறான் கேசவன்.

“என்ன கேசவா வந்துகனநேரமா?” வாழத்தோப்பு அடந்த பத்தையுக்குள்ளயிருந்து வாற ஒத்தையடிப்பாதையில நடந்து வந்த திரவியத்திர புருசன் செல்வநாயகம், ரெண்டு கையிலயும் காவிவந்த வாழக்குலைய நிலத்துல இறக்கி வச்சிற்று, தோளில தொங்கிக்கிடந்த அரிவாள்கத்திய கழற்றிக் கத்திநுனிய கதியா மரக்கொப்புல கொழுவிற்று, அடித்துடைதெரிய மடிச்சிக்கட்டி யிருந்த சாறன அவுட்டு இறக்கி உடுறான்.

“இப்பதான் வந்தம் செல்வநாயகம். எப்பிடி இருக்கிறாய்?”

“நாங்க நல்லாத்தான் இருக்கிறம் கேசவன். மாமாவுக்குத் தான் நல்ல சுகமில்ல.”

கேசவனும் செல்வநாயகமும் ஆறாம்வகுப்புவரை கோளா வில் பள்ளிக்கூடத்துல ஒண்டாப்படிச்சவனுகள். ஆறாம் வகுப்பு வரை ரெண்டுபேரும் நல்ல கூட்டு, மேலபடிக்கிறவன் எண்ட நினைப்புல அதுக்குப்புறகு செல்வநாயகம்தான் மெல்லக் கழண்டுற்றான். கேசவனோட ஒப்பிட்டா செல்வநாயகம் எந்த வகையிலயும் குறைஞ்சிரமாட்டான். திடமான ஆம்புளை, நல்ல உழைப்பாளி அதோட எந்தப் பிரச்சினைக்கும் போகாத அல்லுத்தொல்லில்லாதவன். ஆசைப்பட்ட மச்சான கட்டயில் லெண்ட கவலையொண்டத்தவிரச் செல்வநாயகத்த கட்டுனத்துல திரவியத்துக்கு எந்தக் கவலையும் இருக்காதெண்டுதான் கேசவன் நினைச்சிக்கொள்ளுறான்.

“அப்பநாங்க வாறம் செல்வநாயகம் நேரம்போகுது. திரவியத் திட்டச் சொல்லு.” சொன்னதுகேட்டு மாமி வெளியிலவாறா. அரிசி கழுவுன கைய சோட்டியில துடைச்சபடி திரவியமும் பின்னாலவந்து சிரிச்சபடி நிக்குறாள்.

“என்ன பொடியன் போகத்தானோ..? இரியுங்க, பழுத்த வாழைக்குலை இரிக்கி எடுத்துக்கொண்டுபோய்ச் சாப்பிடுங்க... வந்தநீங்க இருந்து ஒருவாய்சோறு திண்டிற்றுப் போகலாம் தானே?”

“இல்ல மாமி நாங்க கெதியாய் வெளிக்கிடவேணும்.”

“மாமாதான் சொன்னார் வாழைக்குலை குடுக்கச்சொல்லி மறுக்காமலுக்குக் கொண்டுபோயிருங்கோ... இல்லெண்டா தெரியும்தானே மாமனப்பத்தி.”

மாமிசொல்லி முடிக்கமுன்னமே செல்வநாயகம் வாழைக் குலையைக்கொண்டு வந்து வாசலுல வைச்சிற்றான். உள்ள

யிருந்து மாமா இருமுற சத்தம் கேக்குது. அவரப் பார்க்கவேணு மெண்ட ஆசை கேசவனுக்கு இல்லாமலில்ல. என்னதான் அவன் ஆயுதம் ஏந்துன வீரனெண்டாலும் மாமனுல உள்ள பயமும் மரியாதையும் அவனுக்குக் குறையவேயில்ல. போதாக் குறைக்குக் குற்ற உணர்வும் வேற, கடைசிவரைக்கும் மாமனப் பார்க்கமலேயே வெளிக்குடுறான்.

திரும்பவும் வாய்க்கால் வாயடிக்கு வந்து கோசுவையில குந்தியிருந்து கூட்டாளிமார் வாழைக்குலையைத் திண்டு முடிக்கு மட்டும் கேசவனுக்கு மாமி வீட்டு எண்ணம்தான். ஏதோ ஒண்டப் பறிகொடுத்தது போன்ற உணர்வு அவனின் அன்றிரவு தூக்கத்தைக்கூடத் துரத்திற்று. மாமாட வீட்டுக்குப்போய்வந்த விசயத்த மலருக்கு மட்டும்தான் சொல்லியிருந்தான் கேசவன்.

தண்ணிப் பானையயும் அலுமினியச் செம்பு ரெண்டையும் கொண்டுவந்து வைச்ச பெத்தா இடுப்ப நிமித்துறமாதிரி பரப்பு மலைய சுத்திப்பார்க்குறா. சிவப்புமையால எழுதுன நோட்டீசு கள மலைமுழுக்கப் பரப்பி விரிச்சிப்போட்டிருக்கானுகள். வெள்ளை பேப்பருல எழுதுன சிவப்பெழுத்து நிலவுவெளிச்சத் துல பளிச்செண்டு தெரியுது. எழுதிமுடிச்ச பொடியன் கையில பட்ட மைய அழிக்க பீர்க்கம்இலையப் பிய்ச்சிக் கசக்கிக் கையிலபோட்டுத் தேய்க்குறான். கோளாவில் பொடியன் பள்ளி யில படிக்கிறவன். இதுகள் எதுலையும் சம்மந்தப்படாதவன். நல்ல கையெழுத்தாமெண்டு கூட்டிக் கொண்டுவந்து எழுதச் சொல்லிற்றானுகள். நாளைக்குப் பள்ளிக்கூடம் போகவேணும். இப்பவே நேரமாகுது எண்ட பதைபதைப்புலயும் கையிலபட்ட மைய அழிக்கயில்லயெண்டா அதுவே ஆமிக்காரங்களுக்கிட்ட காட்டிக்குடுத்துடுமெண்ட பயமும் சேர்ந்து பொடியண்ட முகம் இருண்டுபோய்க் கிடக்கு.

“ஏண்டா பொடியன்மாரே படிக்குற பொடியனக்கூட்டி யாந்து இப்பிடிப் பதைக்க உட்டிருக்கயளே இதுசரியோடா?”

“ஒள்ளம் சாப்பிடுமனே” எண்டதுக்குக்கூட மறுப்புச் சொல் லிற்று மலையடிவாரத்துல குந்தியிருக்குற அந்தப் பொடியனப் பார்க்கப் பெத்தாவுக்குப் பாவமாக இருந்தது.

எல்லாரும் திண்டுமுடிக்க ரெண்டுபேர் மோட்டார் சைக்கிள எடுத்துக்கொண்டு கோளாவில் பொடியன கொண்டு போய் விட்டுற்றுவரப் போயிற்றானுகள்.

பொடியனுகள் சாப்பிட்டு முடிச்ச பானை, சட்டி, கோப்பை கள கொண்டுவந்து பறனுல வைச்சிற்று மறந்துபோன செம்ப

எடுக்கப்போனநேரம், பொடியனுகள் ஒருத்தண்ட வகுத்துல ஒருத்தன் தலைவைச்சி படுத்துக்கிடக்கானுகள்.

செம்போடவந்த பெத்தா வாசலுல விரிச்சிக்கிடந்த குட்டிச் சாக்குல குந்தி காலநீட்டியிருந்து வானத்தப் பார்க்கத் தொடங்கிற்றா. நிலவு பாக்கொட்டான் மலையில குந்தி மறைஞ்சிற்று. பின்னிருட்டு அமைதிக்கிடையால காட்டுக்குருவிர சத்தம் மட்டும் கேக்குது. அந்தச் சத்தத்த உத்துறங்கக் காதால அவதானிக் குறபோதுதான் சில்லூறுச் சத்தமும் சேர்ந்துவாறது கேக்குது.

பெத்தாவுக்கு நித்திரை வாறமாதிரித் தெரியயில்ல. ஒரு யோசினையெண்டாத்தானே. கேசவண்ட யோசினை ஒரு பக்கம், கேசவனும் முஹமட்டும் அடிக்கடி முறுக்கெடுக்குறதப் பத்திய கவலை ஒருபக்கம், மலரையும் புள்ளையயும் பற்றிக் கவலை மறுபக்கம், பெத்தமகன் ஏலாமப்போய்ப் படுத்த பாயில கிடக்கிற கவலை, இப்படி எத்தின பக்கக் கவலைகளுக்குத் தான் பெத்தாவாலயும் முகங்குடுக்கேலும். போதாக்குறைக்கு அண்டைக்கொருக்கா குறட்டைக்காக்கா சொல்லிற்றுப்போன சங்கதிகளும் அடிக்கடி நினைப்புக்கு வந்து பயம் காட்டுது.

சில்லூறுச் சத்தத்தோட சேர்ந்து பரப்புமலையில படுத்துக் கிடக்குற பொடியனுகளுற குறட்டைச் சத்தமும் கேட்குது. இந்த மொட்டையாபுரம். நாளைக்கு ஆமிக்காரனுகளால சுத்தி வளைக்கப்படப் போகுதெண்டு அவனுகள் ஆரும் அறிஞ்சிருக்க மாட்டானுகள். ஏன் பெத்தாவும்கூட அறிஞ்சிருக்கத்தான் மாட்டா. இன்னலுகள் நடக்கப்போகுதெண்டுறது இயற்கைக்கு முன்கூட்டியே தெரியுமென்பாங்க. மொட்டையா மலையச் சுத்தியிருக்கிற காட்டு மரங்கள் உடம்ப முறுக்கிச் சோம்பல் முறிச்சி அழுற சத்தம் பெத்தாக்கு நல்லாக் கேக்குது.

3

பாலமுனை, அட்டாளச்சேனை முகத்துவாரப்பகுதியில இருந்தெல்லாம் வந்திறங்கின வகைவகையான மீனெல்லாம் சந்தைக்குப்போய் வெட்டுப்பட்டுப் பங்குபிரியத் தவங்கிடக்க, பாணமை, மொனறாகல லொறிகள் கொண்டிறக்குன மரக்கறி களெல்லாம் விடிஞ்செழும்பிக் குளிச்சி முழுகின பொண்டுகள் மாதிரி வியாபாரிகளுக்கு விலைபோகச் செழிப்பாக்கிடந்த இண்டைக்கெண்டு பார்த்து, சந்தை முழுக்கப் பள்ளிக்கூடத்து புள்ளைகளாகத்தான் தெரியுது. இதுக்கிடையில சந்தைக்கு நடுவுல வாகனத்தப்போட்டிற்று ஆமிக்காரனுகளும் மூலைக்குமூலை ஒட்டிக்கொண்டு நிக்குறானுகள். வெளிக்கள வேலைப்பாடத்துக்கா மெண்டு புள்ளையளக் கூட்டிக்கொண்டுவந்த வாத்திமார்

புணைச்சல் மாடுகளப்போலப் புள்ளயள கையில கையப்புடிச்சிக் கொண்டு சோடிசோடியா நிக்கச்சொல்லிற்று பிரம்புங் கையுமா நடந்து திரியுறாங்க.

ஒலுவில் வைக்கல்பெக்டரிக்குப் போகயாமெண்டு லங்கா வேக்கரிக்கு முன்னால சைவப் பள்ளிக்கூடத்துப் புள்ளையளும், பொத்துவிலுக்குப் போகயாமெண்டு புக் டிப்போவுக்கு முன்னால சோனகப் பள்ளிக்கூடத்து புள்ளையளும் வஸ்சுக்கு காத்துநிண்டு கனநேரமாகுது.

பறந்துவந்த புறாப்பாட்டம் பாழ்வளவுக்க குந்துனமாதிரி ஒண்டா நிக்குற பள்ளிப் புள்ளைகளும் கண்ணுக்கு அழகாத்தான் இருந்துதுகள் . . . பள்ளிப் புள்ளையளெண்டாலும் எல்லாப் புள்ளையளும் எல்லாவயசுலயும் அழகாத் தெரியிறதுல்ல. வரிசை கட்டிச் சதுரமா நிக்கச்சொல்லிப்பார்த்தா ரெட்டைப்பின்னல் மடிச்சிக்கட்டி வெள்ளைச் சட்டைபோட்ட பொம்பளைப் புள்ளையள் அழகாத் தெரியுங்கள். கலைஞ்சி நிண்டாலும், கூடிநிண்டாலும் மார்க்கத் தொப்பி போட்ட முஸ்லீம் பள்ளிப் பொடியனுகள் அழகாத்தான் தெரிவானுகள். அதுகும் பன்னெண்டு பதினைஞ்சு வயசுக்குள்ளெண்டாத்தான். அனுபசிச்சவங்களயும், அனுபவப்படாதவங்களயும், எப்பிடி இருந்திச்சி, எப்பிடி இருக்குமெண்டு நினைச்சிப்பார்க்க வைக்குறதுதானே பள்ளி வாழ்க்கை.

ஆவெண்ட வாய்மூடாம ஏக்கப்பார்வை பார்த்தபடிப் பள்ளிப்புள்ளையளப் பார்த்துக் கொண்டு கொய்யாப்பழக் குவியலுக்கு முன்னால இருக்குற குலத்தழகிற மகளப்பார்க்க வெள்ளும்மாவுக்கு மனம் பதைச்சிப்போயிற்று. புள்ளைர கவனத்த திசைதிருப்ப நினைச்சி,

“போமளே நான் சென்னனெண்டு சீனிக்காக்காட்ட ரெண்டு கொட்டப்பாக்கு வாங்கியா” எண்டுசொல்ல குலத்தழகிற மகள் எழும்பி ஓடுனநேரம்தான் தலையில கச்சான்சாக்குச் சுமை யோட மைலிப்பெத்தா வந்துசேர்ந்தா.

கச்சான்சாக்க இறக்க எழும்பிக் கைகுடுத்துற்றுக் குந்தியிருந்த வெள்ளும்மா அண்ணாந்து மைலிப்பெத்தாட முகத்தப் பார்க்குறா. பெத்தாட முகத்துல ஈயாடயில்ல. சோகமா வாடிப் போய்த்தான் கிடக்கு. குறட்டைக்காக்கா கோழிகளோட கதைச்சிக் கொண்டு இருக்குறார். சீனிக்காக்கா கொண்டாறாராம் கொட்டப் பாக்க” எண்டுகொண்டு ஓடிவந்தபொட்டை குந்திக்கொண்டு திரும்பவும் பள்ளிப் புள்ளையளையே புதுனம் பார்க்கத்தொடங்குறாள்.

“என்னகா மைலி நடந்த . . ? விட்ட விடியங்காட்டியில சுத்தி வளைச்சானுகளாமே . . . ரெண்டுநாளும் உண்ட நினைப்பு தான் நெக்கு.”

“அதேன் கேக்காய், ஆனைபூந்த காடுமாதிரி பயிர்ப்பச்சை எல்லாத்தயும் மிதிச்சித்துவைச்சிப்போட்டுப் போயிற்றானுகள்கா.”

“பயிர்ப்பச்சைய உடு. உயிருக்கேதுமோகா . . . உண்டபேரன் என்னெண்டு தப்பி ஓடிற்றான்.”

“காலச்சுத்துனபாம்பு கடிக்காம உட்ட மாதிரியெல்லோ எண்டபுள்ளை தப்பிற்றான். விட்டவிடியங்காட்டியில ஒள்ளுப் பம் ஓட்டமோ ஓடியிருப்பான்.”

“என்னெண்டுகா . . . அத்தினபேரும் அந்த நேரத்துல சுத்தி வளைச்சுமோகா.”

“அதையேன் கேப்பாய் . . . பொடியனுகள் எல்லாரும் சோறு திண்டு முடிக்க நோட்டீஸ் எழுதுன கோளாவில் பொடியனக் கொண்டுபோய் உட எண்டு ரெண்டு பொடியனுகள் மோட்டச் சைக்கிளிலபோக, இவனுகளும் படுத்துக்குறட்டையுடத் தொடங்கிற்றானுகள். நான் வாசலுல குந்தி வானத்தப்பார்த்துக் கொண்டிருந்ததுல பொழுது போனதே தெரியயில்ல. பரப்பு மலையில படுத்துக்கிடந்த கபூர்ரமகன் முஹமட் ஒழும்பி வந்து “நான் போயிற்றுவாறன் பெத்தா எண்டு சொல்ல. இரிமனே தேயில வைச்சித்தாரனெண்டு சொல்லியும் வேணா மெண்டுற்றுப்போயிற்றான்.

இந்தநேரத்துல இவன்போறானே ராவிருட்டுல என் னாகுமோ எண்டு யோசிச்சுக்கொண்டிருந்த கொஞ்சநேரத்துல வாகனங்கள் வாறமாதிரி எண்ட காதுக்குக்கேட்க, என்னெண்டு பார்ப்பமெண்டு இருட்டெண்டும் பாராம இலுக்குப் புல்லு காலுலகுத்த நடந்துபோய்த் தடவித்தவண்டு ஏறி மொட்டையா மலையில நிண்டு பார்த்தா, நிரையில வந்த வாகனம் புட்டம்பை யால கிறுகி விளாத்தியடிக்கடையப் பார்த்தமாதிரி வருதுகா. உருண்டனோ . . . புரண்டனோ? எப்பிடித்தான் இறங்குனனெண்டு அந்தப்பட்டிமோட்டு அம்மாளுக்குத்தான் தெரியும். ஓடிவந்து பரப்புமலையில படுத்த புள்ளைகள தட்டியெழுப்பி “ஓடுங்கடா மக்காள் ஓடுங்கடா வந்திற்றானுகளுறா.” எண்டு கத்தத் திடுக்கிட்டு ஒழும்புன புள்ளையள் தட்டுக்கெட்டு ஓடி இருட்டுல மறைஞ் சிற்றுதுகள். எனக்கெண்டா எண்டபுள்ள முஹமட்டுற நினைப்புத் தான். அம்புட்டானோ இல்லயோ. அப்பிடியிருக்கக் கூடா தெண்டு நான் வேண்டாத தெய்வமில்ல, நல்லவேளைக்கு

எண்டபுள்ள முஹமட் ஒள்ளம் முந்திப்போனதால தப்பிற்றானா மெண்டது விடிஞ்ச புறகுதான் எனக்குத்தெரிஞ்சுது.

சுத்திவளைச்சி வந்தவனுகள் கொச்சி, வழுதுலையெல்லாத்த யும் மிதிச்சித் துவைச்சிற்று, வீட்டுக்கபூந்து படுத்துக்கிடந்த பேத்திய இழுத்து “எங்கடி உண்ட தம்பி” எண்டு கேட்டுச் சப்பாத்துக் காலால நெஞ்சில உதைச்சிற்றானுகள். எண்ட புள்ளைய உடுங்கப்பா எண்டுகொண்டு குறுக்கால உழுந்த என்னயும் தள்ளியுட நான் பறனுலபோய்ச் சாய்ஞ்சுழுந்திற்றன். எண்டபுள்ளை மலர்தான் பாவம் மூச்சுடக் கயிற்றப்படுறாள்.

“ஆ... அண்டைக்குச் சென்னனே ... சத்திராதியொல்லாம் வாறதுக்குக் காத்திருக்கு பொட்ட காவல் பண்ணு. காவல் பண்ணெண்டு கேட்டியா நீ?”

முடக்கோழியொண்டுர காலுல மஞ்சளவைச்சி வெள்ளைச் சீலை நாடாவால வரிச்சிப்போட்டுக்கொண்டே கேக்குறார் குறட்டைக்காக்கா.

“ஏன் குறட்ட நீ சென்னாயெண்டு மைலியென்ன செய்யா மலா உட்டிச்சி” பெரியசணல் ஒண்டுல பன்வேக்குகள கோர்த்துக் கொண்ட வெள்ளும்மா காகப் பார்வை பார்த்தபடியே கேக்குறா.

“செய்ஞ்சா, செய்ஞ்சா, ஆரோ கல்லடியானக்கூட்டியாந்து செய்யச் சென்னாவாம், என்னத்தச்செய்ஞ்சானோ? ஒழுங்கா செய்ஞ்சிருந்தா இப்பிடியேன்கா நடக்குது. இருந்துபாரன் இன்னும் என்னென்ன கோட்டாலையெல்லாம் காட்டப் போகுதெண்டு.

“அப்பிடியெல்லாம் உண்டவாயால சொல்லாத குறட்டை. எனக்குப் பயமா இரிக்கு. எண்ட புள்ளைக்குஞ்சிகளுக்கு ஒண்டும் நடந்துர கூடாது.

“இதென்ன பொட்ட நொக்கு நடக்கோணுமெண்டு நான் என்ன நேந்து வைச்சிருக்கனா. ஆனா நடக்குமெண்டு செல்லுதே.”

பச்சை இலையொண்டு படமெடுத்தாடுதெண்டு
பயந்த பயப்புள்ளை
கச்சைக்குள்ளயும் ஏதோ நெளியுதெண்டு
கவுட்டக்குனிஞ்சி பார்த்தானாம்.

“அட நெருப்பெண்டா சுடத்தானாபோகுது. அவன் கிடக்கான் கசகறணம் புடிச்சவன். அவண்ட கதையயும் கணக்குல எடுப்பாங்களா ஆரும்.”

பாட்டோட சொல்லி முடிச்ச வெள்ளும்மா வெயிலுக்க கிடந்த பாய்க்கட்ட தூக்கி நிமிர்த்தி வம்மிமரத்துல சாத்தி வைக்குறா.

"இல்ல வெள்ள, நான் கேட்டுவந்தவரம் அப்பிடித்தான் ... ஏழேழு புறப்புக்கும் எண்ட குடும்பத்துத் தலைப்புள்ளைக்கு இடைவாழ்வுதானாமெண்டு அந்தக் காலத்துலயே காண்டத்துல எழுதியிருந்ததாமெண்டு எண்டபெத்தா சொல்லுவா. குறுடிற வாய்ச்சொல்லுப்படியேதான் நடந்திச்சி.

"இதென்னிச்சி துணியாவுல புறந்தாக்கள் மௌத்தாகிற தெங்கிறது புதுனமாகா?"

"புதுனமில்லதான் ... ஆனா எண்ட அம்மையும்சரி. எண்ட அக்கையும்சரி, எண்ட மூத்தபுள்ளயும்சரி. ஏலாமைவந்து பாயில கிடந்தோகா செத்த. இடைநடுவுலதானே போய்ச்சேர்ந்ததுகள். இப்ப மூத்ததுகளெண்டு தங்கிக் கிடக்குறது எண்டபேத்தி மலரும், அவளுற மகனும்தானேகா? அதுகள நினைச்சாத்தான் ஈரக்குலை நடுங்குது."

"அப்ப ஒண்ட மகனுக்கும் புள்ளை இருக்குதானே. அதுவும் நொக்குப் பேரப்புள்ளைதானே அதுகளப்பத்திக் கவலப்பட மாட்டாயாக்குமா?" வெள்ளும்மா கேள்விகள அடுக்கிக் கொண்டேபோனா. ஒலுவிலுக்குப்போன பள்ளிக்கூடத்துப் புள்ளையள் வந்து வஸ்ஸால இறங்கி நிரைபுடிச்சி நடந்து போகுதுகள். குலத்தழகிற மகள் திரும்பவும் பரபரவெண்டு பார்க்கத் தொடங்குறாள்.

"அட தாய்வழித் தலைப்புள்ளைக்குத்தானாங்கா இந்தத் தத்துவரம். அதையும் அந்தக்குறுடிதான் சொன்னாள். என்ன பாவத்தச் செய்தாளோ அந்தக் குறுடி. அது இந்த பரம்பரையப் போட்டு ஆட்டுது. எனக்கேன்தான் இவ்வளவு கக்கிசமோ?"

"சும்மா அந்தக் கதைய உட்டுப்போட்டு ஒண்ட பேரனுல கண்ணா இரி மைலி. நாட்டு நடப்புச் சரியில்ல நாய்க்குப் பயந்து ஓடினாக்கூட நாய உட்டுப்போட்டுப் புள்ளையத்தான் சுடுறானுகள்."

"அதையேன் கேக்காய் பீபேலெண்டு சாப்பை மறைவுல குந்துன பொடியனையும் சுட்டுச் சல்லடை போட்டிற்றானுகள்கா கண்கெட்டுப் போயிருவானுகள்."

"என்றும்மோ செல்லாதைகா, கேக்குற நெக்கு நெஞ்சு பதறுதெண்டா, பெத்தவள் என்னெண்டுகா தாங்குவாள்.

நேத்தைக்குக் கோளாவில் தங்கப்புள்ளையக் கண்டன். படுத்த பாயில கிடந்த புள்ளைய ஒழுப்பிக்கொண்டு போனவனுகள் ஒண்டுமறியாத புள்ளைய பூசாவுல அடைச்சிற்றானுகளா மெண்டு ஒப்பாரி வைச்சிப்போறாள். சந்தனச்சிலைமாதிரி எப்பிடியிருந்தவள் ஏக்கத்தில பைத்தியக்காரிமாதிரி ஆகிப்போயிற் றாள்."

"அவளூறபுள்ள மட்டுந்தானோகா, ஊருல இருந்த பாதிப் புள்ளையளும் பூசாவுலதானே அடைபட்டுக்கிடக்குதுகள். எப்ப வெளியாலவந்து நல்லசோறுதண்ணி தின்னப்போகுதுகளோ?

உச்சிக்கு வெயில் வந்திற்று. கொய்யாக் குவியல் சாக்க இழுத்துக்கொண்டு வந்து வம்மிமர நிழலுல வச்சிற்று வேருல குந்திக்கொண்டிருந்த குலத்தழகிற மகளுக்கு "இந்தாமளே இதத்தின்" எண்டு வெல்லுகத்துக்க இருந்த ரெண்டு சவ்வுறட்டிய எடுத்துக்குடுக்குறா வெள்ளும்மா.

மம்மாலியார்ர வலைக்கடை முன்முகப்புத்தட்டுக்குக்கீழ கோழிக்கூடையோட குறட்டைக்காக்கா ஒதுங்கிற்றார். கொண்டடி வலைக்குப்போனாக்கள் கரையேறிற்றாங்கபோல, மீன்கூடையும் வலையுமா வந்தவனுகள் கடைக்குள்ளபோய் வலைபொத்துற ஊசியும் தங்கூசிக்கட்டும் வாங்கிக்கொள்ளுறானுகள்.

கொட்டப்பாக்கொண்ட கொடுப்புக்குள்ள அடைச்சாப் போல வீங்குன சொக்கோட வந்துநிண்ட கனகவேலுட கோலத்தக் கண்டதும் பல்லுப் பேத்தையாக்குமெண்டுதான் பெத்தா நினைச்சா. "வா கனகவேலு இத ஒள்ளம் பார்த்துக்கொள். வெத்தில, பாக்கு வாங்கிக்கொண்டு இந்தா ஓடிவந்துடுறன்" எண்ட பெத்தா சினேகிதண்டகடை ஓதினை சந்துக்குள்ள இறங்கிற்றா.

கானாந்தி கொடியுடம்போ
கனகமணி கண்ணிதுவோ
கோவைப்பழ வாயிதுவோ – அதனால
கொண்டைக்கிளிவந்து
கொடுப்பாத்தான் கொத்திச்சிதோ?

காகப்பார்வை பார்த்தபடியே வெள்ளும்மா பாடி முடிச்ச நேரம், குலத்தழகிற மகளும் சிரிச்சிட்டாள்.

"கங்கெத்துப் போயிருவானுகள். அதிச்ச அதியில வாய் துறக்க ஏலாம நா இதிக்கன். நீ கொந்தக்கிலி புந்தக்கிலியெண்டு பாத்துப்பாதுறாய் என்னகா?" வாயப் பொத்திக்கொண்டு கைய எடுக்காமலயே பேசுனதால கனகவேலுட வார்த்தைகள

வெள்ளும்மாவால விளங்கிக்கொள்ள முடியயில்ல. மடிக்குள்ள வெத்திலக்கொன்னய அடக்கிக்கொண்டுவந்த பெத்தாதான் கனகவேலுட கடைவாயால ரெத்தம் கசியுறதக்கண்டா.

“இதென்னடா கனகவேலு கன்னம் வீங்கிக் கடைவாயால ரெத்தம் வடியுது. இதோட சந்தைக்கு வந்திருக்காயே என்னடா நடந்த சங்கதி?

சும்மாட்டுச் சீலையில துண்டொண்டக்கிழிச்சி “வாயத் துடைடா” எண்டு பெத்தா குடுத்த சீலைத்துண்ட வாங்குன நேரம் கனகவேலுட கண்ணெல்லாம் கலங்கிச்சி.

“என்ரும்மோ என்னவாப்பா இது. நெக்கு இதுதெரியுமா இப்பிடியெண்டு, தெரியாத்தனமா கவிசெல்லிற்றன் வாப்பா, கொற நெனச்சிக்காத, என்ன கிளி நடந்திச்சி நொக்கு. என்ரும்மோ ரெத்தம் வழியுதுகா . . .”

தனது கவி எப்பயும் எவரையும் மனக்காயப்படுத்தக் கூடாதெண்டுறதுல வெள்ளும்மா கவனமாகவே இருப்பா.

பட்டினத்தார் சட்டம்போட்ட சாறன் உடுத்தாப்போல, முளங்கால் தெரியச் சாறன உடுத்திருந்த குறட்டைக்காக்காவும் இடத்திற்கு வந்திற்றார்.

“கரும்புப்பாமுக்கு வேலைக்குப்போன நான் பின்னேரமா வேலைமுடிஞ்சி வஸ்சுக்கு நிண்டநேரம் ஆமிட்றக்கொண்டு வந்திச்சி, ஏறச்சொன்னானுகள், ஏறிக்குந்திற்றன். கொண்டு போனவனுகள் என்னக்கொண்டு படுத்தினபாடு கொஞ்சமோ?

“உனக்கும் கொட்டியாவுக்கும் என்ன தொடர்பு” எண்டு கேட்டுக்கேட்டு எண்ட இடுப்புல ஏறிநிண்டு மிதிமிதி எண்டு மிதிச்சுப்போட்டானுகள். எண்ட வாயும் சும்மா கிடக்கயில்ல . . . “எண்டமாத்தயோ நானும் எண்ட பாடுமாத்திரியுறன். எனக் கிட்ட வந்து கொட்டியப்பத்திக் கேக்கியளே இது என்ன குருட்டு நியாயம் எண்டிற்றன்.”

“அட முட்டப்பன் கட்டிருவாய் ஒண்டவாய்ப்பூழல சும்மா வைச்சிக்கேலாம நீ ஏண்டா அப்பிடிக் கதைச்ச.” சொல்லிக் கொண்டே வெள்ளும்மாட வெத்தில உமலுக்க கையுட்டுச் சுண்ணாம்புக்குப்பிய தேடித்தடவுற குறட்டைக்காக்காட கைய உமலுக்க இருந்து தூக்கி வெளியில போடுறா வெள்ளும்மா.

“அப்பாவியப்போட்டு அடிச்சா ஆத்தாமையில அப்பிடித் தானேகா செல்லும்.” புகையிலய எடுத்துப் பல்லுத் தீட்டுறமாதிரி

ஈயெண்டு பல்லுல வைச்சித் தேய்ச்சிற்றுக் கொடுப்புக்குள்ள அடைச்ச வெள்ளும்மா கனகவேலுக்குப் பரிஞ்சு பேச அவண்ட கண்மணிகள் கண்ணீருல மிதக்கத்தொடங்குது.

மழைமேகம் திரண்டுவரக் கருக்கலுக்க அம்புட்டமாதிரி சந்தை கறுக்கத் தொடங்குனநேரம். சர்ர் ... எண்டு வந்துநிண்ட நாலு ஜீப்புகள் சண்முகநாதன் ஸ்ரோரடியிலயும், இஸ்மாயில் ஸ்ரோரடியிலயும் புக்டிப்போவடியிலயும் எண்டு மூலைக்கு மூலை குறுக்காலகிடக்க, சட்சட்டெண்டு இறங்குன அதிரடிப் படைக்காரனுகள் சந்து பொந்து பார்த்து ஒட்டிஒளிஞ்சிகொண்டு முழங்காலுல நிண்டு குறிபார்க்கத்தொடங்குறானுகள்.

பெத்தாட முகமெல்லாம் வெளிறிப்போய்ச்சி. இஞ்சால எங்காலையும் பேரன் வந்திருப்பானோ எண்ட பயத்துல நெஞ்சிக் கூடு அடிக்கத்தொடங்குது. பெத்தாட கவலையைப் புரிஞ்சு கொண்டவபோல,

"அவன் ஏங்கா இஞ்சாலவாறான். றோசினைபண்ணாத" எண்ட வெள்ளும்மாவப் பார்த்துப் பெத்தா கண்சாடை காட்டத் திரும்பிப்பார்த்த வெள்ளும்மா, பக்கத்துல வம்மிமரத்தோடயும் ஒருத்தன் ஒட்டுனமாதிரி நிக்குறதக்கண்டு வெலவெலத்துப் போனவ கதைக்கமுடியாம பாட்டாலயே பெத்தாவுக்குக் கதை சொல்லத் தொடங்கிற்றா.

ஆறுமணி ஆகுதுகா
ஆமிக்காரன் வந்திட்டாங்கா ...
அண்ணாந்து பாருகா
அடைமழையும் வருகுதுகா
கச்சான் சாக்கத் தூக்கிக்
கக்கத்துல வைடிமைலி
மிச்சமீதியெல்லாம்
நாளைக்குக் கதைப்போமடி

இண்டைக்குச் சந்தைக்குள்ள என்னமோ ஏதோ நடக்கப் போகுதெண்டுற மாதிரித்தான் ரெண்டு பொண்டுகளும் பதறு றாங்க.

"ஒள்ளம்பொறு வெள்ள ஊட்டுக்குள்ள ஒண்டுமில்ல. அடுப்படிக்கான சாமானென்னமும் வாங்கி வந்திர்ரங்கா."

"வாங்கிக்கொண்டு நீ இஞ்ச வரக்கிரவேணாங்கா. அளிக் கம்பை வேக்கன் நிண்டா அதுல போயிருமைலி, போற நீ கச்சான் சாக்கையும் தூக்கிற்றுப்போயிரு ஏனெண்டா நானும் வெட்டக்கிறங்கத்தாங்கா."

சும்மாட்டுத்தலையில பாய்க்கட்டத்தூக்கி வெச்சிற்றா வெள்ளும்மா. தொய்ஞ்சிபோன கச்சான்சாக்க ஓலைப்பெட்டிக்க வைச்சி பெட்டிய கக்கத்துல இடுக்கிக்கொண்டு சந்தைக்குள்ள போய் உள்ள காசுல தேவையான சாமானுகள வாங்கிக்கொண்டு விநாயகர் ஸ்ரோருக்கு முன்னால வந்து நிண்டநேரம். அம்பாறை றோட்டால ஒண்டுக்குப்பின்னால ஒண்டா வந்தலொறிகள் சாகாமப்பக்கமா போறத்தக்கண்ட பெத்தா, வெட்டுக்குத்துக் காலம் நெல் ஏத்திப்போகவாற அயலூர் லொறிகள்தானெண்டு தான் நினைச்சா.

நெல்லேத்த லொறிகள் வாறதெண்டா பகல் நேரத்துல தானே வரோணும். இதேன் இந்தப் பூந்தபொழுதுக்க அதுவும் வரிசையாக. பத்துப்பன்னெண்டு சொல்லிவைச்சாப்போல வரோணும். அவவ முட்டுனமாதிரி லொறியொண்டு வந்து விநாயகர் ஸ்ரோருக்கு முன்னால நிக்க, றைவர நிமிர்ந்து பார்த்தவட கண்ணுக்கு றைவருக்குப் பின்னால தொப்பி போட்டாக்களும் நிக்கிறமாதிரி தெரிய, நல்லா உத்துப்பார்க்குறா. லொறி நிறைய ஆமிக்காரனுகள்.

பெத்தாவுக்கு விளங்கிப்போய்ச்சி. ஆரியதாஸாட கடைக்கு முன்னால நிண்ட அளிக்கம்பை வேக்கனக்கூடக் கவனம் கொள்ளாம பெத்தா விறுவிறெண்டு நடையக்கட்டிற்றா. அங் கொண்டும் இஞ்சொண்டுமா சந்தை முழுக்க நிண்ட சனமெல் லாம் கல்லெறிபட்ட குருவிகளப்போல சைக்கிளிலயும், நடை யிலுமா கலையத் தொடங்கிற்றுகள்.

சைவப்பள்ளி றோட்டுமுகப்புக்குப் பெத்தா வந்தநேரம் மணியத்துர நெல்லுக்கடைக்கு முன்னாலயும் ஒருலொறி நிக்க, நிமிர்ந்து பார்க்குறா. இருட்டுக் காடுமாதிரி லொறி முழுக்கப் பச்ச உடுப்புப் போட்டவனுகள் மறைஞ்சி நிண்டு றைவர்ர முதுகுக்கு மேலால எட்டிப்பார்க்குறத பெத்தா கண்டிற்றா.

திடீரெண்டு வானத்துல இரைச்சல்... தாளப்பறந்த ஹெலிகெப்டரொண்டு சாகாம றோட்டுக்கு நேர உயரத்தால பறந்துபோக, நீளமான கம்பிகளும், வயருகளும் பொருத்துன ஜீப்புகள் வரிசையாகஓட றோட்டோரத்துல நிண்ட லொறிகளில இருந்த ஆமிக்காறனுகள் தடதடவெண்டு பாய்ஞ்சி இறங்கி றோட்டுக்கு ரெண்டு கரையிலயும் வரிசைகட்டி நிக்கத்தொடங்கிற் றானுகள்.

பெத்தா திரும்பிப்பார்க்குறா, சந்தைமுழுக்க வெறிச்சோடிக் கிடக்கு. நிண்ட சனத்தையும், நடந்தசனத்தையும் அந்தந்த இடத்திலயே றோட்டோதினையில குந்தவைச்சிற்றானுகள்.

பெத்தாவுக்கு இப்ப நடையெல்லாம் தளரத்தொடங்குது. உடம்பு முழுக்க நடுக்கம். கைகாலெல்லாம் கழண்டு உழுந்தாப் போல, வேர்த்து ஒழுகி மேல்சட்டையெல்லாம் நனைஞ்சி தொப்பமாச்சி.

சாரதாதியேட்டர தாண்டுனநேரம் குந்தவைச்சிருந்த பொடி யனுகள சப்பாத்துக் காலுகளால மிதிச்சுத்துவைக்க "அம்மோ, ஐயோ" எண்டு கத்துற சத்தம் பெத்தாட இதயத்துடிப்ப வேக மாக்குது. முன்னாலயும், பின்னாலயும் ஒண்டுரெண்டு பொண்டு கள் மட்டும் தலையில பொட்டியோடயும், கையில பையோடயும் நடந்து போறாளுகள். நடையோடநடையா குந்தியிருக்கிற பொடி யனுகளுற முகங்களயும் பார்த்துக்கொள்ளுறா பெத்தா, தண்ட பேரனும் அம்புட்டிருப்பானோ என்கிற பயம் பெத்தாவுக்கு.

பங்கயநாதண்ட புடவைக்கடைக்கு முன்னால வந்தநேரம் குந்தியிருந்த பொடியனுகள கூடிக்குமிஞ்சி உதைச்சி, மிதிச்சிக் கொண்டிருக்கானுகள். அடிதாங்கேலாம கத்திக்கதறுற புள்ளை களுற முகங்கள பெத்தாவால பார்க்க முடியுதில்ல. எண்டாலும் மனசுபொறுக்காம பார்க்குறா. கனகவேலப்போட்டு மிதிமிதி யெண்டு மிதிக்கிறானுகள். மரத்தால உழுந்தவன மாடுவெட்டுன மாதிரி நேத்துத்தான் அடிபட்டு வந்தவன். இண்டைக்கும் அடி பட்டு துடிக்கானே, கொஞ்சநேரத்துக்கு முன்ன அங்கநிண் டவன் ... இவனேன்கா இஞ்சால வந்தானெண்ட நினைப்போட பெத்தா கனகவேலப்பார்க்க, காலக்கட்டி குறிசுடுற மாடு கத்துற மாதிரி கத்துற கனகவேலுட பார்வையிலிருந்து பெத்தா மறைஞ் சிற்றா.

வெலிங்டன் தியேட்டரத் தாண்ட, ஆமிக்காரனுகளும் குறையத் தொடங்கிற்றானுகள். வண்ணான் கேணிவரைக்கும் தான் சுத்திவளைப்பும் சோதினையுமெண்டுறது வெறிச்சோடித் தெரியுற கோளாவில் றோட்டுல இருந்து தெரியுது. ஆமி ஜீப்புகள் மட்டும் கோளாவில் பனங்காட்டுப்பக்கமா போறதும் வாறதுமாத் தானிருக்கு.

வண்ணான்கேணியத்தாண்டிக் கோளாவில் வடக்குக்குள்ள பெத்தா வந்தநேரம் பத்தண்டகடைத்தட்டி மறைவுல நிண்ட பொண்டுகளெல்லாரும் ஓடிவந்து எண்ட "மகனக் கண்டியா பெத்தா? பேரனக் கண்டியா மைலியக்க?" எண்டு கேக்கத் தொடங்கப் பெத்தாவால ஆருக்கு என்ன பதில்சொல்லுறதெண்டு தெரியயில்ல.

"எடியே பொட்டையாள் புள்ளையளப்புடிச்சி வைச்சிருக் கானுகள். தெரிஞ்ச முகங்களும் தெரிஞ்சிச்சுதான். ஆர்ஆர்பெத்த புள்ளையளெண்டு எனக்கென்கென்னடி தெரியும்."

பெத்தாட நியாயமான கேள்விக்குப் பதில் சொல்லத் தெரியாம நிண்ட பொண்டுகள், தூரத்துல ஜீப்பொண்டு வாறதக் கண்டு திரும்பவும் பத்தண்ட கடைத் தட்டுவேலி மறைவுல மறைஞ்சிர பெத்தாவும் நடக்கத்தொடங்கிற்றா.

எல்லாரும் தங்கட தங்கட புள்ளைகள விசாரிக்காளுகள், எண்ட புள்ளை எங்க அம்புட்டானோ என்னானானோ எண்ட நினைப்புல எண்ட உசிர் பதறுறத எவள் அறிவாளெண்ட யோசினையோட நடந்தவட கண்ணுக்குக் கோளாவில் வாகமர முடக்கடியால வரக்கோளயே வீரர்ர கடையடியில நிக்குற பொம்புளைகளுற தலைகள் தென்படுகுது.

ஒருநாளுமே ரோட்டுல வந்து புதுனம்பார்க்காத சுந்தர வாத்தியார்ர பொஞ்சாதி வீட்டுக்கு முன்னால காத்து நிண்டவ போலப் பெத்தாக்கிட்ட ஓடிவந்து “எண்ட மகன் அருமை கெம்பசிலயிருந்துவாறன் எண்டு சொன்னான் மைலியக்க, இன்னும் காணயில்ல. நீ கண்டயோ” எண்டு பதறித் துடிச்சிக் கொண்டு கேக்க.

“இல்லயே தாயே” எண்டுகொண்டு நடக்கிறா பெத்தா.

பெருமாளுற கடையடியிலயும், சீனித்தம்பி வாத்தியார்ர நெல்லுக்கடை நறுவிழி மரத்தடியிலயும், சிதம்பரத்தார்ர கடையடியிலுமாகக் கூடிநிண்ட பொண்டுகள் பெத்தாவக்கண்ட உடனே தேசாந்திரம் தொலைஞ்சிபோனவ திரும்பி வந்ததக் கண்ட மாதிரி, சுத்திவளைச்சிக் கூடிநிண்டு, எண்ட புள்ளையக் கண்டயோ, புருசனக் கண்டயோ, பேரனக் கண்டயோ எண்டெல்லாம் கேட்டாக்களுக்குத் தனித்தனியா பதில் சொல்லாம பொதுவாகத்தான் பெத்தா கதைசொன்னா.

“இதென்னடி உங்கட கேள்வி, பதறித்துடிச்சி நான்வாற வரத்துக்குள்ள ஆர் ஆர புடிச்சிருக்கானுகளெண்டு டாப்புல பேர் கூப்புடுறமாதிரியோடிக் கூப்பிட்டுத் தெரிஞ்சிக்கேலும். வண்ணக்கர்ரமகன் விமலன், பொன்னிரமகன் தருமன், பூபதி மகன் தம்பிராசா, தில்லையண்ட மருமகன் தொண்டமானெண்டு நடந்து வந்தநேரம் கண்ணுலபட்ட தெரிஞ்சமுகங்கள் இதுகள் தாண்டி. இன்னும் எத்தினஎத்தினையோ புள்ளையளப்புடிச்சி வைச்சி மிதிச்சித் துவைக்கானுகள்கா.”

சொல்லிற்றுப் பெத்தா நடந்தநேரம் “எண்டதம்பியே வருத்தமாகக்கிடக்குற அம்மா நீ எங்கெண்டு கேட்டா நான் என்ன பதில் சொல்லுவண்டா” எண்டு வண்ணக்கர்ர மூத்த மகள் மீனாட்சி குழறுதது காதுக்குக்கேக்குது.

கோளாவில் கோயிலத்தாண்டி வட்டிப்பூமியால நடந்த நேரம் தீவுக்காலை பொண்டுகளெல்லாம் வரிசையா வந்து நிண்டு பெத்தாக்கிட்ட விசளம் கேட்டாளுகள். புருசன் நாகமணி யயும் காணயில்ல, பள்ளிக்கூடம் விட்டு இவ்வளவு நேரமாகி மயண்டையுமாகி மகனும் இன்னும் ஊட்ட வரயில்லயெண்டு தீவுக்காலை பரஞ்சோதி சனத்துக்குள்ள நிண்டு ஒப்பாரிவைக்கு றாள்.

"எடியேய் பரஞ்சோதி அப்பனும் புள்ளயும் மத்தியானம் கல்முனை வஸ்சுல ஏறுனதக்கண்டண்டி. எங்கடா நாகமணி போறாய் எண்டுகேட்டதுக்கு மகனுக்கு பைசிக்கிள் வாங்க மருதமுனைக்குப் போறனெண்டு சொன்னாண்டி" என்று பெத்தா சொல்ல,

"கண்கெட்டுப்போயிருவாய் பானையடுக்குல வைச்ச காச எடுத்துக்கொண்டு மகனோடயோ போயிருக்காய். வருவாய் தானே ... வந்துகொள்ளட்டும் நான் என்ன புதினத்த காட்டுற னெண்டு பாரன் ..." பத்திரகாளி உருவந்தாப்போலப் பரஞ்சோதி நிண்டாடுறாள்.

பனங்காட்டுக்கும், சிப்பித்திடலுக்குமிடைப்பட்ட வெட்ட வெளி றோட்டுல ஒத்தக் குருவியப்போலப் பெத்தா நடந்துபோன நேரம் செக்கமக்கலாயிற்று. சிப்பித்திடல் ஏத்தம், எதிர்காத்து, தலையில பாரச்சுமை, அதைவிட நெஞ்சில இன்னும் கூடுதல் சுமை, எண்ட புள்ளை கேசவனுக்கு ஒண்டும் நடவாது. இந்தப் பட்டிமோட்டு அம்மாள் அவனக் காப்பாத்துவாள். என்ற திடமான நம்பிக்கையோட எதிர்கொண்டு நடந்து சிப்பித் திடல் சவக்காலய அடைஞ்சபோது புணம் எரிச்ச சாம்பலுக் குள்ளால, ஊசிக்காது வழியாக வாறாமாதிரி வந்த புகைநூல சலாரெண்டு பெய்ஞ்சமழை அமுக்கி அடக்க, இத்திமர மொண்டுக்குக்கீழ பெத்தா ஒதுங்கிற்றா.

அடிவானத்தப் பிய்ச்சிப் புளக்குறாப்போல மின்னல் கோடுகள் தெரிஞ்சி மறைய இடிஇடிக்குது. கூடவே அக்கரப் பத்துல இருந்து வெடிச்சத்தங்களும் கேக்கத்தொடங்கப் பெத்தா இடிஞ்சி போனாப்போல இத்திமரத்துக்குக் கீழயே குந்திற்றா.

4

மூணுநாளா படுத்தபாயில கிடந்த பெத்தாவால இண்டைக் குத்தான் எழும்பி நடமாட முடிஞ்சிது. அண்டைக்கு ராத்திரி சுடலைக்கு நடுவுல இத்திமரத்துக்குக் கீழ குந்தியிருந்து மழையில நனைஞ்சி வந்து படுத்தவவ, இடுப்புவெட்டும் காய்ச்சலும்

பாடாய்ப்படுத்திப்போட்டுது. இதுக்கிடையில நடந்ததுகள கண்டும், கேட்டும் மனமும் பேதலிச்சுப்போயிற்று. எத்தனை யோசினை என்னென்ன கவலைகள், கனகவேல் கண்ணுக்குள் ளேயே நிக்குறான். அவண்ட கதையயும், நெளிப்பையும், நடைய யும் இனி எப்பயும் காணயேலாதே எண்ட ஏக்கப்பெருமூச்சி பெத்தாவுக்கு.

அக்கரப்பத்த சுத்தி வளச்சத கண்ணால கண்டிற்றுப் பெத்தா வந்திற்றா. அதுக்குப்புறகு நடந்ததுகள கேள்விப்பட்ட பெத்தாட ஈரக்குலையே ஆடிப்போய்ச்சி.

சுத்தி வளைக்குறானுகளெண்டு பயத்துல ஓடிப்போய்த் தென்னையில ஏறி வட்டுக்குள்ள மறைஞ்ச பொடியனொருத்தன கொக்குசுடுறமாதிரி சுட்டு வீழ்த்தினானுகளாம். ஆடுமாட ஏத்துறமாதிரி லொறிகளில ஏத்திக் கொண்டவட்டானுக்குக் கொண்டுபோய், அங்க முகமூடிய வைச்சி தலையாட்டி தெரிஞ் செடுத்து, நூத்திச்சொச்சம் புள்ளையள பூசாக்கு ஏத்திப்போட்டு மிச்சப்புள்ளைகள திருப்பி அனுப்புனானுகளாம். வந்தபுள்ளை கள் நடக்கேலாமலும் தவண்டும், தெத்தித்தெத்தியுமாத்தான் வந்திச்சுகளாம். இதுல இன்னும் கொடுமையென்னெண்டா, கொண்டவட்டுவானுல இருந்தநேரம் மூத்திரம் பேயப்போன கனகவேல சுட்டுப்போட்டு, “தப்பியோட முற்பட்ட கனக வேலென்ற பயங்கரவாதி சுடப்பட்டார்” எண்டு நேத்துராவு ரேடியோவில சொன்னதக்கேட்டதுல இருந்து பெத்தாவுக்கு நித்திரையேயில்ல.

இதுக்கிடையில கேசவனும், முஹமட்டும் இப்ப ஒண்டா யில்ல, ஆளுக்காள் எதிரும் புதிருமாகி ஒருத்தன ஒருத்தன் தேடித்திரியிறானுகளாம் எண்டுறதும் பெத்தாவுக்குத் தெளிவா யிற்று.

சுத்திவளைப்பு நடந்த அண்டைக்கு நடுச்சாமத்தில திடீரெண்டு வந்த கேசவன் தனக்கும் தன்னோட வந்திருக்கிற மூணுபொடியனுகளுக்கும் சாப்பாடு வேணும் எண்டுசொல்ல, மலர் உப்புக்கருவாட்டப்பொரிச்சி கிடந்த சோத்தப் பிரிச்சுக் கொடுக்க, நிண்ட நிலையிலயேநிண்டு திண்டுபோட்டு நித்திரை யாகிக் கிடந்த மலர்ர மகனத் தூக்கித் தோளுலபோட்டு பரப்பு மலையில கொஞ்சநேரம் நடந்து திரிஞ்சிற்று, “நான் வாறன் அக்கா. பெத்தாவையும் செந்திலயும் கவனமாப் பார்த்துக்கொள். நான் இனி அடிக்கடிவரமாட்டன். இப்பிடித் திடீரெண்டுதான் வருவன்” எண்ட நேரம்தான் பெத்தாகேட்டா. “ஏன் மனே அக்கரப்பத்த சுத்திவளைச்சிற்றானுகள். இந்தநேரம் வந்திருக்காயே, இப்ப எங்க என்னெண்டு போவாய்?”

“யோசிக்காத பெத்தா அங்க சுத்திவளைச்சவனுகள் இஞ்ச வரமாட்டானுகளெண்டு தெரிஞ்சிதாங்கா வந்திருக்கம்.”

“இப்ப எங்க மக்காள் போகப்போறயள்?”

“அதச்சொல்லுறதெண்டா உன்னையுமெல்லோ அந்த இடத்துக்குக் கொண்டு போயிருவம்.”

“மனே முஹமட் எங்கமனே கண்ணாலயும் காணக் கிடைக்குதில்ல.”

“அவனத்தான் பெத்தா நாங்களும் தேடித்திரியுறம்.”

வந்ததும் திண்டதுமா அவனுகள் போய், அடுத்தநாள் விடிய வெள்ளாப்புக்க மோட்டசைக்கிள் சத்தம் கேக்க, எழும்பியிருந்து கதவிடுக்கால பார்த்தநேரம். பாம்புப்பயித்தங்கா யொண்ட பிய்ச்சிச்சப்பிக்கொண்டு வந்த முஹமட் பெத்தாவுக்குப் பக்கத்துல குந்திற்றான்.

“என்னமனே விட்ட விடியக்க?”

“வெள்ளாம வெட்டுறாங்களெல்லுவா வாப்பாக்குச் சாப்பாடு சாமான் கொணந்தன் பெத்தா ... கேசவன் வரயில்லியா?”

“ராவு வந்தான். நிண்டநிலையிலநிண்டு ரெண்டுவாய் அள்ளிப்போட்டிற்றுப் போறான் ... உன்னத்தான் தேடித்திரியிறானெண்டான். நீயென்னெண்டா இந்தா வந்து நிக்காய். இதென்னடா புதுனம்.”

“என்னய ஏனாம் பெத்தா தேடுறான். கண்ட இடத்துல போட்டுத்தள்ளயாமா, ராவு அவன் வந்தது நெக்கு தெரியாதெண்டா நெனைக்காய் நெக்குத்தெரியும் பெத்தா.” பெத்தாக்குப் பேயறைஞ்சாப்போல இருந்திச்சி.

“இதென்னடா மனே ... எத்தின நாள் இந்தத் திண்ணயில எண்ட கையால உங்க ரெண்டுபேருக்கும் சோறுபோட்டுத் தந்திற்று, நீங்க சிரிச்சிக்கதைச்சி அடிபுடிபட்டுத் தின்னிறதப் பார்த்துக்கொண்டிருந்திருப்பன். இப்ப என்னடா? ஆளையாள் வெட்டிக்குத்தத் திரியுறயள். இதெல்லாத்தயும் பார்க்கோணும் எண்டுறது எண்ட தலையெழுத்து.”

மலர்குடுத்த தேத்தண்ணியக்குடிச்சிற்று முஹமட் போன இந்த ரெண்டு நாளும் பெத்தாக்கு நிம்மதியில்ல. மூணுமலைத்

தொடுப்பிலயும் சின்னத் தேவதையாக ஆடிப்பாடுனமாதிரி யெல்லாம் கனவுகண்ட பெத்தாட ராவெல்லாம் தொலைந்து போனதாய், இப்பத்தய ராவு முழுவதும் கெட்டகெட்ட கனவு களாகவே வந்து போகுது.

இதுக்கிடையில நேற்றுப்பின்னேரம் சுரத்தலப்பு நோண்ட வந்த பொன்னம்மை "உண்ட மகன் சின்னான் இப்பிடிப் பாடவதியாக்கிடக்கானே, நீயும்தான் ஒரு எட்டு நடந்து போய்ப் பார்த்திட்டு வந்தாத்தான் என்னகா?" என்று கேட்டு மனசக் குழப்பிப்போட்டுப் போயிற்றாள்.

பாம்புரகழுத்துச்சட்டை கிழிஞ்சி போயிற்றெண்டு புதுச் சட்டை மாத்தலாமெண்டு நினைச்சி வெள்ளைவேட்டியில கரைத்துண்ட கிழிச்சிற்று வந்து பாம்புக்குச் சுத்தலாமென்று பாம்பத் தூக்கி மடியில வைச்சா, அது ஒரு இடத்தில சிலையாக நிக்காம வளைஞ்சி நெளிஞ்சி பெத்தாட பொறுமையச்சோதிக் கிறதக் கண்டு பயத்தம் பத்தைக்கபோற மலருக்குச்சிரிப்பு. பெத்தாவும் மல்லுக்கட்டி மலைமோதுற மாதிரித்தான் மடியில கிடக்குற பாம்போட படாதபாடு படுறா. பாம்பும் பெத்தாட சொல்படி நடக்குறமாதிரியும் இல்ல. தலையப் புடிச்சா வால நெளிக்கிறதும், வாலத் தொட்டா தலைய மடிக்குள்ள பூத்துற துமா சொல்லுக் கேட்காம பிடிவாதம் பிடிக்குற பாம்புக்கு என்னெண்டுதான் சட்டை மாத்துறதோ எண்டுறதுதான் பெத்தாட யோசனை. இதென்ன பணியாரப் பாம்புகா சட்டை மாத்த உடாம, தொட்டா ஒரு இடத்துல நிக்காம, அங்கிட்டும் இங்கிட்டுமா நெளிஞ்சி விளையாடுது. எப்ப சட்டை மாத்தி எப்ப நான் பூசைபண்ணுறதோ இந்தப் பணியாரத்துக்கு? பெத்தாட குரலுல சலிப்புத் தட்டுனத கவனிக்குறாள் மலர்.

"என்ன பெத்தா பாம்போட விளையாடுறயோகா உண்ட பேரன் கண்டுபுடிச்ச பாம்பெல்லோகா அது. அவனுக்கு மட்டும் தான் அடங்கும்" மலர் சொன்னது கேட்டும் கேட்காதமாதிரி பெத்தா பாம்புக்குச்சட்டை சுத்துறதுலயே இருக்குறா.

கேசவனுக்கு எட்டுவயசா இருக்கும்போது, பரப்புமலைக்குப் பக்கத்துல நிக்குற பனைவடலியோட சேர்ந்திருந்த புற்றுவாயுக் குள்ள வாலொண்டு மறையுறதக் கண்டுற்றான். மறைஞ்ச வால் உடும்புவாலோ? பல்லிவாலோ? தெரியாது. ஆனாலும் மறைஞ்சது பாம்புதான் எண்டு நம்புனது மட்டுமில்லாம, அந்தப்புற்றடிய கோயிலாயும் ஆக்கிற்றான் கேசவன். ரெண்டுகுடைக்கம்பிய எடுத்துத்திருகி சீலையசுற்றிப் பாம்பாக்கிப் புற்றுல வைச்சிற்று, பாம்பு நனையாம இருக்க ரெண்டு கிடுக முட்ட வைச்சுக் கூரையுமாக்கிற்றான் கேசவன்.

கேசவன் விளையாட்டுக்குச்செய்தாலும் நாளடைவுல பெத்தா கும்புடுற குடியூட்டுக்கோயிலாகவும் அதுமாறிற்று. ஆடிஅமாவாசையில ஊர்ப்பகுதிக் கோயில் திருவிழாக்காலங் களுல பாம்புப்புத்துக்குப் பொங்கல் வைச்சுப் பூசையும் நடக்குற துண்டு. கேசவண்ட குடைக்கம்பி பாம்புதான் பெத்தாட மடியில கிடந்து சட்டைபோட மாட்டனெண்டு பாடாய்ப் படுத்துது இப்ப.

ரெண்டு மலைகளுக்கு இடையாலவந்த கபூர்போடியார்ர மெசின்பொட்டியில இருந்த பொடியனுகள் மூணு நெல்லுச் சாக்க உருட்டியுட அது பொத்தென்று விழுந்த சத்தத்திற்குப் பெத்தா நிமிர்ந்து பார்த்த நேரம் மெசின் போகுது.

பாம்பும் கையுமா வந்தபெத்தா, மலருக்கிட்டவந்து "என்னடி பொட்ட இன்னமும் உண்ட மகன் எழும்பயில்லயோடி" என்று கேட்கிறா.

"இல்ல பெத்த, ராராவா இருமுனாங்கா, விடியவிடிய நித்திரையில்ல. இப்பதான் அயர்ந்து தூங்குறான். ஒழுப்பாதை யன். படுக்கட்டுமே" என்றவள். போடியார் அனுப்புன மூணு நெல்லுச் சாக்கையும் பார்த்தத, பெத்தாபார்த்திற்றா. "என்ன மூணு சாக்கெண்டு பார்க்கயோ அதாண்டி எனக்கும் விழங்க யில்ல எதுக்கும் போடியார் வருவார்தானே" எண்டிற்றுப் புத்தடிக்குப் போயிற்றா.

நாக்கிழியான் புழுப்போல பூவுக்குள்ளால புறப்பட்டு வந்த புடலம் பிஞ்சுக்கெல்லாம், சின்னக் கல்லுகள சீலைநாடா வுல தொடுத்துக்கட்டிக் கொண்டிருந்த மலருக்கு பின்னால கபூர்போடியார் வந்து நிண்டதக்கூட அவள் காணயில்ல. புற்றடியிலிருந்து வந்த பெத்தா "என்ன கபூர் வந்த நீ ஒண்டும் பேசாம நிக்கிறாய் இரியன்" எண்டபோதுதான் மலரும் திரும்பிப் பார்த்தாள்.

"இல்ல மைலியக்க, சூடு அடிச்சி பொலியெல்லாம் ஏத்தி அனுப்பியாச்சி. வட்டைவேலை எல்லாம் முடிஞ்சிதெல்லுவா. அதான் செல்லிற்றுப் போகலாமெண்டு வந்தன்" சொன்ன போடியார் வழிப்பாட்டுல கிடந்த நெல்லு மூடைகள இழுத்து வந்து வாசலுல சாய்த்துப்போடுறார்.

"இதென்ன கபூர் வருசாவருசம் ரெண்டு மூடை தாறநீ இந்த முறை மூணா இறக்கியுட்டிருக்காய்."

"முன்னையப் போலயா? இப்ப அடிக்கடி பொடியனுகளும் வந்து திண்டு குடிச்சிப்போற இடமெல்லுவா இது."

“ஆ உண்ட மகனும் வந்து திண்டுகுடிச்சிப் போறத்தால ஒரு மூடை நெல்லக்கூடத் தந்திருக்காய் எண்டு சொல்லாமச் சொல்லிற்றாய் என்ன கபூர்.”

“சே . . . சே . . . அப்பிடியெல்லாம் நீ ஏன் நினைக்காய் மைலியக்க. இந்த வருசம் வெளைச்சலும் பரவாயில்ல. ஒள்ளம் உண்டென இருந்திச்சி . . . அதோட ஒனக்குத் தாறதால நெக்கென்ன கொறைஞ்சா போயிரும்.” சொல்லிற்று சைக்கிளத் தள்ளுன போடியார “இஞ்ச ஒள்ளம் நில்லு கபூரு” எண்ட பெத்தா கொடிகளுக்கு மறைவில பழுத்து வெடிப்புக்கண்டு கிடந்த வெள்ளரிப்பழமொண்டுற தண்ட முறிச்சி காஞ்ச வாழைமடல் சருகுகளால சுத்தி, பழத்த சைக்கிள்கரியலுல வைக்க, கரியல சுத்தியிருந்த நைலோன் கவுத்தால வெள்ளரிப் பழத்துக்குக் கட்டுப்போட்டெடுத்துக் கொண்டு போயிற்றார் கபூர்போடியார்.

போனகிழமைதான் சுரத்தலப்பெல்லாத்தயும் நோண்டியெடுத்து ஒரு கடையல் கடைஞ்சா பெத்தா. நோண்டுன நுனியில இருந்து நாலாய்ப்பிரிஞ்சு தளிர்வளர்த்த சுரக்கொடியெல்லாம் தழைதெரிய, பெத்தாவுக்கு மனசெல்லாம் பூரிப்பு. நோண்டிக் கட்டுப்போட்டா சந்தைக்குக் கொண்டுபோய் விற்றிடலாமெண்டு மனசுக்குள்ள எண்ணம். ஒவ்வொரு கணுவுக்குள்ளாலயும் குழல்வைச்சமாதிரி மஞ்சள்பூ. நிமிர்ந்து நிக்குற பூவுக்கடியில குடம்வைச்சமாதிரி நிக்குற சின்னப்பிஞ்சுகள்வேற, பெத்தாட மனச பரவசத்துக்கு உள்ளாக்குது.

சுரக்கொடியில உள்ள பூவுகளயும் பிஞ்சுகளயும் பார்த்தா இந்தமுறை வண்டில் கட்டித்தான் சந்தைக்குச் சுரக்காய் கொண்டு போகவேண்டிவரும் எண்ட நினைப்புப் பெத்தாவுக்கு. அடை மழை பெய்ஞ்சி பூவுகளும் பிஞ்சுகளும் அழுகி விழாமலோ, இல்ல ஆர்ரையும் கண்பட்டுக் கருகிப்போகாமலோ உட்டாத் தான் சரி. அதிலயும் பொன்னம்மைர கண்ணுல படாம இருந்துரோணுமே என்கிறதுதான் பெத்தாட கவலை. பொன்னம்மைர கண்ணுல பெத்தாவுக்கு எப்பயுமே ஒரு பயம் தான்.

நினைச்சிக்கொண்டே நிமிர்ந்த பெத்தா எல்லைவேலி மிலாறுகளுக்குள்ளால குனிஞ்சுவாற பொன்னம்மையைக்கண்டு “நினைக்கக்குள்ள வாறாளே” எண்டிற்றுச் சுரக்கொடியில இருந்து விலத்தி முன்னுக்கு நடந்துவந்து, பொன்னம்மைய எதிர் கொண்டு, “வா பொன்னம்ம என்னடி முகம் வாடிக்கிடக்கு உடம்புக்கு என்னமுமோடி . . .” கேட்டிற்றுக் குடிலுக்கபோய்ப்

படுத்துக்கிடந்த மலர்ர மகன்ட நெத்தியில கைவச்சிப்பார்த்து "காய்ச்சல்கீய்ச்சல் இல்ல" எண்டு தனக்குள்ளயே சொல்லிற்றுப் பெத்தா வெளியில வந்த நேரம், முத்தல் பயித்தைய தோலுரிச்சிக் கொட்டைய வேறாக எடுத்துக்கொண்டுடிருக்குற மலருக்கு முன்னால குந்திக்கொண்டிருந்தாள் பொன்னம்மை.

"மூணு நாள் போன மனிசன் இன்னும் வரக்காணயில்ல. செலவும்கூட ரெண்டு நாளைக்குத்தான் கட்டிக்கொண்டு போனான் பாவி. வாறபோற ஆருக்கிட்டயும் எந்த விசளமும் சொல்லி அனுப்பக்காணம். ராவெல்லாம் கஞ்சிகுடிச்சாறு காட்டுப்பக்கத்துலயிருந்து விடியவிடிய வெடிச்சத்தமும் ஹெலி சுத்துற சத்தமுமாத்தான் கேட்டிச்சாமெண்டு சாகாமத்துலயிருந்து வந்தாக்கள் சொல்லுறாங்க. எனக்கெண்டா இந்த மனிசன நினைச்சுப் பயமாத்தான் இரிக்கு மைலியக்க."

உள்ளங்கை சீனிய நாக்காலதொட்டுத் தேயில கொத்துக் கோப்பைய வாயுல வைச்சு உறுஞ்சிற பொன்னம்மைய பார்க்கப் பரிதாபமாத்தான் இருந்தது.

அன்றாடம்காச்சிகள், மகன் உழைப்பான் நல்லா வைப்பா னெண்ட நம்பிக்கையும் அவன் இயக்கத்துல சேர்ந்த நாளுல யிருந்து தொலைஞ்சிபோய்ச்சி. புருசன் கூலிக்கு வெள்ளாமைக் காவலுக்கு நிண்டுகொண்டு வாறத்துலதான் காலத்தக் கழிக்காள். சேனைப்பூமியும் அவ்வளவு நல்லதாயில்ல. குறுனிக்கல்லும் திட்டியும் திடலுமாக்கிடக்குற மேட்டுநிலத்துல மாரிக் காலத்துல கூட மொட்டை மண்டையில மசிர் முளைச்சாப்போல அங் கொண்டும் இங்கொண்டுமாத்தான் புல்லுக்கூட முளைக்கும்.

இண்டைக்கோ நாளைக்கோ எவண்டையோ ஒருத்தண்ட கையில புடிச்சுக்குடுக்க வேண்டிய வயதுல குமர்ப்புள்ளையு மொண்டு ஊட்டுக்குள்ள இருக்குறதால, பொன்னம்மையும் சும்மா இருக்காம அத்தாங்க எடுத்துக்கொண்டு ஆத்துலகுளத்துல இறங்கி கூனிய, மீன வடிச்சிற்றுவந்து விற்றுக்காசாக்கி, ஊட்டுக்குத் தேவையான சாமானுகள வாங்கி வச்சித்தான் இருக்காள். அப்பிடி வாங்கி வச்ச சாமானுகளில அடுக்குல இருந்த சருவச் சட்டியொண்ட புருசன் கந்தன் காவல்ப்பறனுக்குக் கொண்டு போயிற்றானெண்ட கவலையும்கூடப் பொன்னம்மைர மனசுல.

"எடியே வெள்ளாமைக்காவலெண்டா சும்மாவோ? வரம்ப உடைச்சிக்கொண்டு தண்ணி பூந்திருக்கும், வக்கடை வெட்டோ ணும், வக்கடை கட்டோணும், பண்டி பூந்து குடலைய அறுத்தா அதுக்குக்காவல் காக்கோணும். வரப்புல நட்டுமை போட்டிருந்தா

எங்கெங்கெண்டு பார்த்து அத அடைக்கோணும். இப்படி என்னென்ன வேலையோ? இருந்துபாரன் இன்னா வந்துருவான்.

இத்தனயும் பொன்னம்மைர மனச் சமாதானத்துக்குத்தான் பெத்தா சொன்னாளே தவிர, ராவிருட்டில பூச்சிபட்டையுள்ள இடத்துல கந்தனுக்கு என்னமுமோ என்று பெத்தாட மனசும் உள்ளூரப் பயப்படாமலில்ல.

“எதுக்கும் விளாத்தியடிக் கடையடி மட்டுக்கும் போய் ஏதும் விசளம்கிசளம் கிடைக்குதோ என்டு பாத்துட்டுவாறன். மைலியக்க” சொல்லிற்றுப்போன பொன்னம்மைர தலைக்கறுப்பு வாய்க்கால் இறக்கத்துல மறையுமட்டும் பார்த்துக்கொண்டே நிண்டா பெத்தா.

தாழம்தும்பு சாமரத்த நிமித்திப்பிடிச்சாப்போல இறுங்குப் பூவெல்லாம் வெள்ள வெளிரெண்டு பஞ்சுப்புடியப்போல நிக்குது. அஞ்சாறு காய்கள ஒண்டாச்சேர்த்துக் கட்டுனாப்போல ஒவ் வொரு கந்துலயும் ரெண்டுமூணு குலையோட நிக்குற பாம்புப் பயித்த, ரெட்டைச்சடை கட்டிப்போற பள்ளிக்கூடத்துப் பொட்டைகள் மாதிரித்தான் இருக்கு.

வேலி நெடுகப் படர்ந்து கிடக்குற நாடங்கொடிமுழுக்க, குடத்தக்கட்டித் தொங்க உட்டாப்போலத் தொங்குற நாடங்காய் கள கண்டநேரம் “குடுவையொண்டுக்கு நாடங்காயொண்ட முத்த உட்டுத்தா” என்று வெள்ளும்மா கேட்டது பெத்தாவுக்கு நினைப்புவர, நல்ல பெரிய நாடங்காயாப் பார்த்துச் சருகுள்ள மிலாறுகளால காய மறைச்சுட்டா பெத்தா.

குட்டிவாழைமரங்கள் உயர்ந்து வளர்ந்தாப்போல அகண்டு இலையுட்டு மொத்திதள்ள ஆயத்தமா நிக்குற சோளக்காட்டுக் குள்ளால நடந்தநேரம், ஏதோ அடர்ந்த காட்டுக்குள்ளால நடக்குற பரவசம் பெத்தாவுக்கு. இதுநாள்வரையில தண்ட சேனைக்குள்ள இப்பிடிச்சோளம் செழிப்பா வளர்ந்தத பெத்தா கண்டதேயில்ல. ஒவ்வொரு சோளம் அடிக்குமிடையில பாத்தி புடிச்சி நட்டுவச்ச உச்சிக்கொச்சி முழுக்க உச்சியப்பாத்தமாதிரி பூவும்பிஞ்சுமாயே தெரியுது.

5

சோளக்காட்டுக்குள்ளால நடந்தபெத்தா, நடைநடையா நடந்து மொட்டையாமலைச்சரிவுல ஏறிற்றா. மெல்லமெல்ல மலையில ஏறிநிண்டு குடிலத்தேடுறா, குடிலே கண்ணுக்குத் தெரியாத அளவிற்குச் சோளக்காடு வளர்ந்து மூடிநிக்குது. மலையில இருந்து பார்க்கப் பச்சைப்பசேலெண்டு தெரியுற சேனைக்காடு பெத்தாட மனசப்பூரிக்கச் செய்யுது.

மலையடிவாரத்து மரத்திலெல்லாம் கட்டியுட்டமாதிரி தொங்குற தூக்கணாங் கூட்டுக்குள்ளயிருந்து குருவிக் குஞ்சு களூற கீச்சுக்கீச்சுக் சத்தம் கலகலக்க, தாய்க்குருவிகள் கூட்டுக் குள்ள போறதும்வாறதுமாவே பறந்து திரியுதுகள். ஒண்டை யொண்ட பார்ககுறதுமா, ஒண்டுக்கொண்டு பேன்பாக்குறதுமா, மரத்துக்குமரம் தாவுறதுமா குரங்குகள் காட்டுற சேட்டைகளுக் கும் குறைச்சலில்ல. சோளம் விளையுறகாலத்துல என்னெண்டு தான் இந்தக்குரங்குகளிட்டயிருந்து சேனைய காப்பாத்துறதோ தெரியாதெண்டுற கவலைவேற பெத்தாவுக்கு.

கண்ணுலபட்ட மிலாறுகளில கொள்ளிமுறிச்சி இடுப்பில இடுக்கிக்கொண்டு இறங்கி நடந்துவாறநேரந்தான் பார்த்தா, முளையால பூமியப்புளந்து, மூணு இலையுட்டு நிக்குற கச்சான் பயிருக்கடியில எலிதோண்டுன தடம்தெரியுது, “கொப்பனோத்த எலிக்கிளையள் முளையுட்ட கச்சானையும் உடாதுகள்போல இரிக்கேகா” என்று தனக்குள்ளேயே பேசிக்கொண்டேவந்து கொள்ளிமிலாற வாசலுல போட்டிற்றுக் குடிலுக்க எட்டிப் பாக்குறா.

பேராண்டி தையல்பெட்டிக்குள்ள கிடக்குற றில்கட்டை களயும், புளியங்கொட்டைகளயும் பரப்பிவைச்சி விளையாடுறான். பெத்தாக்கு சந்தோசம் “நித்திரக் கண்ணுலயும் குரங்கு குட்டிய மறக்காதமாதிரி இவன் இந்தத்தையல் பொட்டிய மறக்கமாட்ட னெண்டுதான் நிக்குறான்.”

“அவன் அந்தத் தையல்பெட்டியோட விளையாடுறதுதான் உனக்கு எப்பயும் கண்ணுல குத்தும். உனக்கேங்கா என்னேர மும் அவனுலயே கண்ணு.” தோய்ச்ச புடவைய புடலம்பந்தல் காலுகளூல தொடுத்துக்காய வைச்சபடியே கேக்கிறாள் மலர்.

“எடியே நூறுதரம் சொல்லியிருக்கன் தையல்பொட்டிக்குள்ள குண்டூசி, தையல்ஊசி கிடந்து கையிலகாலுல குத்திச்செண்டா, புள்ளைர வாழ்க்கை எழுத்துக்கூட்ட ஏலாமப்போயிருமெண்டு, நீ கேட்டாத்தானே. என்னமோ காலடியில டாக்குத்தன் இருக்குற ஊருல இருக்குறமாதிரித்தானே உண்ட நினைப்பு இரிக்கு. கண்ணுல இருட்டுப்பட்டா ஆனைவந்து முன்னாலவந்து நிண்டா லும் கண்டுகொள்ளாத காடுகரம்பையில வாழுறது மறந்து பெல்லக்கு பெத்தினகதையல்லோ கதைக்காள். ம் . . . என்னமோ செய் . . .” புறுபுறுத்துக்கொண்டே குடத்தோடநடந்து வாய்க் காலடிக்குப் பெத்தா வந்தநேரம், வாய்க்காலுக்குள்ளால நடந்து வந்து கட்டுல ஏறி எதிர்கொண்டுநிக்குற குறத்தி குஞ்சரக்காவக் கண்டு, பெத்தா திடுக்கிட்டுப்போயிற்றா.

மான், மரை, உடும்பு இறைச்சி விக்குறதெண்டா குறவனுகள் வருவானுகள். தேனத்தினைய விக்குறதெண்டாத்தான் குறத்திகள் வருவாளுகள். அப்பிடியும் இவ்வளவுகாலத்துக்கும் மொட்டையா புரத்துப் பக்கம் குஞ்சரக்கா வந்தத பெத்தா கண்டதுமில்ல கேள்விப்பட்டதும் இல்ல. ஒருநாளுமில்லாம இவளேன் இண்டைக்கு வந்திருக்காளெண்ட கேள்வி பெத்தாட மனசுக் குள்ள. விளைச்சலுக்குக் கிழங்கு ஏதும் வாங்க வந்திரிப்பாளாக்கும் எண்டு நினைச்சிக்கொண்டு "என்னடி குஞ்சரக்கா ஒரு நாளுமில் லாம இண்டைக்கு இஞ்சால வந்திருக்காய்."

கேட்டுக்கொண்டே வாய்க்காலுக்க இறங்குனா பெத்தா, வாய்க்காலுல தண்ணி வேகமாத்தான் ஓடுது. புல்லத்திண்டு ஏப்பமெடுத்து அசைபோடுற மாட்டுர கடைவாய்மாதிரி வாய்க் காலுட ரெண்டுகரையும் நுரைபுடிச்சிப்போய்த் தெரியுது. குடத்த முக்கித் தண்ணிய நிரப்பிக்கொண்டு மேலவரும்வரைக்கும் குஞ்சரக்கா எதுவும் பேசாமத்தான் நிக்குறாள்."

"என்னடி குஞ்சரக்கா, உட்டசேனையில பட்ட நாட்டுக் கட்டையபோல ஒண்டும் பேசாம நிக்குறாய் என்னெண்டுதான் சொல்லன்."

"இவன் குறவன ரெண்டுநாளாக்காணயில்லே மைலியம்மே."

"ஆரிடி ஜேக்கப்பையோ காணமத்துப்போட்டுத் தேடித் திரியுறாய்? ஏண்டி ஏதும் சண்டைகிண்டை போட்டயோ? அவன் ஊட்ட உட்டுப்போட்டு ஓட."

"இல்லே மைலியம்மே. வேட்டைக்கெண்டு நாயோடபோனது, ரெண்டுநாளாயும் ஊடு திரும்பயில்லே. அதான் இங்கிட்டு வந்தானா ஆரும்கண்டதா எண்டு கேட்டுப்போக வந்தன் மைலியம்மே."

அள்ளி முடிஞ்ச குடுமிக் கொண்டைக்கு, கொண்டைக்குத்தி குத்தாததால அவுண்டு விரிஞ்ச தலைமுடிய திரும்பவும் அள்ளி முடியுறாள் குஞ்சரக்கா.

"அவள் பொன்னம்மையும் புருசனக் காணயில்லாயா மெண்டுறாள். நீயும் இந்தா வந்து கொண்டை விரிய நிக்காய். என்ன புதுனம்டி இது."

சொல்லி முடிச்சிருக்க மாட்டா, பார்த்தா . . . கிறவல் றோட்டுல புழுதிமண்ணக் கிழிச்சிக்கொண்டு ச . . .ர் . . .ர் . . . எண்ட சறுக்கலோட சைக்கிளெல்லாம் விளாத்தியடிக் கடைப்

பக்கமா பறக்குது. சைக்கிளுக்கு முன்னாலயும் பின்னாலயும் ஆம்புளை, பொம்புளை புள்ளைகளெண்டும், ஒண்டுக்குப் பின்னால ஒண்டுமெண்டும் சனம் ஓடிக்கொண்டிருக்கு. "என்னடி புதுனம். எங்கடி ஓடுறயள்" எண்ட பெத்தாட கேள்விக்குக்கூட ஆரும் பதில் சொல்லுவாரில்ல.

வாய்க்கால்கட்டுக் கிறவல்புட்டியில ஏறிநிண்டு பார்க்குறா பெத்தா. விளாத்தியடிக்கடையடி முழுக்கச் சனமாத்தான் தெரியுது. சேனைக்குடிலுக்க இருந்த ஆக்களும் பயிர்ப்பச்சைக்குள்ளால விளாத்தியடிக்கடைப்பக்கம் ஓடுறது உயரத்துல இருந்து பார்க்க நல்லாத்தெரியுது.

"என்ன புதுனமெண்டு தெரியாது. விளாத்தியடிக்கடை முழுக்கச் சனம் கூடி நிக்குதடி. வாடி குஞ்சரக்கா என்னெண்டு போய்ப் பார்ப்பம்."

தண்ணி நிறைச்ச குடத்தயும் வைச்ச இடத்துல வைச்சுற்றுப் பெத்தா நடக்கக் குஞ்சரக்காவும் பின்னால ஓடுறாள்.

கடையடிய நெருங்கநெருங்கக் கடைக்குமுன்னால மெசின் பெட்டியொண்டும் அதச்சுத்தி ஆக்கள் நிக்கிறதும், நிக்குறாக்கள் மெசின்பொட்டிய எட்டிஎட்டிப் பார்க்குறதும் நல்லாத்தெரியுது.

மான், மரை இறைச்சி விக்குறதெண்டாலும் இப்பிடித்தான் கடையடியில சனம்கூடும். அதுக்கொருநாளும் சனம் இப்பிடி அடிச்சிப்புடிச்சி ஓடுனதில்லயே, ஏதும் காணாததக்கண்ட புதுனமாயிருக்குமோ எண்டுகூடப் பெத்தா நினைச்சுக்கொண்டு, காட்டுல கண்ட வெங்கிளாத்திப்பாம்பொண்ட இருபதுமுப்பது பேர் சேர்ந்து புடிச்சிக்கொண்டு வந்து இப்பிடித்தான் கடையடியில போட்டு ஆக்களுக்குப் புதுனம் காட்டுனதெல்லாம் பெத்தாட நினைப்புல வந்தாலும் அதெல்லாம் அப்ப ஒரு காலத்தில, இப்ப எங்க அப்பிடிப் பாம்பெல்லாம் கிடைக்குதோ எண்ட நினைப்போட நடந்த பெத்தா கடையடிய வந்துசேர்ந்திற்றா. இதுக்கிடையில பொன்னம்மையும் வந்திற்றா.

மெசின்பெட்டிய சுத்திநிண்ட சனமெல்லாம் தள்ளுமுள்ளுப் பட்டுப் பொட்டிக்குள்ள கழுத்த சவட்டிப்பார்க்குது. "இஞ்ச உடுங்கடி ஒள்ளம்" எண்டிற்று நெருக்குப்பட்டுப்போய்ப் பொட்டிய எட்டிப்பார்த்த பெத்தா, பேயறைஞ்சாப்போல விறைச்சிப்போய் நிண்டிற்றா.

மெசின்பெட்டி நிறைய பத்திக்கருகுன மனிசஉடம்புகள். தனக்கு எதிர்ப்பக்கத்துல நிண்டுகொண்டு குஞ்சரக்காவும் பொன்னம்மையும் படுறபாட்டைப் பார்த்துப் பெத்தா பதைச்சிப் போயிற்றா.

விமல் குழந்தைவேல்

கண்டுக்காளைய சுத்திவாற தாய்மாடுமாதிரி மெசின் பெட்டிய சுத்திசுத்தி ஓடிவந்த குஞ்சரக்கா திடீரென்று கத்தத் தொடங்கிற்றாள்.

“எண்ட மைலியம்மே ... எண்ட குறவன் இஞ்சகிடக்கானே பாரேன்” எண்டு கத்துனவளுக்கிட்டப் போனா வெள்ளிக்காப்பு போட்ட கருகுன கையொண்ட தூக்கிப்புடிச்சுக்கொண்டு கத்திக் கதறுறாள் குஞ்சரக்கா.

குஞ்சரக்காட கத்தல் சத்தத்தோட இப்ப பொன்னம்மையும் சேர்ந்து கத்துறாள். கந்தனும் கரிக்கட்டையா கிடக்கானெண்டு றத அவண்ட ஆறுவிரலுல இருந்து கண்டுபுடிச்சிற்றாள் பொன்னம்மை.

கந்தண்ட உடம்ப நாலைஞ்சுபேர் சேர்ந்து இறக்கி பொன்னம்மைர குடிலுக்குக் கொண்டு போயிற்றாங்க. ஜேக்கப்புர உடம்ப அளிக்கம்பைக்குக் கொண்டுபோய் இறக்க மெசினத் திருப்புன நேரத்திலதான் மக்காட்டுல கேசவன் இருக்குறதப் பெத்தா கண்டா. கலைஞ்சதலைமுடி, பொத்தான்பூட்டாத கசங்குனசேட்டு, நித்திரை முழிச்சி சோர்ந்தகண். இதோட சுத்திநிக்கிற பொண்டுகளூற கதறல் வேற அவன கவலையாக்க, கேசவன் தளர்ந்து போயிருந்தாலும் அதவெளிக்காட்டாம திடமாகத்தான் நிக்கிறான்.

“நீ ஏங்கா இங்க வந்த.”

“இதென்ன கொடுமைடாமனே ... என்னடா நடத்திச்சி?”

“கஞ்சிகுடிச்சாறு காட்டுப்பக்கம் கண்ணுல கண்டாக்களையெல்லாம் சுட்டு, வைக்கலப்போட்டு எரிச்சிப்போட்டானுகளுகா.”

“நீ இப்ப எங்கமனே போகப்போறாய். எனக்குப் பயமா இரிக்குடா.”

“ஜேக்கப்புட உடல அளிக்கம்பைக்குக் கொண்டுபோய்க் குடுத்திற்றுப் பனங்காடு அக்கரப்பத்து ஆலையடிவேம்பு கோளாவிலெண்டு ஒவ்வொரு ஊர்ஊராய்ப்போய்க் காட்டோணும் பெத்தா. நீ இதுலநிக்காத ஊட்டபோ.”

மெசின்மக்காட்டுல கேசவன் ஏறியிருக்க இன்னும் அஞ்சாறு பொடியனுகளும் ஏறிக்கொள்ளக் கடையடியவிட்டு மெசின் நகர்ந்த நேரத்துலதான் நாலு மோட்டச்சைக்கிள் வந்து சடாரெண்டு நிண்டிச்சி.

மோட்டச்சைக்கிளில, வந்துநிண்ட பொடியனுகளக் கண்டதுமே மெசின் மக்காட்டுல இருந்த பொடியனுகளுல கேசவனத்தவிர மற்றவனுகள் பாய்ஞ்சி இறங்கிச் சைக்கிளுகள சுத்தி நிண்டுற்றானுகள்.

நடந்த சம்பவங்கள தோழர் கேள்விப்பட்டுத் கவலைப்பட்டா ரெண்டும், ஏதும் உதவி தேவையோ எண்டும் கேட்டுவரச் சொன்னாரெண்டு வந்தவனுகளுற தலைவனொருவன் சொல்லச் சுத்தி நிண்டவனுகள் கொதிச்சுப்போயிற்றானுகள்.

“என்ன புள்ளையயும் கிள்ளியுட்டுத் தொட்டிலயும் ஆட்டுறயள்போல. எல்லாம் எங்களுக்குத் தெரியுமெண்டும், எங்கட எதிரிக்கு வால் புடிக்கிறவண்ட உதவிகள் எங்களுக்குத் தேவைப்படாது எண்டும் முஹமட்டுக்கிட்ட சொல்லுங்க தோழர்” மக்காட்டுல இருந்தபடியே சொல்லுறான் கேசவன்.

“உங்களுக்கும் எங்களுக்கும் உள்ளது கருத்து வேறுபாடு. அது ஒருபக்கம் இருக்க மக்களுக்கு உதவவாறாக்கள் ஆரா இருந்தாலும் இடம் குடுக்கத்தானே வேணும் தோழர்.”

“எங்கட மக்களக்காப்பாத்த எங்களுக்குத்தெரியும், மக்களச் சாக்காட்டச்சொல்லி வழிகாட்டுறவங்களயும், காட்டிக்குடுக்குற வங்களயும் முடிஞ்சா அடக்கிவைக்கச்சொல்லு. இல்லயெண் டால் கூடிய விரைவில் பதிலடி குடுக்கவேண்டி வரும் எண்டுறத யும் சொல்லு. இவங்களோட என்னடா கதை ஏறுங்கடா போக.”

கேசவண்ட பேச்சுக்குக் கட்டுப்பட்டு எல்லாப்பொடியனு களும் மெசினிலஏற, புழுதியக் கிழப்பிக்கொண்டுபோன மெசின் முடக்கால மறையுமட்டுக்கும் பார்த்து நிண்ட பெத்தா பெரிசா ஒருபெருமூச்சி விட்டிற்றுப் பொன்னம்மைர வீட்ட நோக்கி நடக்கத்தொடங்கிற்றா.

6

ஊரும்நாடும் முன்னமாதிரியில்ல. இப்பெல்லாம் எப்பயுமே எல்லா இடத்திலயும் குண்டுவெடிப்பும், சுத்திவளைப்பும், வெடிச் சத்தமுமாத்தான் நாளுகள் நகருது. கஞ்சிகுடிச்சாறு காட்டுக் குள்ள ஆக்களச்சுட்டுப் பத்தவைச்ச நாளுல இருந்து பெத்தாக்கு நித்திரையுமில்ல நிம்மதியுமில்ல.

எரிச்ச புணமெல்லாத்தயும் மெசினில ஏத்திக்கொண்டு வந்து ஊர்ஊராக் குடுத்தது கேசவன்தானாம் எண்டுறத அறிஞ்ச அக்கரப்பத்துப் பொலிசும், அதிரடிப்படைக்காரனும் எப்பிடி யெண்டாலும் கேசவன புடிக்குறதுலயோ, சுடுறத்துலயோதான்

குறியாத்திரியிறானுகள். கண்ணுலபடுற அப்பாவிப் புள்ளையளக் கூடப் புடிச்சிக்கொண்டு போய்க் “கேசவன் எங்கடா” எண்டு கேட்டு மிதிச்சுத்துவைச்சி அனுப்புறானுகளாம்.

இதுக்கிடையில ரெண்டுநாள் மொட்டையாபுரச் சேனைப் பகுதியயும் சுத்தி வளைச்சித் தேடுதல் வேட்டை நடத்துன நேரம் அதிரடிப்படைக்காரன் செய்த அட்டாதுட்டியப் பார்த்துப் பயந்து நடுங்குன மலர்ரமகன் செந்தில் பழுத்த பயித்தைபோலச் சோர்ந்துபோய்ப் படுத்தபாயிலேயே கிடக்கான்.

எங்களுக்குள்ள என்னதான் அரசியல் கருத்து முரண்பாடு இருந்தாலும் கேசவனும் நானும் எப்பயுமே உயிர் சினேகிதர்கள் எண்டுறதுல மட்டும் எந்த மாற்றமும் இருக்காது. அவனுக்கொரு ஆபத்தெண்டா நான் பார்த்துக்கொண்டு இருக்கமாட்டன். நான் அறிஞ்ச மட்டுல எங்கட பகுதிக்குள்ளையே அவண்ட உயிருக்கு ஆபத்து இருக்கு. அதனால அவனக் கவனமாக இருக்கச் சொன்னதாகவும் தேவையெண்டா அவனக் கூட்டிக் கொண்டு வந்து பாதுகாப்பான இடத்துல வைக்கச் சொன்ன தாகவும் மகன் முஹமட் சொன்னானாமெண்டு கபூர்போடியார் வந்து சொன்ன நேரம் பெத்தா கலங்கிப் போயிற்றா.

“நான் வேணுமெண்டா கவனமாக் கூட்டிக்கொண்டு போய்க் கொழும்புல பாதுகாப்பான இடத்துல வச்சிற்றுவாறன். கேசவனுக்கிட்ட கேட்டுச்செல்லு மைலியக்க” எண்டு கபூர் போடியாரும் சொல்லிற்றுத்தான் போனார். எவர் சொல்லயும் காதுல போடுறதுக்கும் கேசவனக் கண்ணால கண்டவயளக்கூடக் காணக்கிடைக்காம இருக்குற இந்த நேரத்துல பெத்தாதான் என்ன செய்வா.

கந்தன் செத்து இண்டையோட எட்டு நாள் . . . ராவைக்கு எட்டுக்குடுக்கச் சாமான் நிரவித்திரியுறாளாம் பொன்னம்மை. அவளுக்கு ஏதும் ஒத்தாசை செய்திற்று வந்து பேராண்டியக் கூட்டிக்கொண்டு போய் அருணகுலசிங்கம் டாக்குத்தருக் கிட்டக் காட்டி ஒரு கலவை மருந்தெடுக்கோணும் எண்ட நினைப்போட, வந்து குடிலுக்க பூந்து பார்த்த நேரம், பேராண்டி பொட்டியும்கையுமா விளையாடிக்கொண்டிருக்கான்.

“புள்ளைக்கு முகத்தக்கழுவிக் கால்ச்சட்டை, சட்டையப் போட்டு வைச்சிக்கொள்ளடி. நான் பொன்னம்மைர ஊட்டுப் பக்கம் ஒருக்கா போயிற்று வாறனெண்டு மலருக்கிட்ட சொல் லிற்று, பொன்னம்மைர வாசல்படிக்கு வந்து சேர்ந்த நேரத்துல பொன்னம்மை ஒப்பாரிவைச்சிப் புலம்பிக்கொண்டிருக்காள்.

கந்தன் செத்த இந்த எட்டுநாளூலயும் அப்பப்ப அடுப்படி மூலையில இருந்து ஒப்பினைக்கு ஒப்பாரி வைச்சு மூக்கச் சீறுனவள் இண்டைக்கு இப்பிடி ஓலம் போட்டு ஒப்பாரி வைக்காளே, எட்டுச்சடங்குச் சாமானுகள நிரவுன நேரம் புருசண்ட நினைப்பு முட்டிக்கொண்டு வந்து நிண்டு உடைஞ்சி புலம்புறாளாக்கும் எண்டுதான் பெத்தாவும் நினைச்சா.

"கண்கெடுவான், மாடுபண்டி வெட்டிருவான் அவன்தான் இடையால போயிற்றானெண்டா இருந்ததையுமெல்லோ இல்லத்தாக்கிற்று போயிற்றான்" பொன்னம்மை சொல்லி அழுறது பெத்தாவுக்குப் புரியவேயில்ல.

"என்னடி பொன்னி ஆருடி? என்னடி செய்தான்?"

"பாரு மைலியக்க, இந்தச்சருவச்சட்டி அவண்ட உசிரக் காப்பத்திருமோ. தின்னாமக்குடிக்காம சேர்த்துவைச்சி வாங்குனது. நூறுதரம் சொன்னன். கொண்டுபோகாத கொண்டுபோகாத யெண்டு. கேட்டானோ சண்டாளன். இப்பபாரு மண்சட்டி உடைஞ்சி கிழவளங்கட்டியானமாதிரி துண்டும் தூளுமா அள்ளிக் கொண்டு வந்திருக்கானுகள். பார்க்கப்பார்க்க வகுறு பத்துதே மைலியக்க."

செங்கல்லுக்குமேல அடுக்குன புள்ளையார் கட்டை சில்லுகள்போல அடுக்கிக் கிடக்குற அலுமினியச் சருவச்சட்டி ஓடுகள அப்பதான் பெத்தாவும் பார்த்தா.

கஞ்சி குடிச்சாத்துச்சம்பவம் நடந்து முடிஞ்சு அஞ்சாறு நாளுகளில சேனைக்குச் சொந்தக்காரரெல்லாம் போய் வாடிகளில மிஞ்சிக்கிடந்த சாமானுகள எடுக்கப்போன நேரம் இந்தாளூற புரையடிக்குப்போனா, "புரையில சருவச்சட்டி ஒண்டிருக்கும். மறந்திராம எடுத்து வந்திருங்கப்பா" எண்டு பொன்னம்மை சொல்லியனுப்ப, போனாக்கள் கொண்டுவந்து கொடுத்தது இந்தச்சருவச்சட்டி ஓடுகளத்தான். ஓடுகளக் கண்ட பொன்னம்ம கொதிச்சுப்போயிற்றாள். என்ன நடந்திச்செண்டு ஏகத்துக்கும் விசாரிச்சநேரம் கிடைச்ச தகவலாலதான் பொன்னம்மை செத்த கந்தனை இப்பிடித் திட்டித்தீர்க்கிறாள்.

வாடிவாடியாப் போய் உள்ள ஆக்களெல்லாத்தயும் புடிச்சி வந்து அதிரடிப்படைக்காரன் சுட்டுக்கொண்டிருந்த நேரத்துல மேலால ஹெலியிலயும் சுட்டுக்கொண்டு வந்திருக்கான். என்னவோ நடக்குதுகா அப்பச்சி வாகா ஓடிப்போய் வாய்க்காலுக்க படுப்பமெண்டு பக்கத்துப்புரைக்காற பொடியன் கூப்பிட நீ போறதெண்டா போடா எனக்கொண்டும் ஆகாதெண்டிற்று முன்னால இருந்த சருவச்சட்டிய எடுத்துத் தலையில கவுட்டுக்

கொண்டு வைக்கல் போருக்க கந்தன் மறைஞ்சிருக்க, ஹெலியில யிருந்து தாறுமாறாக வந்த குண்டொன்று குறிபார்த்தாப்போல வந்து கந்தண்ட தலையிலவிழ, கவுட்டிருந்த சருவச்சட்டி சல்லிப் பானை மாதிரி சிதறுனத வாய்க்காலுக்க படுத்திருந்த பொடியன் கண்ணால கண்டானாமெண்ட செய்திய அறிஞ்சிதான் பொன்னம்மை இந்தப்பாடுபடுறாள்.

“எடியே உசிர் போனதுக்குப்புறகு மசிரப்பத்திக் கவலைப் படுறமாதிரி, உனக்குப் புருசன் போனது கவலையில்ல சருவச் சட்டி போனதுதானேோடி கவலை.”

“புறந்தவன் ஒருநாளுல போய்ச்சேருரது புதுனமோகா? எண்ட சருவச்சட்டி அப்பிடியோகா..? இருந்திருந்தா எத்தின பரம்பரை அதை ஆண்டிருக்கும்.”

பொன்னம்மைர கதைக்கு அழுறதா சிரிக்குறதா எண்டு தெரியாம இருந்த இடத்திற்கும் விசளம் சொல்லாம கிளம்பிற்றா பெத்தா.

7

தலையில வந்துவிழுந்த இளஞ்சூட்டு எச்சமெதுவென்று தொட்டுமுகர்ந்து பார்த்த அவனொருவனுக்கு, இன்றய தனது நாளில ஏதோ ஒருஅதிஸ்டம் வரப்போகின்றதென்ற நம்பிக்கை யைக் கொடுப்பதற்காய் வெள்ளையாப் பீச்சிவிட்டு பறந்துபோய் வம்மி மரக்கப்பொன்றில குந்திய அந்தக் காகம் எச்சவாய மலர்த்தி மூடிச் சூடு தணித்து ஆசுவாசப்படுத்திக்கொண்டிருந்த நேரந்தான் வெள்ளும்மாவும் சந்தைக்குவர வேண்டியிருந்தது.

தினந்தினமும் கண்முன்னாலயே இருக்குறதால மரங்கள், மனிசர், பிராணிகளுர வளர்ச்சியயும் விருத்தியயும் நம்மளால கண்டுகொள்ளவே முடியுறதில்ல. கனநாள் பிரிஞ்சிருந்தாலோ, இல்லாம எங்கெண்டாலும்போய்ப் பலநாள் கழிஞ்சி வந்திருந் தாலோ மட்டும்தான் அந்த வித்தியாசங்களப் புரிஞ்சிகொள்ள முடியுது.

ஹனிபாப்போடியார்ர கடைக்கு முன்னால பன்பாய், பன்வேக்குகள பிரிச்சி அடிக்கிற்று, யா ... அல்லாஹ் ... எண்ட படிக் குந்தியிருந்து நிமிர்ந்து புக் டிப்போவப் பார்த்த வெள்ளும்மாட கண்ணுலபட்ட ஜேம்மரமும்கூட இண்டைக் கெண்டா இண்டைக்கு அவவ ஆச்சரியப்படத்தான் வைச்சிற்று.

நாட்டுமலைபோனவர் நடுச்சாமம்வந்து நடுஊருக்க இறங்குனமாதிரியும் கனமாதமாக நித்திரையிலகிடந்து கண்

முழிச்சிப்பார்த்தமாதிரியும் வெள்ளும்மா ஜேம்மரத்த உத்துறங்கப் பார்க்குறா.

ஒல்லிக்குச்சியா துவரம்கேட்டிபோல நாட்டுன மரக்கன்று புக்டிப்போ கட்டிடத்துக்குமேலால கண்முன்னாலேயே வளர்ந்து குடைவிரிச்சாப்போல நிற்குறதப்பார்க்கக்கோள வெள்ளுமா வுக்குக் குலத்தழகிற நினைப்புச் சட்டெண்டு வந்தது.

“இதேன் வெள்ளும்மா இந்த ஜேம்மரக்கண்ட அடியில யிருந்து நுனிவரைக்கும் வைக்கல்கவுத்தால சுத்திக் கம்பிவேலிக் கூண்டுக்க வைச்சிருக்காங்க” என்று அவள் கேட்டதும் “டீயேய் குலத்தழகி கம்பி வேலிக்கூண்டா..? அது எதுக்கெண்டா ஆடுமாடு வாயவெய்ச்சிற்றா தளைதப்பி அதுலயிருந்தே கப்பு வெடிச்சிருமெல்லுவா அதால ஆடுமாடு வாய்வெய்க்காம இரிக்கத்தாண்டி கம்பிவேலிக் கட்டுக் கட்டியிருக்காங்க” என்று சொன்னதும்கூட வெள்ளும்மாட நினைப்புல நேற்றெண்ட மாதிரித்தான் இரிக்கி.

கடவுள்படைச்ச மரங்களும் பிராணிகளும் மனிசர்ர சொல்லக்கேட்டுச் சொன்னமாதிரியே வளருது. ஆனா மனிசர் பெத்தமக்கள், பெத்ததுகள் நினைச்சபடி வளராம தான்நினைச்ச படியே வளருதுகள். ஒருவகையில பெத்தபுள்ளைகளும் இந்த ஜேம்மரம்மாதிரித்தான். பெத்தவயளுற சொல்லுக்கேட்டு வளரு மட்டும் கம்பிவேலிக்கூட்டுக்க கவுறுசுத்துன ஜேம்மரம்போலவும், தோளுக்குமேல வளர்ந்து சொல்லுக்கேக்காம கேப்பார் புத்தி கேட்டுப்போற புள்ளையள் மாடு வாய்வைச்ச ஜேம் மரம்மாதிரித் தான் வழிமாறித் தடம்புரண்டுத் திரியுதுகள். அப்படியான படியாத்தானே ஊரும்நாடும் இப்படி ஆகிப்போய்ச்சி. இப்பத்தய சின்னஞ்சிறுசுகள் பெரியா பெருந்தலைகளெண்டு மதிப்போ குடுக்குதுகள். இடுப்புல ஊமக்கொட்டய மறைச்சி வைச்சிக் கொண்டு இஸ்டத்துக்கெல்லோ நடக்குதுகள்.

அசவுல அடுக்கிவைச்ச பாய்கள கண்ணால எண்ணிப் பார்க்குறமாதிரி ஜேம்மரத்துல நிண்ட வெள்ளும்மாட பார்வை சந்தையச் சுத்தி வலம்வருகுது. இதுக்கெண்டு குந்தியிருந்து சிந்தனையோட பார்க்குற நேரம்தான் இதுநாள் வரையில இருந்ததுகள் எப்படி மாறியிருக்கெண்டுறத வெள்ளும்மாவால உணர முடியுது.

முன்னைமாதிரி சந்தையில கூட்டமில்ல, கூடிநிண்டு கதைப் பாரில்ல, எல்லாரிட்டயும் எப்பயும் ஒரு பதைபதைப்பு. கடை களும் செழிப்பாயில்ல, எந்நேரத்திலயும் எதுவும் நடக்குமெண்ட பயத்துல கடைக்கு முன்னாலயும் கலர்கலரா சாமான பரப்பு வாரில்ல.

சந்தைய பொலிவாக்குறதே இந்தத் தியேட்டர்காரனுகள் வைக்கிற படத் தட்டிகள்தானே. இப்ப அதுகளும்கூட ஒழுங்கா யில்ல. முன்னெண்டா சிரிச்சசிரிச்ச முகங்களோட கிழமைக் கொண்டெண்டு தட்டியில படங்கள மாறிமாறி ஒட்டிக் கொண்டேயிருப்பாங்க. இப்ப என்னடாஎண்டா பாழ்விழுந்த வீட்டுச்செத்தை வேலி மாதிரியெல்லோ படத்தட்டிகளெல்லாம் பாதிபாதியா கிழிஞ்சி தொங்குது.

தேங்குழல் கடைக்குமேல நிண்ட சாரதா தியேட்டர் படத்தட்டி பாதிகிழிஞ்சி தொங்குறதால ஒத்தமார்போட நிற்கு றாள் முத்துப்பல்லழகி கேயார்விஜயா. வம்மி மரத்துக் கப்பு களுக்கிடையில வைச்சிருக்குற சினிமாத் தியேட்டர் படத்தட்டி முழுக்கத் துவக்குக்குண்டு துளைச்சி சல்லடையாத் தெரியுது. எம்ஆர்ராதா தொண்டையில சுட்டது போதாதெண்டு அக்கரப் பத்துப் படத்தட்டியிலயும் சூடு வாங்குனதால கவுடுகிழிஞ்சி வம்மி மரத்துல தொங்குறார் எஞ்சிஆர்.

அது அப்படியெண்டிற்று சண்முகநாதன் ஸ்ரோருக்கு மேலயுள்ள வெலிங்டன் தியேட்டர் தட்டியப் பார்த்தா நாலு மூலையும் சவண்டு உருண்டு உறட்டிமாதிரித்தொங்குது. கூப்பமாப் பசையில ஒட்டியிருந்த முத்துராமனும் ஜெயலலிதாவும் மழையில நனைஞ்சி வெயிலுலகாய்ஞ்சி முகமெல்லாம் புள்ளியுளுந்து போய் நிற்குறாங்க.

நல்லவேளைக்குக் குலத்தழகி இல்லாமல் போயிற்றாள். இருந்திருந்தா இந்தப்படத்தட்டிகள இப்பிடிக்கோலத்துல பார்த்து என்ன பாடுபட்டிருப்பாள்.

“இல்ல ... எதுகுமே முன்னய மாதிரியில்ல ... எல்லாமே சாங்கம்மாறிப் போயிற்று” தன்னோடதானே பேசிக்கொள்ளுற தெண்டா வெள்ளுவுமாக்குச் சந்தோசம் தான். வெட்டவெளியில பட்டமரம் நிற்குறாப்போல ஹனிபாப்போடியார்ர கடைக்கு முன்னால தனிச்சிப்போய்க் குந்திக்கொண்டிருக்குற வெள்ளும்மா வேற ஆரோடதான் பேசுவா.

நேத்தைக்கு வெள்ளிக்கிழமை சந்தைமூடி. வியாழக்கிழமை பேத்திர மகனோட வந்து மருந்தெடுத்துக்கொண்டுபோன மைலிய இன்னும்காணயில்ல. கோழி ஏதும் கிடைக்கயில்லயோ என்னமோ ... இல்லெண்டா குறட்டை இன்னேரம் வந்திருப் பானே.

“குறட்டைக்காக்கா எங்க போனதெண்டு நொக்குத் தெரியாயதுதானா வெள்ளும்மா” என்று இவன் ஹனிபாப் போடியார்ர மகன் நாலு தரமாகுதல் கேட்டிருப்பான்.

"நெக்கென்ன வாப்பா தெரியும். நெக்கிட்ட செல்லிப்புட்டா குறட்டை அவண்ட பரவணியப் பார்ப்பான். சும்மா கெடக்குற என்னைய நீ என்ன பாடுபடுத்துறாய்" என்று வெள்ளும்மாவும் எத்தினையோ தரம் சொல்லிப்பார்த்திட்டா. அவன் நம்புற மாதிரித்தெரியல்ல. குலத்தழகிரமகள் வந்திருந்தாக்கூட முசுப்புக்கு அவளோடையாகுதல் கதைச்சிருக்கலாமெண்டா, அவளுமில்ல. இனிவரமாட்டாளாம். சாமத்தியப்பட்டுட்டாளாம். முந்தா நாத்துத் தகப்பன்கறுவல் வந்தநேரம்தான் சொன்னான். இண்டை யான் சந்தைப்பொழுத போக்குறதெண்டுறது வெள்ளும்மாவுக்குக் கஸ்டமாத்தான் தெரியுது. வாயக்கொப்பிளிச்சிற்றுத் திரும்பவும் ஒரு வெத்தில போடுவமெண்ட நினைப்போட தண்ணிச் செம்போட எழும்பி வம்மிமரத்து வேரடிக்குப் போனவக்கு முன்னால சைக்கிளுல வந்துநிண்ட குறட்டைர இளையமகன் வெள்ளும்மாவயே பார்த்துக்கொண்டு நிக்கான்.

"என்னடா மகனே எங்கடா வாப்பா."

"அதத்தானும்மா ஒங்கிட்ட கேப்பமெண்டு வந்தன். வாப்பா வந்தாரா?"

"இல்லயே மகன்" விசுக்கெண்டு ஏறிப்போயிற்றான் குறட்டைர மகன்.

"லெக்கோ செல்லுகா நொக்குத்தெரியாதுதானா?" திரும்ப வும் அதே கேள்வியோட நிக்குறான் ஹனிபாப்போடியார்ர மகன்.

"எண்ட வாப்போ முங்கர்நங்கீர் தங்கம் வாப்பா. நீ நெக்கிட்ட எத்தினதரம் வாப்பா இந்தக்கேள்வியக்கேப்ப" ஹனிபாப் போடியார்ர மகன் எதுவும் பேசாம கடைக்குள்ள போயிற்றான்.

வெத்திலய வாயுக்க அடக்கிற்று வந்துகுந்துன நேரம்தான். மைலிப்பெத்தாவும் வந்து சேந்துகொண்டா.

"என்னடி மைலி மதியத்தால கிறுகுனநேரந்தான் சந்தைக்கு வாறதா?"

"எல்லாம் எண்டதலையுலதான் கிடந்து விடியோணு மெண்டா என்னெண்டு வெள்ளன நேரத்துக்கு வரேலும்."

"பயிர்ப்பச்சையெல்லாம் எப்படி? சோளன் மீசையுட்டிச்சா?"

"இலைக்குஇலை, கந்துக்குக்கந்து, எல்லாமே பூவும் காயுமாத் தான் கிடக்கு. ஒருகாலத்துலையும் இல்லாம இந்தவருசம்

சேனைப்பயிரெல்லாம் இப்படிப் பூத்துக்காய்ச்சி நிக்குறத நினைச்சாத்தான் பயமாரிக்கு வெள்ள."

"இதென்ன மைலி ஊரு உலகத்துல பயிர்ப்பச்சை விளையுற துமா புதுனம்?"

"இல்ல வெள்ள அளையாகுழையா காய்ச்சிக்குலுங்கு னாலும் குடியிருக்குற ஊட்டுக்கு ஆகாதெண்டுதானே சொல்லு வாங்க அதான் பயமாரிக்குகா?"

"அடா ஒண்டபயமும் நீயும், உட்டுப்போட்டு வேலையப் பாரு" சொல்லிற்றுப் பாய்க்கட்ட உத்துப்பார்த்துக்கொண்டு நிண்ட ஒருத்தனுக்கு "என்னவாப்பா பாய் வாங்கவா விரிச்சிக் காட்டட்டுமா" என்று வெள்ளுமா கேட்டநேரம் ஹனிபாப் போடியார்ர மகன் திரும்பவும் முன்னால வந்துநிற்குறான்.

"எண்ட வாப்போ. என்ன நடந்ததெண்டு நெக்கிட்டயும் செல்லுங்கவன் வாப்பா" கிட்டத்தட்ட பிச்சை கேக்குறாப்போல தான் வெள்ளும்மா கெஞ்சுறா.

"லெக்கோ விடிஞ்ச நேரத்தொட்டு நொக்கிட்ட கேக்குற னெல்லுவா? குறட்டைக்காக்கா எங்கெண்டு?"

"கேட்டா ... அதுக்கென்ன வாப்பா இப்ப ..?"

"அதாங்கா இப்ப பிரச்சினையே. குறட்டைக்காக்காவ மூணுநாளாக் காணயில்லயாம். முந்தாநாத்துக் கருக்கல்பட்ட நேரம் குறட்டைக்காக்கா கோளாவில தாண்டிப்போனதத் கூடடிச்சிற்றுவந்த நம்மட ஆக்கள் கண்டிருக்காங்க. அண்டைக் குப்போன காக்காவ இண்டுவரைக்கும் காணயில்லயெண்டா காக்காவ அவுகதான் கடத்தியிருக்கோணுமெண்டு செல்லுறாக."

"என்றும்மோ ... குறட்டயயுமா ..? குறட்டையக் கடத்தி என்னவாம் வாப்பா செய்யுற?"

"வெட்டுக்குத்துக்காலமெல்லுவா ... ஒரு குழப்பத்த உண்டு பண்ணத்தான். கூட்டத்துக்குள்ளயிருந்து ஓங்கி ஒலிக்குது ஒரு குரல்.

"அதுக்குத்தானா சந்தைக்க இவ்வளவுசனம். அப்ப என்ன குழப்பந்தானா?" வெள்ளும்மாட நக்கலுல கூட்டத்தில நிண்ட பொடியனுகள் சிரிச்சிற்றானுகள்.

"என்ன வாப்பா கொல்லெண்டு சிரிக்கையள். பூரிப்பாக் குமா? ஊரு ரெண்டுபட்டா கூத்தாடிக்குக் கொண்டாட்டம்தான் எலுவா?"

"ஒள்ளம் பொறுத்திருந்துதான் பார்ப்பமே வெள்ளும்மா. போனாக்கள் வந்தாத்தானே தெரியும், என்ன முடிவோட வாறாங்க எண்டுறதப் பொறுத்துத்தானே இனியென்ன செய்வ மெண்டுறத நாங்களும் யோசிக்கோணும்." சொன்னவன் மைலிப் பெத்தாவையும் கடக்கண்ணால பார்க்கத் தவறயில்ல.

"ஆரு எங்க போயிருக்காங்க கிளியாள்."

"நம்மட பக்கத்துலயிருந்து எல்லாப்பள்ளிவாசல் மௌலவி, மௌலானா, வீசிக்கந்தோர் ஆக்களெல்லாரும் போயிருக்காங்க. அங்கால பக்கத்துலயிருந்தும் ஊர்த்தலைவர்மாரும் வண்ணக்க மாரும் போடிமாரும் வாறாங்களாம். இவையளோட பொடியன் மாரும்சேர்ந்து கதைப்பாங்களாக்கும். பொறுத்திருந்துதான் பார்ப்பமே." விலாவாரியாக விசளம் சொல்லிக்கொண்டிருந்த ஹனிபாப்போடியார்ர மகனுக்கு முன்னாலநிண்ட வெள்ளும்மாட இடுப்புச்சொருகத்துல கைபோட்டு "இஞ்சால ஒள்ளம் வா வெள்ள" என்று கூட்டிக்கொண்டு போய், வம்மி மரவேர் மூலைக்குள்ள வைச்சிக் காதோடகாது வைச்சி மைலிப் பெத்தா சொன்ன விசயத்தக்கேட்டதுமே வெள்ளும்மா பேயாடி முடிச்சி விறைச்சவளப்போல நிண்டுற்றா.

"அடிவப்பனோளி மைலி, என்ன காரியத்தடி செய்து போட்டு வந்து கல்லுல பேண்ட பூனைமாதிரி முழிச்சிக்கொண்டு நிக்காய். எடியே . . . ய் தூக்குடி பொட்டிய, வாடி இஞ்சால.

பதறித்துடிச்சிச்சொன்ன வெள்ளும்மா பாய்க்கட்டத்தூக்கி வேண்டா வெறுப்பாகச் சொல்லுவதுபோல "இஞ்ச உடுங்க வாப்பா இந்தப் புதுனமெல்லாம் பார்க்கையா நெக்கு நேரம்" எண்டிற்றுக் கூட்டத்தோட கலந்து வெளியேறிப் பின்னால வந்த மைலிப்பெத்தாட கையப்புடிச்சி இழுத்துக்கொண்டு நண்பன் ஸ்ரோர் ஓதினையடி நெருக்கத்துக்குள்ளால நடந்து வந்து நிமிர்ந்தா . . . சாகாம ரோட்டுலயும் சனமாத்தான் தெரியுது.

"மைலி இஞ்சாலவா, அங்காலபோனா எங்க போறாய் எவடத்துக்குப்போறாய் எண்டு ஆயிரம் கேள்வி கேப்பானுகள்." என்றபடி வெள்ளும்மா நடக்கத் திக்குத்தெரியாக் காட்டுக்குள்ள வழி தவறுன குழந்தப்புள்ளயப்போலப் பெத்தாவும் பின்னால நடக்குறா.

கருவாட்டுக்கடையயும், நிஸார்ர மூலிகைக்கடையயும் தாண்டி நடக்க மீன் சந்தைக்க நிண்டவனுகள் "என்ன வெள்ளும்மா இஞ்சால சோடியா வந்திருக்கையள். மீன் வாங்கலயா?" என்ற கேள்விக்கும் பதில் சொல்லாம நடந்து

போய்ச் சந்தை வேலிக்கம்பிய அகட்டி, உயர்த்திப்பிடிக்க, மாங்காய் களவெடுத்த பள்ளிப்புள்ளையளப்போலப் பெத்தா குனிஞ்சு கடந்தபுறகு வெள்ளும்மா கடக்கக் கம்பிய உயர்த்திப் பிடிக்குறா பெத்தா. அவவும் கடந்து மாயழகு வீதியால நடந்து, அன்ரண்ட ரீவிக் கட்டிடத்துக்கு முன்னாலநின்று நிமிர்ந்து பார்த்திற்று நேர நடந்து வந்து சாகாமறோட்டுக்கு ஏறிப்பார்த்த பார்வைக்குச் சைவப்பள்ளிறோட்டு முழுக்கச் சனமாத்தெரிய, "சனத்த எதிர்கொண்டு போறது செப்பமா இரிக்காதுடி. வாடி எனக்குப் புறத்தால" எண்டிற்று வீரக் குட்டியார்ர மில் ஒழுங்கைக்குள்ள உள்ளிட்டு நேரநடந்து சைவப்பள்ளியடியில நிண்ட சனக்கூட்டம்பலோட கும்பலாகச் சேர்ந்துநிண்டு கதைகளுக் குக் காதுகுடுத்துக்கொண்டிருந்தாங்க பெத்தாவும் வெள்ளும்மாவும்.

"சைவப்பள்ளிக்குள்ள பேச்சுவார்த்தை நடக்குதாம். இவையள் எப்பபேசி முடிச்சி எப்ப குறட்டைக்காக்கா வாற ... அதுக்கிடை யில முடிச்சிருவானுகள்" சேர்ந்திருந்து கதைச்சி நிக்கிறதெல்லாம் முஸ்லிம் பொடியனுகள். முஹமட்டோட பெத்தாட சேனைக்கு வந்துபோன பொடியனுகளும் நிக்குறானுகள். பெத்தாவக் கண்ட தும் ஒருத்தண்ட முகத்துல ஒருத்தன் மறையப்பாக்குறான். இந்தநேரம் பார்த்துக் கேசவண்ட ஆக்களும் படைபட்டாளத் தோட மோட்டார் சைக்கிளில வந்து இறங்குன உடனையே முஹமட்டுர பக்கத்துப்பொடியனுகள் சுற்றிச்சூழத்தொடங்க வாக்குவாதமும் தொடங்கிற்று.

"கோழிவாங்க வந்த குறட்டையக்கடத்தி மறைச்சிவைச் சிற்றா, நீங்க நெனச்சது நடந்திருமா? பதிலுக்குப்பதில் நாங்க ளும் செய்யக் கனநேரம் எடுக்காதெங்குறது ஒங்களுக்குத் தெரியாதா?."

"குறட்டைக்காக்கா கடத்தப்பட்டாரா? இல்ல காணாமப் போனாரா? என்ற உண்மைய முதல்ல தெரிஞ்சிற்றுக் கதைக்குறது தான் நல்லதெண்டு நினைக்குறம்."

"காணாமப்போகக் குறட்டை என்ன குழந்தைப்புள்ளையா? என்னதோழர் குறட்டைய வைச்சு அரசியல் நடத்த நினைக்க யளா?"

"குறட்டைக்காக்காவ கண்டுபுடிக்கோணும் எண்டுறதுல உங்களவிட நாங்க மும்முரமா இருக்கம் எண்டுறதயும் நீங்க மறுக்கமுடியாது தோழர்"

"நீங்க செல்லுறதெல்லாத்தயும் நம்புறதுக்கு நாங்கென்ன பேய்ப்பூனாக்களா?"

“இஞ்ச பேசுறத யோசிச்சுப்பேசும். வெளிப்படையாவே கேக்குறம் குறட்டைக்காக்காவ நீங்களேன் கடத்தி வைச்சிரிக்க மாட்டயள் எண்டு நாங்கள் நினைக்குறதுல என்ன தவறு இருக்கு.”

“குறட்டையக்கடத்த எங்களுக்கென்ன தோழர் அவசியம் இருக்கு.”

“அரசியல்தான் . . . உள்ளூர்க் குழப்பத்த உண்டுபண்ணிக் கூதல்காயத்தான். அது செய்ய உங்களுக்கா தெரியாது.”

“தோழர் வார்த்தைகள பார்த்து, நிதானிச்சு பயன்படுத்துறது தான் நல்லது.”

“இல்லயெண்டா.”

“இல்லயெண்டா . . . அது நாங்க செல்லத் தேவையில்ல உங்களுக்கே தெரியும்.”

“என்ன ஆம்ஸ எடுத்துருவையளா? எங்க எடுங்களேன் பார்ப்பம்.”

“என்ன வாப்பா இஞ்ச என்ன நடக்குது. நீங்க ரெண்டு தரப்பும் நடுறோட்டுல நிண்டு சண்டைபுடிக்குறதா இருந்தா நாங்க எதுக்குவாப்பா. உள்ளுக்குள்ளயிருந்து கதைக்கோணும். ஒள்ளம் பேசாம கலைஞ்சிபோறயளா இல்லயா?”

பொடியனுகள் வாக்குவாதப்படுற விசயம் பள்ளிக்கூடத்துக் குள்ளபோகக் கூட்டத்துலயிருந்த மௌலவிமார் வந்து கோப மாகக் கதைக்கத்தொடங்க, முஹமட்டுர கூட்டாளிமார் மௌலவிர சொல்லுக்குக் கட்டுப்பட்டாப்போல மௌனமாகி விட்டார்கள். கபூர்போடியாரும் ஒருபெருந்தலை எண்டபேருல கூட்டத்துல கலந்துகொள்ள வந்தவர் மௌலவியோட வெளியில வந்து நிக்கார்.

“நீங்க உள்ளுக்குள்ள கதைச்சிக்கொண்டிருக்கையள். நீங்க முடிவெடுக்க முன்னமே இவையள் தாங்களாகவே ஏதேதோ முடிவு பண்ணித் தீர்வையும் செய்ய வெளிக்கிடுறாங்கள்”

“அப்ப நீங்க செய்யச்செய்யப் பார்த்துக்கொண்டு இரிக்கச் செல்லுறயளா?” திரும்பவும் வாக்குவாதம் தொடங்கப் பார்த்த நேரம், வெள்ளும்மா நடுவுல வந்து நிப்பா எண்டு ஆரும் எதிர்பாக்கயில்ல.

“வாப்பாமாரே ஒங்கட சண்டைய நிப்பாட்டிக்கிட்டு கலைஞ்சி போறயளா? குறட்டை அவன்ட ஊட்ட போய்த் தானாச் சேந்துக்குவான்” வெள்ளும்மா இப்படிச் சொன்னதும் எல்லாரும் அவவ ஆச்சரியமாத்தான் பார்த்தாங்க...

“நீ வெள்ளும்மா சும்மா வெளக்கமில்லாமக்கதையாத, உண்ட வேலையப் பார்த்துக்கிட்டு போபார்ப்பம்.”

“எண்ட வேலையத்தான் வாப்பா நான் பாக்குறன். குறட்டை வருவான் நீங்கெல்லாம் கலைஞ்சி போங்க வாப்பா.”

“குறட்டை வருவாரெண்டா எப்பிடிகா? கடத்தப்பட்ட குறட்டைய ஆருகா கொணர்ந்து உடுவா?”

“குறட்டையக் கடத்துனதெண்டு குறட்டை ஒங்கிட்ட சென்னானா, கடத்தையுமில்ல காணாமப்போகயுமில்ல, குறட்டை வருவானெண்டு நான் செல்லுறன். நீங்க கலைஞ்சி போங்கவன் வாப்பா.”

“அதெப்பிடிகா உண்ட கதைய நம்பி நாங்க போறது...”

“அதானே வெள்ளும்மா சும்மா கதைசொல்லிக் கலைஞ்சி போற விசயமாயிது. கதையிலயும் ஒரு நியாயமிருக்கோணும் எல்லுவா. உனக்குத்தெரிஞ்சா நீ செல்லு குறட்டை எங்க இரிக்கான்? எதுவும் நடக்காம கூட்டியாறது எண்ட பொறுப்பு.”

கபூர்போடியார் இப்பிடிக்கேட்டவுடனே வெள்ளும்மா வாயடைச்சாப்போல மைலிப்பெத்தாவப் பார்க்க மைலிப்பெத்தா அனாதைக் குழந்தைபோல வெள்ளும்மாவப் பார்க்கிறா.

“குறட்டை இரிக்கான். வருவானெண்டா நம்பமாட்டியளா வாப்பா?” வெள்ளும்மா கெஞ்சுறா.

“இஞ்சே வெள்ளும்மா இப்பிடி இசகுபிசகா நீ கதைக்குறது செப்பமாயில்ல, உனக்குத்தெரிஞ்சா செல்லு. இல்லாட்டி எடத்தக் காலிபண்ணு.” கபூர்போடியார்ர குரலுலயும் கோபம். அவரத் தெடர்ந்து கூட்டத்தில இருந்தும் சலசலப்பு.

“செல்லுறன் வாப்பா குறட்டை இரிக்கான். எங்கெண்டு கேக்கயளா இந்தா இவள் மைலியூட்டதான் இரிக்கான் போய்க் கூட்டியாங்க வாப்பா.”

“எண்டமைலியே என்னய மன்னிச்சிக்கொள்ளுடி. நான் என்னடி செய்வன் என்று பார்வையாலயே மன்றாடுறாப்போல வெள்ளும்மா பெத்தாவ நெருங்கிறா.”

“பார்த்தியளா... நாங்க செல்லச்செல்லக் கேட்டியளா... இப்ப என்ன செல்லப்போறாங்களாம். கோழிதிண்ட கள்ளனும்

கூட நிண்டு உலாவுனமாதிரி குறட்டைக்காக்காவ கடத்துன ஆக்களே கதைக்கயும் வந்திருக்காக. கூட்டத்துல நிண்டு ஒருவன் குரல்குடுக்கக் கேசவண்ட ஆளொருத்தன்."

"என்னடா கதைக்காய் பொத்துடாவாய உன்னப் போட்டாத் தாண்டா சரியாகும்" எண்டிற்று, சைக்கிளில இருந்து பாய்ஞ்சி இறங்கிவர,

"போட்டிருவையளா? நீங்க போட்டா எங்கட கையென்ன பூப்பறிக்குமா" எண்டிற்று எதிர்த்தவன் நெஞ்சநிமிர்த்தி முன்னால வர, வெள்ளும்மா ஓடிப்போய் இடையுல நிண்டுற்றா.

"நான்தான் செல்லிற்றனெல்லுவா, குறட்டை எங்க இரிக்கா னெண்டு போங்கவன் வாப்பா போய் அவனுக்கிட்டயே கேளுங்கவன் உன்னயக்கடத்துனவன் ஆரெண்டு? அத உட்டுப் போட்டு நடுறோட்டுல நிண்டு நாயும் பூனையுமாதிரி ஆளுக் காள் பாயுறயள் போங்க வாப்பா" வெள்ளும்மா சொல்லி முடிக்க முன்னமே மோட்டச்சைக்கிளுகள் ஒண்டுக்குப்பின்னால ஒண்டா மொட்டையாபுரம் நோக்கிப் பாய்ஞ்சிபோக என்ன செய்யுறதெண்டு தெரியாம பெத்தா நடுங்கிப்போய் நிக்குறா.

"என்ன மைலியக்கே இது, நெக்கிட்டையாகுதல் வந்து தனியாச் செல்லியிருக்கலாமெல்லுவா. நீ இப்பிடிச் செய்வா யெண்டு நான் நினைச்சிருக்கயில்ல மைலியக்க. எந்தப்புத்துல எந்தப்பாம்பிருக்குமெண்டே தெரியுதில்ல வரவர ஆரையும் இனி நம்பேலாதுபோல" கபூர்ர சொல்லுக்குப் பதிலில்லாதது போலப் பெத்தா மௌனமாகவே நிக்குறா.

"இஞ்சே கபூறு என்ன நடந்ததெண்டு தெரியாம நரம்பில் லாத நாக்கால எதையும் கதைச்சிடுறதா. மைலி நெக்கிட்ட எல்லாத்தயும் செல்லிற்றாள். நொக்கிட்டயும் செல்லுவாள். இப்ப உங்கடஉங்கட ஊடுகளுக்குப் போங்க வாப்பாமாரே." வெள்ளும்மாட கதைக்குப்பின்னால எல்லாரும் கலைஞ்சிபோக,

"மைலி போயிற்று நாளைக்குவா. நானும் வாறன்" எண்டு வெள்ளும்மாவும் போயிர எல்லாராலயும் கைவிடப்பட்டாப் போலத் தனிச்சிப்போய் மைலிப்பெத்தா நடக்குறா. மனசிலயும் நடையிலயும் நடுக்கத்தோட . . .

8

அம்பாறைறோட்டு பெரியதபால்கந்தோர் சுவருக்கு முன்னாலயும், அருணகுலசிங்கம் டாக்குத்தருர சுவருக்கு முன்னாலயும் கூடிநிண்ட சனக்கூட்டம் நிலக்கண்ணாடியில

முகம் பார்க்குறமாதிரித்தான் சுவரப் பார்த்துக்கொண்டு இருந்திச்சி.

ஒள்ள நேரத்துக்குள்ள நூறுசனத்துக்குமேல கூடிற்று. முன்னால நிண்டவண்ட தோளுக்கு மேலால எட்டியும், கவுட்டுக்கிடவால குனிஞ்சும், சுவருல ஒட்டியிருக்குற எழுத்துத்தாள வாசிச்சி முடிச்சவங்களுற முகங்களெல்லாம் சாங்கம்மாறித்தான் நிமிருது.

“எண்ட வாப்போவ் என்ன எழுத்துவாப்பா இது.”

“அடங்க மாட்டானுகளா? ஒண்டுக்குப் பின்னால ஒண்டக் கௌப்பிக் குழப்பத்தான் வாப்பா திரியுறானுகள் ஹறவாப் போனவனுகள்.” ஒவ்வொருத்தனும் ஒவ்வொண்ட சொல்லிற்று விலத்தின இடைவெளியால பளிச்சென்று தெரியுது சுவரொட்டி.

அண்டைக்குக் குறட்டைக்காக்காட விசயமா சைவப் பள்ளிக்க கூடுன ரெண்டு பக்கத்துப் பெரியாபெருந்தலையெல்லாம் சேர்ந்து ஒரு முடிவெடுத்திருக்காங்க. இப்பிடியே நாம ஆளையாள் வெட்டிற்றுச் சாகேலாது. நமக்குள்ள ஏதும் பிரச்சனையெண்டா நாம கூடிப்பேசி முடிவெடுக்க, நாங்களே ஒருபெரிய குழுவத் தெரிவு செய்வமெண்ட யோசனைக்குப் பிறகு ஒருகுழுவத்தெரிவு செய்து அதுக்குத் தலைவரையும் நியமிச்சிருக்காங்க. இந்தவருசம் ஒருமுஸ்லிம் ஆள் தலைவரா இருக்கட்டுமெண்டும் அடுத்தவருசம் ஒருதமிழரெண்டும் ஏகமனதான தீர்மானத்தோடதான் பிரஜைகள்குழு உருவாயிற்று. அதன்படி அக்கரப்பத்து போஸ்ட்மாஸ்டர் நீந்தலெவ்வை பிரஜைகள் குழுத்தலைவராகவும் நியமிக்கப்பட்டிருக்கார்.

எல்லாத்தயுமே குத்தியுட்டுப்போட்டுப் புதினம் பார்த்திருக்கிற கூட்டமொண்டு இத தங்களுக்குக்கிடைச்ச வெற்றிமாதிரி நினைச்சி “இஸ்லாமல்லாத எந்த மதமும் எங்கள ஆட்கொள்ள முடியாது” எண்டு எழுதி ராவோடராவா நடுச்சந்தைக்குள்ள போஸ்ரரொண்ட வைச்சிற்றுப் போக, அதப்பார்த்திட்டுக் கொதிச்செழும்பின தமிழ்ப் பகுதி பொடியனுகளில ஆரோ சிலர் பதிலுக்கு எழுதியொட்டின சுரொட்டியப்பார்க்கக் கூடுன கூட்டம்தான் இந்தக் கூட்டம்.

“தம்மதம்தான் தம்மை ஆட்கொள்ள வேண்டுமென்றால், அம்மதத்தான் எம்மதத்துப் பிரஜைகள் குழுத்தலைவனாக இருப்பதெப்படி?” நீந்தலெவ்வைய சுட்டிக்காட்டி எழுதியொட்டினதப் பாத்துத்தான் சனத்திர முகமெல்லாம் வாடிப் போய்ச்சி. ஏன், என்ன, எதுக்கு எழுதியிருக்கெண்டெல்லாம் பெத்தாக்குத் தெரியாது. கேட்டாக்கள் சொன்ன பதிலுகளயும்

அவவால புரிஞ்சுகொள்ள முடியல்ல. தனக்கிருக்கிற கவலைக் குள்ள இதுகளப்பத்தி விசாரிக்கவோ நேரமிருக்குது எண்டுறாப் போலப் பெத்தா நேராக அருணகுலசிங்கம் டாக்குத்தரிர வளவுக்குள்ளயே போயிற்றா.

மைலிப்பெத்தா இண்டைக்குச் சந்தைக்கு யாவாரத்துக்கு வரயில்ல, பேராண்டி செந்தில கூட்டிக்கொண்டுவந்து அருணகுல சிங்கம் டாக்குத்தருக்கிட்ட காட்டித் திரும்பவும் ஒருகலவை மருந்தெடுத்துக்கொண்டு பொடியண்ட தலைமுடியயும் வெட்டிக் கொண்டு போகவெண்டுதான் வந்திருக்கா.

டாக்குத்தர்ர திண்ணைமுழுக்க நிறைஞ்சசனம். இருமல், தடுமல், காய்ச்சலும், புண்ணும் சிகழுமா குந்தியிருந்த சனங்களுற ஒவ்வொரு முகத்திலயும் உடல் வருத்தத்தயும் மீறின ஒரு சோகம்.

துண்டகாட்டி மருந்தெடுத்துக்கொண்டு பெத்தாவும் படிக்கட்டால இறங்க, கடப்படியால உள்ளிட்டுக் கபூர்போடியா ரும் பொஞ்சாதியும் வாறது தெரியுது. நேற்றைக்குக் கபூர்போடியார் வந்திருந்தநேரம் நாளைக்குப் பொடியன கூட்டிக்கொண்டு அருணகுலசிங்கத்துக்கிட்ட போறதாக, பெத்தா சொல்லியிருந்தா.

"என்ன கபூர் இஞ்சால, பொஞ்சாதிக்கு ஏதும் ஏலாமை கீலாமையா?"

"அப்பிடியொண்டுமில்ல மைலியக்க, பொத்துவிலுக்கு அவ கட காக்கா ஊட்டுக்குப் போகயாமெண்டு வெளிக்கிட்டம். நீயும் வாறதெண்டு சென்னது நினைப்புக்கு வந்திச்சு. அதான் வஸ் வாறதுக்கிடையில பார்த்திக்கிட்டு போகலாமெண்டு வந்தம்" றோட்டுல நடக்கிற புதுனங்களப்பத்திப் பெத்தாவும் கேக்கயில்ல, போடியாரும் கதைக்கயில்ல.

சுவர் ஓதினையிலநிண்ட குறோட்டன்மரங்கள சுத்திச்சுத்தி விளையாடுன செந்திலப்புடிச்சித் தலைமுடிக்குள்ள விரல்கள விட்டுக் கோதிக்கொண்டிருந்த கபூர்ர பொஞ்சாதி, மலரப் பற்றியும் கேசவனப்பற்றியும் விசாரிச்ச நேரத்திலயும் செந்திலிர முகத்தயே ஆசையா பார்த்துக்கொண்டிருந்தாள்.

"அவுக ரெண்டுபேருக்குள்ளயும் பிரச்சினையெண்டா நான் என்னவாம் மைலியக்க கேசவனுக்குச் செய்தன். என்னை யாகுதல் வந்து பார்த்துகிட்டு போகேலாதாமா? பெத்ததாய் மாதிரி பார்த்த என்னையே மறந்துட்டானெல்லுவா?" சொல்லும் போதே போடியார் பொண்டிலுற கண்கலங்குறத பெத்தா கண்டிற்றா.

"ஊருஉலகம் இருக்கிற இருப்புக்குள்ள நீங்க கதைக்கிற கதையாயிது, சும்மா உடுறயளா?" போடியார் பொஞ்சாதிய சமாதானப்படுத்த முயற்சிக்கிறார்.

"மருந்து குளிசைமட்டும் காணுமா மைலியக்க, ஓடம்புக்குச் சத்து வேணாமா பொடியன் இருக்குற பொறிவென்னது."

"ம்... அதத்தான் கேளு... நான் என்னம்மா தின்னக்குடிக்க குடுக்காமலோ இரிக்கன். சோத்தப்போட்டுத் தின்னக்குடுத்தா, பிசினித்தட்டபேய் பார்க்குறதுபோல நாள்முழுக்கக் கையால தொடாம பார்த்துக்கொண்டே இருப்பான். என்னய என்ன செய்யச் சொல்லுறாய்."

"வகுத்துல பூச்சியா இருக்கோணும். பூச்சிக்கு மருந்து குடுத்துப் பார்த்தியா? அதுகளச்செய்யாம குறட்டைக்காக்காவ கூப்பிட்டு வைச்சிக்கிட்டு சும்மா வெசர் வேலை பார்த்திக்கிட்டிருந்தா வருத்தம் சுகமாகுமா?"

சொல்லிற்றுபோன நேரத்துல ஐம்பது ரூபாய்த் தாளொண்ட பெத்தாட கைக்குள்ள திணிக்க மறக்கயில்ல போடியார்ர பொஞ்சாதி.

பேராண்டிய கையில புடிச்சுக்கொண்டு வெள்ளும்மாக் கிட்ட வந்தநேரம்தான் கோழிக்கூடையும் கையுமா குறட்டைக் காக்காவும் வந்துகுந்துறார். வந்து குந்துன குறட்டைக்காக்காட கோலத்தைக்கண்ட பெத்தா ஏங்கி விறைச்சிப்போயிற்றா பள்ளிப் புள்ளையள் கைப்பணி வேலைசெய்த களிமண் உருவம் கைதவறி விழுந்து நெளிஞ்சாப்போல உதடுவெடிச்சி, கன்னம்வீங்கி, கண்ணடி கறுத்துப்போய்க் குந்தியிருக்குற குறட்டைக்காக்காவ காணப் பெத்தாட நெஞ்சு பதைச்சிப்போய்ச்சி.

"என்ன வெள்ள இது குறட்டைற கோலம்."

"இஞ்ச குந்து மைலி" பெத்தாகுந்த, வெள்ளும்மா ரகசியமா சொல்லுறா.

"அதேன் கேப்பாய் மைலி. அண்டைக்கு உண்ட ஊட்ட வந்தவனுகள் குறட்டையப்போட்டு புரட்டிப்புரட்டி அடிச்சது காணாதெண்டு, குறட்ட ஊட்டுக்கு வர ஊரவனுகளும் சாம்பு சாம்பெண்டு சாம்பிற்றானுகளாண்டி. நொக்கொரு சங்கதி தெரியுமா, ஊருக்கெல்லாம் வெடிலும் வயறும் புதைச்சிக்கிட்டு கிடக்கு. நீ நடந்துழுது வயறக் கிழப்பியுடாம இருக்கோணு மெண்டா நீ இனிமே ஊருக்க கோழிவாங்க வரக்கூடாதாமெண்டு குறட்டைகிட்ட சொல்லியிருக்காங்க. மெய்யோ பொய்யோ தெரியாது. குறட்டைகிட்ட கேட்டாதான் உண்மைதெரியும்."

“பாவம் வெள்ள குறட்டை, எல்லாம் என்னாலதானே.”

“இப்பிடியெல்லாம் நடக்குமெண்டு நொக்கென்ன முன்னமே தெரியுமாகா சும்மா உடு” வெள்ளும்மா ஒரு பேச்சுக்குச் சொல்லிற்றாலும் பெத்தாட மனச குற்ற உணர்ச்சி அறுக்காமயில்ல. அண்டைக்குக் கந்தன் செத்த எட்டண்டைக்குப் பொன்னம்மைர வீட்டபோயிற்றுப் பேராண்டியக்கொண்டு அருணகுலசிங்கம் டாக்குத்தருக்கிட்ட காட்டிற்று, பேரனையும் பக்கத்துல வச்சிக் கொண்டு பயித்தங்காய்க் கட்டுகளோட பெத்தா சந்தையில இருந்தநேரம், குறட்டை வைச்ச கண் வாங்காம மலர்ரமகன் செந்திலயே பார்த்துக்கொண்டிருந்தார். சந்தை கலைஞ்சி பெத்தாவும் பேரனும் போகவெளிக்கிட்ட நேரத்துல பெத்தாக்கிட்ட வந்து, “வெத்தில பாக்கெல்லாம் ஒள்ளம் உண்டென வாங்கிற்றுப் போ பொட்ட” என்று சொன்ன நேரத்துல ஏன் எதுக்கெண்டு பெத்தாவுக்குத் தெரியல்ல. பெத்தாவும் பேரனும் சேனைக்கு வந்து கொஞ்சநேரத்துல பார்த்தா, குறட்டைக்காக்கா வாசலுல நிக்குறார்.

“இதென்ன குறட்டை இந்தநேரத்துல.”

“பொட்டேய் மைலியக்க கேள்விய உட்டுப்போட்டுப் புதுச்செம்புல கைபடாம தண்ணியெடுத்துக்கிட்டு ரெண்டு பத்திரக்கொத்தும் கொண்டுவா” எண்டநேரம் செக்கமக்கலாயிற்று.

“இந்த நேரத்திலயோ? பூந்த பொழுதாயிற்றே?”

“தெரியும்பொட்ட மூணுபூந்தபொழுதைக்க தண்ணி ஓதிக் குடிக்கக் குடுக்கோணும் பொட்ட, உண்ட பேரனுக்கு. அந்தளவுக்குப் பேய்பார்வை கொண்டிருக்கு. அவண்ட பார்வைய பார்த்தியா. எப்பயும் அண்ணாந்தமாதிரி வானத்தையே பார்த்துக் கொண்டிருக்கான்.”

“குறட்டே நீ இப்ப சொல்லுற கதை என்ன? மூணு பொழுதைக்குத் தண்ணி ஓத ஆரிருக்கா சொல்லு பார்ப்பம்?”

“ஏன் நான் இல்லியா . . . இருந்து ஓதிக்குடுத்திட்டு இந்த வளவையும் காவல் பண்ணலாமெண்டு பார்க்கன்.”

“இஞ்சே குறட்ட . . . உண்ட கதைய உட்டுப்போட்டுக் கக்கிசப்படுத்தாம வேணுமெண்டா இண்டைக்குமட்டும் தண்ணி ஓதிக் குடிக்கக்குடுத்திட்டுப் போயிரு.”

“மைலியக்க நாளைக்கு வெள்ளிக்கிழமதானே சந்தையுமில்ல, நாளையண்டைக்குச் சனிக்கிழமை ஊட்ட போயிரலாம். அதஉடு உனக்கேங்கா அதப்பத்திக் கவலை.”

“இதென்ன கதையிது குறட்டை, ஊட்ட தேடமாட்டாங்க ளோடா.”

“ஆர என்னையா? கோழி வாங்க அசலூருக்குப் போய் அய்ஞ்சி நாள் கழிச்சும் ஊட்ட போயிருக்கன். அதுகளுக்குத் தெரியும், ஆனா நீ சந்தைப்பக்கம் போறநேரம் நான் ஒண்ட ஊட்டுலதான் இரிக்கனெண்டு செல்லாம உட்டாச்சரிதான்.”

அண்டைக்குப் பெத்தா எவ்வளவோ சொல்லிப்பார்த்திற்றா, குறட்டை கேக்குறமாதிரியில்ல.. அதாலதான் இப்ப இந்த மாதிரி வாங்கிக் கட்டிக்கொண்டிருக்கார்.

“என்ன குறட்டை என்னையில நல்ல கோவமாய்த்தான் இரிப்பாய்போல. நான் என்ன குறட்டை செய்வன். ஊரே ரெண்டுபடப்பாத்திச்சி. அதான் வெள்ளை போட்டுடைச்சிற்றாள்.” பெத்தா குறட்டைக்காக்காக்கிட்ட விளக்கம் கொடுத்துக்கொண் டிருந்தா.

“உன்னில கோவமெண்டு நானிப்ப சென்னனா? இதேன் பொட்ட இவனையும் கூட்டிக்கொண்டு வந்து மத்தாமதிய வெயிலுக்க நிக்காய்?”

“இல்ல குறட்ட போகத்தான்... முகமெல்லாம் இந்த மாதிரி வீங்கியிருக்கே ஒத்தணம்கித்தணம் எதுவும் புடிச்சயோ இல்லயோ?”

“அதெல்லாம் புடிச்சிக்கலாம் நீ போபொட்ட கெதியா” பெத்தாவ அனுப்புறதுலயே கண்ணா இருக்கார் குறட்டைக் காக்கா.

“முடக்கோழிகளுக்குக் கட்டுறதுக்கு வறுத்த மஞ்சளிலயும், உப்பிலயும் மிச்சமில்லாமலா இரிக்கும். அவன் புடிச்சிக்குவான் நீ இஞ்சாலவாகா” கனநாளுக்குப் புறகு வெள்ளும்மா கேலிபேசுறா.

“குறட்டே வெத்திலபாக்கு என்னவும் வேணுமெண்டா சொல்லன் வாங்கித்தந்திற்றுப் போறன்.” செய்த தவறுக்குப் பிராயச்சித்தம் தேடுறாப்போலதான் இருந்தது பெத்தாட கேள்வி.

“பொட்டேய் நெக்கொண்டும் வேணாம் பொட்ட, பொடியனக் கூட்டிக்கொண்டு கெதியாப்போ பொட்ட” இப்ப குறட்டைக்காக்கா கடினமாயும் கோபமாயும்தான் சொன்னார். பெத்தா பொடியன கூட்டிக்கொண்டு சாகமறோட்டுக்கு வந்திற்றா.

“அதேன் குறட்ட, மைலிய அந்த விரசுவிரசுறாய்” என்று வெள்ளும்மா கேட்டதுக்குக் “கேள்விப்படுற விசயமெல்லாம் அந்த மாதிரியெல்லோ இரிக்கி. அதெல்லாத்தையுமா நொக்கிட்ட

செல்ல முடியும். நொக்கொண்டு தெரியுமா வெள்ள? பேராண்டி பேராண்டியெண்டு மைலி அந்தப்பொடியன முந்தானையில முடிஞ்சுகொண்டு திரியுதுபொட்ட. ஆனா அவண்ட ராசி பலன்தான் மைலியக்குடியெழுப்பியுட்டுத் தேசாந்திரம் போகப்பண்ணப் போகுது" என்று குறட்டைக்காக்கா சொல்ல வெள்ளும்மா எதிர்க்கேள்வி கேக்குறத நிறுத்திற்றா.

பேராண்டியக் கூட்டிவந்து சலூன்கடைக்க இருக்க, அவன் பெத்தாட முந்தானையப் புடிச்சுக்கொண்டு அழத்தொடங்கிற்றான். சுந்தரம் தலைமுடி வெட்டுற நேரத்துல தலையில ஏறியிறங்குற மெசின் ஏற்படுத்துற அதிர்வு செந்திலுக்கு அடியோட புடிக்காது. கடைசியாகத் தலைமுடியவெட்டுன நேரத்துல மொட்ட மெசினப்போட்டுப் பொடியண்ட தலையச் சப்பித் துப்புனமாதிரி பிச்செடுத்ததிலயிருந்து தலைமுடி வெட்டப்போற தெண்டாலே டுக்குடுக்கு மெசின் வேணாம் பெத்தா எண்டே குழறுவான். போதாக்குறைக்குக் கத்திரிக்கோலால காதுநுனிய வெட்டுறதுலயும் சுந்தரம் விண்ணண்.

கண்முழி ரெண்டயும் புடுங்கியெடுத்துப் புருவத்துக்குக் கீழ ஒட்டி வச்சதப் போன்ற சுந்தரத்தின் பிதுங்கு முழியின் ஒன்றரைப் பார்வையும்கூடச் செந்திலப் பயம் காட்டியிருக்குமோ என்னமோ. சுந்தரத்துர சலூன்கடையெண்டாலே செந்தில் நேர் துருவக்காந்தம்போலதான் பின்வாங்குவான். கேசவனிலயிருந்தே இது நடக்குற புதுனந்தானெண்டுறதால பெத்தா இதப்பற்றிக் கவலைப்பட்டதாகவே காட்டிக்கொள்ள மாட்டா. அதுக்குக் காரணமும் இல்லாமலில்ல. முடிவெட்டுன கூலி இவ்வளவுதானெண்டு பெத்தாக்கிட்ட இதுநாள்வரையில சுந்தரம் கேட்டதேயில்ல. குடுக்குறத வாங்கிக்கொள்ளுவான். குடுக்கையில்லயெண்டாலும் பரவாயில்ல. பயிர் விளைஞ்ச காலத்துல பச்சக்கச்சானையோ, பாலேறுன சோளங்குலைகளயோ கொண்டுவந்து குடுத்தா சந்தோசமாக வாங்கிக்கொள்ளுவான்.

சுந்தரத்துக்கிட்ட பேரன ஒப்படைச்சிற்று உதுமாண்ட இறைச்சிக்கடைக்குப் போய் அரைக்கிலோ இறைச்சி கேக்க, ஈரல் இளமாங்காயெண்டு ஒவ்வொன்றிலயும் ஒள்ளொள்ளம் கிள்ளிப்போட்டுக் கேட்டநிறைக்கு மேலயே குடுத்ததுமில்லாம வட்டக்கோப்பையில உறையவச்ச ரெத்தத்துல பாதிவட்டத்தையும் சுத்தி, "பேரப்புள்ளைக்குச் சுண்டிக்கொடு மைலியக்க" எண்டுசொல்லி உதுமான் குடுத்ததயும் வாங்கிக்கொண்டுவந்து சுந்தரத்துடகடைக்க பெத்தா உள்ளிட்ட கொஞ்ச நேரத்துல, பெத்தாட முதுகுல ஆரோ சுரண்டத் திரும்பிப்பார்த்தா, உதுமான் தான் நிக்குறான்.

“என்னடா உதுமானெண்டதுக்கு “ஒள்ளம் வெளியால வா மைலியக்க” என்று சொல்லிக் கூட்டிக்கொண்டு விநாயகர் ஸ்ரோர் நெருக்குக்குள்ள வைச்சி உதுமான் கேக்குறான். “கேசவன னெங்க மைலியக்க.”

“ஆருக்குடா தெரியும் கண்ணால கண்டே கனநாளாப் போச்சுடா.”

“இண்டைக்கு ஊட்டுப்பக்கம் வாறகீறதெண்டு ஏதும் வெசளம் செல்லி அனுப்புன செலாவினையென்னவும் இரிக்கா?”

“இல்லயேடா உதுமான் ... ஏண்டா ஒருநாளும் இல்லாம இண்டைக்குக் கேக்காய்.” உதுமான் பதிலேதும் சொல்லாம யோசிச்சிக்கொண்டே நிக்குறான்.

“என்ன உதுமான் றோசினையோட நிக்காய்” பெத்தாட முகத்திலயும் பயம் பரவத்தொடங்குது.

“மைலியக்க பொடியனுக்கு மயிர்வெட்டி முடிச்சிற்றா சுறுக்கென ஊட்டபோவன்.”

“ஏண்டா ... என்னடா உதுமான்? என்னெண்டாலும் ஒழிக்காம சொல்லுமனே.”

“மெதுவாக் கதை மைலியக்க நெக்குத்தெரிஞ்சத நொக்குச் சென்னனெண்டுறத அறிஞ்சானுகளெண்டா இண்டைக்கு நான் மௌத்துதான்.”

“எனக்குச் சதுரமெல்லாம் நடுங்குதுடா என்னெண்டுதான் சொல்லன்.”

“நான் செல்லுறதக்கேட்டுப் பதறாத ... கேசவன் மொட்டையாபுரம் போறதாக ஆரோ தகவல் குடுத்திருக்கானு கள். மொட்டையாபுரத்த சுத்திவளைக்க எட்டாம் கட்டைக் குள்ளால ராணுவ வாகனமெல்லாம் போய்க்கொண்டிருக்கா மெண்டு வியளம் தெரிஞ்ச ஓராள் வந்து செல்லிற்றுப்போகுது. ஏலுமெண்டா கெதியாப்போய்க் கேசவன் வந்திருந்தா பாமங்கை வட்டைப்பக்கம் ஓடி ஒழியச்செல்லு.

தலைமுடி வெட்டுனபாதி வெட்டாதது பாதியா சுந்தரத்துர கதிரையில குந்திக்கொண்டிருந்த பேராண்டியக் கூட்டிக் கொண்டு வெளியில வந்து நிண்டு பாக்குறா பெத்தா, கூழாவடி வேனொண்டும் உடன போறதாகக்காணயில்ல. நீத்தையாத் துக்கு மணல் ஏத்தப்போக நிண்ட சீனிக்காக்காட மெசின் றைவருக்கிட்டச் சொல்லி உதுமான்தான் பெத்தாவையும் பேராண்டியயும் மெசினில ஏத்தியுட்டான்.

வெறும் மெசின்பொட்டி, மேடுபள்ள றோட்டுல ஏறியிறங்கிக் குலுக்குன குலுக்கலுல பெத்தாவும் பேராண்டியும் ஆளுக்கொரு மூலைக்கு அல்லாடத் தொடங்கிற்றாங்க.

வயசுபோன காலத்துல வெறும்மரப்பெட்டியில தூக்கி யெறிஞ்சதுல பெத்தாட புறத்தட்டு எலும்புல நோவு கண்டிற்றுது. எட்டிப் புடிக்கலாமெண்டு பெத்தா எத்தனிக்கிறபோதெல்லாம் பெருங்காத்துக்கு உருண்டோடுற கொட்டடத்தேங்காய் மாதிரி ஒவ்வொரு மூலைக்கும் கடத்தப்படுறான் பேராண்டி.

சிப்பித்திடல் ஏத்தத்துல போறநேரம் மெசினத்தாண்டி நாலைஞ்சி அதிரடிப்படை வாகனங்கள் போறதக்கண்டதுமே பெத்தாட அடிவயிறு கலங்கத் தொடங்குது.

மெசின் வாச்சிக்குடா மதுரமரத்தடி நிழலால போறநேரத் துல மொட்டையாபுரத்துப்பக்கமிருந்து எழும்புன வெடிச் சத்தங்கள் காதுலவிழுந்த கணத்துல பெட்டியில பிடிச்சிருந்த கைகள எடுத்துயர்த்தி “கதிரமலைக்கந்தா எண்ட புள்ளைகள காப்பாத்தப்பா” என்று கத்துனநேரம் மெசின்பெட்டி குலுங்குன வேகம் இன்னும்கொஞ்சம் கூடியிருந்திச்செண்டா பெத்தா றோட்டுல தூக்கி எறியப்பட்டிருப்பா.

புட்டம்பைக்கடைக்கு முன்னால மெசின் வந்துநிக்க பெத்தா வும் பேரனும் இறங்குனதக்கண்ட உமறுப்பரிசாரியாரும் வந்து சேர, நாள்முழுக்கக் கொளுத்துன வெயிலுக்கு நேர்மாறாகக் காத்தோட மழையும் பெய்யத்தொடங்குது.

“மழை தொடங்குது மைலி, படுவான்கரையில இப்படி ஏத்திக் கட்டியிருக்குறதப் பார்த்தா நல்லா பெய்யப் போகுது போலதான் தெரியுது. எதுக்கும் வா . . . வந்து மழையுட்டபுறகு போகலாம்.”

“இல்ல பரியாரியார் வெடிச்சத்தமெல்லாம் கேக்குது. எண்ட புள்ளையளுக்கு என்னமோ எதுவோ தெரியாது. நான் போய்க் கிறனே.”

“மைலிப்பெத்தோ மழை கொட்டுதெல்லுவா, இதுக்குள்ள என்னெண்டு போற வந்து இருந்துக்கிட்டு மழை உட்டோன போய்க்கலாமெல்லுவா” வீட்டுத் தாவாரத்துல நிண்டு பரியார்ர பொம்புளைப்புள்ளையள் குரல் கொடுத்தநேரம் பொஞ்சாதிக் காரி ஓடிவந்து முக்கோணமா மடிச்ச ரெண்டு குட்டிச்சாக்க, செந்திலூர தலையிலயும் பெத்தாட தலையிலயும் கவுட்டுப் போட்டுக் கூட்டிக்கொண்டு போக, பெத்தா தாவாரத்திலயே குந்திற்றா.

உள்ளுக்கு வந்திரியன் பெத்தாவென்று பொம்பிளைப் புள்ளைகள் கூப்பிட்டும் காதுல கேளாதவபோல றோட்டையே வெறிச்சுப் பார்த்துக்கொண்டிருக்கா. பரிசாரியார்ர மகள் குடுத்த பியான்ரோல், கட்டியக்காரன் கையிலுள்ள தடிபோலச் செந்திலுர கைப்புடிக்குள்ள அடங்காம நிமிந்து நிக்குது.

குத்தியில கட்டிப்போட்ட பயித்தியக்காரி திமிறுறமாதிரி எழும்பிவாறதும் மழைக்கு முகத்தநீட்டி வானத்த அண்ணாந்து பாக்குறதுமாயும் பெத்தா இருக்கத் திரும்பவும் ரோட்டுமுனைக் குப் போயிற்றுவாரார் பரிசாரியார்.

வெள்ளும்மாட தங்கச்சிரமக்களும் தளப்பத்தும் கையுமா பரிசாரியார் ஊட்டுக்க வந்திற்றாளுகள்.

“மழை ஒள்ளம் வெட்டாந்தமாதிரி இருக்கு. நான் வெட்டக் கிறங்குறன் பொட்டையாள்.”

“மைலி செல்லுறதக்கேளு” இப்பதான் வெடிச்சத்தங்கள் அடங்குனமாதிரித் தெரியுது. போன வாகனமெல்லாம் இதால தானே வரோணும். நீ எதுக்கபோய் முகத்தக்காட்டோணுமா? அவனுகள் போனாப்புறகு போய்க்கலாம் இரி.”

சொல்லிற்று றோட்டுப்பக்கம் போனவர் போன வேகத் துலயே திரும்பி வந்து ரகசியமாவே சொல்லுறார். “ஹறவாப் போன சத்திராதி புடிச்சவனுகள் கிறுகிற்றானுகள் மைலி. நீ என்ன செய்யப் போறாய் இப்ப.”

பெத்தாவப் போகச்சொல்ல உமறுப்பரியாரியாருக்கு மனசில்ல. பெத்தா வெளியில வந்து கொட்டுற மழையுக்க நிண்டு பார்க்குறா. மொட்டையாபுரக் கிறவல் ரோட்டால வரிசையா வந்த ராணுவ வாகனமெல்லாம் சாகாமத்துப் பக்கமாப் போறது, ஏதோ புதுச்சேனைவெட்டுன பச்சக்காடெல்லாத்தையும் திரட்டிக்கட்டி உருட்டியுட்டாப்போலதான் பெத்தாட கண்ணுக் குத் தெரியுது.

“எங்க எண்ட புள்ளை, வாடாமனே போவம்... நான் வாறன் பரியாரியார்.”

“இல்ல பெத்தா நீ முதலுல போ, மழை வெட்டாந்தப் புறகு நான் சைக்கிளில பொடியன கொணந்து இறக்கியுடுறன்.”

வெள்ளும்மாட பேத்திரபுருசன் சொன்னதும்கூடச் சரியாத் தான் பட்டிச்சி பெத்தாவுக்கு.”

“மனே பெத்தாபோறன் மழையுட்டோன நிஸார்காக்க வோட வந்துசேரு.”

குடுத்த தளப்பத்தையோ முக்கோணச் சாக்கையோகூடப் பெத்தா எடுத்துக்கயில்ல. மழைக்குள்ள நடக்கத்தொடங்கிற்றா.

வாகனச்சில்லுகள் பதிஞ்ச இடத்துல மழைத்தண்ணி நிரம்பிக் கிறவல்றோட்டு ரெண்டு பக்கமும் வாய்க்கால்மாதிரி தண்ணி ஓடுது, ரெண்டு பக்கச்சில்லுகளும் ஒதுக்கியுட்ட கிறவல் கழிமண் மேடுபொதும்பிப்போய்க்கிடக்கு. பெத்தாவுக்கு நடக்கவே வழியில்ல. ஓரத்தால நடந்தா செருப்பில்லாத கால நெருந்தி முள்ளும் தொட்டாச்சிணுங்கியும் குத்தியெடுக்குது. தண்ணி நிறைஞ்ச மேடுபள்ள றோட்டுல விழுந்தெழும்பி நடந்து விழாத்தியடிக் கடைக்கு முன்னால ஒருமாதிரிவந்திற்றா, ஒருத்தர் கூட ரோட்டுலயில்ல. மழைக்கொதுங்குன சனம் கடைய நிறைச்சிக் கொண்டிருந்ததால கடையும் இருண்டமாதிரித்தான் பெத்தாவுக்குத் தெரியுது.

கோசுவையடிக்கு வந்திற்றா, கோசுவையடி றோட்டப் பார்த்தா கண்டநிண்ட மாதிரி வாகனச்சில்லுகள் தாறுமாறாத் திரும்புனதடம். பெய்யுறமழையோட காட்டுவெள்ளமும் சேர்ந்து வாறதால கோசுவைக்கட்டுல தண்ணி பாய்ஞ்சு வழியுது. மழையுல சறுக்கிராம காலடியப் பார்த்துக் கோசுவைக்கட்டுல நடந்து மறுபக்கம் போய் நிமிர்ந்து பார்க்க எதிர வேலன் அப்பச்சி தடிய ஊண்டிக்கொண்டு நிக்குறார்.

“வா மைலி ... இப்பதான் வாறியா” வேலன் அப்பச்சி பெருமூச்சி விடுகிறார்.

“என்ன வேலண்ண ... இந்தா நடத்தியிருக்குற கோட்டாலை.”

“அதையேன் கேப்பாய் ... ம் ... ஊட்டபோ.”

“வேலண்ணே எண்ட புள்ளையளுக்கு ஒண்டுமில்லயே.”

“பதறாதகா ... எம்பலாதிப்படாம ஊட்ட போவன்.”

இனியும் கேள்விகேட்கவோ பதிலுக்குக் காத்திருக்கவோ விரும்பாதவபோலப் பெத்தா நடக்குறா. சேனை வளவெல்லய நெருங்க நெருங்கக் கண்ணுக்குத் தெரியுற காட்சிகளால பெத்தாட நெஞ்சு படபடக்குது.

சோளக்காவலுக்குச் செய்து நிப்பாட்டி வைச்சிருந்த வெருட்டி பொம்மை கைகால் முறிஞ்சி தலைகவுண்டுபோய் நிக்குது. சுரக்கொடி, நாடங்கொடியெல்லாம். பிய்ச்சு மேய்ஞ்சால்

போல அந்திலிசிந்திலியாய்க்கிடக்கு. சருவச்சட்டிய கவுட்டு வைச்சாப்போல முத்திப்போன சுரக்காயெல்லாம் பாளம்பாள மாய் வெடிச்சுச் சிதறிப்போய்க் கிடக்கு.

இன்னும் ஒள்ளத்தூரத்துலதான் குடிலிருக்கு. மனப்பயம் காலுக்கு இறங்கிக் குடிலிருக்கும் இடத்தைத் தூரமாய்க்காட்டுது. இவ்வளவு நேரமும் பின்நோக்கி நடந்தமோ என்கின்ற பிரமை கூட ஏற்பட்டு, திரும்பிப்பார்த்த பெத்தாட கண்ணுக்கு வேலப்பச்சி தூரத்துல வாறதக்கண்டுதான் பிரமையில இருந்து மீளமுடிஞ்சிது.

குடிலச்சுத்தியுள்ள சோளக்காட்டு எல்லைக்குள்ள உள்ளிட் றிற்றா பெத்தா. ஆனைபூந்தகாடுமாதிரி சோளமரமெல்லாம் அடியாலயும் நடுவாலயும் முறிஞ்சி தாறுமாறா கிடக்குறதக் காணப் பெத்தாவுக்கு இன்னும் பயம்கூடுது.

குடில நெருங்கநெருங்க நாலைஞ்சிபேர் ஒன்றாகச் சேர்ந்து ஒப்பாரி வைக்குற ஓசை கேட்ட பெத்தா ஓடத்தொடங்குறா.

பெத்தா ஓடிவாறதக்கண்ட முதலாள் பேத்தி திரவியம் தான். பெத்தாவக் கண்ட திரவியம் ஓடிவந்து "எண்ட பெத்தோ எங்ககா போயிருந்தாய். இப்பதானோகா வாறாய். வாகா வந்து பாருகா என்ன நடந்திருக்கெண்டு."

பெத்தாட ரெண்டு கைகளயும் புடிச்சுக்கொண்டு நடை வண்டியில நடைபயிலும் குழந்தைபோல நடந்த திரவியத்திர முகவாயத்தொட்டு நடுங்குன குரலுல பெத்தா கேக்குறா. "எண்ட மளே ... என்னம்மா ... சொல்லுதாயே."

கேட்டநேரத்துல குடிலுக்க இருந்த பொன்னம்மை ஓடி வந்து பெத்தாவக் கட்டிப்புடிச்சு ஒப்பாரி வைக்கத்தொடங்கிற்றா.

"எண்ட மைலியக்கேய் ... இப்பதானோ வாறாய் மைலியக் கேய் ... வந்துபாரு மைலியக்கேய் உண்ட புள்ள கிடக்குற கிடைய ... சல்லடையாக்கிப் போட்டிற்றுப் போயிற்றானு களே ... நீ என்னெண்டு தாங்குவாயம்மா இந்த இழப்ப ... தாயில்லாப் புள்ளையளெண்டுறது தெரியாம ... தாய்க்கோழி மாதிரி பொத்திப்பொத்திப் பாதுகாத்தயே ... பாவிகள் வந்து பாழாக்கிற்றுப் போயிற்றானுகளே ... நீ என்னெண்டம்மா தாங்கப்போறாய் ..."

பெத்தாட நெஞ்சில முகத்தக் குத்திக் கட்டிப்புடிச்சி ஒப்பாரி வைச்ச பொன்னம்மையப் புடிச்சி முன்னால தள்ளியுட்டிற்றுச் சன்னதம் வந்தவபோலக் குடிலுக்க ஓட, உடம்பு முழுக்க

வெள்ளச்சீலை போர்த்தி மல்லாக்கக்கிடத்திக் குத்துவிளக்கு ரெண்ட காவலுக்கு வைச்சிப்படுத்துக்கிடந்த பேத்தி மலருர கோலத்தக்கண்டதுமே பெத்தா "எண்டமளே ..." எண்டுகொண்டு உடம்புக்கு மேல விழுந்திற்றா. பெத்தாவ நிமிர்த்தி இருத்த முயற்சிக்குறா மகண்ட பொஞ்சாதி.

பேத்தி திரவியம் வந்து விரிஞ்சிகிடந்த பெத்தாட தலைய முடிஞ்சுவிடுறாள். பெத்தாட துயரப்போராட்டத்துல தலைமுடி திரும்பவும் கலைஞ்சிற்று.

நிஸார் கொணந்து இறக்கியுட குடிலுக்க ஓடிவந்த பேராண்டி செந்தில பெத்தா வாரிஅணைச்சி இறுக்கிப்பிடிச்சிக்கொள்ளுறா.

"எண்ட மகனே பாருடா மகனே ... கொம்மை கிடக்குற கோலத்த ... உண்ட கைத்தண்ணியக்கூடத் தொண்டைக்குழிக்க வாங்காமப்போயிற்றாளேடா ... உனக்கிந்தக்கெதி நேருமெண்டு நான் நினைச்சிருந்தனோ? தாயே ... என்னம்மா நடந்திச்சி எண்ட புள்ளைக்கி ... ஏனம்மா இவள் இப்பிடிப் படுக்காள் ... பெத்தா வந்திருக்கன் எழும்பம்மா ... உண்ட புள்ள வந்திருக் காண்டி ... எழும்புடி ... அவனுக்குப் பசிக்கிதாண்டி ... எழும்பிச் சோத்தக் குடுடி ... நான் சொல்லச்சொல்லப் படுக்காதேடி ... சொல்லுங்கவண்டி எண்ட புள்ளைக்கு என்னடி நடந்திச்சு ..."

பெத்தா பாய்ஞ்சி உலுக்குன உலுக்குல பொன்னம்மை பயந்தே போயிற்றா.

அத என்னெண்டம்மா சொல்லுவன். சந்தைக்குப்போன மகனும் பெத்தாவும் வந்துருவாங்கவெண்டு சோத்தக்கறிய ஆக்கிவைச்ச நேரத்துல ரெண்டுகூட்டாளிப் பொடியனுகளோட வந்த தம்பிக்காரன் "பசிக்குதக்கா சாப்பாடுதா" எண்டிருக்கான் தம்பியக்கண்ட பூரிப்புல பொட்டையும் இருத்தி வைச்சி சோத்தக்குடுத்த நேரத்திலதான் சோளக்காட்டுக்குள்ள சரசரக்குற சத்தம்கேட்க, செத்தை ஓட்டையால புள்ளை கண்ண உட்டுப் பாத்திருக்காள். பச்சச்சோளக்காட்டோட காடா ஆமிக்காரனுகள் வாறதக்கண்டிற்றாள் எண்ட தங்கமகள் ...

"எண்ட தம்பியே வந்திற்றானுகளுறா ஓடுங்கடா" எண்டு பொட்டை கத்துன கத்துக்குச் சோத்துக்கோப்பைய எட்டி உதச்சிற்றுச் செத்தையப்பிச்சுக்கொண்டு பொடியனுகள் ஓட இதக்கண்ட ஆமிக்காரனுகள் குடில வளைச்சி நிண்டு சுட்ட சூட்டுல குடிலுக்க இருந்தபுள்ளை சல்லடையாகி ரெத்தவெள்ளத் தில சுருண்டு கிடந்திச்சுகா."

இதுதான் நடந்ததெண்டு மலர் சொல்லிற்றுச் சாகவுமில்ல, சம்பவம் நடந்தநேரம் பொன்னம்மை பக்கத்துலயும் இருக்கையு மில்ல. ஆனாலும் அவ சொல்லுற வர்ணனை நேருல பார்த்தாக் களூற வாக்குமூலம்மாதிரியே இருக்குறதால எல்லாரும் வாய விரிச்சி, கன்னத்துல கைய ஊண்டி தலையாட்டிக் கதை கேட்டுக்கொண்டிருந்த நேரத்துல வந்த கபூர்போடியார்தான் நடந்த விசயமெல்லாத்தயும் விலாவரியாச் சொன்னார்.

தப்பியோடுன கேசவன் போடியார்ர வாடிக்குத்தான் முதலுல போயிருக்கான் என்ன நடந்தது எண்டு போடியாருக் கிட்ட சொல்லிற்று, பாமங்கைக் கண்டத்துக்குள்ளால ஓடி மறைஞ்சிருக்கான். கிட்டத்தட்ட பொன்னம்மை சொன்ன மாதிரித்தான் எல்லாமே நடந்து முடிஞ்சிருக்கு.

கேசவன் கிடைக்காத ஆத்திரத்துல கண்டநிண்ட பொடியனு கள் எல்லாரையும் ஆமிக்காரன் ஏத்திக்கொண்டு போயிற்றானு களாமெண்டு தாய்மார் பெத்தாட வாசலுல நிண்டு தலையில பாய்ஞ்சடிச்சுக்கொண்டு நிக்குறாங்கள். கூடிநிண்ட சனத்துக்குள்ள வெள்ளும்மாவும் நிக்குறதக்கண்டிற்றா பெத்தா.

“வெள்ளேய் . . . எண்ட புள்ளை கிடக்குற கிடைய வந்து பாரு வெள்ளெய் . . .”

முலைசுரந்ததாய் புள்ளைய அரவணைக்கக் கைவிரிக்குறாப் போலப் பெத்தா கைவிரிக்க, விரிச்ச கைக்குள்ள விழுந்தடங்குன வெள்ளும்மாவும் தன்பாட்டுக்கு ஒப்பாரிவைக்கத் தொடங்கிற்றா.

எண்ட புறப்பே . . .
என்னெண்டு புறப்பே தாங்குவம் . . .
பட்டமரம் நாம
பார்த்து இரிக்கோமே
பச்சப்பயிரெல்லாம்
கருகிச் சாகுதேகா.
சாகிற வயதோகா இது
சாகாவரம் நமக்கோகா . . .
எண்ட புறப்பே.

கவியில ஒப்பாரிவைக்குற வெள்ளும்மாட தோளுல முகம் போட்டு முதுகுல மூக்கு வடியக்கிடந்து ஒப்பாரிவைச்ச பெத்தா, நிமிர்ந்துபார்க்குறா. வெள்ளும்மாட முதுகோட ஒட்டிக்கொண்டு வைரவர் சிலைமாதிரி நிக்குற குறட்டைக்காக்காவக் கண்ட உடனேயே பெத்தாட நெஞ்சு துணுக்குற்றுப் போய்ச்சி.

“ஏன் குறட்டை வந்தாய் . . . நீ சொன்னாப்போலதானே நடந்திச்சி, உண்ட கருநாக்கால இன்னும் என்னெத்தையெல்லாம்

சொல்றதுக்கிருக்காய்?" என்று கேக்குறாப்போலப் பெத்தா குறட்டைய வெறிச்சிப் பார்க்க,

"நான் சென்னனே கேட்டாயோபொட்ட மைலி... இது மட்டுமோ இன்னும் என்னவெல்லாம் நடக்கப் போகுதெண்டுற தப் பார்க்கத்தானே போறனெண்டு கேக்குறாப்போலத்தான் குறட்டயும் பெத்தாவப் பாக்குறார்.

வெறிச்ச பார்வை மேல்நோக்கிப்போய், பெத்தா மக்க மல்லாக்க நிமிர்ந்து செத்தையில சாய, சேர்ந்திருந்த பொண்டு களெல்லாரும் ஓடிப்போய்ப் பெத்தாவ சுத்திவளைச்சி நிண்டு தாங்கிப்புடிச்சநேரத்துல, தனிச்சுப்போன செந்தில் தாயிர கால் மாட்டுல ஒத்தக் குருவிக்குஞ்சுபோலக் குந்திக்கொண்டிருக்கான்.

9

எதிர்பாராத திருப்பங்கள் நிறைஞ்ச சோகப்படக் காட்சிகள் மாறுறாப்போலதான் மொட்டையாபுரத்த சுத்தி நடக்குற புதுனங்களும் இரிக்கி. அதிலயும் மலர் செத்துப்போன இந்த ஒருமாதத்துக்குள்ளயும் நடந்த புதுனங்கள நினைச்சிப்பார்த்தா இனிவரும் நாளுகளில என்னெல்லாம் நடக்குமோ எண்டுற பயம்தான் எல்லாருர மனசுலயும்.

கேசவனத்தேடி வந்தவனுகள் மலரச்சுட்டுப் போட்டு சுத்தி வளைச்சி ஏத்திக்கொண்டுபோன புள்ளைகள தம்பட்டைக் கடற்கரையில இறக்கி மடு வெட்டச் சொல்லியிருக்கானுகள். தாங்களுக்குத் தாங்களே புதைகுழிவெட்டி முடிக்க வரிசையா நிக்கவச்சி சுட்டுச்சாய்ச்சி குழிக்குள்ள தள்ளியிருக்கானுகள். எல்லாம் முடிச்சிற்றுப் போயிற்றானுகளெண்டு அறிஞ்சி இயக்கப் பொடியனுகளும் ஊராக்களும் ஓடிப்போய்ப் பார்த்த நேரத்துல அரைஉயிரும் குறைஉயிருமாயும் புள்ளைகள் கிடந்ததக்கண்ட நாளுலயிருந்து எந்தப்புள்ளையளயும் தாய்மார் வீட்டுல படுக்க விடுறதில்ல. அரிசி, தேங்காய், பருப்பக் கட்டிக்கொடுத்து எங்கெயெண்டாலும் காடு கரம்பையிலபோய் ஒழிஞ்சிகொள் ளுங்க மக்காளெண்டு சொல்ல பள்ளிப்புள்ளையளும்கூட இப்ப காட்டுக்குள்ளதான் சீவிக்குதுகள்.

ராவோட ராவா ஆத்தக்கடந்துபோய், ஆசுபத்திரிய உடைச்சி உள்ளமருந்து மாத்திரையெல்லாத்தயும் அள்ளிக்கொண்டு போயிற் றாங்களாமெண்டதுக்குப் புறகு ஆசுபத்திரியும் மூடப்பட, அந்திர அவசரச்சிகிச்சைக்கு எங்க போறதெண்டு தெரியாதநிலை சனத்துக்கு.

சின்னாள், பெரியாள், கிழவன், கிழவி, குமர்குட்டி எண்ட பேதமில்லாம கண்டஇடத்துல நிப்பாட்டிச் சோதிக்குறது மட்டு மில்லாம அடிச்சுஉதைக்குறதுக்கும் குறைச்சலில்ல.

இதுக்கிடையில சும்மாக்கிடந்தசங்க ஊதிக் கெடுத்தமாதிரி, புட்டம்பைக் கிராமத்தையும் பூந்தழிச்சுப் போட்டானுகளெண்ட விசளத்தக்கேட்ட நாளுலயிருந்து பெத்தாவுக்கு மலர் செத்த கவலையைவிடப் பெரிய கவலையொண்டு நெஞ்சுல ஏறிநிண்டு அமுக்கத்தொடங்கிற்று.

என்னவோ நடக்கப் போகுதெண்டு எப்பிடியோ அறிஞ்ச புட்டம்பைச் சனமெல்லாம் ராவோடராவா வண்டிலுகளில ஊட்டுச்சாமானுகள ஏத்திக்கொண்டு இலுக்குச் சேனைக்கு வரிசை கட்டிப்போனத நடுச்சாமத்துல வாய்க்காலடியில நிண்டு பார்த்தது பெத்தாட கண்ணுக்குள்ளேயே இருக்கு.

அண்டைக்கு ஒருராவு நிலாகிளம்புன நேரம்தான் பெத்தாவ நுளம்பு கடிச்சி எழுப்பியுட்டிச்சி. நாலு உரிமட்டைய வச்சி புகை வைப்பமெண்டு எழும்பி வாசலுக்கு வந்தா துருசிக்குப் பக்கத்தால வண்டிலுகள் போற சத்தம் கேட்குது. கொஞ்சம் முன்னால நடந்துவந்த நேரம் கண்ணுக்கெட்டுன தூரத்துக்கு விளாத்தியடிக்கடைதொட்டு மாட்டு வண்டில்களெல்லாம் வரிசை கட்டிப்போறது நிலா வெளிச்சத்துல நல்லாவே தெரிய, பெத்தா துருசிப்படியடிக்கு வந்து நிண்டுற்றா.

என்ன நடந்திருக்கும், ஏன் நடக்குது எண்டுறதெல்லாம் பெத்தாவுக்குச் சட்டெண்டு புரிய, துருசி கடந்து கிறவல்றோட்டு மேட்டுல ஏறிவந்தவவ அடையாளம் கண்டவங்க "வாறம் மைலிப்பெத்தா . . ." "நீங்கமட்டும் நல்லா இரியுங்க" "நாங்க வாறம்" "செல்லுகா எங்களுக்கும் ஒருகாலம் வருமெண்டு" கடந்துபோற ஒவ்வொரு வண்டியும் ஒவ்வொரு வார்த்தை சொல்லிற்றுப் போகுது.

"மைலிப்பெத்தோ வாறங்கா."

அது வெள்ளும்மாட பேத்திர குரல்தானெண்டு பெத்தா வுக்கு நல்லாவே புரியுது. "பொட்டையாள் எங்க பொட்டையாள் போறயள். என்னடி பொட்டையாள் நடந்தது." பெத்தாட குரலில பதட்டம். "என்ன நடக்கோணும்? வெட்டக்கிறங்கச் செல்லிற்றாங்க . . . அதான் போறம். ஓங்கட ஆக்கள் செய்யுற வேலைக்கு இன்னமும் உசிரக் கையில புடிச்சிக்கிட்டு இரிக்க லாமா . . ?"

வெள்ளும்மாட பேத்திர கேள்வியோட அந்த வண்டில் நகர பின்னால வந்த வண்டிலொண்டு "கோ ... கோ ... என்ற ஓசையோட நிக்க பெத்தாவும் வண்டில நெருங்கி நிக்குறா."

"என்ன மைலி ... பனி கொட்டுற நேரத்துல இஞ்ச வந்து நிக்காய்." குரலுக்குரியவர் பரியாரியார்தான் எண்டறிஞ்ச கணத்துல பதறிப் போயிற்றா பெத்தா.

"என்ன பரியாரியார் நீயுமோ?"

"ஏன் மைலி நானெண்டா என்ன ..? வீசுற கத்தி என்னயில பாயாதா? சுடுற குண்டு என்னயில ஏறாதா? நானும் மனிசன் தானே. ஊரோட ஒத்ததுதானே நமக்கும்."

"இதென்ன பரியாரியார் அப்பிடியெல்லாம் நடந்திடுமோ ..."

"நடந்திடக் கூடாதெண்டுதான் அல்ஹாக்கிட்ட வேண்டிக் கிறன். ஆரு மைலி? நமக்கு முன்னால நாம பார்க்க வளர்ந்த புள்ளயள்தானே. இண்டைக்குக் கோவத்துல இப்பிடி நடக்குது கள். ஆருகண்டா நாளைக்கு அதுகளே வந்து எங்களக் கூட்டிக் கிட்டு வந்தாலும் வருங்கள். கவலைப்படாம நீபோய்ப் படுகா ..." என்றவர் "இந்தாகா இத புட்டம்பை நெனப்புக்கு வைச்சிக்க" எண்டு பரியாரியார் பெத்தாட கையில குடுத்தது மூலிகை இடிக்குற சின்ன உரலும் உலக்கையும் எண்டறிஞ்ச பெத்தாட கண் கலங்கிச்சி.

"நாங்க வருவங்கா ... இல்லெண்டாலும் என்ன கண் காணாத துணியாத் தொங்கலுக்கா போறம். காணுற இடத்துல சந்திச்சிக்கலாம் பேசிக்கலாம்."

அவரின் பேச்சோடவே வண்டிலும் நகர, முதுகுல வந்து குத்துற நுளம்புகள விரட்ட வாலச்சுருட்டி முதுகுக்கு அடிச்ச அடியில வாலுல அப்பிக்கிடந்த வண்டில்மாட்டுச்சாணி வந்து பெத்தாட முகத்துல வீசியடிச்சத மாடும் அறியல. மனிசனும் அறியல. ஈரச்சாணிய நனைச்சிக் கொண்டு வந்த கண்ணீரத் துடைக்காமல்தான் பெத்தாவும் நடந்தா.

"போறாக்கள் போங்க நாங்க வரக்கிரயில்ல" யெண்டிற்று பொஞ்சாதி புள்ளையளோட இருந்திச்சுதுகளாம் வெள்ளும்மாட பேத்திரபுருசன் நிசார், போன சனத்தோட போகஉடாம காலன் அவன கட்டிப்போட்டதால விடியுறதுக்கு முன்னமே வெட்டுப் பட்டுச் செத்துக்கிடந்தானாம் எண்டு கேள்விப்பட்ட நாளுல யிருந்து இந்த ஒருகிழமைக்கும் பெத்தாவுக்கு வெள்ளும்மாட நினைப்புத்தான்.

என்னெண்டு நான் வெள்ளைர முகத்துல முழிக்குற? "உண்ட பேரனும் சேர்ந்துதானே எண்ட பேத்திரபுருசன வெட்டியிருப்பான்" எண்டு வெள்ள கேட்டிற்றாளண்டா என்ன பதில் சொல்லுறதெண்டுற கேள்வியிலயே பெத்தா தவியாத் தவிக்கிறா. பதினைஞ்சி நாளா கேசவன் கண்ணிலயே படுறா னில்ல. புட்டம்பைச் சம்பவத்தில சம்பந்தப்பட்டிருப்பானெண்டு திடமாகத் தெரியாட்டியும்கூட, நடந்து முடிஞ்ச புதினங்களால எல்லாக்கவலையும் பேரன்மேல ஆத்திரமாத் திரண்டு போய்க் கிடக்குது பெத்தாட மனசுக்குள்ள.

வெறிச்சோடிக்கிடக்குற வீட்டுக்கு வேலப்பச்சிதான் முசிப்பு, எட்டாம் நாளோடேயே மொத்தச்சனமும் கலைஞ்சிற்றுதுகள். மகன்ட பொஞ்சாதியும்கூடப் பகலுல ஒருதடவை வந்து போற தோடசரி. கிடக்கிறத திண்டுகுடிச்சிற்று நாள்பூராவும் கிடக்குறது வேலப்பச்சியொராள்தான். பத்துற தீனாவுக்குப்பக்கத்துல இருந்து கொண்டு பெரியபுராணத்தயும் கந்தபுராணத்தயும் முணு முணுத்துக்கொண்டே இருப்பார். இடைக்கிடை அரிச்சந்திர நாடகப்புத்தகத்தயும் புரட்டிப்படிச்சிக் கொண்டிருப்பார். அரிச்சந்திர நாடகம் எண்டாலே பெத்தாவுக்கு மயானகாண்டம் தான் விருப்பம். அதிலயும் அரசனாகயிருந்து ஆண்டியாகிப் புள்ளபொஞ்சாதிர நினைப்பிழந்து அரிச்சந்திரன் சுடலையில காவல் நிக்குறநேரம், பெத்த புள்ள பாம்புக் கடிச்சி சாக . . . பத்தவைக்கவெண்டு கத்திக்குழறி ஓடிவந்து சந்திரமதி சுடலை யில நிண்டநேரம் சொந்தப் பொஞ்சாதியெண்டு தெரியாம பெத்த புள்ளய எரிக்கவே அரிச்சந்திரன் கூலிகேப்பான். எனக் கிட்ட என்ன இரிக்கி உனக்குத்தாறதுக்கெண்டு சந்திரமதி ஒப்பாரிவைக்க, ஏனில்ல இப்பிடியொரு தாலி கழுத்துல தொங்குதே அதத்தாவென்று அரிச்சந்திரன் கேட்க, புருசனத் தவிர ஆருக்குமே தெரியாததாலி இந்த வெட்டியான் கண்ணுக்கு எப்பிடித் தெரிஞ்சதெண்டு சந்திரமதி வெம்மி வெதும்பி அழுற காண்டம்தான் எப்பயுமே பெத்தாட மனச உலுக்கும்.

நுளம்பு கடிக்கப் புரண்டுபடுத்த பேராண்டிற முதுக தடவி விட்ட பெத்தா புடவையொண்டால போர்த்திவிட்டுற்றுத் திரும்பவும் தடவ முதுகெலும்பு பெத்தாட கையில தட்டுப்படுகுது.

இனி விடிஞ்சிடும் எண்ட நினைப்புல பெத்தா எழும்பி வேலப்பச்சிக்குத் தேயில போட்டுக்குடுத்துற்று வந்து பேராண்டிக் குப் பக்கத்துல குந்துனநேரத்துல, குரங்குகளெல்லாம் மரத்துக்கு மரம் தாவுறதும் சண்டைபுடிக்குறதுமான சலசலப்புச் சத்தம் கேட்குது.

அடிக்குற காத்துக்குக் கப்புகள் திருகுறநேரம் எழும்புற சத்தம் மரமெல்லாம் சோம்பல் முறிச்சி நெறிமூட்டுனாப்போலத் தான் தெரியுது. எங்கேயோ தூரத்துலயிருந்து மூக்காலமுக்குற காட்டுப்பறவையின் குரலுக்குப் போட்டிபோட்டுக் கூவுது ஒரு குயில். பறந்துவந்து கூட்டுக்குள்ள போறதும் போன வேகத்துல திரும்பிச் சிறகடிச்சிப் பறக்குறதாயுமே இருக்குதுகள் தூக்கணாங்குருவிகள்.

இன்னும் கொஞ்ச நேரத்துல விடிஞ்சிரும். நாளை யண்டைக்கு வருசப்புறப்பு. தாயப்பறிகொடுத்திற்று சோர்ந்து போய்க்கிடக்குற புள்ளைக்கு ஒருபுதுச்சட்டை எடுத்துக்குடுக் கோணுமெண்டு பெத்தாட மனம் சொல்லுது. செத்த ஊட்டுல என்னகா புதுவருசக் கொண்டாட்டமெண்டு நாலுசனம் சொல்லுமே எண்டபயமும் வேற, அரப்புவைச்சி முழுகிப் புதுச்சட்டை போடோணும் எண்டில்ல. நல்லநாள் பெருநாள் எண்ட பேருக்காகுதல் பேராண்டிக்கு ஒருசட்டை எடுக்கோணு மெண்டே பெத்தா நினைச்சிற்றா. அதுக்கிடையில இந்தக் கச்சான் கொடிகளயும் கொத்திப்புடுங்கிக் காயப்போடோணும். போட்ட கையோட சந்தைக்குப் போய்வரத்தான் வேணுமெண்டு நினைச்சிக்கொண்டிருந்த நேரத்துலதான் வேலப்பச்சி அரிச்சந்திர மயான காண்டத்திற்கு மாறுறார்.

முத்தான வாயாலே
குத்துமி கேட்டாயே மகனே ... மகனே
உன்னைப்பெத்த வகுறிப்போ
பத்தியெரியுதேடா மகனே ... மகனே
தட்டான் கண்ணுக்கும் காணக் கிடையாத
எந்தன் தாலிக்கொடியிந்த
வெட்டியான் கண்ணுல
பட்டுத் தொலைஞ்சிதேடா மகனே ... மகனே

வேலப்பச்சிர பாட்டக்கேட்டதுமே மனம் கலங்கிப்போன பெத்தா, பக்கத்துல படுத்துக்கிடந்த பேராண்டிர தலைய நிமிர்த்தி நெஞ்சோட அணைச்சுக்கொண்டு நெத்தியக் கொஞ்சத் தொடங் கிற்றா. போதும் நிப்பாட்டு வேலண்ண ... உள்ள கவலை காணாதெண்டு சந்திரமதி பட்டபாட்டையும் கேட்கவோ."

புத்தகத்த மடிச்செடுத்துக்கொண்டு வேலப்பச்சி வெளியால வர, பின்னால வந்த பெத்தா முள்மண்வெட்டிய எடுத்துக் கொண்டுவந்து கச்சான்செடிக்கு அடியில கொத்த, "கணார்" என்ற சத்தத்தோடயே மண்ணுல மண்வெட்டி இறங்கிருச்சி. கிறவல்கல்லுத்தானே என்ற நினைப்போடதான் பெத்தா புடுங்குனா.

கச்சான்செடிகள அள்ளிக்கொண்டுவந்து வாசலுல குமிச்சிற்று ஒவ்வொண்டாக எடுத்து மண்ணோட சேர்ந்து சலங்கைக் கோர்வைபோலத் தொங்குன கச்சான ஆய்ஞ்சி வெளியாக்க, கச்சானோட சேர்ந்திருந்த மண்கட்டிகளோட ஒட்டிக்கொண்டிருந்த துப்பாக்கிச் சன்னங்களக்கண்ட பெத்தா திரும்பவும் ஒப்பாரிவைக்கத்தொடங்கிற்றா.

எண்டமகளே இதுதானோடி உண்ட உசிரக்குடிச்ச சாமானெண்டு உள்ளங்கையில சன்னங்கள வைச்சிக்கொண்டு பெத்தா அழ, ஏன் எதுக்குப் பெத்தா அழறா என்று தெரியாம பார்த்துக் கொண்டு நிண்ட பேராண்டி பெத்தாட கையில இருந்த சன்னங்கள அள்ளிக்கொண்டுபோய்த் தையல் பொட்டிக்க போட்டுக் கிலுக்கி விளையாடத் தொடங்கிற்றான்.

பெத்தா அழுதுகொண்டு இருக்குறத நாட்டுக்கட்டை நுனியில குந்திக்கொண்டிருக்கிற குரங்குகள் புதுனமா பாத்துக் கொண்டிருக்குதுகள்.

10

என்னதான் கவலை கக்கிசமெண்டாலும், பால்குடி மாறாப் புள்ளமுகமும், விடியுறநேரத்துப் பயிர்பச்சையும் அந்தக் கவலைகள சட்டென மறக்கச் செய்யுமெண்டுறதுல சந்தேகமேயில்ல. விடிஞ்செழும்பி வாசலுக்கு வந்த பெத்தாவுக்கும் அப்பிடித்தான் இருந்தது.

பனியில நனைஞ்ச பயிருகளில விடியநேரத்து வெயில்படப் பயித்தம் இலையெல்லாம் வெள்ளித்தகடுமாதிரி மின்னுது. சாணைபுடிச்ச வாள்கள் வளைஞ்சுநிண்டு ஒண்டோட ஒண்டு மோதிச் சண்டைபுடிக்கிறாப்போலச் சவண்டு நிண்டு காத்துக்கு ஆடுற சோளக்காட்டு இலைகளுற ரெண்டுகரையும் தகதகவெண்டு பளபளக்குது.

சீலைக்குமேலால பழயபாவாடையொண்ட கட்டிக் கொண்டு பயத்தம் சேனைக்குள்ள பெத்தாவர, பனித்தண்ணியில நனைஞ்சி பாவாடை பாரமாயிற்று. போட்டிருந்த செருப்பிலையும் கிறவல்மண் ஒட்ட, பாதத்த தூக்க பாட்டாசெருப்பு மறுக்குது.

ஓலைப்பெட்டி நிறைய பாம்புப்பயித்தைய ஆய்ஞ்சி அடைச்சிற்று வந்து வாசலுல வைச்சவ, "ஏடேய் மனே கூட்டிப்போகத் திரவியமக்கை வந்திருவாள் ஒழும்பிவாடா முகத்த கழிவியுட்டிற்று நான் வெட்டக்கிறங்கணும்."

பெத்தா சொன்னது பேராண்டிர காதுல விழுந்தமாதிரி யில்ல. சன்னங்கள் வந்து சேர்ந்ததுலயிருந்து பொடியண்ட முகத்துல தெரியுற சந்தோசத்துக்கு அளவேயில்ல. தையல்பெட்டி யும் கையுமாத்திரியுறான்.

சந்தைக்குப் போயிற்று வாறவரைக்கும் புள்ளையக்கூட்டிக் கொண்டுபோய் வச்சிருந்திற்றுக் கொண்டுவாமனேயெண்டு திரவியத்திட்ட நேற்றே பெத்தா சொல்லியிருந்தா. திரவியம் வாறதுக்கிடையால எல்லாத்தயும் செய்து முடிச்சிரோணும் எண்ட அவசரம் பெத்தாவுக்கு.

பயத்தங்காய்கள புடியாக்கி நார்போட்டு இறுக்கிக்கட்டிக் குட்டிச்சாக்கொண்டுல சுருட்டிவச்ச நேரம் "எண்டபுள்ளை மலர் இருந்திருந்தா இதெல்லாம் நான் செய்யிறவேலையோ? எல்லாத்தையும் எண்ட புள்ளையெல்லோ செஞ்சிருக்கும்" எண்ட நினைப்பும், விடிஞ்சா வருசப்புறப்பு போனவருசம் வருசத்துக்குமுதல்நாள் பேத்திமலர் மாஇடிச்சதும் பயறுவறுத்துக் குத்திவச்சதும் பெத்தாட கண்ணுக்குள்ளயே வந்துவந்து போகது.

தமக்கை செத்து ரெண்டாம்நாள், ஒட்டிஒழிஞ்சு வந்து ஆட்கள் கொண்டுவந்த துக்கச்சாப்பாட்ட நிண்டநிலையில நிண்டு திண்டுபோட்டுப் போனவன்தான் கேசவன் ... அதுக்கப் புறகு கண்ணாலையும் காணக்கிடைக்குதில்ல. புட்டம்பைய அழிச்சி குடியிருந்தாக்கள குடியெழுப்பி அனுப்புன அடுத்தநாளே முஹமட் வந்து கேசவன் வந்தானோ பெத்தா எண்டு கேட்ட நேரம் "இல்லயேமனே" எண்டுசொன்னத நம்பாம "என்னபெத்தா எனக்கிட்டயும் பொய்செல்லுறளவுக்கு என்னயும் வேற்றாள் ஆக்கிற்றாயென்ன..? கேசவன நான் காணாம உடமாட்ட னெண்டு செல்லுகா" எண்டு சொன்னதக்கேட்டுப் பெத்தா பதறிப்போயிற்றா.

ஆளையாள் தேடித்திரியுறானுகள். ஒருநாள் இல்லாட்டி ஒரு நாள் எதுக்கெதுக்கக் கண்டுற்றானுகளெண்டா என்னதான் நடக்குமோ தெரியாதெண்ட பயமும் பெத்தாவுக்கு. சொந்தச் சனத்த துரத்தியடிச்சா ஆருக்குத்தான் கோபம் வராது. முஹமட் கோபப்படுறதும் நியாயம்தானே. கேசவன முஹமட் காண முதல் தான்ஒருக்காகண்டு நாலுகேள்வி கேக்கோணுமெண்ட அங்கலாய்ப்புலதான் பெத்தாவும் இருக்கா. மழை, தண்ணி பூச்சிபட்டைக்குள்ள, எந்தக் காடுகரம்பைக்குள்ள பேரன் திரியுறானோ எண்ட மனக்கவலை இருந்தாலும், புட்டம்பைச் சம்பவத்த நினைக்கக்கோளமட்டும் பெத்தாவுக்குப் பேரனுல கோபம் கோபமாய்த்தான் வருகுது.

எல்லா நினைப்பும் ஒண்டுசேரப் பெருமூச்சு விட்டுக் கொண்டு முகட்டப்பாக்குறமாதிரி முருங்கமலை உச்சிய அண்ணாந்து பார்க்குறா பெத்தா. மலையுச்சியில உள்ள முருகண்ட கோயில் குடில்மேல் நிண்டாடுற சேவல்கொடியக் கண்டதுமே மனசு கொஞ்சம் சாந்தப்பட்டாப்போன்ற உணர்வு பெத்தாவுக்கு.

“என்னகா பெத்தா எப்ப போய் எப்ப கிறுகப்போறாய். சுறுக்கென வெட்டக்கிறங்கங்கா” மலையுச்சிலயிருந்த பெத்தாட நினைப்ப பேத்தி திரவியத்துர குரல்தான் கீழ கொணர்த்திச்சி.

“இந்தா வெட்டக்கிறங்கத்தான் மகளே, ஒழுப்பி முகத்த கழுவுடாவெண்டா ஊட்டுக்குள்ளயே விளையாடிக்கொண் டிருக்கானோடி.”

“அவன உடுகா, நான் பார்த்துக்கொள்ளுறன். நீ வெட்டக் கிறங்கு.”

“அப்பிடியோ மகள், அப்பகொஞ்சம் இவடத்த இருந்து கொள், இந்தாபோய்த் தலையில ஒள்ளம் தண்ணி வார்த்துட்டு வாறன்.”

வாளியும் கொத்துக்கோப்பையுமாப்போன பெத்தா எதையோ மறந்தாப்போலத் திரும்பிவந்து திரவியத்துக்கிட்ட கேட்குறா. “மூண்டு நாளா மூச்சுடாமக் கிடந்து கக்கிசப்படுறானா மெண்டு கொம்மை சொன்னாளே. இப்ப எப்படி இருக்கி கொப்பனுக்கு?”

“அப்பிடியேதான் இரிக்கி, இப்பதானாக்கும் மகண்ட நினைப்பு வந்திச்சு.”

“எடியே எண்டைக்கும் எண்டமகண்ட நினைப்புத்தாண்டி எனக்கு. அவனுக்கே அவ்வளவு வைராக்கியமெண்டா பெத்தவள் எனக்கு எவ்வளவு இரிக்கோணும்.”

“ஓமோம் செத்ததுக்குப்புறகு உழுந்து குழறமட்டும் வருவா யாக்கும். அப்பமட்டும் இந்த வைராக்கியம் எங்கபோகுதெண்டு பார்ப்பமே.”

“ம் . . . பெத்ததுகளும், பேரப்புள்ளைகளும் கண்மூடுறத இந்த அறுதலி நானிருந்து பார்க்கோணுமெண்டுறது நான் கேட்டு வந்த வரமாக்கும்” தன்பாட்டிலயே பேசிக்கொண்டு பெத்தா போக, திரவியம் செந்திலக்கூட்டிக்கொண்டு துரவடிக்குப் போய் முகத்தக் கழுவியுட்ட நேரத்திலயும்கூட, சன்னங்கள் கடகடத்த தையல் பெட்டிய மார்போடயே அணைச்சிக்கொண்டு நிற்கிறான் செந்தில்.

11

ஒரு மாதத்திற்குப்புறகு சந்தைக்கெண்டு வெளிக்கிட்டு விழாத்தியடிக் கடைவரைக்கும் நடந்துவந்த பெத்தா, திசைய மாத்திப் பொன்னம்மைர சேனைக்குள்ளால இறங்கிப் பாமங்கை வண்டுல நடந்து வந்துசேர்ந்த இடம் பட்டிமேடு.

வழமையாகப் புட்டம்பைத் தேத்தண்ணிக் கடைக்கு முன்னாலநிண்டுதான் சந்தைக்குப்போக வேன்ஏறுவா. புட்டம்பைக்கிராமம் அழிஞ்சி பாழ்உழுந்து போனாப்போலக் கிடக்குதாமெண்டது நினைப்புக்குவர அந்தக்கோலத்தக்காண மனமில்லாமத்தான் பட்டிமேட்டுல நிண்டு வேன் ஏறவெண்டு பெத்தா வந்துநிற்குறா. கண்ணுக்கு எட்டுன தூரம்வரை கூழாவடிப் பக்கம் பார்க்குறா, ஒருவாகனமும் வாறமாதிரித்தெரியயில்ல. முதுகுப்பக்கம் திரும்பிப் பார்கஞுறா. பட்டிமோட்டு அம்மன் கோவில் பத்தைக்காட்டுமறைவுல ஒழிஞ்சாப்போலத் தெரியுது. கோயிலக்கண்ட பெத்தாவுக்குப் பக்தியும் பயமும் ஒண்டுசேர இந்தா பக்கத்துல இருக்குற என்னைய கண்டுகொள்ளாமத் தானேடி மைலி போகப் பார்க்கிறாயென்று அம்மன் கேட்டாப் போலயும் இருக்கப் பெத்தா பட்டிமோட்டு அம்மன்கோயில நோக்கி நடக்கத்தொடங்குறா.

மற்றமற்ற கோயில்களில நடக்குறாப்போலப் பட்டிமோட்டு அம்மன் கோயிலுல தினமும் பூசையோ புனர்க்காரமோ இருக்காது. வருசத்துல ஒருதரம் திறந்து திருவிழா நடத்தி அம்மன குளிப்பாட்டி பூட்டிவைச்சா, இனி அடுத்த வருசம் தான் கதவு திறப்பாங்க. அதுக்கிடையில அம்மன்கோயில் வளவெல்லாம் பத்தைபடர்ந்து புல்வளர்ந்து அடர்ந்துபோய்ப் பாழாய்ப்போனமாதிரித்தான் கிடக்கும். இந்த நிலைமைக்குக் காரணமான ஐதீகக் கதையை இப்பயும் எல்லாரும் நம்பிக் கொண்டுதானிருக்காங்க.

ஐம்பதுநூறு வருசத்துக்கு முன்னால வெள்ளக்காரன் ஆண்ட காலத்திலயே இந்தக்கோயில் இருந்திருக்கு. பனங்காட்டு கிராமத்தைச்சேர்ந்த கப்புகனார் பராமரிப்புலதான் எல்லாம் நடந்திருக்கு. வருசாவருசம் கோயில திறந்து மூடுனா அடுத்த வருசம் வரும்வரைக்கும் கப்புகனார் கோயில் மடப்பள்ளிக் குள்ளயே தண்ட காலத்தைக்கடத்துவார். அண்டைக்கொருநாள் குளிச்சுமுழுகிச் சோத்தத் திண்டிற்று மடப்பள்ளிக்குள்ள கப்புகனார் கண்ணயர்ந்தநேரத்தில தடதடவெண்ட சத்தம் கேட்க, விரிச்சிப்படுத்த தோள்துண்ட உதறி நிமிர்ந்துபார்த்தா, வெள்ளைக்கார துரையொருத்தன் குதிரையில வந்துநிற்குறான்.

தானும்குடிச்சி குதிரைக்கும் குடுத்திருப்பானோ என்னவோ தெரியாது. தறிகெட்டு இவன் குதிரைய ஓட்ட, திசைமாறிவந்த குதிரை அம்மன்கோயில் வாசலுல வந்துநிக்குது, வெறிகார வெள்ளைக்காரனுக்கு அம்மனோட விளையாடிப் பார்க்க வேணும்போல இருந்திருக்கு. நான் அம்மனப்பார்க்கவேணும். கதவத்துறவென்று கப்புகனார வெருட்டியிருக்கிறான்.

“அம்மன்கோவில்கதவு வருசத்துக்கு ஒருக்காத்தான் திறக்கமுடியும். இடையில துறந்தா அம்மண்ட கோபத்துக்கு ஆளாக வேண்டிவரும் துரை ... வேணாம் துரை ..., இந்த விளையாட்டு ...” எண்டு கப்புகனார் கெஞ்சாதமாதிரி எல்லாம் கெஞ்சிப்பார்த்திருக்கார் ...

வெள்ளைக்காரன் கேக்குறமாதிரியில்ல. “நீ திறக்கயில்ல யெண்டா நான் உடைப்பன்” எண்டுகொண்டு வெள்ளைக்காரன் குதிரையிலயிருந்து இறங்க “வேணாம் துரை”யெண்டு கெஞ்சின கப்புகனார்ர இடுப்புல செருகியிருந்த சாவியப்புடுங்கி வெள்ளைக் காரன் அம்மன்கோயில் கதவத்திறக்க உள்ளுக்கயிருந்து வந்த ரெண்டுவெள்ளப்புறாக்களும் துரையிர கண்ரெண்டையும் கொத்திப்பிராண்டிக் கொண்டுபறக்க, துரை நிலத்திலகிடந்து சுருண்டுபுரண்டு துடிச்சி அழுதிருக்கான்.

“நான் சொன்னதக்கேட்டாயோ துர .. ? இப்ப பார்த்தாயோ அம்மண்ட அருள, உண்ட குடிவெறியக் காட்டுறதுக்குக் கோயில் தானோ கிடைச்சிது” எண்டு குந்தியிருந்த கப்புகனார் துரைர காதுல குனிஞ்சி சொல்லிற்று. கோயிலச்சுத்தி நிண்ட இலை தழைய பிய்ச்சுக்கசக்கிக் கண்ணுல சாறஊத்த, கண்முழிச்சுப் பார்த்த வேளைக்கு அந்த ரெண்டு புறாக்களும் திரும்பவும் பறந்துவந்து கோயிலுக்குள்ளபோய் மறைஞ்சதக்கண்ட துரை மெய்சிலிர்த்துப்போய், “தாயே என்னை மன்னிச்சிக்கொள்” என்று கத்தத் தொடங்கிற்றானாம்.

தான் செய்தத் தவறுக்குப் பிராயச்சித்தமாக கோயிலச் சுற்றித் தண்டபேருல கிடந்த வயல்காணி எல்லாத்தயும் அம்மன் கோயில் பேருக்கே எழுதிவைச்ச துரை கண்ணகிற மகிமைக்குக் காணிக்கையாக ஒருசுண்டுக்கொத்து நிறைய தங்கமணிகள நிரப்பிக் கொடுத்திருக்கான். இண்டைக்கும் துரைகுடுத்த வயல் கண்டத்த ‘அம்மாளுற வெளி’யெண்டுதான் எல்லாரும் சொல்லு றாங்க. வருசாவருசம் கோயில திறக்கிறபோதெல்லாம் அந்தத் தங்கச்சுண்டுக்கொத்த காணுரபோதெல்லாம் இப்படியொரு சம்பவம் நடந்து இருக்குமெண்டுதான் எல்லாரும் நம்புறாங்க.

பூட்டிக்கிடந்த கோயில்கதவுக்கு முன்னால குந்தியிருந்த பெத்தாட கண்ணால பொலுபொலெண்டு தண்ணி ஊத்துது. "தாயே இன்னும் என்னெத்தையெல்லாம் எனக்கிட்ட இருந்து பறிக்க இரிக்காயோ? இந்தப்புள்ளக்குஞ்சிகளயும் ஊர் உலகத் தையும் நீதான் தாயே காக்கோணும்" என்று வேண்டிக்கொண்டு அம்மாளுற வெளிக்குள்ளால நடந்துவந்து றோட்டுக்கேறி நிண்ட கொஞ்ச நேரத்துல வந்த செய்யதுரவேனுக்கு கையக் காட்டி நிப்பாட்டி ஏற, பெத்தாவ ஏத்துன வேன் புட்டம்பைக் கடையடியிலயும் ஆக்கள ஏத்தநிற்க எட்டிப்பார்த்த பெத்தாட வாய்வயிறெல்லாம் பத்திப்போய்ச்சி.

எப்பயும் கரண்டிச்சத்தமும் கதைப் பேச்சுமா கலகலவெண் டிருக்கிறகடை, இப்ப கடையாயில்ல. முன்பந்தல்காலெல்லாம் கழண்டு குடைசாஞ்ச வண்டில்மாதிரி கவுண்டுபோய்க்கிடக்குது. ஆக்கள ஏத்திக்கொண்டு வேன் மெல்ல நகர, நெருங்கி நிண்ட ஆக்களுக்கு இடையால புட்டம்பைக்கிராமத்தப் பார்க்குறா பெத்தா.

ஆனைக்கூட்டம் உள்ளிட்ட சேனைக்காடுமாதிரி அழிஞ்சி போய்க்கிடக்குது கிராமம். பேத்திமார் அவல் இடிக்க, பொஞ்சாதி தேத்தண்ணி போட்டுத்தர, பொண்டுகள் உப்பட்டி அடிச்ச, உமறுப்பரியாரியார்ர ஊடுவாசல் உறங்கிபோய்க் கிடக்குது. இந்த வாசலுல மேய்ஞ்ச ஆடுகளும் கோழிகளும் என்னாகியிருக் குமோ?. "தொண்டைகாயுது ஒருசெம்புத்தண்ணி தா"வெண்டு கேட்டா, கேட்டவாய் மூடுறதுக்கு முன்னால இளனியும் கையுமா நிப்பானே நிஸார். எத்தினநாள் எத்தின இளனியத்தான் குடிச் சிருப்பா பெத்தா. எத்தின தேங்காயத்தான் குடுத்திருப்பாளுகள் வெள்ளும்மாட பேத்திமார்.

மனிசரோடதான் கோபமெண்டா மரம்செடி என்ன பிழை செஞ்சுதோ தெரியாது தலையில்லாமுண்டமா நிக்குது தென்னைகள். வெட்டியெறிஞ்ச தலைகளுற முடிகலைஞ்சி கிடக்குறாப்போல ஓலையும் பாளையும் குருத்துமா சிதறிக் கிடக்குற தென்னைவட்டுகளப்பார்த்ததுமே பெத்த புள்ளையள வெட்டியெறிஞ்சி கிடக்குறதப் காணுறாப்போலதான் பெத்தாட மனம்துடிச்சிது. புட்டம்பைதாண்டி அக்கரப்பத்துச் சந்தைக்கு வேன் வந்து சேர்ந்தவரைக்கும் பேரன் கேசவன நினைச்சி அடங்காத கோபத்துலயிருந்த பெத்தாவுக்கு வேனுலயிருந்து இறங்கி வந்து வெள்ளும்மாட முகத்தப்பார்த்த நேரம் ஈரச்சீலை யால போர்த்துனமாதிரித்தான் மனம்கூசிற்று. தான் வந்ததக் கண்டும் காணாததுபோல இருந்த வெள்ளும்மாவுக்குப் பக்கத்துல

வந்து குந்துன பெத்தா கொஞ்ச நேரத்துக்கு எதுவும் பேசயில்ல. வெள்ளும்மாதான் மௌனத்தக் கலைச்சா.

"என்னமைலி வெறும் கையோட வந்திருக்காய் ... யாவாரத் துக்கு வரயில்லயா? வருசப்புறப்புக்குச் சாமானெடுக்க வந்தாயாக் குமா .. ?

"இது உண்ட குத்துக்கதைதானே வெள்ள ... ஊரும் உலகமும் படுறபாட்டுல நான் இப்ப வருசம் கொண்டாடுறதுதானே குறை ..."

குறட்டைக்காக்கவும் ஒண்டுரெண்டு கோழிகளோடதான் குந்திக்கொண்டிருந்தார். இந்தவருசம் வழமையான வருசத்துக்கு முந்துனநாள்மாதிரியில்ல. சந்தையிலயும் அவ்வளவாகச் சன மில்ல, கடைகளுக்குள்ளபோய் வாறசனத்திர முகத்துலயும் செஞ்செளிப்பக்காணயில்ல.

"என்னவாம் மைலி குடியிருந்த சனத்த குத்தியெழுப்பி உட்டாக்களெல்லாருக்கும் இப்ப சந்தோசமாமா? பாலப் பார்க்கையில்லெண்டாலும் பால் வார்த்த பானையப் பார்த் திருக்கக்கூடாதா. எண்ட பேத்திரபுருசன வெட்டிச் சாக்காட்டுன வனுகளுக்கு இந்த வெள்ளும்மாட முகம் நெனப்புக்கு வரயில்ல யாமா?"

"இதென்ன வெள்ள, நான்தான்கூட இருந்து செய்விச்ச மாதிரியெல்லோ நீ கதைக்காய். புட்டம்பைச் சனமெல்லாம் நடுச்சாமத்துல புள்ள குட்டிகளோட வண்டில் கட்டிப்போனத்த துருசியடியில நிண்டு பார்த்த எண்ட மனம் பத்திப்பதறுனத நான் சொல்லி நீ நம்பயாபோறாய்?"

"எண்ட நெஞ்சு வெடிக்குமாப்போலெல்லோடி இரிக்கி மைலி. வாவாப்பா ஊர் ஓடக்கோள ஒத்தோடணும். நீயும் வந்திரு வாப்பா எண்டு செல்லி அனுப்புனனே ... பயந்தோடுற ஆக்கள் ஓடிப்போய் முட்டைய உடைச்சி அதுக்குள்ள பூந்து ஒழிஞ்சி கொள்ளுங்க. நான் தாயாப் புள்ளையா பழகியிருக்கன். என்னைய ஒண்டும் செய்யமாட்டாங்களெண்டு சென்ன புள்ளைய வெட்டித் துண்டுபோட்டாங்களாமே ... தாயாப் புள்ளையா பழகுன என்ர புள்ளைய வெடடுறத்துக்கு என் னெண்டடி மைலி மனம் வந்தது?"

"வெள்ளே ...ய் நீ சுத்தி வளைச்சிக் கதைக்கிறதப்பார்த்தா எண்டபுள்ளதான் செய்திருக்கான் எண்டுறமாதிரித்தான் நீ கதைக்காய். அப்படிச் செய்திருப்பானாயிருந்தா, அவன் தின்னுற சோத்துல நஞ்சப்போட்டுக்குடுக்காம உடமாட்டன் வெள்ள."

“நடந்ததச்சென்னா ஒனக்கேங்கா கோவம் வருகுது. ஒண்ட புள்ள செய்தானெண்டு சென்னனா நான்? ஒண்டடி மண்டடியாப் பழகுனது ஒண்டபுள்ள மட்டும்தானாடி . . ?”

“நீ மட்டுமில்ல ஊருக்குள்ளயும் கதைக்காங்கதான். அந்தக் கண்கெட்டுப் போயிருவான்மட்டும் எண்ட கண்ணுல படட்டும். கண்ட இடத்திலயே அவன கண்டதுண்டமா வெட்டுறனோ இல்லயோ பார்.”

“டியேய் மைலி சும்மா கிடக்குற புள்ளைய ஏண்டி திட்டி வைக்காய். ஒண்ட பேரன் கேசவன் அண்டுராவு புட்டம்பைப் பக்கமே போகல்லடி. அத நம்பு.”

“என்னெண்டு நம்பச்சொல்லுறாய், ஆருகண்டா செய்யாட்டியும் செய்தவங்களோட கூடவாகுதல் போயிருப்பான் தானே வெள்ள.”

“நான் செல்லுறதக்கேளு, ஒண்டபேரன் கேசவன் அண்டு ராவு புட்டம்பைக்குப் போகயில்ல. அவ்வளவுதான் செல்லுவன். நான் செல்லுறத நம்பு.”

“என்னமோ நீயும் அவனுக்குக்கூட இருந்த மாதிரியெல்லோ உண்ட கதையிருக்கு.”

“நீ சென்னாலும் செல்லாட்டியும் அவன் எங்ககூடத்தான் இருந்தாண்டி. நொக்கொண்டு தெரியுமா? அண்டைக்குப்பகல் வந்தவன் இண்டுவரைக்கும் எண்ட குடிலுக்கதான் இரிக்கான். அண்டைக்கு ராவு புட்டம்பையிலயிருந்து வெட்டக் கிறங்குன சனத்தையெல்லாம் இலுக்குச் சேனைக்குள்ளால, கரைக்கேத்துனதும் அந்தப்புள்ளைதாண்டி.”

வெள்ளும்மா சொல்லிக்கொண்டிருக்கும்போதே பெத்தாட கண்களால தண்ணி வழியுது. உடல்நடுங்குது. நடுங்குன உடம்ப அசைச்சி வெள்ளும்மாக்கிட்ட நெருங்கிக் குந்திற்றா.

“அவனக்கண்ட இடத்துல சுடுறத்துக்கு இரிக்காங்களா மெண்டு மகன் மூலமா அறிஞ்ச கபூர்போடிதான் கேசவன ஆருக்கும் தெரியாம கூட்டியாந்து எண்ட குடிலுக்குள்ளயிருத்திப் பார்க்கச் சென்னான். நொக்கிட்டமட்டும்தாண்டி செல்லுறன் ஆருக்கிட்டயும் செல்லிராத.”

“வெள்ள . . . எண்டபுள்ள எப்படிகா இரிக்கான் சோறு தண்ணிக்கு என்ன செய்யுறாங்கா?”

“ஏன் நாங்க சோறுதண்ணி திண்டுகுடிக்காம பீயத்திண்டு காத்துலகை கழுவறமாகா?. என்னமோ ஆக்குறதுல குடுக்கன். திண்டுற்றுப் படுக்கான், படிக்கான்.”

“எத்தின காலத்துக்கு வெள்ள.”

“கணுவுல்கட்டிக் கையிலகவுத்து முடிச்சோடயாகா இரிக் கேலும். இரிக்குறவரைக்கும் பார்ப்பன்.”

“உனக்குக் கோடி புண்ணியம் கிட்டும் வெள்ள.”

“அடா அதஉடு ... எண்ட நிஸார நினைக்கத்தாண்டி நெஞ்சி வெடிக்குது. மனம் ஆத்தாம முந்தநாத்துக்கூட புட்டம்பைக்குப்போய் அவன வெட்டிக்கிடந்த எடத்தப் பார்த்துக் கிட்டுதான் வந்தன். நாளும் பொழுதும் பெருநாள் கொண்டாட் டமா இருந்த எண்ட புள்ளைர ஊடும் வாசலும் எப்படி ஒறங்கிப்போய்க் கிடக்குது தெரியுமா?”

“ஆமியும் பொலிசுமா திரியக்குள்ள நீ என்னமதியில புட்டம்பைக்குப்போய் வந்த வெள்ள?” பெத்தா கேட்டதுமே தான்இருந்த சோகநிலையிலயும் கூடவெள்ளுமா கவியிலேயே பதில் சொல்லத்தொடங்கிற்றா.

பட்டிமோடு தொட்டு
பனங்காட்டுப்பாலம்வரை
எட்டடிக்கு ஒரு ஆமி
ஓட்டியொட்டி நிண்டாண்டி
கிட்டவந்து அவன்
என்னுடம்பத் தொட்டிருந்தா
ஓட்ட நறுக்கியிருப்பன்
அவன் உள்ளூறுப்பு அத்தினையயும்.

வெள்ளும்மாட கவியக் காதுல வாங்கியும் வம்மிமரத்தையே அண்ணாந்து பார்த்துக்கொண்டிருக்கா பெத்தா.

“என்னடி மைலி நட்டவேலிய வட்டவிதான பார்க்குறாப் போல நீ வம்மிமரத்த அண்ணாந்து பார்த்துக்கொண்டிருக்காய்.”

“இல்ல வெள்ள ... மனிசர் வாழ்விழந்து தவிச்சு ஓடித் திரியுறத அறிஞ்சுதோ என்னமோ? இந்த வம்மிமரம் வாடி வதங்கி மிலாறுகாய்ஞ்சி நிக்குறதப்பாரன். குலத்தழகி இருந் திருந்தா ஒரு நாளைக்கு எத்தினதரம்தான் இந்த மரத்த அண்ணாந்து பார்த்திருப்பாள்.”

“நேத்திருந்தார் இண்டைக்கில்ல. இண்டைக்கு இருக்குற நாம நாளைக்கு இருக்குறது நிம்மளமில்ல. அதுக்குள்ள நொக்கு வம்மிமரத்துர கவலையா பொட்ட.”

தத்தி ஓடுன கோழிய தவளைப்பாய்ச்சலுல தவண்டு புடிச்சிக்கொண்டே கேக்கிறார் குறட்டைக்காக்கா.

"ஆ... காணும் குறட்டை ஒண்ட கருநாக்கால இதுக்குமேல என்னமும் செல்லிக்கில்லிராத, மைலி என்ன நிக்காய். என்ன மும் சாமானச்சட்டுமுட்ட வாங்குறதெண்டா வாங்கிக்கிட்டு வேக்கன் நிக்குது போய் ஏறிக்கவன்."

"விடிஞ்சா பொழுதுபட்டு நடுச்சாமம் தாண்டுமட்டும் எப்பிடிக் கலகலவெண்டு பொலிவாக்கிடக்குற சந்தை இப்ப என்னென்டா பேய் பூந்தஊடு பாழ்உழுந்தமாதிரி உறங்கிப் போயெல்லோ கிடக்கு வெள்ள."

"அடா... நீ பொலிவிழந்ததக் கதைக்காய்... வாய வகுத்தக் கழுவ நாலு பணங்காசு உழைக்கலாமெண்டு பொட்டிபாயோட முன்னயப்போல வந்து சந்தைக்க குந்தையா முடியுது? மசிருக் குள்ள மதிப்புக்கூட மனிசருர உசிருக்கில்லயேகா."

"அண்டைக்கு நீ தப்புனது ஒள்ளுப்பத்துக்க எலுவா வெள்ள. அதயிப்ப நினைச்சாலும் பகீரெங்குதுகா பொட்ட" ஓடப் போன போட்டுக்கோழியப்புடிச்சி மடியில அமுக்கிக் கொண்டே சொல்லுறார் குறட்டைக்காக்கா.

"ஓமாமே வெள்ள... கேள்விப்பட்டன்... கேக்க அயத்துப் போயிற்றன் என்ன நடந்திச்சி அண்டைக்கு."

"அதையேன் மைலி கேக்காய் மௌத்துக்கிட்டபோய் வந்தமாதிரித்தான். ஒண்ட பேத்தி மௌத்தான அப்பனாத்தண் டைக்கு இந்தா... இந்த எடத்துல தாங்கா குந்திக்கிட்டு வெத்தல ஒமல பிரிக்கன், சந்தைமுழுக்க பொலிசும் ஜீப்புகளுமா வந்து நிறையுது. இதென்னவாப்பா புதுனமெண்டு நினைச்சுக்கிட்டு புகையிலக்காம்பக்கிள்ளி வாயுக்குள்ள குதப்புனநேரம் தடார் புடாரெண்டு சின்னப்பள்ளியடிப் பக்கமிருந்து வாகனமொண்டு வாறது தெரியுது. வந்த வாகனத்தக் கண்டதும்தான்தெரியும் பரவி நிண்ட பொலிசுக்காரனெல்லாம் வாகனத்துர டயருக்குச் சுடத்தொடங்கிற்றானுகள்.

வாகனம் முழுக்க நம்மட புள்ளையளாங்கா. வெடில்பட்டு டயர்சப்பணிய கிறுக்குனகிறுக்குக்கு வாகனம் கெழிஞ்சிற்றா புள்ளையள் என்ன செய்வானுகள். எறங்குன புள்ளையள் திக்குத்தெசை தெரியாம ஓடத்தொடங்க, இவனுகளும் சுடத் தொடங்கப் பாஞ்சிவந்த சன்னமொண்டு எண்ட பன்பொட்டிய பொத்துக்கொண்டு ஹனிபாப்போடியார்ர கதவுலபோய் முட்டித்

தெறிச்சது மைலி. நான் தப்புனதே ஒரு தத்துக்கழிஞ்சபோல தானெலுவா. என்ரும்மோ ஆருபெத்த புள்ளையளோ அந்தப் புள்ளையள உசிரக்கையில புடிச்சிக்கிட்டு ஓடஓட உட்டானுகளுகா ... வெரசிவெரசி சுட்டானுகள், போதாக்குறைக்கு நம்மட ஆக்களுமெலுவா பொலிசோட சேர்ந்துக்கிட்டு வெறகுக் கட்டையும் கையுமா வெறசினாங்க."

வெள்ளும்மா சொல்லிக்கொண்டிருக்கும் போதே பொலிசுக் காரர் நிறைஞ்ச வாகனங்கள் அம்பாறைறோட்டால வந்து சண்முகநாதன் ஸ்ரோரடியிலயும் பொத்துவில்றோட்டால வந்த அதிரடிப்படை வாகனங்கள் புக்டிப்போவுக்கு முன்னால யும் நிற்குறதக்கண்ட பெத்தாடமுகம் வெளிரத்தொடங்கிற்று.

கோழிகளத் தூக்கிக் கவுத்துக்கூடைக்குள்ள அடைச்சகாக்கா எழும்பி, சண்முகநாதன் ஸ்ரோரடிக்குப்போக ஹனிபாப் போடியார்ர மகனும், நண்பனும் கூடப்போறதக்கண்ட தேத் தண்ணிக்கடைக் கூழன்ஆதமும் சேர்ந்து நடக்கான்.

"என்ன வெள்ளேய் இது ... எனக்கெண்டா சதுரலெலாம் நடுங்குதுகா."

"நடுங்கிக்கிட்டு இடத்திலயே நிக்கப்போறியா ... வாங்குறத வாங்கிக்கிட்டுப் போவண்டி கெதியா" வெள்ளும்மா சொல்லி முடிக்க முன்னமே குறட்டைக்காக்காவும் வந்திட்டார்.

"பொட்டேய் மைலி ... நீ இன்னமும் போகலியா, சாமான் சட்டுமுட்ட வாங்கிட்டுச் சட்டுப்புட்டெண்டு போவன் பொட்ட" புடிச்சித்தள்ளாத குறையாகக் குறட்டைக்காக்கா வெருட்டுன வெருட்டுல பெத்தா நடந்து மஜீத்துர கடைப்படியில காலவைச்ச நேரத்துல, பெத்தாட தோள்புசம் ரெண்டுலயும் ஆரோ கை போட்டுப் பின்னால இழுக்கிறத உணர்ந்து திரும்பிப்பார்த்தா வெள்ளும்மாதான் நிற்குறா. எப்பயுமே முக்கால்கைச்சட்டை மறைய முக்காடுபோட்டு முந்தானயால மறைச்சி நிற்குற வெள்ளும்மாட முந்தானை சரிஞ்சதுகூடத் தெரியாதளவுக்குக் கவனச்சிதைவும் கவலை முகமுமா நிண்ட வெள்ளும்மா "வாடி ... வாடி ... மைலி" என்று பெத்தாட கையப்புடிச்சி இழுத்துக் கொண்டு ஹனிபாப்போடியார்ர கடைக்கு முன்னால வந்த நேரம் குறட்டைக்காக்காவும் கோழிக்கூடும் கையுமாக நிக்குறார். கடைக்கதவுகளெல்லாம் சடாரெண்டு இழுத்துமூடப்படச் சில்லாங்கொட்டை சிதுறனமாதிரி சனமெல்லாம் விலகி மறையுதுகள்.

"என்னவாம் குறட்டை ... விடிஞ்சா வருசப்பறப்புடா ... இதென்னடா இந்தா நடக்குற புதுனம் ... என்ன சங்கதி யாண்டா?"

“இஞ்சகிட்டவா மைலி செல்லுறன் ... எங்கட பக்கத்துல இருந்த ஹறவாப்போன பண்டிகள் நாசுவ வட்டைப்பக்கம் ராவு குடிக்கப்போயிரிக்கானுகள். ராவு போனவனுகள விடிஞ்சி இவ்வளவு நேரத்துக்கும் காணயில்லெண்டு தேடிப்பார்த்தா இப்பதான் சங்கதி வெளிக்கிட்டிரிக்கி.”

“என்னவாம் வெள்ள ?”

“குடிக்கப்போன அத்தினபேரும் வெட்டுப்பட்டுச் செத்துக் கிடக்கானுகளாண்டி.”

“எண்ட கதிரவேலே ...” பெத்தா தலையில கைவைச்சிற்றா, சண்முகநாதனடியில் நிண்ட கூட்டம் நகர்ந்து வந்து நடுச் சந்தைக்குள்ள கூடிற்று.

“என்ன இப்படியே பார்த்துக்கிட்டு நிண்டா எப்படி வாப்பா” சனத்துக்குள்ளயிருந்து சத்தமொண்டுவருகுது.

“என்ன செய்யணும் ... செல்லெணுமெல்லுவா ?”

“என்னத்த செல்லுற ... ங்கும்மாக்கோத்த தமிழன் இப்படியே சோனியச் சாக்காட்டுவான். நாம பார்த்துக்கிட்டே இரிக்கிறானா ?”

கூட்டத்துக்குள்ளயிருந்து வந்த குரலுகளக்கேட்டுப் பெத்தா வும் வெள்ளும்மாவும் ஆளுக்காள் முகத்தப்பார்த்த கணத்துல ஹனிபாப்போடியார்ர மகனும் வந்திட்டான்.

“லெக்கோ நீங்க இன்னமும் போகலியா ?” உச்சமானகோபம் அவண்ட முகத்திலயும் குரலுலயும்.

“இந்தா ... இந்தா ... போகத்தான் வாப்பா” வெள்ளும்மா பாய்களக்கட்டி அடுக்கக் குனிஞ்ச நேரத்துல ஓடிவந்த ஹனிபாப் போடியார்ர மகன் பாய்களயும் பன்வேக்குகளயும் அள்ளிக் கடைக்குள்ள எறிஞ்சிக் கதவப்பூட்டி ஆமப்பூட்டுச்சாவிய எடுத்தவன். “எந்த நேரத்துல என்ன நடக்கப் போகுதெண்டு தெரியாம இரிக்கக்குள, நீ பாய் வேக்கக் கட்டிக்கொண் டிரிக்காயாகா ? நீ போகா ... போயிற்று நாளைக்கு வந்து எடுத்துக்ககா. லெக்கோ மைலிப்பெத்தா நொக்கும்தான் செல்றன் நீ போகப்போறியா இல்லியா ?”

சொல்லிற்றுப்போனவன் கூட்டத்துக்க கலந்து காணாமப் போகக் கூடிநிண்ட சனம் முன்னால நடந்துவரக் குறட்டைக் காக்காவும் மெல்லவிலகிமறைய, வெள்ளும்மாவும் பெத்தாவும் சோடிப் புறாவுகளப்போலத் தனிய.

“மைலியே ... வாறானுகளூடி ... போடி ... எப்பிடியாகுதல் போய்த்தப்புடி” “எண்ட புறப்பே. நான் போறன் புறப்பே ...”

“இஞ்சால வாடி” வெள்ளும்மா மைலிப்பெத்தாவ கூட்டிக் கொண்டுவந்து வெத்திலக்கடைச் சந்துக்குள்ள திணிச்சியுட சந்துக்குள்ளால நடந்து வெட்டக்கிறங்கி விநாயகர் ஸ்ரோ ரோடிக்கு வந்து சந்தையதிரும்பிப் பார்க்குறா. கண்ணுக்கெட்டுன தூரத்துக்கு ஊர்வலத்துக்குக் கூடுனமாதிரி சனம். சாகாம றோட்ட திரும்பிப்பார்க்குறா அடிச்சோஞ்சாப்போல வெறிச் சோடிக்கிடக்கு.

“மைலியக்கே இஞ்சவா” மெதுவான குரலுலதான் இறைச்சிக் கடை உதுமான் கூப்பிட்டான். இழுத்திறக்குன இறைச்சிக்கடைத் தகரக் கதவுக்கிடவால ஈயெண்டு சிரிக்கிறாப்போலப் பல்லிளிச்ச ஆட்டுத்தலைகள உள்ள இழுத்துக்கொண்டு நிக்கான் உதுமான்.

“என்னத்த நினைச்சுக்கிட்டு நிக்காய் மைலியக்க. நொக்குத் தெரியுமா இன்னும் ஒள்ள நேரத்தல என்ன நடக்கப்போகு தெண்டு.”

“எனக்கென்னடா தெரியும். ஒண்டும் தெரியுதில்லயேடா. கையும் ஓடுதில்ல காலும் ஓடுதில்ல, உடம்பெல்லாம் படபடக்கு தடா. வாகனம் ஒண்டையும் காணயில்லயேடா, நான் என் னெண்டடா உதுமான் போய்ச்சேருவன்.”

“இனி நொக்கொரு வாகனமும் கிடைக்காது. இதுலநிக்காத மைலியக்க போயிரு ... இஞ்ச என்னோட வா” பெத்தாட கையப்புடிச்சி இழுத்துக்கொண்டு சந்தைக்குள்ளால நடந்த உதுமான் மீன்சந்தை ஓதினையால வந்து வேலிக்கம்பி ரெண்டை யும் இடர்ந்து உயர்த்தி அண்டைக்கொருநாள் வெள்ளும்மா புடிச்சமாதிரியே புடிக்க, குனிஞ்சி புறப்பட்ட பெத்தா மாயழகு வீதியில நிற்குறா.

“மைலியக்கே மாயழகு வீதியெண்டாலே அது தமிழ் வட்டை தானே. இனி நொக்குப் பயமில்ல அப்படியே ஊருக்குள்ளால நடந்து போய்ச்சேர்ந்திரு.”

“நான் போயிருவண்டா ... இதென்ன உதுமான் கூடுற சனத்தப்பார்த்தா என்னவும் நடந்திருமோ எண்டு பயமா இருக்குடா எதுக்கும் நீயும் இதுகளுக்க ஏன் நிக்கப்போறாய், ஊட்டோட போய்ச்சேரன்.”

“என்ன மைலியக்க புதுனமாயிது ... கூடுவானுகள் ஆளுக் காள் குத்துவானுகள். நாளைக்குச் சந்தைக்குள்ள ஒண்டாநிண்டு

கதைச்சிச்சிரிப்பானுகள். இதுவழமைதானே ... அதுகளப்பற்றி யோசினை பண்ணாம நீ ஊட்டபோ. கேசவன கவனமாத் திரியச் சென்னனெண்டு செல்லு. மருமகனப்பார்க்கயும் சோட்டையத்தான் இரிக்கி" அன்புவைச்சி பழகுறபோதெல்லாம் உதுமானெண்டு மட்டுமில்ல சந்தைக்குள்ள வயதுக்குக் குறைஞ்ச பொடியனுகள பலமுஸ்லிம் யாவாரிமார் மருமகனென்டுதான் சொல்லுவாங்க.

பெத்தா நடந்து மறையச் சந்தைக்குள்ளால வந்து றோட்டுக்கு ஏறுனநேரம் எதிர்கொண்டு வந்தாக்களூற கைகளில இருந்த ஆயுதங்களக்கண்டு பயந்த உதுமான் மெதுவாகச் சைக்கிள பின்நோக்கி நகர்த்திநடந்து சுந்தரத்திர வெத்திலக்கடையோட கடையா ஒட்டிநிண்டுற்றான்.

தானிப்ப நிற்குற இந்த இடம் எந்த இடமெண்டு நாளைக்குத் தன்னாலயே அடையாளம் காண முடியாதளவுக்கு இந்தச் சந்தை கோலமாறிப்போயிருமென்கிறதயும், எண்ணையில குளிச்சி நெருப்புல கருகி இந்தச் சந்தை உசிர விடப்போகுதென்கிறதயும் அறிஞ்சிகொள்ள முடியாத உதுமான் சாகாமறோட்ட நோக்கி நடந்துசெல்லும் கால்கள கடைகளின் இடுக்குவழியால பார்த்துக் கொண்டே நிற்குறான்.

12

ரெண்டுநாள்கூட ஆகயில்ல கண்ணயர்ந்த கணப்பொழு தொண்டுல வந்துபோன கனாக்காட்சிபோல, இந்த ஒண்டரை நாளுக்கையும் என்னென்ன புதுனமெல்லாம் நடந்து முடிஞ்சி போயிற்று.

புள்ளசெத்தாலோ புருசன்செத்தாலோ புணத்தக்கொண்டு போய்ப் புதைச்சிற்று வந்தசேதிகேட்ட உடன தலையில தண்ணிய வார்த்தா, மனசுல இருக்குற கவலையில பாதிகுறைஞ்சி பாரம் இறங்குன மாதிரியிரிக்குமெண்டு சொல்லுவாங்க. இந்தநேரம் வரைக்கும் நிறைஞ்ச வாய்க்கால் தண்ணியில மூணுதரம் குளிச்சி முழுகியும் பெத்தாட மனசுல உள்ள கவலை இறங்காமத்தா னிருக்கு.

வெள்ளைர பன்வேக்கு, பாயெல்லாம் என்னவாகியிருக்கும் குறட்டை கோழிக்கூடையோட வந்து எங்கதுந்துவான். ஹனிபாப் போடியார்ர கடைமுகப்புல நிழலுக்குக்கட்டியிருந்த படங்குத் தட்டி இருக்குமோ இல்லயோ? வம்மிமரம் இருக்குமோ? வம்மி மரத்துக்குமேல நிண்ட எஞ்ஜிஆரும் சறாயாவியும் என்னவாகி இருப்பாங்க, பொட்டுவைக்கச் சந்தனக்கட்டிய இனி எந்தக்

கடையில வாங்கேலும், சுந்தரத்திரகடையில வாங்குற அகண்ட வெத்திலயும் கொப்புறாப்புகையிலயும்போல இனி எந்தக் கடையிலயும் வாங்கேலுமோ? புக் டிப்போவுக்கு முன்னால குடைவிரிச்சாப்போல நிண்ட ஜேம்மரம் இல்லாமல் போயிருந்தா, அதுல பரவிக்குந்துற காக்காயெல்லாம் இனி எங்கபோய்க் குந்தும். தேங்குழல்கடைக்குக்கீழ படுத்துக்கிடக்குற சூம்பல்முலை பொட்டை நாயெல்லாம் இனி எங்கபோய்ப் படுக்கும். மனசுக் குள்ள கேள்விகள் தொடர்ந்து கொண்டேயிருக்கு பெத்தாவுக்கு.

வாழ்க்கை பூராகவும் இதேகாலால நடந்தால் பாதம்தேஞ்சி பாதையில எலும்புதட்டுமே என்று பயப்பிடுற பத்தாம்பசலி சின்னப்புள்ளையப்போலவும், பள்ளிக் கூடம்விட்டு வீடுவந்து படுக்குறநேரம் வகுப்புவாங்கு கதிரையெல்லாம் இந்நேரம் என்ன செய்யுமெண்டு யோசிக்குற முதலாம் வகுப்புப் பள்ளிப்புள்ளை களப் போலவும்தான் பெத்தா பயப்பிடுறா. அதுமட்டுமில்லாம நேத்துலயிருந்து பைத்தியக்காரிபோலத் தன்னோட தானே கதைக்குறதாயும் திடீர்த்திடீரெண்டு எழும்பி நடந்துபோய் முருங்கமலையில ஏறிநிண்டு கண்ணுக்கெட்டுன தூரத்த பார்க்குறதாயும், திரும்பி வந்து வாசலுல குந்துறதாயுமே பொழுதக் கழிக்குறா.

முந்தநாள் உதுமான் கூட்டி வந்து மாயழகு வீதியில விட்டிற்றுப்போக, நேர சாரதாதியேட்டரடிக்கு வந்து, சாகாம றோட்டுல நடக்க, கொதிச்ச றோட்டுத்தாருல ஒட்டுன பாட்டாவக் கழட்டி கையில எடுத்துக்கொண்டு குதிச்சோடுன நேரமே முஸ்லிம்களும் அதிரடிப்படைக்காரனுகளும் நடந்து வரப் போறானுகளாமெண்ட சங்கதி எப்படியோ ஊருக்குள்ள வந்து சேர்ந்திற்று.

றோட்டு ஓதினையெல்லாம் தேர்த்திருவிழாக் காணக் கூடுனமாதிரி சனம். வெலிங்டன் தியேட்டர் சின்னத்துரைர கிழங்குக்கடைய சூழ்ந்தாப்போலச் சனத்திரள், பெத்தா நடந்து வந்து சிப்பித்திடல அடைஞ்ச நேரத்துக்குள்ள அக்கரப்பத்து, கோளாவில் சனமெல்லாம் மெசின்பெட்டிகளிலயும் வண்டிலு களிலயும் மோட்டார் சைக்கிளுகளிலயும் ஊரவிட்டு வெளியேறி வரிசைகட்டி சாகாமத்துறோட்டால தம்பிலுவில் திருக்கோவில் நோக்கிப் போகத்தொடங்கிற்றாங்கள்.

இரக்கப்பட்ட வண்டில்காரனொருவன் பெத்தாவையும் ஏத்திக்கொண்டு வந்து அம்மாளுறவெளி பாமங்கை வழியில இறக்கியுட்டிற்றான். வந்துசேர்ந்த பெத்தா விளாத்தியடிக் கடைக்கு ஓடிப்போய் விசளம் கேக்குறா.

“வெலிங்டன் தியேட்டரடிக்கும் முஸ்லிம் ஆக்கள் ஆயுதங் களோட வந்தாங்களாம். றோட்டுக்கரையில இருந்த ஊடெல் லாத்தயும் அடிச்சி உடைச்சிருக்காங்களாம். ஏண்டா தம்பிமாரே இப்பிடியெல்லாம் செய்யுறயள். நாம ஒருதாய்ப் புள்ளைகளாத் தானே பழகுனமெண்டுகேட்ட இளையதம்பிப் போடியாரையும் சுட்டுப்போட்டாங்களாம். இதுமட்டுமில்லாம தட்டாரவட்டை, சாண்டாரவட்டைக்குள்ளயும் ரெண்டுமூணு பேரசச்சுட்டுட்டாங் களாமெண்டு அக்கரப்பத்து ஆலையடிவேம்பு கோளாவிலெல் லாம் கெடுநாடுகெட்டு அல்லோல கல்லோலப்படுகுதாம்.”

ஒவ்வொருத்தரும் சொல்லுற ஒவ்வொரு கதையயும் கேக்கக் கேக்க அடிவகுறு கலங்கி விலாஎலும்பு கழண்டமாதிரித்தான் இருந்திருச்சி பெத்தாவுக்கு. கடையடியில நிண்டு குடிலுக்க வந்தநேரம் செந்திலக்கூட்டிவந்து விட்டுற்றுப்போன திரவியம் திரும்பவந்து கேட்டாள். “எலக்கோ பெத்தா, கேசவன் அத்தான் எங்ககா? கண்ணால கண்டே கனநாளாய்ச்சி காணுறதுக்கே சோட்டையாயிருக்குகா.”

“ம் . . . ஊரும் நாடும் ஓடித்திரியுற திரிச்சலுக்க உனக்கு கொத்தாண்ட நினைப்பாக்கும். ஏமம் சாமமத்து எண்ட புள்ளை எங்க திரியுறானோ. என்னத்த திண்டானோ? அதஉடுடி . . . கொப்பனுக்கு இப்ப எப்பிடி இரிக்கி.”

“ஆ . . . நீ சந்தைக்குப்போய் வந்ததுக்கிடையில அப்பனென்ன ஒழும்பி ஓடி விளையாடிருவாரெண்டோ நினைச்சாய் எப்பயும் போலத்தான் கிடக்கார்.” சொல்லிக்கொண்டு போகும்போதே கொடியில தொங்குன ரெண்டு புடலங்காய்களயும் பிய்ச்சி, துவைச்ச துணியப் போடுறாப்போல முழங்கை இடவுல சொருகிக் கொண்டாள் திரவியம்.

கச்சான்சாக்குக்குமேலே ஏறிநின்று எதையோ தேடித்தடவுற பேராண்டிர உடம்பப்பார்க்குறா பெத்தா, மெலிஞ்சி ஒடுங்கிப் போய் நிக்குறான் செந்தில். “நேரத்துக்கு நேரம் குடுக்குறத திண்டுகுடிச்சாத்தானே உடம்புல ஒட்டிச் சதுரம் தேறும்” என்று தனக்குள்ளேயே புறுபுறுத்துக்கொண்டு அடுப்படிக்குப் போய்ச் சடார்புடாரெண்டு ஒரு சோத்தையும் கறியயும் ஆக்கி, பேரனுக்குத் தீத்திற்று விளக்கோட வந்து வாசலுல குந்த, விளக்கு வெளிச்சத்துல பொன்னம்மை நிக்குறது தெரியுது. கொஞ்ச நேரத்துல வேலப்பச்சியும் வந்து சேர்ந்திட்டார்.

பகல்முழுதும் கேள்விப்பட்ட சங்கதிகள ஆளுக்காள் பரிமாறிக்கொண்டிருந்த நேரம் நாலஞ்சிமோட்டார் சைக்கிள்கள் வாசலுல வந்து நிக்குது. பத்துப்பேருக்கு மேலாகுதல் இருக்கும்.

அதுக்குள்ள கேசவனும் நிக்குறான். "தோழர் போய் இருங்கோ நான்வாறன்" எண்டுசொல்லிக் கூடவந்த பொடியனுகள பரப்பு மலைக்கு அனுப்பிற்று "பெத்தோ பொடியனுகளுக்குத் தேத் தண்ணி போடு பெத்தா" எண்டிற்றுக் குடிலுக்க உள்ளிட்ட கேசவன் கச்சான்சாக்குக்குமேலே இருந்த செந்திலத்தூக்கி ரெண்டு துடையிலயும் நிற்கவைச்சிக் கதைகேட்க, குப்பிவிளக் கோட வந்த பெத்தா விளக்க உயர்த்திப்புடிச்சி கேசவண்ட முகத்துக்கு வெளிச்சம் காட்டுகிறா.

அடர்ந்த தாடிக்கிடவுலையும் பளீரெண்ட சிரிப்போட "என்ன பெத்தா" என்கிறான் கேசவன்.

"வெள்ளைர ஊட்டுலதான் இருந்தாயாமே வெள்ளதான் சொன்னா. எப்பமனே வந்த?"

"பொழுதுபட்டநேரத்துலதான் பெத்தா. சந்தைக்குள்ள குழப்பமாமெண்டு தெரிஞ்ச உடன கபூர்போடியார்தான் இலுக்குச்சேனைக்குள்ளால கொணர்ந்து உட்டார்."

"இப்ப என்னமனே நடக்குது ஊருக்குள்ள. பகல்முழுக்கக் கரைக்கேறுன சனமெல்லாம் இப்ப எங்க தங்கிக்கிடக்குது களாண்டா. குஞ்சுப் புள்ளையளும் குமர் குட்டிகளும் என்ன பாட்டப் படப்போகுதுகளோ?"

"திருக்கோயில் தம்பிலுவில் ஊருல சொந்தக்காரர்ர ஊட்டு களில தங்கி இருக்கிறாக்களத்தவிர மற்றெல்லாரும் கோயில், பள்ளிக்கூடங்களுலதான் தங்கி இருக்காங்க. இனி நாங்க போய்த் தான் எல்லா ஒழுங்குகளயும் செய்யவேணும்."

"கண்கடை தெரியாத இந்த நேரத்திலயோடா?"

"நேரம்காலம் பார்த்தா விடிவுகிடைச்சிருமோ பெத்தா? சிரிச்சிக்கொண்டே செந்தில இறக்கியுட்டவன் பரப்பு மலைக்குப் போயிற்றான்.

பொன்னம்மையும் அடுப்படிக்கு வந்து உதவ, தேத்தண்ணி யப் போட்டெடுத்துக்கொண்டு பெத்தா போனநேரம் பொடியனு கள் மும்முரமான பேச்சுவார்த்தையில இருக்கானுகள்.

"நிலமை ஓவராப்போயிற்று தோழர். இதுக்கு மேலயும் நாம பொறுமையாக இருக்கிறது பிழையெண்டுதான் அவையள் நினைக்கிறாங்கள்."

“அவையள் ஆயிரம் சொல்லுவாங்கள். நாமதான் நல்லா யோசிக்கவேணும் எங்களோட சேர்ந்து நிண்டுசெய்து போட்டு நாளைக்குச் சந்தர்ப்பம் வாய்க்குற நேரத்துல தங்களுக்கும் நடந்ததுகளுக்கும் சம்மந்தமேயில்லையெண்டு சொல்லிருவாங்க. அதனால அவசரப்பட்டு எதையும் செய்யக்கூடாதெண்டுதான் நினைக்குறன்.”

“அதுசரி இதுல பெரியவங்களின்ர முடிவென்னவாம்..?”

“அவையளுக்கிட்டயும் கேட்டவையாம். இனக்கலவரத்துக் குள்ள தற்போதைக்கு மூக்குநுளைக்க வேணாமெண்டும், மக்கள பாதுகாப்பான இடத்துக்குப் போகச்சொல்லித் தங்கட மேலிடம் சொன்னதாகச் சொன்னாங்களாமெண்டாங்க.”

“அவையள் எப்பவும் கூட்டுச்சேர்ரத விரும்பாதையவள் தானே. அதுக்கு இவையள் என்ன சொல்லுறாங்க?”

“பெரியவையள் விரும்பயில்லயெண்டாக்கூடத் தாங்கள் செய்யத்தான் போறதாகச் சொல்லுறாங்க. இதுக்கிடையில நம்மட சனங்களுக்குள்ளயும் இதுக்கு நல்ல அபிப்பிராயமில்ல யாம்.”

“அப்பிடியும் அவையள் செய்வாங்களாக இருந்தால், அது சரியான முடிவெண்டு நான் நினைக்கயில்ல. அவையளத் தடுக்கவும் முடியாது. அப்படி நாங்கள் தடுக்க வெளிக்கிட்டால் அதுவேறொரு உள்ளூர் அரசியல் பூசலுக்கு வழிவகுக்குமெண்டு தான் நான்நினைக்கிறன். இந்தநிலைமையில எங்களிண்ட மக்கள யும் கிராமங்களயும் பாதுகாக்கவேண்டியதுதான் எங்களோட கடமை.”

“அதுக்கு நாங்கள் இப்ப என்ன தோழர் செய்யவேணும் சொல்லுங்கோ.”

“இண்டைக்குப் பகலுல வெலிங்டன் தியேட்டர்வரைக்கும் வந்தவனுகள் இரவுலையும் வரக்கூடும். ஊருக்குள்ள மக்கள் இல்லயெண்டாக்கூட அவையளின்ர உடைமைகள நாசப்படுத் துறதே நோக்கமாக இருக்கக்கூடும், அதனால நாம குறிப்பிட்ட எல்லைப்பொயின்ருகளில சென்றிக்கு நிற்கிறது நல்லதெண்டு நினைக்கிறன். நீங்கள் என்ன சொல்லுறியள்.”

“நல்ல யோசனை எங்கெங்கெண்டு சொல்லுங்கோ தோழர்.”

"சாரதா தியேட்டருலயிருந்து இறங்கி, மாயழகு வீதியத் தொடுற முக்கோணச்சந்தி, சோமர்ரகந்தோருல இருந்து வன்னி யனார்ர தோப்பு, ஆர்.கே.எம். பள்ளிக்கூடத்தடி, அக்கரப்பத்துக் கோயில் எண்டு எல்லைகளில எங்களில கனபேர்கூடி நிற்க வேணும். நாங்கள் கொஞ்சப்பேர் திருக்கோயில் தம்பிலுவிலுக்குப் போய் நிலவரங்களக் கவனிக்கிறம்."

'சரி தோழர்' இயக்கத்துல சேர்ந்து இவ்வளவு காலத்துக் கும் பேரன் கேசவன் இயக்கச் சங்கதிகள் பற்றிக்கதைச்சத பெத்தா இண்டைக்குத்தான் தெளிவாக் கேட்டா. கேட்டாவே தவிர ஆர்ஆரப்பற்றியெல்லாம் என்னென்ன பேசுறாங்க ளெண்டுறதப்பற்றிப் பெத்தாவால புரிஞ்சிகொள்ளவே முடியல்ல.

தேத்தண்ணியக் குடுத்துற்று வந்து வாசலுல குந்துன கொஞ்ச நேரத்திலயே எல்லா மோட்டச்சைக்கிளுகளும் போயிற்று. பொன்னம்மையும் கொஞ்சநேரம் கதைச்சிருந்திற்று எழும்பிப் போக, வேலப்பச்சியும் கண்ணயர்ந்திட்டார். பெத்தாக்கு மட்டும் தூக்கம் விடியச்சாமத்துலதான் வந்திச்சி.

13

தூக்கணாம் குருவிகள் குஞ்சுகளுக்கு இரைதேடப் போக முன்னமே பெத்தா கண்முழிச்சிற்றா. இந்தப்பொழுதிலயே எல்லாத்தயும் செய்து முடிக்கோணுமெண்டு அவசரப்படுற மாதிரித்தான் இந்தக்குருவிகள் இரைதேடுறதும், பறந்துவந்து கூட்டுக்குள்ளபோய்க் குஞ்சிகளுக்கு இரைதீத்துறதுமாக, கீச்சிக்கீச் செண்டு சத்தம் போடுதுகள். குடில்செத்தைக்குள்ளால கண் ணுட்டுப்பார்க்குறா பெத்தா, இண்டைக்கி என்னத்த பிய்ச்சி நாசப்படுத்தலாமெண்டு யோசிக்கிறாப்போல மலையடிவாரத்துல ஒண்டையொண்டு உத்துப்பாத்துக்கொண்டு ஒண்டுக்கொண்டு தலைவெளியாக்கிக் கொண்டிருக்குற குரங்குகளக்கண்டதுமே பெத்தாக்குப் பொல்லாத கோபம் வருது.

"மனிசன் செய்யுற அட்டாதுட்டி காணாதெண்டா, இந்தக் குரங்குகளாகுதல் மனிசர நிம்மதியா இரிக்க உடுதுகாளா? இரியுங்கோ இண்டைக்கிச் சீனவெடியக் கொளுத்திப் புடுக்குல சொருகயில்லெண்டால் நான் கந்தனுக்குப் புறந்தமகள் மைலி யில்ல" எண்டுகொண்டு தாயிர சீலையொண்டுக்க மறஞ்சி சுருண்டு படுத்துக்கிடக்குற பேராண்டியத்தொட்டுப்பார்த்த பெத்தா, துணுக்குற்றுப்போயிற்றா, எண்ட மனே இதென்னடா காய்ச்சல் இப்பிடி மளுவறியுது. எழும்புராசா கஞ்சி வைச்சித் தாறன் குடிச்சிற்று குளிசையொண்டப் போடப்பா.

பெத்தாட அசைப்புல சிணுங்கிக்கொண்டு எழும்புன பேராண்டி, கச்சான்சாக்குக்குமேல ஏறிநிண்டு பறனுல இருந்த தையல்பொட்டிய எடுத்துக்கொண்டு வாசலுக்குப்போக, அத்திமிலயில குறுனலப் போட்டெடுத்துக்கொண்டு அரிக்கன் சட்டியும் கையுமா பெத்தா கிணத்தடியில இருந்த நேரத்துலதான் தலையில பாஞ்சடிச்சிக்கொண்டு ஓடிவந்து பொன்னம்மை அந்த விசயத்த சொல்லிற்றா.

"எண்டமைலியக்க சந்தைபத்துதாம் மைலியக்க. கொளித்திப் போட்டானுகளாம் மைலியக்க." சா விசளம் கேட்டாப்போல ஒருகணம் மலைச்சிப்போய் என்ன சொல்லுறாய் எண்டு கொண்டு எழும்பின வேகத்துல, குறுனல் சட்டி கவுண்டு கொட்டியுண்டதுகூடப் பெத்தாவுக்குத் தெரியல்ல.

அந்தநேரத்துல இருந்து தொடங்கின ஓட்டம்தான். குட்டி போட்டபூனை குறுக்கும்நெடுக்கும் நடக்குமாப்போல, முருங்க மலையும். மொட்டையா மலையுமா மாறிமாறி ஏறி உச்சியில நிண்டு பார்க்கத் தொடங்குனவட பதட்டம் பின்நேரமாகியும் தணிஞ்ச பாடாயில்ல. மலயுச்சியில நிண்டு பார்த்தா கோளாவில், அக்கரப்பத்து, ஆலையடி வேம்பெல்லாம் தனிச்சித்தெரியாது. எதுஎதெண்ட அடையாளமெதுவுமில்லாமல் ஒரு அடர்ந்த பச்சைக்காட்டுப் பரப்பாவே தெரியும், தில்லையாறும் முகத்துவாரமும் மட்டும் கிழக்கால தெளிவாகத் தெரியும்.

சந்தை பத்துதாம் எண்ட சங்கதிகேட்டு, பெத்தா மலையுச்சியில நிண்டு பாத்தவேளைக்கு, அந்தப் பச்சைக்காட்டுக்கு மேலால எழும்புன புகைமண்டலம், காளான் குடைமாதிரி விரிஞ்சி வானத்துல பரவுறதக்கண்டதுமே நெஞ்சில பாஞ்சடிச்சிற்றா பெத்தா. கருக்கலுக்கிடையில நாலஞ்சிதரம் விளாத்தியடிக் கடைக்குப்போய் விசயம் சேகரிக்கவும் பெத்தா தவறயில்ல.

ஊட்டுக்கு விளக்கு வைக்கிற நேரமா விளாத்தியடிக் கடைக்குப்போய் மண்ணெண்ணெய் வாங்கிக்கொண்டு, பேராண்டிக்கும் ரெண்டு ஆட்டுக்கால் வாங்கிக்குடுத்து, அவனக் கையில புடிச்சிக்கொண்டு வந்தநேரத்துல வாசலுல மூணு மோட்டச் சைக்கிள் நிக்கிறதக்கண்டவ பரப்பு மலைப்பக்கம் பார்க்குறா. ஆறேழு பொடியனுகள் பரப்பு மலைப்பக்கம் குந்திக்கொண்டிருக்க, நடுவுலயிருந்து பயத்தங்காய வாயிலவச்சி நறுவிக்கொண்டிருந்த கேசவன், பெத்தா வந்து பக்கத்துல நிண்டதக் கண்டு அண்ணாந்து பார்க்குறான்.

"என்ன தம்பிமாரே எல்லாச்சமக்கட்டும் செஞ்சி முடிச்சிற்றயளோ? இல்லாம இன்னமும் என்னவும் செய்யக்கிடக்கோ?" பெத்தாட முகத்தில தெரிஞ்ச கோபத்த பேரன் கவனிச்சிற்றான்.

"இப்ப சந்தோசம்தானே உங்களுக்கெல்லாம். குடியிருந்த சனத்தையெல்லாம் குடியெழுப்பி ராவோடராவா ஓடவைச்ச யள், சொந்தச்சனத்தையே உடுத்த துணியோட ஓடவச்சி தம்பிலுவில் திருக்கோயில், குளத்தோதினையில எல்லாம் படுக்க வச்சயள். கடைசியா இப்ப என்னெண்டா நாலு ஊர்கூடித் தொழில் செஞ்சி புழைக்குற சந்தையயும் பத்தவச்சிற்றயள். இனியும் என்ன செய்யக்கிடக்கெண்டு பரப்புமலையில பயித்தங் காயச்சப்பிக்கொண்டு படுக்கயள். இதுதானோ ராசாமாரே நீங்க நாடு புடிக்குறலெச்சணம்."

"எலக்கோ பெத்தா தேவையில்லாத கதையெல்லாம் கதையாமப்போய் உண்ட வேலயப்பாரு பாப்பம்." பெத்தா இப்பிடிக் கதைப்பாவென்று கேசவன் எதிர்பார்க்கயில்ல.

"இனிப் பார்க்க என்ன வேலையிருக்கு ... எப்பயோ நான் பார்த்திருக்கோணும், கொம்மை செத்தண்டைக்கு உன்னைத் தூக்கி எறிஞ்சிருக்கோணும். அப்பிடிச் செய்யாம உட்டதால தானே இண்டைக்கு நீ இப்பிடி நெஞ்சில நெருப்பள்ளிக் கொட்டு றாய்."

கேசவன வளர்த்த இவ்வளவு காலத்திலயும் பெத்தா இப்பிடிச் சுடுசொல் சொல்லிக் கேசவன் கேட்டதேயில்ல. இண்டைக்கு அவ இப்பிடி கதைக்குறா எண்ட உடன என்ன தான் வீரமும், உறுதியும் உண்டெண்ட போதிலயும் கேசவன் உள்ளுக்குள்ள நொறுங்கித்தான் போயிற்றான்.

இனியும் நிண்டா இன்னும் ஏதும் சொல்லித்திட்ட வேண்டி வந்திருமெண்ட முன்னெச்சரிக்கையோட அந்த இடத்தைவிட்டு விறுவிறெண்டு நடந்துவந்து குடிலுக்குள்ளகுந்தி அடுப்பளரிச்சி, பகல் திரவியம் கொணந்துவைச்ச சோறுகறிய எடுத்துச் சூடாக் கிப் பேராண்டிக்குத் தீத்துனா, அவன் திண்டாத்தானே. பச்சப் பாவக்காய வாயுக்க திணிச்சாப்போலத் துப்பயும் ஏலாம, விழுங்கயும் ஏலாம, கொடுப்புக்குள்ள சோத்த அடைக்கிக் கொண்டு பறனுக்குமேலகிடக்குற தையல்பெட்டியத்தான் அண்ணாந்து பார்த்தபடி இருக்கான்.

வாசலுல நிண்ட சைக்கிளெல்லாம் உறுமத்தொடங்க, தொங்குன படங்குக்கதவ விலத்திக்கொண்டு உள்ளுக்குவந்த கேசவன், இடுப்புல செருகியிருந்ததில் ஒண்டக்கழட்டி பறனுல வச்சிட்டு மருமகன தூக்கிமடியில வச்சிக்கொண்டு, கச்சான் சாக்குல இருந்துகொண்டு பெத்தாவ உத்துப்பாக்குறான். துடை யில நிண்டு எழும்பி பறனுக்குமேல இருக்குற தையல்பெட்டிய எடுக்க எத்தனிக்குறான் செந்தில்.

“என்ன பெத்தா என்னோட கோவமாகா?”

“கோவமில்லடா ... வெப்பிசாரம் ... அவள் பெத்துப் போட்டுப்போன புறகு கோழி காக்குறமாதிரிக் காத்துவந்தன். இப்ப ஒவ்வொண்டா பலி கொடுக்கப்போறனோ எண்டுற பயத்துலதாண்டா இப்பிடிக்கிடந்து அங்கலாய்க்குறன்.”

“அப்பிடியெல்லாம் ஒண்டும் நடக்காது பெத்தா நீ கவலப் படாத.”

“அவன் குறட்டை படிச்சுப் படிச்சுச் சொன்னான். உண்ட பேத்திய கவனமாப் பாரெண்டு ... தத்தொண்டிருக்கெண்டுதான் சொன்னான். இப்பிடி வாரிச்சுருட்டி அள்ளிக்குடுப்பனெண்டு நானென்ன கண்டனோ? முப்பதாம் நாள் குடுக்கவேண்டியதை யும் குடுக்கயில்ல? நாப்பத்தொண்டுலையாகுதல் குடுக்காட்டி அந்தச்சீவன் நிம்மதியாய்ப் போய்ச்சேருமோ ..? குனிஞ்சி அடுப்பூதுறாப்போல, சீலைத்தலப்பால கண்ணத்துடச்சிற்று நிமிர்ந்த நேரத்துல மடியில இருந்த மருமகன இறக்கியுட்டிற்று எழும்பி நிக்குறான் கேசவன்.

“என்னடா போகத்தான் போறாயோ? தேயிலத்தண்ணி கூடக் குடிக்காம ... வளர்த்தவள், சாவறுதிக்காலம் என்னோட குந்தியிருந்து ஒருபுடிச் சோறுதின்னக்கூட உனக்கு நேரம் கிடைக்குதோ?”

“நேரம்கிடைக்கும் பெத்தா எல்லாவேலையயும் முடிச்சிற்று ஆறுதலா வாறன் ... கூனிபோட்டுச் சுரத்தலப்புச்சுண்டி அவிச்ச மையரிக்கிழங்கோட பரப்பு மலையில இருந்து தின்னுவம் ...” சுரத்தலப்புச் சுண்டலெண்டா கேசவனுக்கு நல்ல விருப்பம். பேரன் சொன்னதைக்கேட்டுப் பெத்தாட முகமெல்லாம் பூரிப்பு.

“டேய்மனே நேரம்கிடைச்சா அவன் மாமனையும் போய்ப் பார்த்திட்டு வந்திரெண்டா. செண்டநாள் செல்லாதாமெண்டும் சொல்லுறாங்க. எத்தினையெண்டுதான் நானும் தாங்குவன். குடியிருந்த ஊடுமாதிரிப் புழங்குன சந்தை எரிஞ்சதுலயிருந்தே எண்ட நெஞ்சடைக்குறமாதிரி இருக்கு. எனக்கே இபபிடி யெண்டா அவள் வெள்ளையும் குறட்டையும் என்ன பாட்டப் படுங்கள். ஹனிபாப்போடிர கடைக்குள்ள பொட்டிய, பாய வச்சிற்றுப்போன வெள்ளை எடுத்தாளோ என்னமோ ஆரு கண்டா ..?”

பெத்தா பைத்தியம்மாதிரி தனக்குத்தானே பேசிக்கொண் டிருக்க, கேசவன் குடிலுக்குள்ளயிருந்து வெளியவந்து சைக்கிளில

ஏறுனான். சத்தமா சைக்கிள்கள் உறுமி ஓடுன புறகுதான் பேரன் போயிற்றானெண்டுறதயே பெத்தாவால உணர முடிஞ்சுது. ராவெல்லாம் படுத்தபாயில புரண்டு திரும்பிக்கிடந்தாவே தவிர நித்திரைகொண்ட மாதிரியேயில்ல. கண்மூடுனா, மூடுன கண்ணுக்க சந்தைதான் தெரியுது.

சந்தை எப்பிடிப்பத்தியிருக்கும், பத்துனாப்புறகு சந்தை எப்பிடியிருக்குமெண்டுறதெல்லாம் பெத்தாட கற்பனைக்கு வரயில்ல, கண்ணுக்க காணுறதெல்லாமே பழைய சந்தைதான்.

இதுநாள் வரையிலயும் நாள்முழுவதும் தான்குந்தியிருந்த சந்தையில நடந்த சம்பவங்களும், நடமாடுன மனிசமுகங்களும் வெட்டிமறையுற மின்னலில பட்டுமறையுற காட்சிபோல, கண் முன்ன வந்துவந்து போகுது. வருத்தமாக்கிடக்குற மகனப் பற்றியோ, சோர்ந்துபோய்க்கிடக்குற பேராண்டியப்பத்தியோ, ஓடிஒழுஞ்சி திரியுற பேரனப்பற்றியோ, இடம் பெயர்ந்துபோய்க் கிடக்குற கோளாவில் சொந்தங்கள பற்றியோவெல்லாம் பெத்தாட மனசுல எண்ணங் கவலையிருந்தாலும், சந்தை பத்தின கவலை தான் இப்ப மனிசியப்போட்டு வாட்டுது.

விடிஞ்சும் விடியாப்பொழுதுல குடத்தோட போய் வாய்க் காலுல முகத்தக் கழுவி, தண்ணி எடுத்துக்கொண்டுவந்து வாசலுல வச்சிற்றுக் குடிலுக்க எட்டிப்பாத்தா, பேராண்டி கச்சான்சாக்குல ஏறிநிண்டு பரணுர வரிச்சிக்கம்ப பிடிச்சிக்கொண்டு தையல் பெட்டிய எடுக்க உன்னிக்கொண்டிருக்கான்.

“என்னடா அது. ஏறி நிண்டு கூத்தாடியே இந்தக் கச்சான் சாக்க கவுட்டுக் கொட்டப்போறாய் ... வானம் எறிச்சா காயப் போட்டிற்றுக் கட்டி வைக்கலாமெண்டா வெட்டாருதோ அது. இஞ்சால விலத்து எடுத்துத்தாறன். கழுத்த உயர்த்தித் தையல் பெட்டிய எடுக்க, எடுத்த இடத்துலயிருந்து உருண்டுவிலகி வரிச்சல் கம்புரெண்டுக்கிடவுல பொறுத்துக்கிடந்த சாமானக் கண்டு பெத்தா பதறிப்போயிற்றா.

மூடிபோட்ட பச்சவிளங்காய்போல, மூடிக்குக் குறுக்கால கொண்டக்குத்தி குத்துனாப்போலக் கம்பித்துண்டு, “கிறினைற்று” எண்டு சொல்லிக்கொண்டு பொடியனுகள் இடுப்புல சொருகிக் கொண்டு திரியுறசாமான்தான் இதெண்டு பெத்தாக்கு நல்லாவே தெரியும். மருமகனத்தூக்கி மடியிலவைச்சநேரம் இடுப்புல இருந்ததக்கழட்டி பறனுல வைச்சத திரும்பி எடுத்துற்றுப்போகக் கேசவன் மறந்துபோயிற்றான்.

பெத்தாக்குக் கைகாலெல்லாம் உதறத்தொடங்கிற்று. பேராண்டியக் கூட்டிவந்து வாசலுல இருக்கச்சொல்லிற்று.

திரும்பவும் குடிலுக்க ஓடி அதயே பார்த்துக்கொண்டிருக்கா. ஆருக்கிட்டச் சொல்லுற, இதென்னத்த செய்யுற, தொடவும் பயமா இரிக்கி. தொட்டா வெடிச்சுடுமோ எண்ட பீதி. பேராண்டி இதக்கண்டு விளையாட்டுச்சாமான் எண்டு நினைச்சி எடுத்துட்டானெண்டா என்ன கெதி. கேசவன் திரும்ப வரும் வரைக்கும் இத என்னெண்டு பாதுகாக்குறது. அவனும் இண்டைக்கு என்னேரம் வந்து இதஎடுத்துற்றுப்போவான். இப்பிடிக் கேள்விமேல கேள்வி வந்து பெத்தாட தலையக் குடையுது.

எப்பகொத்துமோ எவடத்த கொத்துமோ எண்டு பயம் காட்டிப் படமெடுத்து ஆடுற பாம்புமாதிரித்தான் பறனுக்குமேல கிடக்குற அதுவும் பெத்தாவ பயம் காட்டுது. பறண்ட காலப் பிடிச்சிருக்குற கை உதறத்தொடங்க அதுவும் அதிர, பட்டெண்டு கையெடுத்தவ சட்டெண்டு குனிஞ்சி அகப்பையை எடுத்துற்றா. முன்ரெண்டு வரிச்சிக்கம்புகளுக்கிடையில தொங்கிக்கிடந்தத அகப்பைக்காம்பக்கொண்டு மெதுவாகத் தட்டி ரெண்டாவது வரிச்சிக் கம்புகளுக்கிடையில தட்டியுட்டவ, “கரண்டு” அடிச்சாப் போலச் சட்டெண்டு பின்னால விலத்திநிண்டு அதயே வச்சகண் வாங்காம பாக்குறா. பேராண்டி செந்திலும் உள்ளுக்கு வந்திராம இரிக்கோணும் எண்ட கவனத்துல வாசல்பக்கம் எட்டிப்பாத்த நேரம், மிலாறுவேலிக்கிடவால பொன்னம்மை குனிஞ்சிவாறதும் தெரியுது.

“இவள் சண்டாளியும் இந்த நேரத்துலதான் வரோணுமோ. இவளூற காதுல உழுந்தா ஊரக்கூட்டிப் புதுனம் காட்டிடுவாளே. நாலுசனம்கூடி நானெடுக்கன் நீ எடுக்கன் எண்ட ஏதுவாதுல தொடக் கூடாதமாதிரித் தொட்டு வெடிச்சுற்றா என்ன செய்யுற. எதுக்கும் எண்டபுள்ளை கேசவன்வரட்டும் அவன் வாறவரைக் கும் மூச்சுடுறதில்ல” எண்டு நினைச்சிக்கொண்டு வெளியிலவர, பென்னம்மையும் வாசலுக்கு வந்திற்றா.

“என்ன மைலியக்க செய்யுறாய். கோளாவில் பக்கமிருந்து புதுனமேதும் தெரிஞ்சிதோ?” பொன்னம்மைர முகத்துல சோகம் அப்பிக்கிடக்கு.

“இந்த வெள்ளாப்புல ஆரு என்ன புதுனம் கொண்டாற, அப்பிடித்தானெண்டாலும் இன்னுமென்ன புதுனம் கிடைக்கக் கிடக்கு, பத்துன சந்தை பத்துனதுதானே.”

“உனக்குப்புதுனமெண்டா சந்தைபத்துனது மட்டும்தானே.” சொல்லிற்று நிமிர்ந்த பார்வைக்கு வேலப்பச்சியும் பொல்ல ஊண்டிக்கொண்டு புடலம் கொடிப் பந்தலுக்குள்ளால வாறார்.

பாம்புப்புத்துக்கு வைக்கவெண்டு செவ்வரத்தம் பூவுகள ஆயுறா பெத்தா.

“என்ன மைலி பூ வைக்கப்போறயோ. அதப்புறகு வைக்கலாம் இஞ்சவா வந்து இவடத்துல ஆறுதலாக் குந்து” எண்ட வேலப்பச்சி,

“பொன்னி என்னபொட்ட செல்லிற்றயோ” என்று பெத்தாக் குக் கேட்காதமாதிரிக்கேட்க இல்லெண்டு தலையாட்டுறா பொன்னம்மை.

பூத்தட்டக்கொண்டுவந்து தாழ்வாரத்து உரலுலவைச்ச பெத்தா, குடிலுக்க வந்து ஒருதரம் பறனப்பாத்திற்றுப் பழைய சீலைத்துண்டொண்ட எடுத்து அதுக்கு மேலால மறைச்சிற்று வெளியிலவர, விளாத்தியடிக்கடைக்காரக் கதிரேசன், கிணத்தடி ஊட்டுக் கிட்டுனன், கோசுவையடிக்கணேசனெண்டு இன்னும் ரெண்டுமூணுபேராக வாசல் நிறைஞ்சி கிடக்குறதக்காணப் பெத்தாவுக்குச் சங்கடமாயிச்சி.

“இதென்னடி இது, பேண்ட பீயில கொசுமொய்ச்சமாதிரி எண்டவாசலுல வந்து விட்ட விடியங்காட்டியில குந்திக்கெண் டிரிக்கயள்.” பெத்தாட கேள்விக்கி ஆரும்பதில் சொல்லுறமாதிரி யில்ல. ஒருத்தருக்கொருத்தர் கேள்விகேக்குறதும் பதில் சொல்றது மாயே இருந்தாங்க.

“ஆராராமெண்டு தெரியுமோ?”

“ஆர்ஆரெண்டு இன்னும் தெரியாதாம் ஆலையடிவேம்பு துரையுமாமெண்டு கதைக்காங்க.”

“எத்தினபேராம்?”

“பதினெட்டு இருபதுபேராம். ஆத்துக்க எத்தினகிடக்கெண்டு இனித்தான் தெரியுமாம்.” பெத்தாக்குச் சாடைமாடையாய் ஏதோ நடந்திருக்கெண்டுறது புரியத் தொடங்குது.

“இப்ப என்ன மைலி செய்வம் நீதான்கா சொல்லோணும்.” வேலப்பச்சிதான் பெத்தாவக் கேட்டார்.

“இதென்ன வேலண்ணே, என்ன எவடமெண்டு எதுவும் சொல்லாம என்ன செய்யுறதெண்டுகேட்டா, நான் என்னத்த சொல்ல. சொல்லன் என்ன புதுனமெண்டு.”

“இல்ல பொட்ட திருக்கோவில், தம்பிலுவிலில இருந்து ஆலையடிவேம்பு துரை வேனுல வந்திருக்கார். நாப்பதாம் கட்டைக்குள்ள ஒழிஞ்சி நிண்ட ராணுவம் வேனமறிச்சி ஆக்கள

இறக்கியெடுத்து, ஓடஓடச் சுட்டு, ஒவ்வொரு ஊட்டுக்குள்ள யும் போட்டுப் பத்த வைச்சிருக்கானுகளாம் மைலி.”

“இதென்ன கொடுமை வேலண்ண, பெத்தவளுகளும், கட்டுனவளுகளும் என்னெண்டு தாங்குவாளுகள் இத.”

“தாங்கலேதான் மைலி என்னசெய்யுற. நாம கேட்ட வரம் இதுதானெண்டா ஆராலதான் என்னசெய்ய முடியும்.” சொல்லிக் கொண்டே மைலிப்பெத்தாவுக்குப் பக்கத்துல குந்திற்றா பொன்னம்மை.

“அதென்னெண்டா மைலி வேக்கனுல வந்தாக்களச் சுட்ட சங்கதி தெரியாம பொடியனுகளும் மோட்டார்சைக்கிளில வந்திருக்கானுகள். ஒட்டிநிண்ட ஆமிக்காரனுகள் வந்த புள்ளை களயும் மறிச்சிச் சுட்டிழுத்துக்கொண்டுபோய் ஊட்டுகளுக் குள்ள போட்டு எரிச்சிருக்கானுகள். வந்த பொடியனுகளில உண்டபேரன் கேசவனுமாமெண்டு சொல்லுறாங்க பொட்ட.”

“எண்ட புள்ளை வந்தா அதுக்கென்னப்ப.” அவனுக்கு ஒண்டுமில்லத்தானே வேல்ண்ணே.”

“இல்ல மைலி செத்தாக்களில உண்ட பேரனும் ஒருத்தனா மெண்டு சிறுக்களப்புக்கரச்சிக்குள்ளால தப்பி ஓடிவந்த புள்ளை யள் கண்ணால கண்டதாக சொன்னாங்களாம்.”

“வேலண்ணே உண்ட கண்டறியாத கதையக்கதைக்காம ஒழும்பிப்போ பார்ப்பம்” எண்ட பெத்தா பொன்னம்மைய திரும்பிப்பார்க்குறா.

“என்ன மைலியக்க என்னயப் பார்க்காய். உண்ட பேரன் உன்ன உட்டிற்றுப் போயிற்றான் தானாங்கா. கரிக்கட்டை மாதிரி பத்திச் சுருண்டுபோய்க் கிடக்கானாம் மைலியக்க” பொன்னம்மை ஒப்பாரிவைக்கத்தொடங்கிற்றா.

“அடியே பொன்னி அப்படிச்சொல்லாதடி, எண்ட புள்ளைக்கு ஒண்டுமாயிருக்காதுடி, அவன் வருவாண்டி. சுரைத் தலப்புச் சுண்டல் தின்னோணும் பெத்தா நான் வருவன் பெத்தா எண்டெல்லோடி ராவு சொல்லிற்றுப்போனான். இப்ப செத்து கரியாக்கிடக்கானாமெண்டு சென்னா நான் என் னெண்டடி நம்புவன். அவன் வருவாண்டி. என்டமனே கேசவா நீ வந்திரப்பா, இந்தப்பெத்தாவ வந்து ஒருதரம் பார்த்திற்றுப் போயிரப்பா. உனக்கு இப்பிடி ஆகுமெண்டு தெரிஞ்சிருந்தா, இந்த அறுதலிராவு அப்பிடிப்பேசியிருக்க மாட்டனே. கச்சான்

சாக்குல இருந்துகொண்டு நீ மருமகனக்கொஞ்சினது இப்பயும் எண்ட கண்ணுக்குள்ள இரிக்கே... எண்டமனே வந்திருமனே.”

“இஞ்சேமைலி, கத்திக் குழறி நடக்கப்போறது இனி ஒண்டு மில்ல. ஊராக்களெல்லாரும்போய் அந்தந்த இடத்திலயே மடுவெட்டித் தாட்டுற்று வரலாமெண்டுதான் நினைக்கம். ஏனென்டா கிடக்குற பொறிவுக்குக் கூட்டியள்ளையுமேலாதா மெண்டுதான் சொல்லுறாங்க. நாளைக்குக் கண்ணுல காட்ட யில்லயே எண்ட புள்ளைய எண்டு நீ சொல்லக்கூடாது. அதனால தான் சொல்லுறம். வேணுமெண்டா ஊராக்களோடபோய்ப் பார்க்குறதெண்டா பார்த்திற்று வந்திரு” சொல்லிற்று வேலப்பச்சி வந்தாக்களோட எழும்பிப்போக எதிர்கொண்டு திரவியம் வாறத கண்டுற்றா பெத்தா.

“எண்ட மளே” கேசவனத்தானப் பார்க்கவே சோட்டையா இரிக்கு பெத்தா எண்டு நேற்றுத்தானேடி சொன்னாய். இனி எங்கடி பார்க்கப்போறம் அவன. எண்ட மகனே உண்ட மாமனும் போயிற்றானான்டா. உன்னத்தூக்கிக் கொஞ்ச ஆருமகனே இரிக்கா” பேராண்டிய அணைச்சி அழுதபெத்தாவ ஓடிவந்து கட்டியணைச்ச திரவியத்த பிரிச்சிவிலத்தித் தண்டமடியில தலை புதைக்கவைக்கிறா பொன்னம்மை.

சொல்லியழ வார்த்தைகளின்றிக் குலுங்கிக் குலுங்கி அழு தாள் திரவியம். அழுகையே வாழ்க்கையாகிப்போனதால தானும் அழுவதில் என்ன வித்தியாசம் தெரியப்போகிறதென்று நினைத் தானோ என்னமோ, செந்தில் தையல்பெட்டிய அணைத்தபடி வானத்தையே பார்த்துக்கொண்டிருக்கிறான்.

14

தேர்இழுத்து, திருவிழாநடத்தி, தீர்த்தமாடிமுடிச்ச கோயில் தெருமாதிரித்தான் ஊரே உறங்கிக்கிடக்கு. ஊரவரத்தவிர ஆருமேயில்ல. தேவதூதுவரப்போலத் திடீரெண்டு வந்தவர் களும், ராஜகுமாரரப்போல உபசரிக்கப்பட்டவர்களும், மாய மந்திரம் செஞ்சதுபோல மறைஞ்சே போயிற்றாங்க. ஆனால் தேடிவாறதும், சுட்டுப்போடுறதுமட்டும் குறைஞ்சபாடேயில்ல. ஒண்டுசெத்து அதுக்குச் சடங்கு செய்ய முன்னமே இன்னு மொண்டு செத்துச் செய்ய வேண்டிய சடங்கத்தடுத்து நிறுத்துது. மனிச உயிர் மலிஞ்சமாதிரி வேறொன்றுமே மலியயில்ல. செஞ்ச வேலைக்கு வாங்குறகூலியில பத்துரூபா கூடுதலாக்கேட்டாலே நெத்திப்பொட்டுல பட்டெண்டு சுடுறாங்க. பத்துரூபாய்க்குக்கூட உசிர் பெறுமதியில்லாமப்போய்ச்சி.

"ரேடியோவுல தடைசெய்யப்பட்ட சினிமாப்பாட்டெல் லாம் எழுச்சிப்பாட்டா மாறிப்போய்ச்சி. அச்சமென்பது மடமை யடா, அஞ்சாமை திராவிடர் உடமையடா என்றுதான் அளிக் கம்பைக்குறவர் வேதக்கோவில் பீக்கர்கூடப்பாடுது. உரிமைய இழந்தோம் உடமைய இழந்தோம், உணர்வை இழக்கலாமா என்றுதான் சாமத்திய வீட்டுலகூடப் பாட்டுப்போடுறாங்கள். ஆருசெத்த சாவிசளம் வந்துசேருதோ எண்டுற பயத்துலதான் ஒவ்வொரு பொழுதும் விடியுது.

பேரன் செத்தானெண்டத மூணுநாளைக்குப் பெத்தா நம்பவே மாட்டனெண்டுற்றா. அதுக்குப்பிறகு கேசவண்ட ஒவ் வொரு பொருளையும் காணும் போதெல்லாம் நெஞ்சோட அணைச்சி ஒப்பாரி வைச்சதக்கொண்டுதான் பெத்தா நம்பிற்றா எண்டுறத மற்றாக்களும் நம்புனாங்க. முதல்மூணுநாளும் அட்டம் பக்கத்தாக்கள் கொண்டுவந்த சோறுகறியக்கூடப் பெத்தா ஏற்க மறுத்திற்றா. நாலாம் நாள்தான் கபூர்போடியார் வந்தார். அதுவும் ஒட்டி ஒளிஞ்சிதான் வந்தார். வந்தவர் பாலப்பலகை வாங்குல யிருந்து முகத்துல கைலஞ்சப்போட்டுத் தேமித்தேமி அழுதிற்றார். கேசவன் செத்த சங்கதி கேட்டு மகன் முஹமட் விசர்புடிச்சவன் மாதிரி இருந்தானாமெண்டு சொன்னதக்கேட்டுப் பெத்தாவும் ஒருபாட்டம் ஒப்பாரிவைச்சி முடிச்சா.

எப்பிடியும் பெத்தாவப் பார்க்கோணுமெண்டு கருக்கல் பட்ட நேரத்துல இலுக்குச்சேனைக்குள்ளால வந்தநேரத்துல ஒழிஞ்சிருந்து நடத்துன தாக்குதலுல முஹமட்டுக்குக் காலுல பலத்த காயமாம் எண்டு தகப்பன்சொன்ன தகவல்கேட்டுப் பெத்தா பதறிப்போயிற்றா. புள்ளையப் பார்க்கோணும்போலச் சோட்டையா இருக்கி கபூறு. எண்ட புள்ளைர நினைப்புக்கு அவண்ட முகத்தையாகுதல் காணமாட்டனோ கபூறு" என்று பெத்தா கேட்கக் கபூர்போடியாரால எதுவும் பேச முடியாம தொண்டை கரகரத்து வார்த்தை விம்மி எழுந்து நின்று சேனையை நோட்டம் விடுறாப்போலப் பார்த்துத் தன்னிலைய சகஜநிலைக் குக் கொணர முற்படுறார்.

அண்டைக்குப்போன கபூர் இண்டுவரையும் வரயில்ல. நாளைக்கு எட்டாம்நாள், எட்டுக்குடுக்கவேணும். எத்தின நாளைக்குத்தான் ஆக்கள் கொண்டுவாறத திண்டுதீர்க்குறது. சொந்தக்காசுல ஏதாவது வாங்கிப் பேரனுக்கு ஆக்கிப்படைக் கோணுமெண்டே பெத்தா ஆசைப்படுறா. காசுதான்இல்ல. காதுலகிடக்குற கடுக்கனக்கழட்டி ஈடுவைச்சா, எட்டுக்குச் சாமான் வாங்குறதோட பேராண்டிக்கும் ஏதாவது சத்துச்சாமான்

வாங்கித் தின்னக்குடிக்கக் குடுக்கலாமெண்டுதான் நினைச்சா, கடுக்கனுல கைவைக்க மனசில்ல பெத்தாவுக்கு. கடைசிக் காலத்துல பேத்திமலருக்குக் குடுக்கத்தான் வைச்சிருந்தா. மலரும் இல்லெண்டானதுக்குப்புறகு தாயதிநகை இனிப் பேத்தி திரவியத்துக்கெண்டுதான் வைச்சிருக்கா. ஈடுவைச்சிற்று மூள ஏலாம தான்கண்மூடிற்றா தாயதிநகை அழிஞ்சிபோயிருமே எண்டநினைப்புல இருந்த நேரத்துலதான் கச்சான்சாக்குக் கண்ணுல பட்டிச்சி.

ஆக்கித்தின்னுற சட்டிபானையயும், படுத்தெழும்புற பாய் தலகாணியயும், உடுத்துக்கழட்டுற உடுதுணியயும் தவிர சொத்துப் பத்துக்களெண்டு எதுவுமில்லதான். எண்டாலும் குடிலுக்க நிறைஞ்சி தொங்குற நவதானியங்களப் பார்க்குறபொழுதெல் லாம் தான் ஒரு செவ்வச்செழிப்போட வாழுற பெண்ணெண்டு தான் தன்னைத்தானே கற்பனையில நினைச்சிக்கொள்ளுவா பெத்தா.

கைகோர்த்த கல்யாணச் சோடிகளப்போலக் குடில்வளை யில தொங்குற சோளச்சோடிக் கதிர்களயும், முத்துக்களக்கோர்த் துக் கொச்சையா முடிஞ்சாப்போலக் குடில்கால் ஆணியில தொங்குற இறுங்குக்குலைகளயும், சாமிபடத்துக்குமேல தொங்குற நெற்கதிர் முடிச்சுகளயும், குதிரைவால் சாமரம்போல அடுப்படி மூலையில, தொங்குற குரக்கன்கதிர்களயும், வெள்ளைச்சீலை முடிச்சிக்குள்ள செத்தையில் தொங்குற பயறுபயித்தைகளயும், பார்க்குறபோதெல்லாம் பெத்தாவுக்குப் பரவசம்தான். ஆனா அதெல்லாம் கண்காட்சிக்குத்தான்சரி. காசுக்காக தெண்டுறது பெத்தாக்கு இண்டைக்குதான் தெரிஞ்சுது.

காதுக் கடுக்கனத்தவிரக் குடிலுக்க உள்ளது சாக்குல உள்ள கச்சான்தான். விதைக்கச்சானுக்கு வைச்சா, நல்லகாசுக்கு விக்கலாமெண்டுதான் வைச்சிருந்தா. ஆனா புள்ளைர எட்டுச் சடங்குக்கு உதவாதது இனி என்னத்துக்கு எண்டு நினைச்சி, நாளைக்குச் சந்தைக்குக் கொண்டு போறதெண்டே நேற்று முடிவெடுத்திற்றா பெத்தா.

15

சந்தை பத்துனத்துக்குப்புறகு தமிழருக்கெண்டு தற்காலிக மான சந்தையொண்ட சாரதாதியேட்டருக்குப்பக்கத்தல உள்ள பாழ்வளவுக்குள்ள உண்டாக்கிற்றாங்களாம். வாங்குறதும் விற்கிற தும் அங்கதானாமெண்டு பெத்தாக்குக் கேள்வி. என்னதான் இருந்தாலும் பழைய சந்தைக்கிருந்த லெட்சணமும் கலகலப்புமோ இருக்கப்போகுது.

குறட்டையோடயும் வெள்ளையோடயும் கூடியிருந்து பொழுது கழிக்கிறாப்போல வருமோ? அதெல்லாம் ஒருகால மெண்டபிறகு இனி நினைச்சென்ன பிரயோசனமிருக்கு எண்ட நினைப்போட, நாளைக்குச் சந்தைக்குப்போறதுதான் என்று முடிவெடுத்திற்றா.

"நாளைக்குச் சந்தைக்குப் போகணுமென்று இருக்கன்மளே. அந்தக்கச்சான் சாக்குரவாய் ஆவெண்டு சரிஞ்சிகிடக்குதடி. அதநிமிர்த்திக் குலுக்கி வைச்சிரு மளே" நேத்துராவு பெத்தா பேத்தி திரவியத்துக்கிட்ட சொல்ல சொன்னபடியே கட்டி வைச்சவள், "இதென்ன பெத்தா இது இந்தப் பாரம்பாரிக்குது என்னெண்டுகா கொண்டுபோய்ச் சேர்க்கப்போறாய்?" வாசலுல விளக்கு இருந்ததால குடில் அரையிருட்டுல இருந்துதான் திரவியம் கேட்டாள்.

"என்னடி செய்யுற தலைச்சுமைதான். இதுநாள் வரையில நான் சுமக்காத சுமையோ ... அதஉடு ... மறந்திராத ... நளைக்கு விடியக்க வந்து இந்தப் பொடியனக் கூட்டிக்கொண்டுபோய் வைச்சுக்கொள்ளுடி மளே. நான் சந்தையால உண்ட ஊட்டுக்கே வந்திர்ரன். கொப்பனையும் பார்க்கவேணும்போல இருக்கு அதோட கொம்மையயும் எட்டுவேலை செய்யக் கூட்டிற்று வந்திரலாம்."

கேசவன் செத்திட்டானாமெண்டு கேள்விப்பட்டு, நடக்கே லாத நிலமையிலயும் கூட வண்டில் புடிச்சிவந்து சேர்ந்து தாயக்கட்டிப்புடிச்சி மருமகன நினைச்சுக் கண்ணீர் வடிச்சதில இருந்தே பெத்தாக்கும் மகனுக்குமிடையில இருந்த கோபதாப மெல்லாம் பறந்து போயிற்று.

"நான் வந்து செந்திலக் கூட்டிப் போவன். அதஉடு. நீ இத என்னெண்டு கொண்டு போவாய்கா ... நான் ஒண்டு சொல்லுறன் கேளு. விடியக்க காலையடிக்குப்போற நேரம் இஞ்சவந்து இந்தக் கச்சான்சாக்க சைக்கிள்கரியருல கட்டிப் புட்டம்பைக்கடையடியில இறக்கிவைச்சிற்றுக் கடைக்காரனிட்ட சொல்லிற்றுப் போகச்சொல்லி நான் அவருக்கிட்ட சொல்லுறன். நீ போனா வேக்கன்வர ஏத்திக் கொண்டுபோவாய் தானே."

திரவியம் நேத்துராவு சொன்னமாதிரியே அவளுற புருசன் செல்வநாயகம் விடிய வெள்ளாப்புலவந்து கச்சான்சாக்க கொண்டு போயிற்றான். பெத்தாதான் இன்னமும் புறப்படாம இரிக்கா. பேராண்டிய விட்டிற்றுப்போக மனசுவருகுதில்ல அவவுக்கு. உதிச்ச சூரியனும் சூடேறத்தொடங்கிற்று. வாசலுல கால்நீட்டி யிருந்த பெத்தாடமடியில தலைவைச்சிப்படுக்குற செந்தில்,

கொண்டைக்குத்திக் காதுக்குடும்பியால பெத்தா காது துப்பர வாக்குற சுகத்துல அரைக்கண் மயக்கமாக்கிடக்கான்.

வெட்டிப்போட்ட வாழைமடல் வெயிலில கிடந்து வதங்குன மாதிரி சோர்ந்துபோய் மடியில கிடந்த பேராண்டிர தலையில வைச்ச கை முதுகால இறங்கித் தடவிக்கொண்டு இடுப்புல இறங்க, கையில தட்டுப்பட்ட இடுப்பெலும்பக்கண்டு பெத்தா துணுக்குற்றுத்தான் போயிற்றா.

ஒண்டுக்குப்பின்னால ஒண்டா வந்த கவலைகக்கிசத்தால, ஒப்பாரியும் ஓலமுமா இருந்ததுல புள்ளையக்கவனிக்காம உட்டிற்றனோ எண்டுகூடப் பெத்தாவுக்கு யோசினை. எல்லாத்தையும் பறிகொடுத்திற்றன். இதாகுதல் நான் கண்மூடுற வரைக்கும் தப்பிப்புழைச்சிக்கிடக்குமோ என்னமோ என்கிற ஏக்கப்பெரு மூச்சோட மெலிஞ்சி ஈக்கில் மிலாறுபோலக் கிடந்த கோலத்தைப் பார்த்தவ, இடுப்பால வழுகுன கால்சட்டைக்குமேல கிடந்த அறுனாக்கொடியமேல எடுத்துவிட்டு இறுக்கி இன்னொரு முடிச்சிபோட்டிற்று, எழும்புமனே ... திரவியம் அக்கை வந்திருவாள். உன்னைய அவளோட அனுப்பிற்றுப் பெத்தா சந்தைக்குப் போகோணுமெல்லோ எழும்பு மனே."

"நானும் உன்னோட சந்தைக்கு வாறனே பெத்தா" முழங்காலக்கொணர்ந்து வகுத்துல முட்டிச்சிணுங்குறான் செந்தில்.

"எண்ட மனே ... றோட்டெல்லாம் ஆமியும் பொலிசும் புழுத்துப்போய்த் திரியுறானுகள். இதுக்குள்ள நீயுமோ ... வேணாம் மனே. நீ திரவியம் அக்கையோட போய் விளையாடு. உனக்கும் தேவையான சாமானுகள வாங்கிக்கொண்டு வாறன்."

விருப்பப்படாதவனப்போல எழும்பிப்போய்ப் பலகை வாங்குல இருந்த செந்திலுக்குப் பழங்கறியோட சோத்தைப் பிசைஞ்சி திரணையாக்கிக்குடுக்க, ரெண்டு வாய்தான் திண்டான்.

காலக் கழுவுவமெண்டு துரவுக்க இறங்குனா பச்சைச்சீலையால மூடுனாப்போலப் பாசியாடைகட்டி துரவுத்தண்ணியும் மறைஞ்சி கிடக்கு. பெத்தாட காலடிச்சத்த அதிர்வில புல்லுல ஒழிஞ்சிருந்த தவக்கைகளும், மோக்கானுகளும் தவக்கெண்டு தண்ணிக்க பாய்ஞ்சி பாசிய விலக்கிக்காட்டின. தண்ணிய அள்ளிக்கொண்டு வந்து காலக்கையக் கழுவிற்று, குடிலவளைச்சி ஒரு நடை நடந்து சேனையச் சுத்திப் பார்க்குறா பெத்தா.

பாட்டமா பறந்து வந்த கிளிக்கூட்டம் ஆத்துல வலைவிரிச்ச மாதிரி பயித்தம் சேனைக்க விழ ... "சூ ..." எண்டுகொண்டே

கவுத்துலகட்டித்தொங்குன சகடையப் புடிச்சிழுக்கச் சகடை போட்ட சத்தத்துல கிளிக்கூட்டம் எழும்பிப்பறந்து அந்தரத்துல பாட்டம்போடுது.

தூரத்து சேனைவாடி ரேடியோபாட்டு, காத்துல மிதந்து வந்து அன்னியமாகக் காதுல விழுகுது. மொட்டையாமலையிர மறுபக்கத்துச்சேனைக்காறிர கிளி விரட்டுற "கூ..." என்ற சத்தம் மலையிலபட்டு எதிரொலிச்சி ரெட்டைச்சத்தமாக வந்து சேருது. வழமைபோலப் பேன்பார்க்குறதும், ஈயெண்டு வெலிப்புக் காட்டுறதுமாகவே குரங்குகளிற சேட்டை நடக்குது. பிய்க்காமப் புடுங்காம, கசக்காம, முறிக்காமலயே சேனைப்பயிரெல்லாம் ஒரு மாதிரியான பசுமை வாசனைய பரவிவிடுகுது. இப்பிடியான நேரங்களில தன்ர பேத்திமலர் சேனைக்குள்ள நடமாடித்திரியுற காட்சி பெத்தாட கண்ணுக்குள்ள வந்து போகுது. மனப்பாரம் குறையோணுமெண்டு நினைக்கிறபோதெல்லாம் சேனையச் சுத்திப் பார்க்குறதெண்டுறதுதான் பெத்தாட வழக்கம்.

பரப்புமலையிலயும் கொஞ்சநேரம் குந்தியிருந்த பெத்தா எழும்பிவந்து பேரனுக்குக் கால்சட்டை சேட்டப்போட்டுட்டுத் தலையிழுத்து முகத்துக்கும் கொஞ்சம் பவுடர்போட்டு முன்னால அழகு பார்த்தவ, இதுல இருந்துகொள்ளுமனே, திரவியம் அக்கை வந்துருவாள். நான் குடிலுக்கபோயி சந்தைக்குக் கொண்டு போற வேக்க எடுத்துற்று வந்திர்றன் எண்டிற்றுக் குடிலுக்க வந்து கழுத்த உயர்த்தி நீட்டி வேக்கத்தொடக் கண்ணுல பட்ட அந்தப் பழஞ்சீலையைக்கண்டதுமே பெத்தாவுக்குப் பக்கெண்டா யிடிச்சி.

கேசவன் செத்திற்றானெண்ட கவலையிலயும், ஒப்பாரியில யும் தினம்தினம் ராப்பகலா ஆக்கள் வந்துபோனதுலயும் நகர்ந்த பொழுதுகளிலயும் பறனுல கிடந்த பச்சவிளாங்காய்போன்ற அந்தச் சாமான் பெத்தாட நினைப்புக்கே வரயில்ல. வந்திருந்தா ஊட்டுக்கு வந்தாக்கள் ஆருக்கிட்டயும் விசயத்தச்சொல்லி ரகசியமா சாமான வெளியில எடுத்திற்று நிம்மதியா இருந்திருப்பா, எட்டு முடிய முன்னமே எல்லாருமா கலைஞ்சிபோக, தான் மட்டும் தனிச்சி நிக்குற நிலையில தன்னால என்ன செய்ய முடியுமெண்ட யோசினையில நிண்ட பெத்தா, மெதுவா நடந்து அகப்பைய எடுத்துக் காம்பால துணியக் கிளப்பப்போனவ, எதையோ நினைச்சவபோல வெளியாலவந்து பேராண்டி பலகை வாங்குலதான் இரிக்கானெண்டுறத நிச்சயப்படுத்திற்றுத் திரும்ப வும் போய்ச் செத்திச்சோ இல்லயோ எண்டுறதுதெரியாம சுத்திக்கிடக்குற பாம்ப சீண்டிப்பார்க்குறாப்போல அகப்பைக்

காம்பால சீலையைக் கிளப்பிப் பார்த்தவ, காளிகோயிலுல தெய்வமாடி முடிச்ச பொண்டுகளப்போல விறைச்சிப்போய் நிண்டிற்றா.

சீலைத்துணி, கிடந்த இடத்திலயே கிடக்கு. ஆனா அந்தக் கிறினைட்டத்தான் காணயில்ல. நிண்டநிலையிலயே மூத்திரம் இறங்கிருமோ என்ற பயம்வேற பெத்தாவுக்கு. திடீரெண்டு பேராண்டி குடிலுக்க வந்திற்றாலுமெண்ட பயத்துல அடிக்கடி வாசலயும் எட்டிப்பாத்து ஓடிவந்து பேராண்டிர மடியில இருந்த தையல்பொட்டியைப் பறிச்சித் திறந்து பார்த்து ஏமாந்து போயிற்றா.

"மனே ... உருண்டையா, விளாங்காய்க்கு தொப்பிபோட்டாப் போல இரும்பு உருண்டையொண்ட கண்டையோடா மனே" என்றுகேட்க, பேராண்டி அப்பாவியாய்த் தலையாட்டி மறுக்க, வாசலுலகிடந்த உரல உருட்டிக்கொண்டுபோய் நிறுத்தி வைச்சு, ஏறிநின்று பறனுல எல்லா இடத்திலயும் கையவிட்டுத் தடவிப் பாக்குறா, சோளக்கதிர்களயும், பயத்தம்பயறு முடிச்சுகளயும் தவிர ஏதும் தட்டுப்படுகுதில்ல.

நிமிசத்துக்கு நிமிசம் பெத்தாட பயம் கூடக்கூட அவட கைகாலெல்லாம் நடுங்கத்தொடங்குது. சட்டிபானை, பொட்டி, சுளகெல்லாத்தயும் உருட்டிப்பார்க்குறா, பழைய ரங்குப்பொட்டி யயும், கவுட்டுக்கொட்டுறா, நாலஞ்சி பழையசீலை சட்டை யோடயும், ஒருவேட்டிசால்வையோடயும், மணக்குளிசைகளும் உருண்டோடுது. இடைக்கிடை செத்தைகளயும் நீக்கிப் பார்த்தவ, "அதென்ன சின்னச்சாமானோ எலிகிலி கொணர்ந்து செத்தைக்க சொருக" என்று தனக்குத்தானே சொல்லிக்கொள்ளுறா. "அப்பனோளி நான் புறந்து ஏன்தான் இப்பிடிக் கக்கிசப்படுறனோ" வென்று தன்னைத்தானேயும் திட்டிக்கொள்கிறா.

கொஞ்சநேரம் நின்று நிதானித்துத் தன்னை ஆசுவாசப் படுத்திக்கொண்டவ, திடீரெண்டு உருக்கொண்டு ஆவேசம் கொண்டதப்போல ரெண்டுகைகளாலயும் பறனப்புடிச்சி உலுக்கோ உலுக்கென்று உலுக்கிற்று கொட்டியுண்டதுகள கீழ குனிஞ்சி பார்க்குறா. மாணிக்கக் கல்லாயிருக்குமெண்டு அந்தக் காலத்துல ஆத்துல புறக்கித் தகப்பன் சேர்த்துவைச்ச கூழாங்கற் களும், சோளக்கொட்டைகளும்தான் சிதறிக்கிடக்குது.

"எலக்கோபெத்தா என்னகாசெய்யுறாய். இன்னுமோ நீ வெட்டக் கிறங்கயில்ல." திரவியத்திர குரலக்கேட்டதுமே பகீரெண் டது பெத்தாடநெஞ்சு, பேத்தி குடிலுக்கவாறதுக்கு முதல் வெளியில போயிரவேணுமெண்ட அவசரத்துல சந்தைக்குக்

கொண்டுபோற பைய எக்குல இடுக்கிக்கொண்டு வெளியில வந்தவ கவுத்தால கதவ இறுக்கிக்கட்டிக்கொண்டே சொல்லுறா. "மளே நான் வாறவரைக்கும் இஞ்சால எட்டுலதப்புலயாகுதல் செந்திலக் கூட்டிக்கொண்டு வந்திராத. வந்தாலும் கதவத்துறந் திராத."

"ஏங்காபெத்தா நானென்ன உண்ட ஆதுனசீதனத்த அள்ளிக் கொண்டு போயிருவனெண்ட பயமோகா உனக்கு."

"அதுக்கில்லடி உண்டபாட்டுல நீ கதவக்கட்ட அயத்து கியத்துப் போயிற்றாயெண்டா நாய், பூனையெல்லோடி பூந்து கலசமாடிரும்."

தையல்பொட்டிய வகுத்தோட அணைச்சாப்போலத் திரவியத்திர கையப்புடிச்சிக்கொண்டு முன்னால நடந்த பேராண்டிர புறக்கோலத்தப்பாத்தபடியே நடந்த பெத்தா, அடிக்கடி திரும்பிக் குடிலப்பார்க்குறா.

வாய்க்காலக் கடந்து கிறவல்றோட்டுல ஏறி, பெத்தா ஒரு பக்கமும், மறுபக்கம் பேத்தியும் பேராண்டியுமாய்ப் பிரிஞ்சி நடந்தாலும், பெத்தாடகால் இசக்கம் கெட்டாப்போலப் பின் னோக்கி இழுக்குறமாதிரி உணர்ந்தவ திரும்பிப்பார்க்குறா, அந்தக்கணத்துல பேராண்டியும் திரும்பிப்பார்க்க, பெத்தாட கண்ணால பொலபொலவெண்டு தண்ணி கொட்டத்தொடங் கிற்று.

பெத்தாட பார்வையில பேத்தியும் பேராண்டியும் புள்ளி யாகி மறையுற வரைக்கும் திரும்பித்திரும்பிப் பார்த்தபடி நடந்த நேரம் விழாத்தியடிக்கடைய அடைஞ்சாயிற்று.

சீனிச்சுருளும், வாட்டுறொட்டியுமா கடையுக்கயிருந்து வந்து எதிர்ப்பட்ட பொன்னம்மையக் கண்ட பெத்தா "நான் சந்தைக்குப் போறன் பொன்னி. வந்தோடன குரல் குடுக்கன் வந்திரு, அதுக்கிடையில ஊட்டுப்பக்கம் போயிராத. அங்க ஒருத்தருமில்ல." ஒருநாளுமில்லாம இண்டைக்குப் பெத்தா இப்படிச்சொன்னது ஏனெண்ட சிந்தனைகூட இல்லாம "சரி மைலியக்க" எண்டிற்றுப் பொன்னம்மையும் நடந்திற்றா.

புட்டம்பைறோட்ட தொடுமட்டுக்கும் எத்தினியோதரம் குடிலத்திரும்பிப் பார்த்திற்றா. கண்ணுக்குக் குடில் தெரியாம மரங்களும், பத்தைகளும் மறைச்சபோதிலெல்லாம். பாம்புப்புத் தெண்டும் பயமில்லாம றோட்டோர உயர்ந்த புத்துக்களுக்கு மேலயும் ஏறிநிண்டு பார்த்துப் பார்த்திட்டுத்தான் போனா.

புட்டம்பைறோட்டுக்கு வந்து நிண்டு பார்த்தா, அம்மாளுற வெளி முடக்கு வோக்கால வேக்கன்வாறது வண்டுமாதிரித் தெரிய, அதுவாறதுக்கிடையில கடையடிய அடைஞ்சிரோணு மெண்ட நினைப்புல குடுகுடெண்டு ஓடுறா.

பெத்தா போய்க் கடையடிய அடையுமுன்ன வேக்கன் வந்துநிண்டு ஆக்கள ஏத்தத் தொடங்கிற்று. ஓடிவாற பெத்தாவக் கண்ட கடைக்காரன் கச்சான் சாக்கத்தூக்கி வேனுக்கபோட்டிற் றுப் பெத்தாட கையத்தூக்கிப்புடிச்சிப் படியில ஏத்தியுட்டுச் சனத்துக்குள்ள திணிச்சியுட, வாங்குல குந்தப்போன பெத்தாக்குக் கொஞ்சம் விலத்தியிருந்து இடங்குடுத்த குஞ்சரக்கா, பெத்தாட முகத்தப்பரிதாபமா பார்க்குறாள். “கேள்விப்பட்டன் மைலியம்மே. வந்துகொள்ளல்ல . . . கொறநினைச்சிக்கிடாத.”

“அடிபோடி உண்ட கவலைய ஆருக்கிட்ட சொல்லுவா யெண்டு நீ கிடக்குற கெடக்கி எண்டஊட்டுப்பக்கம் வராதது தான் இப்ப பெரியகுறையாக்கும்.” சொல்லிற்றுப் பெத்தா கம்பிவரிச்ச வேன்ஜன்னல் பக்கத்தால வெளியபார்க்குறா. சைக்கிளுகளும், மோட்டார்வாகனங்களும், ராணுவ வாகனங் களும் எதுக்காலையும் புறத்தாலையும் வாறதும் போறதுமாய்த் தானிருக்கு.

சிப்பித்திடல் ஏத்தத்து இத்திமரத்தடியில நிண்டு, கை காட்டினவளொருத்திய ஏத்துறதுக்கு வாகனம் நிக்குது. அதிரடிப் படைக்காரனுகள் நிக்கானுகள். வெளியால தலைகாட்டி நிக்காம உள்ளுக்க ஏறுங்க எல்லாருமெண்டு றைவர் சொன்னதக்கேட்டுப் பெத்தா வெளியால பார்வையப்படர உடுறா.

சிப்பித்திடல் சவக்காலைக்குள்ளயும், பத்தைக்குள்ளயும், மரத்துகளிலயும் ஒட்டி, ஒளிஞ்சி நிண்ட அதிரடிப்படைக்காரனு கள் தடதடவெண்டு ஓடிவந்து றோட்டுக்கு ஏற, ஒன்றிரண்டு பேர் வந்து விட்டத்தில கட்டித்தொங்குற கருவாட்ட எட்ட எத்தனிக்குற நாய்களமாதிரி வேனுக்க எட்டியெட்டிப் பார்க்கு றானுகள். பார்த்த பார்வையில பார்த்திட்டுச் சும்மா போகச் சொல்லுவானெண்டுதான் றைவரும் நினைச்சிருப்பான். நாலைஞ்சிபேர் கூடிக்குசுகுசுக்கானுகள். திரும்ப வந்தவனுகள் எல்லாரையும் வேனவிட்டு இறங்கித் தூரமாப்போய்த் தனிய நிக்கச் சொல்லிற்று வேனுக்க ஏறத்தொடங்கிற்றானுகள். அவசரத் துக்கு இறங்கிக்கொள்ளேலாம தடக்குப்பட்டுத் தள்ளாடுன பெத்தாட கைய குஞ்சரக்காதான் புடிச்சி இறக்கியுட்டாள்.

“என்ன இரிக்குமெண்டாங்கா இவனுகள் செக்குப்பண்ணப் போறானுகளாம்” எண்டு சலிச்சிக்கொண்ட பெத்தாவ “சும்மா

இரி மைலியம்மே" என்று குஞ்சரக்கா அடக்கிவைச்சாள். இறங்கி வந்த சனமெல்லாம் ஒண்டாக்கூடி ஒருஇடத்தில குந்திற்றுகள்.

"வேனுக்க ஏறுனவனுகள் ஒவ்வொரு காய்கறிச்சாக்கை யும் பிரிச்சிப் பாக்கானுகள்போல. இல்லெண்டா இவ்வளவு நேரம் எடுக்குமோ". பக்கத்துல நிண்டவண்ட கதையக்கேட்டுக் கொண்டே பாக்குச்சீவல எடுத்து வாயிலபோட்டிற்று வெத்தில யில சுண்ணாம்பத்தடவுறா பெத்தா. வேனுக்குள்ள ஏறிநிண்ட அதிரடிப்படைக்காரனெல்லாரும் கீழஇறங்கி சுத்திவளைச்சி வேனுக்குக் குறிபார்த்து துவக்க நீட்டிக்கொண்டிருக்க, ரெண்டு பேர் ஓடிப்போய்ப் பெரியவனுக்கிட்ட என்னவோ சொல்ல, பெரியவனும் நாலுபேரும் ஓடிவந்து வேன சுத்திச்சுத்தி எட்டி யெட்டிப் பார்க்குறானுகள்.

பெரியவனோட வந்தவனுகள் றைவரையும், கிளீனரையும் இழுத்துக்கொண்டுபோய் நடுறோட்டுலவைச்சி கையாலயும், காலாலயும், துவக்குச் சோங்காலயும் கண்மண் தெரியாம அடியோஅடியெண்டு அடிக்க, அடிதாங்கேலாத ரெண்டுபேரும் சுருண்டுவிழுந்தெழும்பிக் கையெடுத்துக்கும்புடுறானுகள்.

ஓடிவந்த அதிரப்படைக்காரனொருவன் எல்லாரையும் வேனடிக்கு நடக்கச் சொல்லிற்று அடியாக்குறையா வெருட்டு றான். "இதென்னடி குஞ்சரக்கா இந்தா நடக்குற புதுனம்" எண்டுகொண்டு கூட்டத்தோடகூட்டமா பெத்தாவும் வேனடிக்கு வந்துசேர, கச்சான்சாக்குப் பலத்த பாதுகாப்போட இறக்குப் படுகுது.

பெரியவன் சைகை காட்டுறான். வேன் மெல்லநகர்ந்து போய்ச் சிப்பித்திடல் இறக்கத்துல நிக்குது. கச்சான்சாக்க சுத்தி நிண்டு கும்மிகொட்டுறாப்போலக் குறிபார்த்தபடி நின்ற அஞ்சாறு அதிரடிப்படைக்காரனுகளுற முகமெல்லாம் பயத்துல வெளுறி வேர்வை வழிஞ்சோடுது.

"யாரா இருந்தாலும் உண்மை சொல்றது ... உண்மை சொல்லாங்காட்டிச் சுட்டுச் செத்துப்போக வைக்கிறது ... சரியா?" தமிழச்சப்பித்துப்பிக்கொண்டே விரலநீட்டிக் கேள்வி கேக்குறான் பெரியவன். என்னத்தக் கேக்கப்போறானெண்டோ, ஏன் சுடப்போறானெண்டோ தெரியாம எல்லாருமே முதலாம் வகுப்புப் புள்ளையளப்போலத் தலையாட்டுறாங்க.

"உண்மை சொல்லுறது இந்தக் கச்சான்சாக்கு யாரோடது?" ரெண்டு பேருக்குப்பின்னால நிண்ட பெத்தா முன்னால போக எத்தனிக்க. "ஏன் மைலியம்மே ஏதும் பிரச்சினையோ? என்றை யெண்டே சொல்லட்டோ" எண்டிற்றுத் தடுத்தி நிறுத்தின

குஞ்சரக்காட கைய விலத்தியுட்டிற்றுப் பெத்தா முன்னால வந்துநிக்குறா, அதுக்கிடையில கண்ணுக்குத்தைச்ச ஒருவனப் புடிச்சி உண்மை சொல்லுடா, இல்லெண்டா சுடுறது எண்டு சொல்லிப் பெரியவன் அடிக்க, அவன அடிக்காதையய்யா எண்டிற்றுப் பெத்தா முன்னாலவந்து தனிச்சி நிக்கிறா.

"ஏய் கிழவி இது உன்னோடதா?"

"ஓம்ராசா எண்டதான் என்னப்பா சங்கதி."

"உண்மை சொல்லு பொய்வேணாங்."

"பட்டிமோட்டு அம்மாளான எண்டதான் மாத்தையா, சந்தைக்குக்கொண்டு போறன் விக்குறதுக்கு. புள்ளைக்குச் சுகமில்ல. மருந்துமாத்திரை வாங்கோணும்."

"கிழவி அதிகம் பேசாத ... மற்ற எல்லாரும்போய் வேனுல ஏறுறது ... போ ... போ ..."

எல்லாரும் வரிசைகட்டி நடந்துபோய் ஏறிக்கொள்ள, இறக்கத்தால நகர்ந்த வேன் பனங்காட்டுக்கப்போய் மறையு மட்டும் பார்த்துநிண்ட பெத்தா தான்தனிச்சி நிக்குறத அப்பதான் உணர்ந்துகொள்ளுறா.

கையிலயிருந்த கருவியில ஆரோடயோ கதைச்சிமுடிச்ச பெரியவன் பெத்தாக்கிட்ட வந்து மேலும்கீழும் ஏறஇறங்க உத்துப்பார்த்திட்டுக்கேட்குறான். "மடியுக்குள்ள என்ன வைச்சிருக் கிறது வெளியில எடு."

"வெத்தில உமலப்பா" எடுத்து நீட்டுனத வாங்கிப்பிரிச்சிப் பார்த்தவன் நிலத்துல எறியுறான்.

"சொல்லு கிழவி ஆருதந்தது இது."

"ஆருரரையும் இல்லப்பா, எண்ட வெத்தில உமல்தான்."

"ஏய்கிழவி நான் அதக்கேக்கயில்ல. இந்தச் சாக்கு ஆர்தந்தது?"

"ஆருமேனப்பா தர ... எண்ட சேனையில விளைஞ்சதப்பா."

"ஏய் உண்ட சேனையில என்ன கச்சானோட குண்டுமா விளையுது."

"என்னப்பா சொல்லுறயள்."

"என்ன சொல்லுறதா வந்து பாரு" கையப்புடிச்சி இழுத்துக் கொண்டுபோய்த் தள்ளியுட முழங்கால் அடிபட விழுந்த பெத்தா நிமிர்ந்து விரிச்சிருந்த கச்சான்சாக்க எட்டிப்பார்க்குறா. பாதி

மறைஞ்சி மீதி முகம்காட்டிக் கச்சானோட கலந்து கிடந்ததக் கண்டு பெத்தா துணுக்குற்றுத்தான் போயிற்றா.

எங்குப் போயிருக்கும், எவர் எடுத்திருப்பாரோ. ஆர்ரையும் கண்ணுலையாகுதல் பட்டிருக்குமோ எண்டு நினைச்சி துடிக்க வச்சசாமான், பழஞ்சீல மறைப்புல பறனுல கிடந்த அதே பச்சைவிழாங்காய் மாதிரியான கிறினைட்டு, கச்சானோட கச்சானாகக் கிடந்ததக்கண்டு பெத்தா சிரிச்சிற்றா.

“ஏய் கிழவி என்ன சிரிக்கிறாய்.”

“எண்ட பேராண்டி தப்பிற்றான். இனி எண்ட வம்சமும் தளைச்சிரும்.” பெத்தா சொன்னது எதுவுமே விளங்காத பெரியவனுக்குக் கோபம்வர, கால உயர்த்திக்கொண்டு வந்தவன் உதைக்காமலே நிண்டுற்றான்.

“கிழவி நீ குண்டு கடத்துறது என்ன?”

“நான் ஏனப்பா அதெல்லாம் செய்யப்போறன். சாகக்கிடக் குற காலத்துல சிவனே தம்பிரானே எண்டு கிடக்கவேண்டிய நான், ஒண்டுக்குப்பின்னால ஒண்டா பறி குடுத்துக்கொண்டிருக் கன், இதுக்குள்ள குண்டுமோப்பா கடத்துறன்.”

“ஆருக்குக் குடுக்கக்கொண்டுபோறது? ஆரு தந்தது? உண்மை சொல்லுறது சரியா?”

உச்சிவெயில் மண்டையக் காயவைக்குது. றோட்டுச்சூடு புறத்தட்டக் காய்ச்சிது. பெத்தாவ அங்கிட்டுஇங்கிட்டு நகர விடாம கேள்விக்குமேல கேள்வியா கேட்டுக்கொண்டிருக்கானு கள். உண்மையைச் சொன்னாலுமென்ன நம்பவோ போறானு களெண்ட எண்ணத்துல பெத்தா மௌனமாகவே இருந்திற்றா.

திடீரெண்டு பார்த்தா ரெண்டு பக்கத்தாலயும் இருந்துவந்த அதிரடிப்படை வாகனங்கள் றோட்டுக்கரையில வரிசையா யிருக்க இரும்பு வலைப்பின்னல் ஜன்னல் கொண்ட வாகன மொண்டுல பெத்தா பலவந்தமாக ஏத்தப்பட இன்னொரு வாகனத்தில பலத்த பாதுகாப்போட கச்சான்சாக்கும் ஏற்றப் பட்டிச்சி.

தூக்கி எறியாக்குறையா வாகனத்துக்குள்ள தள்ளப்பட்ட பெத்தாவ நடு இருக்கையில வைச்சிற்று நாலுபேர் பெத்தாட முகத்துக்குத் துவக்க நீட்டிக்கொண்டு “ஏலுமெண்டா தப்பி ஓடுபார்ப்பமெண்டு” சொல்லுறாப்போல முறைச்சிப்பார்த்துக் கொண்டு இருக்கானுகள்.

முன்னும்பின்னும் கனரக வாகனப்பாதுகாப்போட பெத்தா இருந்த வாகனமும் நகரத்தொடங்குது. மரங்களும், மாடுகளும் வேகம் கூட்டித் தன்னைக்கடந்தோடத் தொடங்க, இரும்பு வலை யன்னலுல கன்னத்த வைச்சிக் கடைக்கண்ணால பார்க் குறா.

சதுரமான வயல் வரப்புக்கள், செவ்வகமாக மாறி, முக்கோண மாகிக் கோலம் காட்ட நிமிர்ந்து பார்க்குறா. தூரத்தே தனிச்சுத் தெரிந்த மூணு மலைகளும் ஓடும் பார்வையின் ஒருபுள்ளியில ஒன்றாகி ஒற்றைமலையாகத்தெரிய, மழைமேகம் திரண்டு மலைக்குக் குடைபிடிச்சாப்போல வடிவம் காட்டுனதக்கண்ட துமே பெத்தாக்குத் தெரியாமலயே அவவின் உதட்டோரம் சின்னதாய் ஒரு புன்னகை மின்னல் வெட்டி மறையுது.

காடும், மலையும் கண்ணுக்கெட்டாத் தூரமாகி மேகத் தோடு கலந்தது போலாகக் கண்ணுக்குள்ள விட்டுப்பிரியுற மனிச முகங்களாகவே தெரியுது. திரவியத்துர கையபிடிச்சுப்போற பேராண்டி தன்னத் திரும்பிப்பார்த்த கடைசிப்பார்வையும், அறுனாக்கொடி நழுவுற மெலிஞ்ச தேகமும், அவனின் தையப் பெட்டி அணைப்பும், நினைப்புக்குவரப் பெத்தாட கண்ணுல இருந்து கண்ணீர் சொட்டுறத உணர்வே இல்லாதவன்போல அதிரடிப்படைக்காரன் ஒருவன் பார்த்துக்கொண்டிருக்குறான்.

திடீர் நிகழ்வுகளின் சோகநேரங்கள், பழைய நினைவுகளை மறக்கடிக்கிறாப்போலப் பனங்காடு, கோளாவில், அக்கரப்பத்து வழியெல்லாத்தயும் வாகனம் கடந்து வந்ததுகூடத் தெரியா தளவிற்குச் சிந்தனையிலிருந்த பெத்தா, வாகனத்துர திடீர் நிறுத்தத்துலதான் நிதானிச்சு நிமிர்ந்து பார்க்குறா.

ஏதோ புது இடத்துக்கு வந்ததப்போல ஜன்னலால பார்க்குறா, எப்பவோ பழகுன இடம்மாதிரியும் உள்ளுணர்வு சொல்லுது. ஆயிரம்யானைகள் பூந்தழிச்சாப்போலக் கூளமும், குப்பையு மான மேடுகள், வெட்டுனகாட்ட பத்தவைச்சாப்போன்ற வெட்ட வெளி, பாதிகட்டி முடிச்சி பல நூறு ஆண்டுகளாகி மீதி கட்டப்படாதது போன்ற கட்டிடங்கள், கட்டிடச் சுவருகளெல் லாமே புகை படர்ந்து கறுத்துத்தான் கிடக்கு. இது எந்தஇடமா இருக்குமெண்ட நினைப்புல பெத்தா உத்துறங்கப் பாக்கிறா. குறைநித்திரையில எழும்புனவள் நிதானமற்று முழிக்குறாப்போல தான் பார்க்குறா, எண்டாலும் கூட ஏதொவெல்லாம் புரியுற மாதிரியும் தெரியாமலில்ல.

குறவண்ட வாடி கொத்துக்கோப்பைகள்மாதிரி நெளிஞ்சும், வளைஞ்சும், குவிஞ்சும் கிடக்குது தகரத்தட்டுக்கள். சுடுகாட்டுல

புணம் எரியுறாப்போல, தகரக்குவியலுகளுக்குள்ள கிடந்த தணலிருந்து புகை வந்துகொண்டேயிருக்குது. பார்க்கப்பார்க்க எதுவெல்லாமோ புலப்படுது மனிசிக்கு.

பெத்தாவுக்கு எழுதப்படிக்கத் தெரியாதெண்டாலும்கூட, இவ்வளவு காலமும் கண்ணுல பட்டு மனசுல பதிஞ்சிருக்குற கடைமுகப்புப் பெயர்ப்பலகை எழுத்தெல்லாம் சித்திரம்போல நல்லாத்தெரியுமெண்டுறதால கண்ணுலபட்ட எழுத்துப்பலகை களக்கொண்டு தான்வந்து நிக்குறது இந்தஇடம்தான் எண்டத அறிஞ்ச கணத்துல அவட கண்ணுல இருந்து கண்ணீர் உதிருது.

நட்டநடுவுல பட்டுப்போய் நிக்குது வம்மிமரம். எஞ்ஜியாரோ, சிவாசியோ, சறாயாவியோ, ஜேலிதாவோ, எவருமில்லாத சினிமாப்படச் சட்டம் மட்டும் வம்மிமரத்துல தொங்குது. குத்துமதிப்பாக எதெது எதுவாக இருக்குமெண்ட கணிப்புலதான் பெத்தா பார்க்குறா.

நெருப்புல வாட்டுன வேப்பம்கொத்துப்போல புக்டிப்போ வடி ஜேம்மரம் கறுத்துக் கருகிப்போய் நிக்குது. சண்முகநாதன் ஸ்ரோர் பாதிச்சுவராக மாறிப்போய்க்கிடக்கு. எல்லாமே தரை மட்டமும், அரைமட்டமுமாத்தான் தெரியுது. மனிச நடமாட்டத் தயே காணயில்ல. வம்மிமரவேரடியில நிறுத்துன பார்வையை மெல்ல நகர்த்துறா. தானும் குறட்டையும் குலத்தழகியும் வெள்ளை யும் குந்தியிருந்த இடம் இதுவாகத் தானிருக்குமெண்ட ஊகம் பட்ட இடத்துல பார்வையை நிறுத்தி நிமிர்ந்து பார்க்குறா. ‘ஹனிபாஅன்சன்ஸ்’ என்ற பலகை கறுத்துத் தலைகீழாய்த் தொங்குது. வைச்சத மறந்திற்று தேடியலையுறமாதிரி நாலஞ்சி நாய்கள் ஓடுறதும் நடக்குறதுமாகத்திரியுது. இன்னொரு இடத்துல சொத்துச் சண்டைமாதிரி வலிச்சுப் பாய்ஞ்சு நாய்க் கூட்ட மொன்று சண்டை நடத்துதுகள்.

புகைஞ்சிகொண்டிருந்த குப்பைமேட்டு மறைவுலயிருந்து ரெண்டு தலைக்கறுப்புத்தெரிய, ஆராக இருக்குமெண்டு பார்க் குறா பெத்தா . . . வெள்ளும்மாவும், குறட்டைக்காக்கவும்தான் வாறாங்க.

சரிஞ்ச முக்காட சரிசெய்திற்று முந்தானைத் தலைப்ப பல்லுல கொழுவி இடுப்புல வெல்லுகம் தொங்க, புறங்கைக் கட்டோட வந்த வெள்ளும்மா, பரீட்சை மண்டபத்து மேற் பார்வை தலமைவாத்திமாதிரி அங்காலயும் இங்காலயும் பார்த் திற்று ஹனிபாப்போடியார்ர கடையிருந்த இடத்துல தொங்குற கடைப்பெயர்ப்பலகைய அண்ணாந்து பார்த்தபடியே நிக்குறா.

எரிஞ்சணைஞ்ச சந்தைச்சாம்பல புழுதி கிழப்பிக்கொண்டு வந்த குறட்டைக்காக்காவும் வெள்ளும்மாவுக்குப் பக்கத்துல நிக்குறார். இவ்வளவு நேரமும் ஓடித்திரிஞ்சி சண்டைபோட்ட நாய்களெல்லாம் வரிசையாக நடந்துவந்து வெள்ளும்மாவயும், குறட்டைக்காக்காவயும் சுத்திநிண்டு காலடிய முகர்ந்து பார்த்து அண்ணாந்து ஊளையிடுதுகள். குறட்டைக்காக்காவ கண்டாலே ஓடஓட விரட்டுற நாய்கள் இண்டைக்கு அவர்ர காலடியில கிடந்து வாலாட்டிக்கொண்டிருக்க நாய்களக்கண்டாலே விலத்தி ஒடுற குறட்டைக்காக்கா அவைகள தடவிக்கொடுத்துக்கொண் டிருக்கார். எல்லா நாயும் எவராலயும் வளர்க்கப்படாத விநாயகர் ஸ்ரோருக்கு முன்னாலயும், பிஸ்மில்லா ஹொட்டலுக்கு முன்னாலயும் சண்முகநாதனடியிலயும் சலீமுடைய கடைக்கு முன்னாலயுமெண்டு இடம்பிடிச்சு வளர்ந்த தெருநாய்கள்தான்.

குறட்டையயும், வெள்ளையயும் அடையாளம் கண்ட நாய்கள் என்னக் கண்டாலும் இப்பிடித்தானே ஓடிவருங் களெண்டு நினைச்ச பெத்தா, ஏன் வெள்ளைமட்டும் என்னைய கண்டாளெண்டா "எண்ட புறப்பே மைலி" எண்டு கொண்டு ஓடிவராமலோ உட்டுருவாள் என எண்ணிக்கொள்ளுறா.

"குறட்டே . . . வெள்ளே . . . நானும் உங்களுக்கு முன்னால தான் இந்தா . . . இந்த . . . அதிரடிப்படைக்காரண்ட வாகனத் துக்குள்ளதான் இரிக்கன். ஒள்ளம் கிறுகிப் பார்த்தயளெண்டா நான் உங்கட கண்ணுலபட்டுருவன். என்னயக் கொண்டுபோகப் போறானுகள். வெள்ள . . . எண்ட முகத்த கடைசியா ஒருக்கா பார்த்திடமாட்டியளோ" என்று கத்த வேணும்போலதான் இருந்திச்சி பெத்தாவுக்கு.

ஹனிபாப்போடியார்ர கடையடியிலயிருந்து விலத்தி லங்கா பேக்கரி நோக்கி நடந்துவாற வெள்ளும்மாவயும், குறட்டைக் காக்காவயும் தொடர்ந்தபடி வரிசைகட்டி வருகுதுகள் சந்தை நாய்கள். வெள்ளையும் குறட்டையும் கிட்ட வந்திட்டாங்க . . . என்னயக் கண்டிற்றாங்களெண்டா வாய்திறந்து பேசாட்டியும் கண்ணாலயாகுதல் பார்த்துட்டாங்களெண்டா எண்டமனம் ஆறிருமே. "இந்தா . . . இந்தா . . . நான் இருக்குற வாகன ஓதினையில தான் நிக்கிறாங்க. வெள்ளை அண்ணார்ந்து பார்க்கப்போறாள் . . . நான் காணப்போறன். குறட்டையும்தான். குறட்டேய் . . . ஒள்ளம் நிமிர்ந்து பார்த்தா உண்ட தலைக்குமேலதான் நான் இருக்கன். பாரன் குறட்டேய் . . . பெத்தா மனதுக்குள்ளயே அங்கலாய்த்த போது குறட்டைக்காக்காவின் தலைநிமிர. பெத்தா இருந்த வாகனமும் நகரத்தொடங்குது.

சவக்காட்டுல புணம் எரியிறாப்போலக் குப்பைமேடுகளால புகை வந்துகொண்டேயிருக்க வெட்டவெளியான சந்தைப்பரப்புக் கங்கால அழகாய்த் தெரியுது மாயழகு வீதி. மெல்லமெல்ல நகர்ந்த வாகனங்கள் அம்பாறை றோட்டுப் பெரியதபால் கந்தோரடிக்குவரப் பெத்தா கம்பிஜன்னல் ஊடாகத் தலைய உயர்த்திப் பார்த்த நேரத்துல வெள்ளும்மாவும், குறட்டைக் காக்காவும் குப்பைமேட்டுப் புகை மண்டலத்துக்குள்ள மறைஞ்சி காணாமப் போயிடுறாங்க.

விடிய வெள்ளாப்புல இருந்து இரணமெண்டு எதுவும் பெத்தாடவகுத்துக்குள்ள இல்ல, வெறும்வகுத்துல குடிச்ச ஒரு ஜொக்கு தேயிலத்தண்ணி எவ்வளவு நேரத்துக்குத் தாக்குப் பிடிக்கும். மதியம்வரைக்கும் வெயிலுல கிடந்து வியர்வை சிந்திக் காய்ஞ்சிபோன பெத்தாட உடம்பு, நடுங்கத்தொடங்குது. ஒருசொட்டுத் தண்ணிக்கு நாக்குத் தவியாத்தவிக்குது. இத்தனைக் குள்ளயும் நிமிர்ந்திருக்கச் சொல்லிப் பெத்தாட வைராக்கியம் சொன்னாலும் அவட முதுமை விட்டுக்குடுக்காததால தானா கவே கண்ணயர்ந்து சோர்ந்து போய்ச் சரிய?

முற்றும்.

வழக்குச் சொற்கள்

1. சில்லூறு — காட்டுக்குருவி
2. சோனகர் — முஸ்லிம்கள்
3. துணியா — உலகம்
4. பூசா — தமிழர்களை அடைத்து வைத்துச் சித்திரவதை செய்யும் சிறை முகாம்.
5. பியான்றோல் — தின்பண்டங்கள்
6. பல்லுப்பேத்தை — முரசு வீக்கம்
7. கொட்டியா — புலி
8. மாத்தையா — பெரிய அதிகாரி
9. உமல் — வெத்திலப்பை
10. முட்டடப்பன் — ஊமை
11. துவக்கு — துப்பாக்கி
12. கொடுப்பு — கடவாய் இடுக்கு
13. நாக்கிளியான்புழு — மண்புழு
14. மெசின்பெட்டி — உழவு இயந்திரப் பின்பகுதி
15. சாங்கம் — சாயல்
16. பரவணி — பழக்கம்
17. முங்கர்நங்கீர் — முலாக்களின் ஒரு தலைவர் (கேள்வி கேட்பவர்)
18. தளப்பத்து — ஓலைக்குடை
19. முசுப்பு — பொழுதுபோக்கு
20. சவண்டு — சரிந்து
21. சன்னங்கள் — துப்பாக்கிக் குண்டு ரவைகள்

22.	ஒள்ளம்	குறைவு
23.	நிம்மளமில்ல	நிச்சயமற்ற
24.	அயத்துப்போய்	மறந்துபோய்
25.	மவுத்து	சாவு
26.	சோட்டை	ஆசை
27.	வெப்பிசாரம்	மன உளைச்சல்
28.	சாவிசளம்	மரணச்செய்தி
29.	குரக்கன்	கேழ்வரகு
30.	துரவு	ஆழமான நீர்க்குழி
31.	மோக்கான்	தவளை
32.	பலகைவாங்கு	நீளக்கதிரை
33.	கொத்துக்கோப்பை	தேநீர்ப்பாத்திரம்
34.	கோசுவை	மதகு
35.	துரிசி	மதகிலிருந்து நீர் பாயும் வழி
36.	தலாக்	விவாகரத்து
37.	வெட்டக்கிறங்கி	புறப்பட்டு
38.	கோடிப்பானை	மலம் கழுவும் நீர்ப்பானை
39.	ஆமிட்ரக்	இராணுவவாகனம்
40.	திராய்	ஒருவகைக்கீரை
41.	வட்டவிதானை	வேளாண்மை வயல் தலைவர்
42.	அஸர்	பிற்பகல் தொழுகை
43.	இஸா	இரவுத்தொழுகை
44.	விதானை	கிராமசேவகர்
45.	வண்ணக்கர்	கோயில் குடித்தலைவர்
46.	பகிடி	கேலி
47.	அட்டம்	அயல்
48.	ஓடலி	மருந்து கொடுப்பவர், ஆண்தாதி
49.	பண்டி	பன்றி
50.	மறுகா	திரும்பவும்
51.	கொக்கை	அக்கா
52.	கயாது	பதிவுத் திருமணம்

53. சாணக்குறி	குழந்தை பிறந்ததும் புரிந்து கொள்ளும் திருமண ஒப்பந்தம்.
54. நாஸன	நன்றாக ஆடு (குறவர் சொல் ஒன்று)
55. சுண்டுக்கொத்து	அரிசி அளக்கும் பாத்திரம்
56. மயண்டை	அந்திநேரம்
57. கக்கிசம்	துன்பம்
58. சொதியாணம்	பால்கறி
59. சவங்கி	தூங்கி
60. படங்கு	சாக்கு விரிப்பு
61. தொதல்	அல்வா
62. அய்ம்பேயம்	ஐம்பது சதம்
63. காக்கா	அண்ணன்
64. கச்சான்	நிலக்கடலை
65. வெல்லுவம்	பை
66. காசுக்குட்டான்	காசுப்பை
67. கொச்சிக்காய்	மிளகாய்
68. சேனை	தானியப்பயிர் நிலம்
69. ஐலற்	பொத்தான்
70. சுபஹு	காலை நேரத் தொழுகை
71. மாந்தாது	முடிவுறாது, அழியாது
72. சாரன்	லுங்கி
73. சறாயாவி	சறோஜாதேவி
74. புதினம்	வேடிக்கை
75. ரைவர்	சாரதி
76. பிணைச்சல்	சோடி
77. நொக்கு	உனக்கு
78. மடப்பெட்டி	நேர்த்திக்கடன் பூசைப்பொருட்கள் கொண்ட பெட்டி
79. எஞ்ஜியார்	எம்.ஜி.ஆர்
80. செத்தை	ஓலைவேலி
81. செடிநாத்தம்	துர்நாத்தம்

82. டீக்கடை	தேநீர்க்கடை
83. பெலக்கேடு	பலவீனம்
84. வாவுடாப்பாலகி	பிராயம் அறியாத சிறுமி
85. அளையா குழையா	அளவுக்கு அதிகமாக
86. கெதியா	விரைவாக
87. தேசாந்திரம்	ஊர்விட்டுச் செல்லுதல்
88. கேயார்ஜா	கே.ஆர். விஜயா
89. ஜேலியா	ஜெயலலிதா
90. சகடை	குருவி விரட்டும் கிலுக்கி
91. சும்மாடு	தலையில் வைக்கும் சீலைக் குவியல்
92. புட்டாணம்	உடல் பின்பகுதி
93. படுவான்கரை	சூரியன் மறையும் மேற்கு
94. பிசினித்தட்டு	பசைபரப்பிய தட்டு
95. பெல்லக்கு	தேர்/பல்லக்கு
96. கக்கிசம்	துயரம்
97. அசவு	பாய் அடுக்கு
98. வெருட்டி	காவல் பொம்மை
99. திரணை	சோற்று உருண்டை
100. கசகறணம் / கசவாரம்	தொடர்ச்சியான தொந்தரவு, முடிவுறா இன்னல்கள்

❀ ❀ ❀

பின்னிணைப்பு

விமல் என்னும் கதைசொல்லி

புகைப்படக்கருவிகளும் வீடியோச் சாதனங் களும் இப்போதுபோல மக்கள் மயப்படுத்தப் படாத ஒரு காலகட்டத்தில், ஒரு பிரதேசத்தின் மண்ணை, மக்களை, அவர்தம் மொழியை, மாண்பை, சிறுமையை, அவர் கொண்ட கல்வியை, கலாச்சாரத்தை, மெய்யை, பொய்யை, உணர்வுகளை எனப் பலதையும் அடுத்த சந்ததிக்கான பதிவுகளாக வரலாற்றில் ஏற்றிச் செல்கிற மகத்தான பணியை இலக்கியங்கள் மட்டுமே செய்து கொண்டிருந்தன. கட்டுரை என்றும் கவிதை என்றும் கதை என்றும் புனைவு களாகவோ அல்லது அபுனைவுகளாகவோ ஏதோ ஒருவழியில் அப்பணி இன்றும் தொடர்ந்து கொண்டிருக்கிறது. அந்தப் வழியின் ஓர் நீட்சி யாக, விமல் குழந்தைவேலின் 'கசகறணம்' நாவல், தென்கிழக்கிலங்கையின் முகவெத்திலை என வர்ணிக்கப்படுகிற அக்கரைப்பற்றுப் பெரு நிலத்தில் வாழ்ந்த, தமிழ்த் தாயின் இரட்டைக் குழந்தைகள் எனக் கருதப்பட்ட சோனகர் களுக்கும் (முஸ்லிம்கள்), தமிழருக்குமான (சைவர்களுக்கும்) நெருக்கமான உறவும், பின்

அது கசந்து நிரந்தரமாக அன்னியமாகிப் போனதாக மாற்றங்களும் நிகழ்ந்த காலகட்டமான 1980களில் அந்தப் பிரதேச மக்கள் வாழ்வியலின் ஒரு குறுக்குவெட்டுத் தோற்ற மாகவே காண்கிறேன். மேலும் நானும் அதே பிரதேசத்தை சேர்ந்தவன் என்கிறவகையில், இந்த நாவலை குறிப்பிட்ட அந்தக் காலகட்டத்தில் என் மண்ணினதும் அதில் வாழ்ந்த மக்களினதும் வரலாற்று ஆவணமாகப் பத்திரப்படுத்திக் கொள்கிறேன்.

அக்கரைப்பற்று, கோளவில், நாற்பதாம் கட்டை, தம்பட்டை, தம்பிலுவில், குடியிருப்பு, ஐந்தாம்கட்டை, ஆலங்குளம், பத்தூடு, மொட்டையாபுரம், புட்டம்பை, அளிக்கம்பை என பத்துக்கும் மேலான சிறு கிராமங்களுக்கு இன்றுவரைக்கும் அக்கரைப்பற்றுப் பொதுச்சந்தைதான் பொதுமையம். சந்தை எப்போதெல்லாம் 'செழித்திருக்கிறதோ' அப்போதெல்லாம் அதைச் சுற்றி இருக்கிற எல்லாக் கிராமங் களும் செழித்திருக்கும். சந்தை எப்போதெல்லாம் 'வாடி நிற்கிறதோ' அப்போதெல்லாம் அந்த ஊர்கள் சோடைபோய் காட்சி இழந்து நிற்கும். அந்தச் சந்தை அந்தப் பிரதேசத்தின் நிலவியல் மையமாக மட்டுமின்றி, அங்கு வாழ்ந்த, வாழ்கிற மக்களின் உளவியல் மையமாகவும் இருப்பதில் ஆச்சரியங்கள் ஏதுமில்லை.

அரசியல் காலங்களில் பொதுக் கூட்டங்கள், திருவிழாக்கள், கந்தூரி வைபவங்கள், கலை கலாச்சார நிகழ்ச்சிகள், மதக் கலவரம், சண்டை சச்சரவு என நல்லதோ கெட்டதோ – ஊரில் எது நடந்தாலும் நடுச் சந்தையில் இருந்துதான் ஆரம்பிப்பார்கள். அங்கேதான் கொண்டுவந்து முடித்தும் வைப்பார்கள். இன்றைக்கும் அதுதான் வழமை.

பொதுவிழாக்கள் என்று வருகிறபோது கொடி கட்டி ஊரை அலங்கரிப்பவர்கள் மட்டுமில்லை, தமிழ் – முஸ்லிம் இனக் கலவரங்களின்போது அந்தப் பக்கம் பத்துநூறு பேரும் இந்தப் பக்கம் பத்து நூறு பேருமாய் சாரத்தைத் தொடை தெரிய மடித்துக் கட்டிக்கொண்டு 'உன்னை வெட்டுவன், குத்துவன்' என கோசமிடுட்டு நடுவீதியில் டயரை எரித்து ஊரை அசிங்கப் படுத்துபவர்களுக்கும் எங்களூரின் பொதுச் சந்தைதான் கதி.

இப்படியாக அக்கரைப்பற்றுப் பொதுச்சந்தை அதைச் சுற்றிலும் இருந்த பத்தூர் மக்களின் கம்பீரத்தின் அடையாள

மாக மட்டுமின்றி, அசிங்கங்கள் நடந்தேறியதன் சாட்சியாகவும் இருக்கிறது. அந்த கம்பீரமும் அசிங்கங்களும்தான் விமலின் 'கசகறணம்' நாவலின் அடிநாதம்.

நாவலில் விமல் காட்டி இருக்கிற சந்தைபோல இப்போது எங்களுடைய சந்தை இல்லை. எவ்வளவோ மாறியிருக்கிறது. புதிய பேரூந்துத் தரிப்பு நிலையம், புதிது புதிதாய் கட்டிடங்கள், புதிய கடைகள், புதிய மனிதர்கள் என எவ்வளவோ மாறி இருக்கிறது. ஆயினும், இந்த நாவலில் சொல்லப்பட்டிருக்கிற இடங்களும் மனிதர்களும் அந்தப் பிரதேசத்தின் அடுத்த தலைமுறையைச் சேர்ந்தவனான எனக்கு அன்னியமாக இல்லை.

வெள்ளும்மா, மைலிப்பெத்தா, குலத்தழகி, குறட்டைக் காக்கா, கேசவன், முஹம்மட், கனகவேல், குஞ்சரக்கா என இந்தக் கதையில் வருகிற எல்லாப் பாத்திரங்களும், **1980**களில் எங்கள் ஊரில் பெரிய கடைகளாக இருந்த நண்பன் ஸ்டோர், சண்முகநாதன் ஸ்டோர், ஹனீபா ஸ்டோர் போன்றவைகளையும் நான் கண்டதுகூட இல்லை. ஆனால் இவை எதுவும் அன்னியமான பெயர்களாக இல்லை. இன்னும் சொன்னால் அந்த பிரதேசத்தைச் சார்ந்த எவருக்கும் இந்த மனிதர்களும் இடங்களும் அன்னியமானவையாக இருக்காது.

கதை கேட்டு வளர்ந்த ஒரு ஊரின் பிள்ளைகள் எமக்கு, அதெப்படி இந்தப் பெயர்களும் இடங்களும் அன்னியமானதாக இருக்கும்!

பாட்டியின் மடியில் தலைவைத்து, பாட்டியம்மா தலை தடவ, வந்த தூக்கத்தை விரட்டிவிட்டு 'அப்புறம், அப்புறம்' என கேட்டுக்கேட்டு பத்திரப்படுத்திய கதைகள்! இப்படி எல்லாம் வாழ்ந்திருக்கிறார்களே என ஆச்சரியமும் நமக்கு இப்படி வாழக் கிடைக்கவில்லையே என ஏக்கமும் பொறாமையும் ஒருசேர நின்ற கனங்கள் என எல்லாமும் எப்படி எங்களுக்கு அன்னியமாகும்!

பத்து வயதில் பாட்டியின் மடியில் தலைவைத்துக் கதை கேட்ட அந்தச் சிறுவனின் மனநிலையில்தான் இந்த நாவலை முற்றாக வாசித்து முடித்தேன். பாட்டி தலையைத் தடவுவதைப் போலவே விமலின் எழுத்துக்களில் கட்டுண்டு கிடந்தேன். எனக்கு அந்த மக்களின் வாழ்க்கைமீது அன்றிருந்த அதே

ஆச்சரிங்களும் பொறாமையும் இன்றும் அப்படியே இருப்பதையும் உணர்ந்துகொண்டேன். தீரா ஏக்கங்களுக்கு ஆயுசு கெட்டியோ என்னவோ!

○

விமல் ஒரு அற்புதமான கதைசொல்லி. அவரின் விவரனைகளிலும் உவமான உவமேயங்களிலும் எந்தச் சோடனைகளும் இல்லை. இந்த நாவல் நெடுகிலும் அவர் கையாண்டிருக்கிற மொழியும் சர்வ சுத்தமான எங்கள் ஊர் மொழியே.

விமலுக்கு எது பற்றியும் கவலையில்லை. இலக்கியக் கோட்பாடுகள் பற்றி கவலையில்லை. கதை சொல்லல் யுக்தி பற்றிய கவலையில்லை. மொழிபற்றிய கவலை இல்லை. வேறெது பற்றியும் அவருக்குக் கவலையில்லை. 'என்னிடம் என் மக்களின் ரத்தமும் சதையுமாக ஒரு கதை இருக்கிறது. சொல்லுகிறேன் கேளுங்கள்' என வரிந்துகட்டிக்கொண்டு எழுதி முடித்திருக்கிறார். ஒருவேளை காவியங்களுக்கு எந்தக் கோட்பாட்டு ஜோடனைகளும் தேவையில்லை போலும்!

ஒரு இலக்கியவாதியாக அவரது துணிச்சல் அலாதியானது. இந்தக் கதை ஒரு வரலாற்று ஆவணம் என்று அவருக்குத் தெரிந்திருக்கிறது. இதை நிச்சயம் என்றோ ஒருநாள் இந்த உலகம் கொண்டாடும் என அவருக்கு ஒரு உதிப்பு இருந்திருக்க வேண்டும். ஒரு வாழ்க்கையை பதிவு செய்வது மட்டுமே அவரது நோக்கமாக இருந்திருக்கிறது. இந்த நாவலை எழுதுகிறபோது வேறெது பற்றியும் அவர் சிந்தித்ததாகத் தெரியவில்லை. இல்லை எனில் இப்படியாக முழுக்கமுழுக்க ஒரு பிரதேசத்தின் பேச்சுமொழியிலேயே ஒரு நாவலை எழுத எங்கனம் ஒரு எழுத்தாளனுக்குத் துணிவு வரும்!

○

நாவலை இரண்டு பகுதிகளாகப் பிரித்து, முதல் பகுதி முழுவதும் அந்தப் பிரதேசத்தில் தமிழருக்கும் முஸ்லிம்களுக்கும் இடையில் நிலவிய ஒற்றுமையைப் பேசுவதாக இருக்கிறது. அற்புதமான விவரணங்களையும், நுணுக்கமான விமலின் அவதானிப்புக்களையும் வியந்துவியந்து வாசிக்க வேண்டியதாக இருக்கிறது.

மூன்று மலைகள் ஒன்றை ஒன்று பார்த்து நிற்பதை விமல் இப்படி எழுதுகிறார்:

‘அடுப்புக் கல்லு நாட்டினாப்போல’

இன்னோரு இடத்தில், மழை பெய்கிற நாளில் அந்த மலைகளை விபரிக்கையில்...

‘சோ என்டு மழை பெய்யிற நேரமா இரிக்குமென்டா, மூணு குமர்பொண்டுகள் தலை குளிக்கிறப்போல மூணு மலையுச்சியிலயும் இருந்து மழைத்தண்ணி வழியுற அழக நாள் பூரா பார்த்துக்கொண்டே இருக்கலாம்’ என எழுதுகிறார்.

முதல் பகுதி முழுவதிலும் சந்தை பற்றி விவரணைகள் மலிந்து கிடக்கின்றன. வம்மி மரமும் படப் போஸ்டரும் ஜேம் மரமும் சந்தைநாய்களும் குறட்டைக்காவின் கோழியும் கனவேலின் நடையும்... எல்லாம் கண்ணுக்குள் நிற்கின்றன.

இப்படியாக அவர் எழுத்தில் காட்டுகிற உலகம் கண் முன்னே விரிந்து கிடக்க, அக்கரைப்பற்றுப் பொதுச்சந்தையில் குலத்தழகி பக்கத்தில் குந்தி இருந்து அவள் சொல்கிற படக்கதையை நானும் கேட்டேன். நாவலை வாசிக்கிற நீங்களும் நிச்சயம் கேட்பீர்கள்.

நாடகத்தில் உமையாளாய் வேசம் போட்ட கனவேலை, மெய்யாலுமே பெண் என நினைத்து ஆற்றங்கரைக்குத் தூக்கிச் சென்றுசிலர் ‘கெடுக்க’ நினைத்த இடத்தில் விமலின் எழுத்தில் இருந்த ‘பகடி’ அந்த ஊர் மண்ணுக்கே ஆன பிரத்தியோகமான *Sense of humour* இன் வெளிப்பாடு. சிரித்துச் சிரித்து வயிறு புண்ணாகிற்று.

வெள்ளும்மாவின் கவி மனது எங்கள் ஊரின் சொத்து. நல்லதோ கெட்டதோ, எதற்கெடுத்தாலும் கவி படிப்பார்கள் அந்த ஊர்க்காரர்கள். அந்தக் கவிகளில் வெள்ளும்மாவின் கவிமனது எங்கள் ஊரின் சொத்து. நல்லதோ கெட்டதோ, எதற்கெடுத்தாலும் கவி படிப்பார்கள் அந்த ஊர்க்காரர்கள். அந்தக் கவிகளில் பலவிதமான உணர்ச்சிகளைக் காட்டுவார்கள். அதிலும் ‘நையாண்டி’ என வந்துவிட்டால் இறங்கி அடிப்பார்கள். இதோ தண்ணீரில் நின்றுகொண்டு வெள்ளும்மாயை பகிடிக்காய் வம்புக்கிழுத்த கொமர் பொண்டுகளை கவிபாடி எப்படி வெள்ளும்மா கௌத்துவிட்டார் எனப் பாருங்கள்.

மார்பளவு தண்ணியில
மண்டி மண்டி குளிக்கும் பொண்ணே—உன்

மார்புக்குக் கீழிருக்கும்
மாதுளங்காய் கவனம் புள்ளே...

அவளுகளும் அவ்வளவு லேசுப்பட்டதுகள் இல்லை. ஏதோ வாயடிக்க, வெள்ளும்மா தொடர்ந்து படிக்கா..

மாம்பழக்கெழுத்தி வந்து
மாதுளம் காம்ப நொள்ளும்–உன்
மாமன் மகன் வந்துகேட்டா–நீ
மறுமொழிதான் என்ன சொல்வாய்...கா...?

இதைக் கேட்ட 'பொட்டைகள வெக்கம் பிய்ச்சித் தின்னுது' என்று எழுதுகிறார் விமல். அந்தப் பொட்டைகளை மட்டுமா! வாசிக்கிற எம்மையும் அல்லவா வெட்கம் பிடிங்கித் தின்கிறது.

இப்படியாக நகர்கிற கதையின் இரண்டாம் பகுதி முழுவதையும் மைத்துலிப்பெத்தா ஆட்கொண்டுவிடுகிறார். பெத்தாவினுடைய சோகமும் கண்ணீரும் அந்த வறண்ட கண்களில் நீர்வற்றி அழுகிற அவல நிலைமையும் எப்போதும் வசந்தம் வீற்றிருந்த எங்கள் ஊரின் பொற்காலத்தின் மீது பொத்தென விழுந்த சாபக்கல்லின் விளைவுதான் என்பதை கதையை வாசித்ததும் நீங்களும் தெரிந்துகொள்வீர்கள்.

கடைசி அத்தியாயத்தை வாசிக்கிறபோது நெஞ்சுடைந்து, தொண்டை கட்டி, நாவறண்டு, 'ஐயோ பெத்தா! என்ன வாழ்க்கை கா ஒனக்கு' என மனது கிடந்து அடித்துக்கொண்டது. கண்களில் நீர்கட்டிக் கன்னங்களில் உருண்ட கண்ணீரை விமலின் காலடியில் காணிக்கை ஆக்குகிறேன்.

○

எனக்கு விமலிடம் சொல்லவும் கேட்கவும் பலதும் இருக்கின்றன.

'ஏய் பாவி விமலே! இந்தப் பரந்த உலகில் அவள் குலத்தழகிக்கு ஒரு சின்ன இடம் கொடுக்க மனமில்லாமலா அவளை அப்படிச் செய்து போட்டீர்? படம் பார்ப்பது ஒரு குற்றமாயா? அவளை இந்தக் கதை முடியும் வரையாவது வாழ வைத்திருக்கலாமே நீர்!'

'பெத்தாவின் கடைசி ஆசையையாவது நீர் நிறைவேற்றி இருக்கலாமே ஐயா. அவ பெரிதாக என்ன கேட்டுவிட்டா?

தாயும் பிள்ளையுமாக பழகிய வெள்ளம்மாவும் குறட்டையும் தன்னைக் கடைசியாக ஒருமுறை பார்த்துவிட மாட்டார்களா என எண்ணுவது ஒரு குற்றமாயா? அப்படி என்ன அவசரம் உமக்கு, அந்த கொமான்டசுகாரனுக்கு இல்லாத அவசரம்! பாவி அவங்கள பாக்க வைக்காமலே அந்த வண்டியை எடுத்துட்டையையா!'

❍

கடைசியாக இந்த நாவலை வாசிக்கிற வாசகர்களுக்கு...

அன்பர்களே, எந்தவித முன்அனுமானங்களும் இல்லாமல் இந்த நாவலை நீங்கள் அணுகுங்கள். வாசிக்க ஆரம்பிக்க முதலில் புத்தகத்தின் கடைசிப் பக்கங்களில் இணைத் திருக்கிற 'பின்னினைப்பை' ஒருமுறை பார்த்துவிட்டு வாசிக்க ஆரம்பியுங்கள். அது இந்த நாவலில் பயன்படுத்தப்பட்டிருக்கிற பேச்சுமொழியை இன்னும் நன்கு புரிந்துகொள்ள உங்களுக்கு உதவலாம்.

இந்த நாவல் உங்களை ஒரு பெரும் பயணமொன்று அழைத்துச் செல்லும். அந்தப் பயணத்தில் மழை பெய்யும், வெயில் அடிக்கும். நீங்கள் சிரிப்பீர்கள், பின் அழுவீர்கள். எல்லாவற்றுக்கும் தயாராகி வாசிக்கத் தொடங்குங்கள். உங்களின் பயணம் இனிதே அமையட்டும்

❍

விமல் என்னை இந்த முன்னுரையை எழுதக் கேட்டபோது, 'ஏன் நான்?' என யோசித்தேன். பின்னர் 'நான்தானே எழுத வேண்டும்' எனச் சொல்லி எழுதத் தொடங்கினேன். ஒரு பக்கத்துக்குள் எழுதிவிடவே எண்ணம் கொண்டேன். எழுத ஆரம்பித்ததும் உணர்ச்சிகளால் உந்தப்பட்டு இவ்வளவும் எழுத வேண்டியதாயிற்று.

விமலின் எழுத்துக்களைப் போலவே, எந்த வரையறைக் குள்ளும் நின்றுவிடாது மனதில் தோன்றியதைத் தோன்றியபடி எழுதிவிட வேண்டும் என்பதில் கவனமாக இருந்தேன். அப்படியே செய்திருக்கிறேன் என்று நம்புகிறேன்.

ஒரு நாவலின் முதலாவது பதிப்பே விற்றுத் தீராத காலகட்டத்தில் இரண்டாம் பதிப்பென்பதெல்லாம் பெரிய விடயம்.

இந்த நிலையில் ‘கசகறணம்’ இன்னும் பல பதிப்புக்கள் காணும் என்பதை நான் உறுதியாக நம்புகிறேன். விமலுக்கும் காலச்சுவடு பதிப்பகத்திற்கும் வாழ்த்துக்கள்.

அன்புடன்
உமையாழ் பெரிந்தேவி

அபெர்டீன்
ஸ்கொட்லாந்து
ஐக்கிய இராட்சியம்
28.12.2016